'A TIME TO BURNISH' या इंग्रजी पुस्तकाचा अनुवाद

रहस्य प्राचीन नटराजाचे

राधिका नाथन

अनुवाद

डॉ. मीना शेटे-संभू

मेहता पब्लिशिंग हाऊस

Please contact us at **Mehta Publishing House Pvt. Ltd.**
✆ +91 020-24476924 / 24460313 / Mob. No. 9545000513
Email : production@mehtapublishinghouse.com
Website : www.mehtapublishinghouse.com

- *या पुस्तकातील लेखकाची मते, घटना, वर्णने ही त्या लेखकाची असून त्याच्याशी प्रकाशक सहमत असतीलच असे नाही.*

A TIME TO BURNISH by RADHIKA NATHAN

Published in India by CinnamonTeal Publishing, Margao GOA.
Translated into Marathi Language by Dr. Meena Shete-Sambhu

रहस्य प्राचीन नटराजाचे / अनुवादित कादंबरी

अनुवाद : डॉ. मीना शेटे-संभू
author@mehtapublishinghouse.com

मराठी अनुवादाचे व प्रकाशनाचे हक्क : मेहता पब्लिशिंग हाऊस प्रा. लि.

संस्थापक : सुनील अनिल मेहता

प्रकाशक : मेहता पब्लिशिंग हाऊस प्रा. लि.
१९४१, सदाशिव पेठ, माडीवाले कॉलनी, पुणे - ४११०३०

मुद्रक : ट्रिनिटी ॲकॅडमी फॉर कॉर्पोरेट ट्रेनिंग लिमिटेड

मुखपृष्ठ : फाल्गुन ग्राफिक्स

प्रथमावृत्ती : नोव्हेंबर, २०२२

किंमत : ₹ ५२०

P Book ISBN 9789395477727
E Book ISBN 9789395477734
E Books available on : amazonkindle Apple Books Google Play Books

१

“अरे चल! काहीतरीच काय बोलतोयस, तिथे मृतदेह वगैरे काही नाही!” जॉश विन्स्लो तक्रारीच्या सुरात गंभीरपणे म्हणाला.

टॉमनेही तसाच रेकल्यासारखा आवाज काढून त्याला प्रतिसाद दिला. टेलिफोन लाइनच्या दुसऱ्या टोकाकडून आलेला तो प्रतिसाद हेडसेटवर खूप मोठा आणि स्पष्ट वाटला. त्यातून आपोआपच उतावळेपणा, आतुरता आणि तुच्छता व्यक्त होत होती.

लंडनमधील हिथ्रो विमानतळाच्या बाहेरच्या भिंतीतून पुढे आलेल्या खिडकीतून जॉशने खिन्नपणे आकाशाकडे पाहिलं. करड्या ढगांचं भेडसावणारं, भीतिदायक सावट पडलं होतं. त्याच्या मन:स्थितीशी ते अगदी मिळतंजुळतं होतं. जूनच्या पहिल्या आठवड्यातल्या मंगळवारची ती थंड, दमट सकाळ होती. तेव्हा नुकतेच कुठे अकरा वाजले होते. जॉश तिथे पहाटे चारपासून आला होता. त्याने तोपर्यंत फक्त पुसटसं लोणी लावलेला टोस्ट संत्र्याच्या रसाच्या ग्लासात बुडवून खाल्ला होता. त्याला भूक लागली होती. तो थकला होता आणि चिडलाही होता.

टर्मिनल ५ तसं कमी प्रमाणात व्यस्त आणि बऱ्यापैकी शांतपणे, सुरळीतपणे सुरू होतं. प्रवासी एक तर आळसावल्यासारखे धावपट्टीवर साचलेल्या पाण्याकडे एकटक पाहत, कसाबसा निरुद्देशपणे त्यांचा वेळ घालवत बसले होते किंवा आपापल्या गेटजवळ त्यांची झुंबड उडाली होती. प्रखर कृत्रिम लाइटखाली चमकणाऱ्या किरकोळ विक्रीच्या दुकानांमधून मांडलेली चॉकलेट, परफ्यूम्स आणि दागदागिने दिसत होते. मात्र, ग्राहक नसल्यामुळे ती जवळजवळ ओसच पडली होती. त्या सकाळी प्रवाशांच्या मनात अधिक प्रमाणात भौतिक, सर्वसामान्य विचार होते हे स्पष्टच होतं. या दुकानांऐवजी ते कॉफीशॉपकडे आणि वर्तमानपत्रांच्या स्टॉलकडे

जात होते. आजूबाजूच्या आवाजांनी तयार झालेला गोंगाटाचा सर्वसामान्य आवाज विमानतळावरून विमान सुटण्याच्या आणि विमानात बसण्यासाठी अखेरचं बोलावणं करण्याच्या मध्येमध्ये होणाऱ्या घोषणांच्या वेळी थांबत होता.

"ना मृतदेह, ना गुन्ह्याशी संबंध असल्याचं दाखवणारा निर्विवाद पुरावा," जॉश आपल्याच मताला चिकटून राहत म्हणाला. यामुळे टॉम भडकणार होता हे त्याला माहिती असलं, तरीही तो त्यावरच ठाम राहिला होता.

"अक्षरश: काहीही नाही, नाही. पण तू सुचवतोयस त्याप्रमाणे पांढरपेशा लोकांनी केलेल्या गुन्ह्यांतही बळी जातातच. ही अतिशय कंटाळवाणी आणि नेहमीचीच गोष्ट आहे आणि अगदी चुकीचा दृष्टिकोन आहे."

आता कलात्मक वस्तूंच्या, बौद्धिक संपदांच्या चोरीच्या गुंतागुंतीच्या परिणामांबद्दल डंख मारल्यासारख्या विषारी शब्दांत टॉमकडून उपदेशाचे डोस पाजले जाणार हे त्याला माहिती होतं. एरवीही जॉशला लेक्चर देण्यात टॉमला आनंद वाटत असे आणि नेहमीच अशा असामान्य परिस्थितींमध्ये तसं करताना आपण योग्य तेच करत आहोत, आपलं बोलणं अगदी समर्थनीय आहे, असंही त्याला वाटत असे.

घड्याळात सकाळ उलटून चालल्याचं दिसत होतं; परंतु जॉशला मात्र तसं वाटत नव्हतं. पाच दिवसांपूर्वी तो लंडनमध्ये आल्यापासून त्याचा सगळा वेळ त्याने त्या छोट्याशा जागेत कोंडल्यासारखा घालवला होता. त्याला झोप घेता आली नव्हती. तो सतत लॅपटॉपकडे नजर टाकत होता आणि जेट-लॅगमुळे आधीच ताण आलेल्या त्याच्या शरीरावर तो आणखी ताण आणत राहिला होता. तो सारखा जांभया देत होता आणि त्याच्या शरीराची ऊर्जा आता जणू काही मोबाइलची ऊर्जा बॅटरीच्या शेवटच्या बारवर आल्यावर वाटते तशी कमी झाली होती. आता त्यालाही पुनर्भारित होण्याची, रिचार्ज होण्याची गरज भासत होती. घरापासून खूपच लांबवर यावं लागलेल्या या ट्रीपचा फारसा उपयोग होणार नव्हता.

त्याने करड्या रंगाच्या टी-शर्टवर हुडी घातली होती. डार्क जीन्स आणि पायात आवाज न करणारे बूट म्हणजेच स्निकर्स घातले होते. त्याच्या एका हातात कॉफीचा कप होता आणि दुसऱ्या हातानं त्याचं काम सुरू होते. त्याच्या कानांतून आणि पाठीवरच्या बॅगेतून वायर बाहेर लोंबत होत्या. त्यामुळे तो नक्कीच एखाद्या तरुण सिलिकॉन व्हॅली व्यावसायिकासारखा दिसत होता. तो तंत्रज्ञानात आणि संगणकशास्त्रात तज्ज्ञ होताच; परंतु या ट्रीपच्या हेतूचा विचार करायचा झाला तर - फक्त टॉमलाच यात काही हेतू होता असं वाटत होतं, त्याच्या मनात उपरोधानं हा विचार आला.

त्याने केसांतून हात फिरवला.

"अगदी मनापासून सांगायचं झालं तर, टॉम, गुन्हा घडला आहे की नाही याविषयी आपल्याला खात्री नाही. तो पांढरपेशा व्यक्तीनं केला आहे की नाही हेही

आपल्याला निश्चित माहिती नाही आणि इथे मी आपला अर्धं जग पार करून कुठल्या तरी अतिशय वाईट, त्रासदायक ठिकाणी अकारणच, हाती काहीही लागणार नाही हे माहिती असूनही असल्या निरर्थक गोष्टीचा शोध घेत धावतोय,'' तो म्हणाला.

जॉशच्या मनात चार आठवड्यांपूर्वी भारताला भेट देण्याचा बिलकूल म्हणजे बिलकूलच विचार नव्हता. अशा प्रकारची कोणती योजना तो स्वेच्छेनं बनवेल असाही त्याने कधी विचार केला नव्हता. सिअॅटलमधल्या त्याच्या कार्यालयातल्या कामाचा बोजा संपवून आता आपण वार्षिक सुट्टीसाठी निघू, असंच त्याने गृहीत धरलं होतं. तेव्हा टॉम या त्याच्या मोठ्या भावाला भेटायला तो यूकेमध्ये जाणार असल्यानं त्याच्या मनात अतिशय आनंदी, प्रसन्न भावना भरून आल्या होत्या. मात्र, सध्या त्याच्या मनात ज्या तीव्र संतापाच्या भावना उसळल्या होत्या, त्यांच्या त्या अगदी विरुद्ध होत्या. या काटेरी अपरिहार्यतेमुळे त्रस्त झालेल्या जॉशनं एक सुस्कारा सोडला. पातळ डिस्प्ले स्क्रीनच्या रांगांजवळून तो अगदी मंद पावलं टाकत पुढे गेला. त्या स्क्रीनमधून सतत बदलत्या शब्दांतून वेगवेगळ्या उद्घोषणा केल्या जात होत्या. जगाच्या कानाकोपऱ्यात जाणाऱ्या विमानफेऱ्यांच्या त्या उद्घोषणा होत्या - अॅबर्डिन, अॅमस्टरडॅम, ऑस्टिन...

त्याने सरकत्या जिन्यावर पाऊल ठेवलं आणि त्याच्या पाठीमागून भराभरा येणाऱ्या इतर प्रवाशांच्या घाईकडे दुर्लक्ष करून तो तसाच नाखुशीनं टॉमचं बोलणं ऐकत थांबला.

''हा थिल्लरपणा, पोरकटपणा सोडून दे,'' टॉम खरडपट्टी काढत म्हणाला. ''आम्ही इथे मोठ्या पुराणकालीन वस्तूंची चोरी झाल्याच्या शक्यतेचा सामना करतोय. मी याला अगदी अंधूक शक्यता आहे असं म्हणेन. इंटरपोलनं मागोवा घेतलेल्या अवैध वाहतुकीच्या गुन्ह्यांपैकी हा तिसऱ्या क्रमांकाचा सर्वाधिक वाईट गुन्हा आहे. तुला हे माहिती आहे का?''

''तिसरा! यामुळे तर सगळीकडेच हाहाकार माजेल,'' जॉश मिश्कीलपणे डोळे मिचकावत उपहासानं म्हणाला.

''होय. मादक द्रव्य आणि शस्त्रास्त्रं यांच्यानंतरचा!''

''खरंच की काय? तुझे सर्वोच्च तीन गुन्हे हे आहेत? मला वाटलं होतं की, अवैध मानवी तस्करी हा यातला सर्वोच्च गुन्हा असेल.''

त्याच्या या शब्दांमुळे पलीकडे क्षणिक शांतता पसरली. जॉशनं स्वत:शीच स्मित केलं.

तो टॉमला चांगलाच ओळखत होता. जॉशनं ते विधान कितीही आचरटपणे केलं असलं, तरीही त्याच्या या विधानातल्या नैतिक तथ्यामुळे टॉम नक्कीच

आश्चर्यचकित झाला होता. त्याने वाचलेल्या नियतकालिकांमध्ये आणि आंतरराष्ट्रीय गुन्ह्यांविषयीच्या विद्वत्तापूर्ण लेखांमध्ये देण्यात आलेल्या माहितीचा तो या विधानाशी मनातल्या मनात तुलना करत होता. त्याला वेळ मिळाला रे मिळाला, की टॉम हे संदर्भ पुन्हा पडताळून पाहणारच याची जॉशला एवढी खात्री होती की, त्यासाठीच्या पैजेवर त्याने त्याचं आयुष्यही पणाला लावलं असतं.

फोनवर किंचितसा करकर असा आवाज आला. त्यामुळे फोनवर पसरलेल्या शांततेचा भंग झाला. टॉमने नक्कीच त्याची चाकाची खुर्ची जोरात वळवली होती.

टॉमच्या पाठीच्या कण्याच्या खालच्या भागाला मोठी दुखापत झाली होती आणि त्यामुळे वयाच्या एकविसाव्या वर्षापासूनच त्याला चाकाच्या खुर्चीला खिळून राहावं लागलं होतं. वर्षानुवर्षांच्या उपचारानंतर तो न थकता जेमतेम काही पावलं चालू शकत होता. असं असूनही त्याचा आयुष्याकडे पाहण्याचा दृष्टिकोन सदिच्छापूर्ण आणि उत्साही होता. चैतन्यदायी आणि तरीही गंभीर असा त्याचा दृष्टिकोन होता. थोडक्यात, टॉम हा आपल्या कामात यश मिळवण्यासाठी स्वत:ला वाहून घेणारा, सर्वज्ञानी, त्रासदायक भाऊ होता. सहसा असा भाऊ असणं हे कोणाचंही दुर्दैव असतं.

सरकत्या जिन्यावरून बाहेर पडून जॉश क्षणभर थांबला. त्याचं प्रवेशद्वार कुठे होतं ते त्याने पाहिलं.

''ते तिसऱ्या क्रमांकाचं असो किंवा प्राधान्ययादीत अजिबातच नसो, तू त्याचा गांभीर्यानं विचार केलाच पाहिजेस.''

''मला थोडा वेळ दे! मला अगदी असाच मागे फिरून आताच्या आता विमानतळाबाहेर पडण्याचा किंवा पुढचंच विमान पकडून थेट घरी येण्याचा मोह होतोय.''

''मग तू तसं का करत नाहीस? कारण कदाचित काहीही झालं तरी तुलाही इतिहासात आणि कलेत, केवळ सुप्त का असेना, रुची आहे.''

''देवालाच माहिती! त्यापेक्षा भावाविषयीच्या प्रेमाची आणि निष्ठेची अस्थानी भावना माझ्या मनात आहे हे मी मान्य करतो.'' जॉशनं त्याच्या हातातल्या त्या वेळच्या ब्लॅक कॉफीचा एक मोठा घोट घेतला आणि गरज नसताना खूपच जोरात त्याने तो कचराकुंडीत फेकून दिला. ''तुला कुठल्या तरी अनिश्चित मार्गानं एक जुनीपुराणी वस्तू सापडली. त्यात एवढं काय आहे? कुणीही आरोपी नाहीत. फक्त ती कुठली गोष्ट आहे ती विकत घे आणि ती वाईट प्रकारातून आली असली, तरी तू तिचा आनंद उपभोग. ते काहीही असो, पण मी अगदी पैजेवर सांगतो की, त्या लोकांपेक्षा तूच त्या वस्तूची जास्त चांगली काळजी घेशील.''

''पहिली गोष्ट म्हणजे, ती 'जुनीपुराणी गोष्ट' नाही,'' जॉश क्षणभर थांबला;

“ती एक प्राचीन मूर्ती आहे.”

“टॉम, माझ्यावर जबरदस्ती करू नको!”

“दुसरी गोष्ट म्हणजे,” टॉम तसाच कठोरपणे पुढे सांगत राहिला, “ती कोणत्या प्रकारे संपादित केली आहे त्याला महत्त्व आहे. त्यामुळे लोक दुखावले जातात. खरं तर अनेक पुरातत्त्वीय वस्तू चोरल्या गेल्या होत्या आणि युद्धाच्या दरम्यान त्या दुसरीकडे नेण्यात आल्या. रक्तरंजित कला, रक्तरंजित हिऱ्यांसारखी. इराक, कंबोडिया इथल्या पुराणकालीन वस्तू—”

“अरे बाबा, मला तुझ्या ओघवत्या ज्ञानातून पुढे नेताना तुला खूप आनंद होतोय, नाही का? तुझ्या...तुझ्या...”

“विद्वत्तेमुळे?”

“हॅं! काहीतरीच!” त्याने मान हलवली. असा वाद घालणं निरर्थक होतं हे त्याला माहिती होतं. टॉमवर त्याचा काहीही परिणाम होणार नव्हता. जॉश एकोणतीस वर्षांचा होता, पण टॉम त्याच्यापेक्षा फक्त पाच वर्षांनीच मोठा असला, तरीही तो जॉशला तो हायस्कूलचा विद्यार्थी असल्यासारखाच वागवत असे.

“आता बहुतेक तुला आठवडाअखेरीपर्यंत माझं रक्त आणि माझा मृतदेहच मिळेल,” तो रेकल्यासारखा आवाज काढत म्हणाला.

“अरे जाऊ दे ना, चल.”

त्यानंतर अपेक्षेप्रमाणेच तिथे एक नीरव, गंभीर शांतता पसरली आणि त्या पाठोपाठ जणू काही नुकतीच त्याच्या मनात एखादी शंका तीरासारखी घुसली असावी अशा प्रकारे चाचरत्या आवाजात, जरासा अडखळत आणि साशंकतेनं टॉमनं विचारलं, “तू... तुला हे धोकादायक आहे असं तर वाटत नाही ना, जॉश? पण भारताच्या कोपऱ्या-कोपऱ्यावर हातात बंदुका घेतलेले गुंड उभे असतात, असं काही नाही.”

“तू मला दिलासा देतोयस की स्वत:ला?” जॉशनं रूक्षपणे विचारलं आणि नंतर त्याच स्वरात पुढे म्हणाला, “तसंही मला मनातल्या मनात खूप आजार झालेयत.”

तो त्या प्रवेशद्वाराजवळ पोहोचला आणि बसण्याच्या परिसराकडे पाहून त्याने विव्हळल्यासारखा नापसंती दर्शवणारा आवाज काढला. तिथे कुठेही बसायला जागाच नव्हती. प्रत्येक सीटवर कोणी ना कोणी बसलं होतं आणि उरलेले लोक खिडक्यांतून बाहेर बघत उभे होते किंवा सामानावर बसलेले होते किंवा अगदी अविश्वसनीय वाटलं तरीही तेव्हापासूनच रांगा लावून उभे होते. विमानात हातातून नेता येणाऱ्या सामानानं जाण्या-येण्याचा मार्ग भरलेला होता आणि त्यामधून लहान मुलं धावत होती.

जॉशनं त्या सर्वांवर एक नजर टाकली आणि मग तो निश्चयानं त्यामधून पुढे गेला. पुढच्या दोन प्रवेशद्वारांनंतर असलेल्या शांत परिसराकडे तो गेला. तिथे जवळच आपली पाठीवरची बॅग खाली फेकून देऊन तो कोपऱ्यातल्या सीटवर आरामात हात-पाय पसरून बसला. त्याने त्याच्या हातातलं सामान सीटसमोर ठेवलं आणि त्यावर आपले पाय पसरले.

"तू आतापर्यंत चेक इन केलंस ना?" टॉमने विचारले.

"होय, होय, मी आत आलोय आणि दुर्दैवानं बोर्डिंगची वाट बघतोय," तो म्हणाला आणि मग टूर गाइडप्रमाणे आधी टॉम बोलला होता, त्या त्याच्या आवाजाची नक्कल करण्याचा मोह तो आवरू शकला नाही. "चेन्नईला जातोय. आधीचं मद्रास, पूर्वीच्या वसाहतवादी वारशाच्या शृंखलेपासून त्याला तोडण्यासाठी त्याचं १९९०च्या दशकात चेन्नई असं नामकरण करण्यात आलंय."

"अच्छा, म्हणजे तुझं लक्ष होतं तर! आणखी काय सांगू, त्या सगळ्याची तुझ्या जेट-लॅग झालेल्या मेंदूच्या कुठल्या तरी कोपऱ्यात नोंद झालेय असं दिसतंय." टॉमच्या आवाजाला असलेली अंगभूत उत्साहाची झालर पुन्हा एकदा परतली होती. ते एक सुचिन्ह होतं असं जॉशला वाटलं.

"तुझ्या आशा अशा एकदम पल्लवित होऊ देऊ नकोस. मी काय बोलतोय ते माझं मलाच समजत नाही."

गेली सहा वर्षं दर वर्षी मेमोरिअल डेच्या सुमारास जॉश आपली बॅग भरत होता आणि घरातून बाहेर पडून काही आठवडे टॉमसोबत राहत होता. ते नेहमीच वर्षातून दोनदा भेटत होते. थँक्सगिव्हिंगच्या वेळी थोडे दिवस आणि उन्हाळ्याच्या सुट्टीत जास्त काळ.

ते दोघेही लहान असल्यापासूनच टॉमला त्याच्या इच्छेनुसार माणसांना वाकवून घेता येत होतं. त्याच्या शरीराच्या रोमारोमातून आकर्षकपणा जणू उसळ्या मारून बाहेर पडत होता. तो अगदी पूर्ण आकर्षक होता. त्याच्याजवळ मोठाच करिष्मा होता. तो भारतीय लोकांनाही टॅनिंग लोशन विकू शकला असता. सहसा त्याच्या कौशल्याचा वापर तो एखादी निरुपद्रवी, दुष्परिणाम नसलेली गोष्ट करण्यासाठी करत असे. आदल्याच वर्षी त्याने जॉशला अगदीच खराब आणि रंगांनी भरलेलं चित्र विकत घ्यायला लावलं होतं. वर्षभरातच तो चित्रकार अनामिकतेतून बाहेर पडून एकदम स्टार बनेल, याची त्याने हमी दिली होती. त्याआधी त्याने जॉशला रेड मीट (चिकन वगळता इतर प्राण्यांचं मांस) खाण्यापासून परावृत्त केलं होतं आणि 'डॉक्टर्स विदाउट बॉर्डर्स'ला भली मोठी रक्कम द्यायला भाग पाडलं होतं. या वर्षी जॉशनं व्हाइट मीट सोडून द्यायचीही तयारी केली होती. छे, त्याने स्वत:शीच त्रासिकपणानं स्मित केलं. टॉमने त्याच्यासमोर त्यापुढे जे वाढून ठेवलं होतं, ते

करण्यापेक्षा तो स्वत:च्या इच्छेनं, आनंदानं वेगन बनला असता.

“अं... जॉश, तू कुठलीही खूपच धोकादायक गोष्ट करणार नाहीस... बरोबर आहे ना?” टॉमने विचारलं. त्याच्या आवाजात काळजी आणि चिंता होती.

“पण ही ट्रीप मी करावी असा तुझाच आग्रह होता ना? तू काय म्हणाला होतास, ‘जॉश, काहीही झालं तरी तू हे कर’.”

“होय, बरोबर आहे... मी कदाचित तसं म्हटलंही असेन... कदाचित नको इतका भरही मी दिला असेल,” टॉमने घसा खाकरला.

“आता माझी प्रतिष्ठा आणि माझं आयुष्य काहीशा अधिक मोठ्या प्रमाणात पणाला लागलं असेल तर त्याने काय होणार आहे?”

जॉश उठून उभा राहिला आणि त्याने हात-पाय ताणून आळस दिला.

टॉमने इतिहासात डॉक्टरेट मिळवली होती आणि लंडनमधल्या अत्यंत प्रतिष्ठेच्या मानल्या जाणाऱ्या वस्तुसंग्रहालयात तो साहाय्यक व्यवस्थापक होता. त्याच्या आसपासच्या लोकांकडून त्यामुळे त्याला अत्यंत आदरानं वागवलं जात होतं. तो नियमितपणे अवघड, कठीण शब्द वापरून आणि अधिक कठीण मध्यवर्ती कल्पनांचा वापर करून विद्वत्तापूर्ण लेख लिहीत होता. कोणतं ना कोणतं प्रदर्शन भरवत होता आणि वस्तुसंग्रहालयाच्या संग्रहासाठी पुरातन वस्तू संपादित करत होता. सहज म्हणून ओट्टोमान एम्पायरवरच्या गुंतागुंतीच्या आणि सहजासहजी न समजणाऱ्या विषयावर शोधनिबंध तयार करण्यातही त्याला मजा वाटत असे.

दुसरीकडे, जॉशही याचा मन:शांती मिळवणारं औषध म्हणून वापर करून घेत असे. त्याला आयुष्यभरात कधीही टॉमचं इतिहासाविषयीचं आकर्षण समजू शकलं नव्हतं. जॉशचे एमआयटीमधले वर्गमित्र सोशल मीडियाच्या जगातलं भावी सॉफ्टवेअर तयार करत असताना त्याने त्याचे नेटवर्किंग आणि सुरक्षितता पैलू उत्तम प्रकारे तयार केले होते. त्याद्वारे त्याने यशस्वी आणि अत्यंत ऐशआरामी करिअर मिळवलं होतं. या विलक्षण नेटवर्किंगच्या, डिजिटलदृष्ट्या प्रगत, उच्च अचूकतेच्या जगातला आधुनिक माणूस असं जॉश स्वत:चं मूल्यमापन करत असे. गंमत म्हणून तो टॉमच्या उपजीविकेच्या व्यवसायाचा विचार सहिष्णु मनोरंजन म्हणून किंवा गोंधळात टाकणारी मजा म्हणून करत असे.

पण विशेषत: हा दिवस तसा चांगला दिवस नव्हता.

एका अर्थपूर्ण विरामानंतर टॉमने अत्यंत शांत आवाजात पुस्ती जोडली, “जॉश, मला स्वत:ला भारतात जाणं कठीण आहे हे तुला माहीतच आहे आणि ही अवघड परिस्थिती सोडवण्याचा तोच अखेरचा उपाय नसता, तर मी तुला हे सांगितलंही नसतं. माझ्या स्वार्थीपणामुळे मी तुला हानिकारक मार्गावर ढकलत आहे. होय ना?”

“आता अपराधीपणाचा हा कबुलीजबाब थांबव. कळलं?”

हे शब्द तोंडातून बाहेर पडल्याबरोबर लगेच आपण किती अविचारीपणानं, मूर्खासारखा आणि अतिशय अनुचित प्रतिसाद दिला, हे लक्षात येऊन जॉशनं मनातल्या मनात स्वत:लाच लाथ घातली. टॉम अत्यंत अभिमानी होता आणि त्याच्याकडून हे त्याच्या स्वभावाच्या विरुद्ध असलेलं दुर्बलतेचं प्रदर्शन होतं. त्याच्या मर्यादा मान्य करणं आणि जॉशची मदत मागणं टॉमला किती जड जात होतं, हे जॉशला माहीत होतं.

त्याने लगेच जाणीवपूर्वक हलकेफुलकेपणानं बोलल्यासारखं दाखवत आपल्या वाक्यात भर टाकली, “अरे, तो तर नक्कीच हानिकारक मार्ग आहे. मला तिथे नक्कीच डास चावतील आणि मी मरून जाईन.”

त्याने ज्या पर्यटन सल्लागार वेबसाइटवर नजर टाकली होती, त्या वेबसाइटनं काही कंटाळवाणे शॉट्स टाकले होते आणि ती स्थळं त्याने पाहिलीच पाहिजेत, अशी गळ घातली होती. पर्यटनापूर्वी किमान चार आठवडे तरी त्याच्या जीपीला भेट दिली पाहिजे, असंही त्यांनी म्हटलं होतं. या शिफारशीकडे त्याने दुर्लक्ष केलं असतं, तर कावीळ, हगवण आणि अगदी मेंदुज्वराचाही धोका त्याला होऊ शकतो, असा इशाराही त्यांनी दिला होता.

जॉश पुढे बोलत राहिला. “आणि असंही होऊ शकतं. म्हणजे माझी लाडकी गोष्ट. अन्नातून विषबाधा. मिठाई म्हणून माकडाचा गोठवलेला मेंदू खाऊन मला विषबाधा होऊ शकते.”

त्याच्या या हलक्याफुलक्या बोलण्याचं बक्षीस त्याला तत्काळ मिळालं. त्याला फोनवरून टॉमचं हलक्या आवाजातलं खिदळणं ऐकू आलं. टॉमला त्या चित्रपटातला संदर्भ लगेच समजला होता.

“टेंपल ऑफ डूम? खरंच?” त्याने लटक्या संतापानं विचारलं आणि मग त्यात थोडी अधिक भर घालत त्याने विचारलं, “इंडियाना जोन्सप्रमाणे, बरोबर?”

जॉशनं स्मित केलं.

“भारतीय अधिकाऱ्यांकडून अटक होणं किंवा गुन्हेगारांकडून इजा होणं अशा स्वरूपाचं काहीतरी होईल असं मला म्हणायचं होतं हे तुला माहीत होतं. होय ना?” त्याने विचारलं. त्याने ते शब्द सहज उच्चारले असले, तरीही तो त्यामुळे त्रस्त झाला होता, काळजीत पडला होता, हे त्याच्या आवाजावरून लक्षात येत होतं.

“अजूनही उशीर झालेला नाही. मी परत येऊ शकतो आणि आपण हे माझ्या पद्धतीनं करू शकतो,” जॉश उत्तरला. काहीतरी चमत्कार होईल आणि टॉम कदाचित हे मान्य करेल, अशी त्याला कुठेतरी अर्धवट आशा होती.

पण अर्थातच त्याचं नशीब तितकं बलवत्तर नव्हतं. टॉमच्या आवाजात लगेच

चलाखी आली. ''नाही, नाही जॉश, तिथे जाणं हा आपल्याकडचा उत्तम पर्याय आहे.''

जॉशनं रागारागानं शिव्याशाप दिले. डोळ्याच्या कोपऱ्यातून त्याला प्रवेशद्वार उघडं असल्याचं आणि त्यांनी बोर्डिंगला सुरुवात केल्याचं दिसलं होतं. पलीकडच्या काळ्या ढगांनी अनिष्टसूचक पार्श्वभूमी तयार केली होती.

''यासाठी माझे तुझ्यावर खूप मोठे उपकार आहेत. असं, काहीतरी तुला पीआयकडून ऐकू आलं की काय?''

''नाही. काहीही नाही. फक्त काळजी घे. घेशील ना? मी तुला हॉटेलच्या बुकिंगचे तपशील मेल केले आहेत, हे सांगायला मी तुला फोन केला होता. विमानतळावर तुला न्यायला कुणीतरी येईल आणि मी विद्याला तुला सकाळी भेटायला सांगेन.''

''ही विद्या कोण आहे?'' जॉशनं चौकशी केली.

टॉमने ऐकू येण्याएवढा जोरात उसासा टाकला. ''तू मुळीच सगळं ऐकून घेत नाहीस.''

''मी ऐकलं होतं,'' जॉश बेपर्वाईनं म्हणाला. ''चेन्नई हे भरभराटीला आलेलं आणि समुद्राच्या काठावरचं महानगर आहे. ते भारताच्या दक्षिणेकडे आहे आणि त्याची लोकसंख्या—''

''जॉश!''

टॉमच्या आवाजात संतापाची झलक ऐकल्यामुळे तो थांबला. ''होय... विद्या, भारतातली तुझी सहायिका.''

''विद्या माझी मैत्रीण आहे,'' टॉमने वेदनामय आवाजात सांगितलं. ''खरोखरचीच माझी जिवलग मैत्रीण. मी तिच्याविषयी तुझ्याशी खूप-खूपदा बोललोय.''

''जिवलग मैत्रीण? तुझं वय काय? तेरा?'' टॉमने या मुलीचा उल्लेख केल्याचं जॉशला फारसं आठवत नव्हतं. त्याने विचारलं, ''ती 'हॉट' आहे का?''

टॉमने संतापानं सुस्कारा सोडला होता. जॉशला ते अपेक्षितच होतं.

''मी तिला उद्या सकाळी नऊ वाजता हॉटेलवर येऊन तुला भेटायला सांगेन. त्यामुळे तुला विश्रांती घ्यायला आणि तयार व्हायला भरपूर वेळ मिळेल. ती तुला तिथे मदत करेल.''

''ऐक ना, आपल्या बाजूनं तू प्रत्येकाला आमंत्रित करत आहेस, त्यामुळे मी फारसा रोमांचित झालेलो नाही. ही वाईट कल्पना आहे. मला या सगळ्या गोष्टी शक्य तितक्या गुप्त ठेवायला आवडेल.''

''गुप्त! वा! अगदी मला हेही माहिती आहे की, आपलं हे संभाषणही काही शक्तींकडून टॅप होत आहे.''

''होय, होय. ऐक. एनएसएची मला फारशी चिंता नाही. मला खटल्याची भीती वाटते. एके दिवशी या सगळ्याची अखेर न्यायालयात व्हायची!''

''याचा अर्थ त्या मूर्तीची चिंता करण्याचं कारण आहे हे तू मान्य करतोस तर,'' टॉमने त्याला मिळालेली पहिलीच संधी साधली होती.

''नाही, टॉम मी या सगळ्याची अखेर न्यायालयात होईल असं म्हणतो, कारण मी परत आल्यावर तुझा जीव घेणार आहे,'' त्याने जाहीर करून टाकलं.

टॉम संतापानं चीत्कारला, ''मला यात गोपनीयता बाळगण्याचं काहीही कारण दिसत नाही.''

''मला खात्रीच आहे की, तुला ते दिसणारच नाही. तुला तसं कधी ते दिसलंय का? या स्त्रीला काय माहीत आहे?''

''ते असंच घडून गेलं. तिला फारसं काहीच माहीत नाही. मला पहिल्यांदा ती मूर्ती मिळाली त्या वेळी ती तिच्या भाच्याच्या लग्नात गुंतलेली होती. नंतर तिला फ्लू झाला आणि नंतर त्यातून बऱ्याच गुंतागुंती वाढत गेल्या. आम्हाला या मूर्तीविषयी बोलायला खरोखरच कधीच वेळ मिळाला नाही. तिला हेच माहीत आहे की, मी वस्तुसंग्रहालयासाठी वस्तू संपादन करणार आहे, पण तिला त्यामागच्या हेतूविषयी काहीही कल्पना नाही.''

''टॉम, हे असंच ठेव. मला तिला खरोखरच भेटण्याचीही गरज वाटत नाही. मला तिच्या मदतीची गरज नाही.''

''होय, पण तू तिला भेटलं पाहिजे.''

''नाही. मला त्याची गरज नाही.''

''होय, तू तिला भेट आणि हेच अंतिम आहे.''

''मी एवढीच आशा करू शकतो की, तिच्याकडे याहून अधिक चांगलं काम असावं आणि तिने मला भेटायला नकार द्यावा.''

''माझ्यासाठी तिची सगळी कामं ती पुढे ढकलेल.''

जॉशनं निराशेनं एक सुस्कारा सोडला आणि त्याच्या सगळ्या वस्तू गोळा केल्या.

''तू किती छळवादी आहेस हे तुला माहीत आहे का? निदान तिच्याशी माझ्या भेटीसाठी एखादं कारण तरी शोधून ठेव. सगळे तपशील देण्याचं औदार्य दाखवण्याची गरज नाही. मी चेन्नईला पोहोचल्यावर तुला फोन करेन.''

जॉशच्या सूचनेवर टॉमने अपेक्षेप्रमाणेच लगेच होकार दिला नाही. तो त्याला गंभीरपणानं समजावत राहिला. तिला माहिती असणं हे त्यांच्याच हिताचं असेल, असा दावा करत राहिला. त्याने जॉशच्या संशयी स्वभावाबद्दल दुःख व्यक्त केलं. त्याला नावं ठेवली; परंतु अखेरीस जॉशची सूचना मान्य केली.

"मला हे करायची खरं तर इच्छा नाही, पण त्यांनी बोर्डिंगचं काम संपवत आणलंय. तेव्हा आता मला जाऊ दे," जॉश म्हणाला.

"ठीक आहे, जॉश, काळजी घे. आपल्याकडे थोडेच दिवस आहेत हे लक्षात ठेव. ठेवशील ना?"

"हे तू आधीही हजार वेळा मला सांगितलंयस," जॉशनं दीर्घ श्वास घेतला. "तुझ्याकडे दात्यानं दिलेला पैसा आहे आणि तो काही गुंतागुंतीच्या कलमांतर्गत देण्यात आलाय. तुझ्याकडे मूर्तीची चमकत्या रंगातली चित्रं आणि मूर्तीविषयी महत्त्वाचा मजकूर असलेलं एक पत्रकही आहे आणि ते शुक्रवारी प्रसिद्ध होणार आहे. तुला त्या मूर्तीच्या त्यांनी सांगितलेल्या मालकाला लवकरच पैसे द्यावे लागणार आहेत."

तो सगळा गोंधळ निस्तरायला जॉशला दोन-तीन दिवस मिळणार होते. त्यातला एक दिवस प्रवासात जाणार होता. याआधीही त्याने ठरवून दिलेल्या मर्यादेत, डेडलाइन्समध्ये काम केलं होतं; परंतु हा सगळा खेळच नवीन होता.

त्यांनी संभाषण संपवलं आणि टॉमनं काळजीभरल्या आवाजात त्याचा निरोप घेतला.

जॉशने अचानकच त्याच्या हेडफोनमधून जांभई दिली आणि प्लेअर बंद झाला. तो फोन संपल्यानंतर तो रिस्टार्ट झाला. त्याने पुन्हा खिशात फोन सरकवला आणि पुन्हा एकदा हात-पाय ताणून आळस दिला. त्याच्या पोटात होणाऱ्या गुरगुरीमुळे त्याने बेगल खाणं थांबवलं.

स्टीलनं आणि काचेनं बनलेल्या छपराच्या उंच वक्राकार कमानीकडे जॉशनं रोखून पाहिलं आणि नंतर प्रवेशद्वाराकडे पाहिलं. आता त्या रांगेत अखेरचे दोन प्रवासीच उरले होते. त्याने आपली नकारात्मकता आणि नैराश्य झटकून टाकण्याचा आणि अगदी उत्साह नसला, तरी अत्यल्प प्रमाणात तरी ताकद गोळा करण्याचा प्रयत्न केला. तो अगदी अखेरच्या क्षणी दमल्या-भागल्या अवस्थेत कपाळ चोळत उठून उभा राहिला आणि विमानाकडे जाण्यासाठी हळूहळू चालत त्या रांगेच्या दिशेनं निघाला.

२

काही दिवसांपूर्वीच जॉश सिॲटलहून लंडनमध्ये पोहोचला होता त्या वेळी त्याला न्यायला टॉम विमानतळावर आला होता. जॉशला त्याचं आश्चर्य वाटलं नव्हतं. टॉमला जिथे जिथे म्हणून शक्य होतं, तिथे तिथे व्हीलचेअरच्या साहाय्यानं बसता येणारी ती कार चालवत जायला त्याला खूपच आवडत होतं. ख्रिसमसला जॉशनंच तशी कार त्याला भेट म्हणून दिली होती. त्याशिवाय भावाभावांमध्ये होणारी लुटुपुटुची भांडणं सुरू करायलाही त्यांना आवडत होतं.

जीन्सची निळी पँट आणि ब्लेझर आणि गळ्याभोवती बांधलेल्या पट्ट्यापट्ट्याच्या सुती स्कार्फमध्ये टॉम खूपच गंभीर आणि सुशिक्षित, सुसंस्कृत व्यक्ती दिसत होता. विमानतळावर पोहोचण्यापूर्वी त्याला त्या दिवशी सकाळी कामावर जावं लागलं असावं असं दिसत होतं. त्याच्या मनात आणखीही कोणते तरी विचार सुरू असावेत असं वाटत होतं, कारण तो जॉशला अगदी जरुरीपुरतेच प्रश्न विचारत होता आणि जॉशच्या चौकशांना जेमतेम एखाद्या शब्दात उत्तर देत होता.

ती एक प्रसन्न दुपार होती. आकाशात पांढरे मऊ ढग पसरले होते. त्यातच धुरकट, करड्या रंगाचेही ढग होते. चमकत्या निळ्या कापडाच्या नमुन्यासारख्या दिसणाऱ्या आकाशाच्या भागांतून ते हळुवारपणे तरंगत होते. केनसिंग्टनच्या दिशेनं सुरळीतपणे वाहतूक सुरू होती आणि दीर्घकाळ प्रवासात बरेच तास घालवल्यानंतर कारमधल्या हवेचा वास स्वच्छ, ताजातवाना वाटत होता. टॉमबरोबर असं एकत्र फिरताना जॉशला छान वाटत होतं.

विशेषत: त्यांच्या आईवडिलांच्या मृत्यूनंतर त्याने आणि टॉमने वर्षातून अशा प्रकारे दोनदा भेटण्याची सवय लावून घेतली होती. ते खरं तर टॉमच्या प्रयत्नांमुळेच घडलं होतं. जॉशनं स्वत:ला याची अनेकदा जाणीव करून दिली होती.

उन्हाळ्यात ते सहसा कुठल्या तरी ग्रामीण भागात एखादा आठवडा घालवत आणि एखादा आठवडा लंडनमध्ये घालवत. टॉम त्याला 'जॉशचं सांस्कृतिकीकरण' असं म्हणत असे. याचा अर्थ ऑपेरा, वस्तुसंग्रहालयांना भेटी, छानसं जेवण आणि कलादालनांना भेटी असाच असे. टॉम अधिकारवाणीनं देत असलेली माहिती जॉशला त्याहूनही अधिक आवडत असे. अर्थातच तो ती कधीच त्याला सुरळीतपणे सांगू देत नसे. कधीकधी तो टॉमच्या सुसंस्कृत अभिजनवादी व्यक्तिमत्त्वासमोर रासवट, असंस्कृतपणे वागत असे आणि त्यामुळे टॉम चांगलाच संतप्त होत असे.

जॉश त्याच्या आवडीचं संगीत लावण्यासाठी रेडिओशी चाळा करत होता, पण टॉमनं त्याचा उपहास केला नाही किंवा त्याला टोमणा मारला नाही. टॉमचं काहीतरी बिनसलेलं होतं हे स्पष्टच होतं. जॉशला सुरुवातीला याचा संबंध टॉमच्या पूर्वाश्रमीच्या प्रियकराशी असावा असं वाटलं होतं. खरं तर अगदी नेमकेपणानं सांगायचं तर जॉशला तो आवडला नव्हता. गेल्या हिवाळ्यात टॉमचा ब्रेक-अप झाला त्या वेळी त्यांच्यात गरमगरम वादावादी झाली होती. त्यासाठी जॉशकडे आता फक्त शोचनीय किंवा निंद्य हा एकच शब्द होता. टॉमच्या साधेपणाबद्दल, निष्कपट स्वभावाबद्दल जॉशनं थोड्या वाईट पद्धतीनं सुनावलं होतं आणि टॉमनंही तशाच वाईट पद्धतीनं जॉशच्या असंवेदनशीलतेबद्दल त्यालाही सुनावलं होतं. काहीही झालं तरी तो विषय पुन्हा काढायचाच नाही, हे जॉशनं मनाशी पक्कं ठरवून टाकलं होतं.

त्याऐवजी तंत्रज्ञानाच्या जगातल्या काही थोड्याच; परंतु अत्यंत उत्साहवर्धक अशा घडामोडींमध्ये तो गुंतून गेला होता. त्याने त्याविषयी टॉमला सांगितलं, त्या वेळी टॉमने फक्त भुवया उंचावल्या होत्या. त्याचं जॉशच्या बोलण्याकडे तितकंसं लक्ष नव्हतं. त्यानंतर थोड्याच वेळात त्याने जॉशला तो एका बिकट, भयावह पेचात सापडल्याचं अगदी गूढपणे सांगून टाकलं. मात्र, त्या संपूर्ण दुपारभर त्याने त्याच्या मनातल्या त्या कोंडीविषयी जॉशला काहीही सांगितलं नव्हतं.

त्यानंतर त्या दिवशी संध्याकाळी ते न्यू एज या सुशी मिळणाऱ्या हॉटेलमध्ये गेले. टॉमला ते आवडत असे. जॉशला टॉमच्या विचित्र, बेफिकीर मन:स्थितीची फारशी चिंता वाटत नव्हती, पण त्याला त्याविषयी कुतूहल मात्र वाटत होतं. टॉमची चाकाची खुर्ची राहील अशा कोपऱ्यातल्या एका टेबलाजवळ ते बसले. चमकत्या काचेच्या बार काउंटरवर *इटामीने* (सुशी बनवणाऱ्या कुशल जपानी आचाऱ्याने) कलात्मकरीत्या डिश मांडून ठेवल्या होत्या, तिथून ती जागा दूर होती. भिंतीवरच्या काळ्या-पांढऱ्या रंगाच्या फरशांच्या मांडणीकडे बराच वेळ निर्हेतुकपणे टॉम शून्यात नजर लावल्यासारखा पाहत राहिला. कोशु वाइनच्या छान चवीबद्दल वेटरशी चकार शब्दही न बोलता त्याने त्याच्याकडे बघून फक्त स्मित केलं. एवढंच नव्हे, तर त्याने सी बास आणि ट्युनाचाही ऑर्डरमध्ये समावेश करण्याची सूचना

एकही शब्द न बोलता मान्य केली. ही गोष्ट धक्कादायकच होती.

जॉशने त्याला काही मिनिटं तशाच अवस्थेत राहू दिलं; परंतु अखेरीस टॉमच्या स्पष्ट दिसणाऱ्या अस्वस्थपणामुळे आणि त्याबरोबरच काहीही न बोलण्यामुळे चिडलेल्या जॉशने त्याला ओरडून विचारलं, "टॉम, काय चाललंय तुझं?"

टॉमने टेबलावर त्याचे हात आपटले आणि एक दीर्घ श्वास घेतला. जणू काही एखादी वेदनादायक गोष्ट सहन करण्यासाठी तो स्वत:ला स्थिर बनवत होता. त्याचा पुढचा प्रश्न तर अगदीच अनपेक्षित होता.

"जॉश, मी कोणत्या क्षेत्रात तज्ज्ञ आहे?"

हा प्रश्न त्याने कशासाठी विचारला होता ते ओळखल्यामुळे असे प्रश्न टोलवण्यात आघाडीचा फलंदाज असलेल्या जॉशने फक्त कण्हल्यासारखा आवाज काढून तो परतवून लावला. टॉममुळे त्याला मंद नेटवर्क असलेल्या एका जुन्या मोडेमची आठवण झाली. डेटा लाइट चमचमू लागण्याआधी ठरलेल्या गतीनं कनेक्शन लाइटला स्थिर व्हावंच लागत होतं.

त्याने उत्तर दिलं, "या प्रश्नाचं उत्तर मी झोपेतही देऊ शकतो हे तुला माहीत आहे. मोठा होत असताना तुला स्वच्छंदी, बेछूट वागण्याचं आणि सतारीच्या संगीताचं विलक्षण आकर्षण होतं. मॉम आणि डॅडचे आभारच मानले पाहिजेत. तुला नंतर तुझ्या आवडीचं क्षेत्र म्हणून भारतात जाणं भागच पडलं होतं."

त्याच्या बोलण्याला प्रतिसाद म्हणून टॉमच्या चेहऱ्यावर स्मित नव्हतं, त्याने फक्त प्रतिसाद देण्यासाठी नकार दर्शवत कशीबशी मान हलवली.

"पण भारतात नेमका कुठे?"

"दक्षिण भारतात."

"विशिष्ट गोष्टींवरच्या तुझ्या बुद्धिमान पकडीमुळे मी नेहमीच चकित होतो..." टॉम म्हणाला. त्याच्या व्यवसायाविषयीच्या जॉशच्या मनातल्या उदासीनतेमुळे त्याच्या आवाजात तीच चीड आणणारी झाक आली.

त्याने बाटलीतून कोमट साके (जपानी दारू) कपात ओतली आणि तिचा एक छोटासा घोट घेतला.

"असंख्य वेळा मी हे सांगितलंय, की सर्वसामान्यपणे नवव्या शतकापासून तेराव्या शतकापर्यंत राज्य करत असलेलं चोला साम्राज्य हा माझा खास अभ्यासाचा विषय आहे."

"मला ते माहिती आहे," जॉशने म्हटलं. 'ते काही का असेना,' असं म्हणण्याची ती वेळ नव्हती, हे त्याच्या लक्षात आलं होतं. त्याऐवजी त्याने प्रयत्नपूर्वक असं म्हटलं, "चोलांचा उदय आणि पाडाव, त्यातही महान योद्धा आणि द्रष्टा असलेल्या महाराजा चोलावर तू विशेष लक्ष एकवटलं होतंस."

"म्हणजे तुला राजराजा चोला असं म्हणायचंय."

"होय. अर्थातच. तू कशावर तो शोधनिबंध लिहिला होतास? राजराजा आणि त्याच्यानंतरचे चोला राजे यांच्या राज्यातली सामाजिक शिस्त." जॉश बढाईखोरपणानं आणि बेपर्वाईनं म्हणाला. टॉमने असे अनेक शोधनिबंध लिहिले होते आणि विविध संस्थांचा तो एक तर सदस्य किंवा फेलो म्हणून काम करत होता.

त्या संध्याकाळी पहिल्यांदाच टॉम हसला. "म्हणजे काहीही झालं तरी तुझ्याविषयी थोडीफार तरी आशा बाळगणं शक्य आहे तर," तो म्हणाला.

जॉशही खिदळला.

टॉमने थोडेसे डोळे चोळले आणि नंतर पुढे झुकून तो अत्यंत उत्कटपणे आणि जोशानं चोलांविषयी बोलू लागला. खरं तर नेहमीच तो तसा बोलत असे.

"चोला साम्राज्य भरभराटीला आलेलं असताना आणि अगदी वैभवाच्या शिखरावर असताना दक्षिण भारताचा बहुतांश भाग, श्रीलंका त्यांच्या आधिपत्याखाली होता. ते साम्राज्य मालदीवपर्यंत आणि अगदी मलाक्कापर्यंत पसरलं होतं. मध्ययुगीन चोला राजे हे कलेचे आणि साहित्याचे मोठे भोक्ते होते. त्यांनी प्रशासन आणि परराष्ट्रसंबंधात खूप मोठी प्रगती केली होती आणि भव्यदिव्य वास्तुरचनांची उभारणी केली होती. ...आपण असं म्हणू शकतो की, चोला साम्राज्य एवढ्या उंचीवर पोहोचलं होतं की, विशेषत: राजराजनच्या काळाला आपण सुवर्णकाळ म्हणू शकतो. पुनरुज्जीवनाच्या काळातल्या इटलीचा विचार कर."

"मी केलाच पाहिजे का?" जॉश थोडासा चुळबुळत पुटपुटला. टॉमने त्याच्याकडे दुर्लक्ष केलं.

"तुला माहीत आहे का, माझ्या कामात मी दुर्मीळ मूल्यवान अवशेषांच्या संपादनावरही काम केलंय."

"होय," जॉशने मान डोलावली. गेल्या उन्हाळ्यात टॉमने काय बरं संपादित केलं होतं? ते कुठल्या तरी प्रकारचं हस्तलिखित होतं ना? आपल्याला गुपचूप आपला आयपॅड बाहेर काढून लगेच इ-मेल शोधता आले असते तर किती बरं झालं असतं, असं त्याला वाटलं.

पण त्याला स्वत:ला त्रास करून घेण्याची गरजच नव्हती. टॉम जवळजवळ त्याच्या उत्तराकडे दुर्लक्ष करून पुढे बोलत होता. त्याच्या भुवया वक्र झाल्या होत्या. "माझ्याकडच्या मर्यादित अर्थपुरवठ्यामुळे मला कोणतीही मोठी गोष्ट करता येत नाही. एखादं किचकट कोरीव काम असलेला लाकडी दरवाजा, एखादी जुनी रेशमी साडी, ताडपत्रावरचा ग्रंथ अशा प्रकारच्या वस्तूंसाठी मी नेहमी प्रयत्न करतो. पण चोलाकालीन कांस्य मूर्ती हा एक पूर्णपणे वेगळाच प्रकार आहे. तू असंही म्हणू शकतोस की, त्या काळातली ती एक सर्वोच्च कलात्मक वस्तू आहे. या कांस्य

धातूच्या मूर्ती या विशेषतः नाजूक, इंद्रियांना सुखावणाऱ्या, देव-देवतांच्या आणि संतांच्या व क्वचित प्रसंगी राजघराण्यातल्या लोकांच्या मूर्ती असतात. दक्षिण भारतात अजूनही ते अशा कांस्य मूर्ती बनवतात; परंतु चोलाकालीन कांस्य मूर्ती या पुरातन आहेत. त्यांची किंमत कोट्यवधी डॉलर्स असू शकते.'' टॉम क्षणभर थांबला. त्याच्या चेहऱ्यावर त्रस्तता होती, तो काळजीनं आक्रसून गेला होता.

जॉशनं भुवया उंचावल्या आणि हळुवारपणे शीळ घातली. ''कोट्यवधी? अरे बाप रे!''

''होय, कोट्यवधी, जॉश. माझ्या उत्साहाच्या भरात मी एक खूप मोठी चूक केली आहे आणि तू मला मदत केलीच पाहिजेस. मी दुसऱ्या कोणाकडेही मदत मागू शकत नाही.'' टॉमच्या आवाजात तणाव होता आणि त्याची विमनस्कताही जाणवत होती.

जॉशनं हात उंचावला.

''जरा थांब! तू कशाविषयी बोलतोयस?''

टॉम मागे सरकून बसला. त्याने तोंड वेंगाडलं आणि नंतर स्पष्ट शब्दांत म्हणाला, ''मला चोलाकालीन कांस्य मूर्तीचा मागोवा घेण्यासाठी तुझी मदत हवी आहे.''

''मागोवा घ्यायचाय म्हणजे काय? तुला नेमकं काय म्हणायचंय?''

''त्या विशिष्ट चोलाकालीन मूर्तीविषयीची सगळी माहिती शोधून काढ. माझा असा विश्वास आहे की, माझ्या ताब्यात असलेली आणि यूकेमध्ये आलेली प्राचीन कांस्य मूर्ती ही बहुधा कलात्मक वस्तूंच्या अवैध वाहतुकीद्वारे - तस्करीद्वारे आलेली आहे. माझी अंत:प्रेरणा मला असं सांगते की, कलात्मक वस्तूंची मोठी चोरी झालेली असावी आणि मी जर आताच हालचाल केली नाही, तर मीही या दुष्कृत्यात भागीदार बनेन.''

* * *

त्या अरुंद मार्गिकेत त्याने प्रवेश केल्यावर हवाईसुंदरीनं त्याचं उत्साहानं स्वागत केलं. एक्झॉस्टच्या वाफा आणि निर्जंतुकीकरण द्रवाचा वास यांच्या मिश्रणामुळे तिथे निर्माण झालेल्या वासानं होणाऱ्या मळमळीमुळे त्याला एवढा लांबचा प्रवास करत असल्याबद्दल पश्चात्ताप झाला. त्यानेही नेहमीप्रमाणे मान डोलावून आणि स्मित करून तिला प्रतिसाद दिला. डोक्यावरच्या कंपार्टमेंटमध्ये हातातलं सामान ठेवल्यानंतर बिझनेस क्लासच्या सीटवर तो आरामात बसला.

विमान उड्डाण करण्याच्या तयारीत असताना त्याने खिडकीतून बाहेर पाहिलं. कॅप्टनचा आवाज अतिशय आश्वासक असल्यासारखा वाटला आणि हवाईसुंदरीला सर्वांना आनंदी ठेवण्याची चिंताच असावी असं दिसत होतं. ती इकडेतिकडे फिरत

होती, त्याला तिने बॅग ठेवायला मदत केली. वाइनचा ग्लास दिला आणि त्याला वाचनाचा आनंद मिळावा म्हणून कलात्मकरीत्या ठेवलेली निवडक वर्तमानपत्रंही दिली. जॉशनं एका तरुण, देखण्या, श्रीमंत, स्वयंभू पुरुषाप्रमाणे ती काळजीपूर्वक देत असलेली सेवा स्वीकारली. ती मिळणं हा त्याचा हक्कच होता अशा प्रकारे त्याने ती स्वीकारली. विमान जोरदार आवाज करत धावपट्टीवरून धावू लागलं तसा बाहेर भुरभुरता पाऊस सुरू झाला. सुंदर, रिमझिम पाऊस. त्याने पाय लांबवले आणि जोरदार जांभई दिली.

लवकरच विमान सरळ झालं आणि जॉशनं त्याचा आयपॅड बाहेर काढला आणि न वाचलेल्या मेलवरून तो नजर फिरवू लागला.

टॉमनं हॉटेलची काही चित्रं पाठवली होती, जणू काही तो त्याला लालूच दाखवत होता. तो शॉवर घेऊन विमानात बसला होता, तेवढ्या वेळात सॉफ्टवेअरच्या जगात प्रमुख सुरक्षा जोखमींचा भंग करण्यात आला नव्हता; परंतु खऱ्या जगाच्या बाबतीत मात्र तसं म्हणता आलं नसतं.

त्याचा टॅबलेट सीटच्या समोरच्या विणलेल्या जाळीत ठेवून त्याने त्याला आणि त्याच्या फोनला चार्ज करण्यासाठी जोडलं. चोला इतिहासावरचं एखादं पुस्तक वाचण्यासाठी त्याचा किंडल बाहेर ओढून घ्यावा, अशी कल्पना त्याच्या मनात आली; परंतु नंतर आपल्याला त्याविषयी पुरेशी माहिती आहे असं ठरवून तो आरामात मागे रेलून बसला.

या ट्रीपवर जाण्याचा आग्रह धरण्याऐवजी लंडनमध्ये राहूनच तो त्याचा प्रश्न सोडवू शकतो, तेवढी त्याच्याकडे क्षमता आहे यावर टॉमचा विश्वास बसला असता, तर किती बरं झालं असतं, असा विचार त्याच्या मनात आला.

''टॉम, मला खरोखरच तिकडे जाण्याची गरज नाही,'' त्याने तिथे असतानाही टॉमला पटवून देण्याचा प्रयत्न केला होता. ''हे मजेशीर दिसणारं साधन पाहतोयस ना? याला स्मार्ट फोन म्हणतात. हा आधुनिक काळातला जादूचा गालिचा आहे. त्याच्या साहाय्यानं तुम्ही जगाचा शोध घेऊ शकता.''

पण टॉमनं त्याचं काहीच ऐकलं नव्हतं. ''तू तिथे गेलंच पाहिजेस. हा प्रश्न सोडवण्याचा फक्त तोच एकमेव मार्ग आहे,'' त्याने आग्रह धरला होता.

टॉम हा काही अगदीच तंत्रज्ञानाला विरोध करणारा नव्हता. तोही माफक प्रमाणात तंत्रज्ञानाचा वापर करत होता; परंतु मानवी मर्यादा ओलांडण्याच्या तंत्रज्ञानाच्या विपुल शक्तीचं त्याला आकलन होत नव्हतं. जॉशनं सुस्कारा सोडला. गरीब बिच्चारा टॉम जुन्या विचारसरणीचा होता.

त्याने खांदे उडवले आणि आपली नाराजी झटकून टाकली. त्याच्याकडे जणू एक प्रकारचा खेळ होता. कुठे ना कुठे प्रत्येक गोष्टीची नोंद होत होती आणि वेबला

प्रत्येक गोष्ट माहिती होती आणि तिला ती आठवतही होती आणि जॉश तर माहितीचे त्रासदायक कण न् कणही जिथे असतील तिथून शोधून काढू शकणारा तज्ज्ञ होता.

त्याला फक्त प्रामाणिकपणे एवढंच वाटत होतं की, टॉमची ती मैत्रीण, आता त्याला तिचं नावही आठवत नव्हतं, पण त्याची ती मैत्रीण त्याच्या कामात अडथळा ठरू नये. तिच्या मदतीची त्याला गरज पडणार नाही, याची त्याला खात्रीच होती.

३

विद्या त्यागराजनला कुठल्याही परिस्थितीत फिल्टर कॉफी हवीच होती. म्हणून तिने स्वत:साठी कपभर कॉफी तयार करावी असं ठरवलं. चेन्नईत सहसा नेहमीच असतं त्याप्रमाणे त्या दिवशी ऊन पडलं होतं. पारा खाली उतरण्याचं कसलंच चिन्ह नव्हतं. दुपारी उशिरापर्यंत उकाडा तसाच राहिला होता. संध्याकाळी समुद्रकिनाऱ्यावरच्या वाऱ्याच्या झुळकींमुळे हवामान सहन करण्याजोगं बनेल एवढ्या एकाच आशेवर दुपार अगदी उशिरापर्यंत उष्ण राहिली असावी, असं वाटत होतं. नेहमीच दिवसा या वेळी ती तिच्या बहुराष्ट्रीय बँकेत काम करत असे. तिच्या व्यावसायिक ग्राहकांबरोबर त्यांच्या गुंतवणूक करण्याच्या कोणत्या ना कोणत्या उत्पादनाविषयी ती बोलत असे. तिचं डोकं दुखत होतं आणि त्यामुळे तिच्या भुवयांच्या वरच्या भागात किंचित दाब आल्यासारखं तिला वाटत होतं. अशा प्रकारे डोकेदुखी वाढण्याची चिन्हं दिसू लागल्यामुळे ती त्या दिवशी लवकरच घरी परतली होती.

रोज जा-ये करणाऱ्या प्रवाशांची वाहतूक वाढण्याच्या आत घरी पोहोचण्याचा तिचा इरादा होता; परंतु तरीही तिच्या स्कूटी झेस्टवर तिला सुमारे अर्धा तास बाहेरच्या कडाक्याच्या उन्हात थांबावं लागलं होतं. तिच्या ओलसर मानेवर तिचे केस घट्ट चिकटून बसल्याचं आणि चेहऱ्यावर घाम समोरून ओघळू लागल्याचंही आता तिला जाणवू शकत होतं.

तिच्या फोनची रिंग वाजत असल्याचं तिने ऐकलं. स्काइप कॉलचा तो खास रिंगटोन होता. त्याच्या अंगभूत सुरावटीमुळे ती आकर्षित झाली होती. फक्त टॉमच तिला स्काइपवरून फोन करत असे. तिने भिंतीवरच्या घड्याळावर नजर टाकली आणि तिला साडेतीन वाजल्याचं दिसलं. एवढ्या लवकर ती घरी असेल अशी टॉम

अपेक्षा करू शकत नव्हता, असा विचार तिने केला. विचारमग्नतेमुळे तिच्या कपाळावर किंचित आठ्या पडल्या होत्या.

कपाळावरचा रुमाल तिने हलक्या हातानं बाजूला केला. फ्रीजमधून थंड पाण्याची बाटली बाहेर काढली आणि हँडबॅगमधून फोन शोधून बाहेर काढण्यासाठी ती धावतच लिव्हिंग रूमकडे गेली. तिने लगेच फोन उचलला आणि आनंदानं अभिवादन केलं. त्याच्याबरोबर बरेच दिवस बोलणं झालं नव्हतं. त्यामुळे तिला चुकल्या-चुकल्यासारखं वाटत होतं.

"टॉम! बरेच दिवस झाले, तुझ्याशी बोलणंच झालं नाही," ती अतिशय उत्साहानं म्हणाली. गेले चार दिवस त्याने तिला फोन केला नव्हता किंवा कुठला टेक्स्टही पाठवला नव्हता.

"विद्या, या वेळी तुला त्रास दिल्याबद्दल माफ कर. तू थोडा वेळ बोलू शकतेस का?"

"अर्थातच. मी बोलतेय."

टॉमशी बोलणं नेहमीच आनंददायक होतं. तो एक आकर्षक पुरुष होता. तो सुसंस्कृत, व्यासंगी होता आणि त्याच्याशी बोलणं ही अत्यानंदाची बाब होती.

"तुम्ही सगळे सुट्टीवर गेला आहात का?" तिने खिडकीच्या चौकटीखालच्या घराच्या आतल्या बाजूला असलेल्या कट्ट्याकडे झुकत विचारलं. तिने झटपट बाटलीतल्या बर्फाळ पाण्याचे घोट घेतले.

"अं... नाही, योजनेत थोडा बदल झालाय," तो क्षणभर थांबून म्हणाला. विद्याला त्याच्या बोलण्याच्या शैलीवरून काहीतरी घडलंय एवढं लक्षात आलं. पण ते नेमकं काय होतं ते तिला समजलं नव्हतं.

"अच्छा? मला असं वाटलं की, तू आणि जॉश कॅम्ब्रियाला निघाला आहात हे सांगायला तू मला फोन केलास."

तिला टॉमचा भाऊ माहीत होता. टॉम नेहमीच जॉशनं केलेल्या कामगिरींबद्दल आणि त्याच्या यशाबद्दल तिला अतिशय अभिमानानं सांगत असे. तो बारा वर्षांचा असतानाच त्याचा पहिला संगणक त्याने तयार केला होता. तो चौदा वर्षांचा असताना त्याला सॉफ्टवेअर लेखन करण्यासाठी पैसे देण्यात आले होते. त्याला एमआयटीची शिष्यवृत्ती मिळाली होती. तो नियमितपणे प्रतिष्ठेच्या मानल्या जाणाऱ्या परिषदांमध्ये भाषणं करत होता. ही बढायांची यादी न संपणारी होती. काही वेळा तर तो तिला अगदी पूर्णपणे स्पष्ट बेकायदेशीर नसल्या तरी बेकायदेशीरपणाच्या सीमेवरच्या गोष्टीही त्याने केल्याचं सांगत असे. 'आम्ही कधीही केबलसाठी किंवा एओएलसाठी पैसे भरले नव्हते. कसं कोण जाणे, पण जॉशनं आम्हाला प्रक्षेपण तात्पुरतं जोडणारं साधन मिळवून दिलं होतं आणि आमच्या पालकांकडून त्या

जोडणीसाठी मिळालेले पैसे स्वत:च्या खिशात टाकले होते.' टॉमनं तिला हे गंमत वाटत असल्यासारखं सांगितल्याचं तिला आठवत होतं.

त्यांच्या आधीच्या एका संभाषणादरम्यान टॉमनं तिला जॉश कदाचित तिकडे येईल, असं सांगितलं होतं. ते वेल्सला जाणार होते. केंब्रिजचे रस्ते त्यांना खुणावत होते, असंही टॉमनं सांगितलं होतं. वॉटरकलरमध्ये रंगवलेलं पर्वतांचं चित्र तिला पाठवण्याचंही त्याने तिला वचन दिलं होतं.

"मला जसं वाटलं होतं तसं ते घडलं नाही. आम्ही आता त्या ट्रीपला जाणार नाही."

तिला त्याच्या बोलण्यातून काहीतरी वेगळं घडल्याचा अंदाज आला होता. ते नेमकं काय होतं ते आता तिच्या लक्षात आलं. टॉमच्या आवाजात नेहमीच आनंदीपणा आणि खेळकरपणा असे; परंतु त्या वेळी त्याच्या आवाजात थकवा, ग्लानी आणि निराशा होती.

"ओह... मला हे ऐकून वाईट वाटलं," ती म्हणाली. तिला टॉमविषयी वाईट वाटलं होतं. "मला माहीत आहे की, तुला थोडा वेळ काढून बाहेर जायचं होतं आणि त्याची तू वाट पाहत होतास."

"मी तिथे नक्कीच पुन्हा कधीतरी जाईन, असं मला वाटतं."

विद्याने त्याच्याशी सहमत असल्यासारखा आणि सहानुभूती वाटत असल्यासारखा होकार दिला. टॉमला सहसा अशा प्रकारे निराशेत जास्त काळ राहायला आवडत नाही, हे विद्याला माहीत होतं. त्यामुळे त्याला विषय बदलायला वेळ मिळावा म्हणून ती शांत राहिली.

"विद्या, ऐक. मला तुझी मदत हवी आहे, म्हणून मी तुला फोन केलाय."

"तुला मी कसलीही मदत करायला तयार आहे, टॉम," तिने पंखा बंद केला आणि अंगाला चिकटलेला कुर्ता ओढून बाजूला केला.

"तुझा विश्वास बसेल किंवा बसणारही नाही, पण जॉश भारतात येतोय."

"भारतात!"

"होय. तो येतोय. म्हणजे तो सिंगापूरला त्याच्या व्यावसायिक ट्रीपसाठी चाललाय. तिकडे जाता जाता काही दिवस तो चेन्नईला थांबणार आहे. फक्त थोडी प्रेक्षणीय स्थळं वगैरे बघेल. अं... खरं तर फक्त दोन दिवस."

"वॉव! तो कधी येतोय? तो कुठे राहणार आहे?" तिने उत्साही आवाजात भराभरा स्पष्टपणे प्रश्न विचारले.

"थोडी थांब, श्वास घे," टॉम हसत म्हणाला. त्या दुपारी पहिल्यांदाच तो पुन्हा पहिल्यासारखा बोलत होता. "तो... अं... आज रात्रीच येतोय," तो म्हणाला.

"आज रात्री?"

"होय, आजच रात्री. नाही मी उद्या सकाळी म्हटलं पाहिजे. तू त्याला उद्या भेटू शकशील का? ...त्या वेळी त्याला आजूबाजूच्या प्रेक्षणीय गोष्टी दाखवशील का?" त्याने विचारलं.

तिची थोडीशी मदत मागताना तो नको इतका अस्वस्थ वाटत होता. बोलताना चाचरतही होता, नेहमी तो कधीच असा चाचरत नसे. त्यामुळे तिने त्याला दिलासा देण्यासाठी घाईघाईनं म्हटलं, "नक्कीच टॉम, मला तर तूही आला असतास तर बरं झालं असतं असं वाटतंय."

"मलाही मी येऊ शकलो असतं तर बरंच वाटलं असतं बाळे," टॉम विचारमग्नतेनं म्हणाला. तो तिच्यापेक्षा नऊ वर्षांनी मोठा होता. त्यामुळे नेहमीच तो तिला चेष्टेनं आणि क्वचित मैत्रीपूर्ण प्रेमानं 'बाळे, मुली' असं म्हणत असे. आज ते प्रेमानं आणि काहीशा वेदनादायकपणे म्हटल्याप्रमाणे वाटलं होतं.

"तूही कधीतरी येशील याची मला खात्री वाटते," ती आशावादीपणे आणि कळकळीनं म्हणाली. टॉमने फारसा प्रवास केला नव्हता, हे तिच्या लक्षात आलं आणि क्वचित प्रसंगी तो प्रवास करत असे त्या वेळी त्याच्या चाकाच्या खुर्चीला अनुकूल आहे का, याचा गांभीर्यानं, काटेकोरपणे विचार केल्यानंतरच ती जागा निवडली जात असे. टॉमच्या अपंगत्वावर सूचकपणे लक्ष केंद्रित झाल्यामुळे तिला बरं वाटलं नव्हतं. म्हणून ती चेष्टेखोरपणे म्हणाली, "आणि त्या वेळी तुला माझी मोठी मदत हवी असेल का?"

"होय तर. ते ठीक आहे, पण तुला जॉश कसा आहे ते माहीत नाही," त्याने नाट्यमय वाटावं अशा प्रकारे सुस्कारा सोडला आणि ते दोघंही हसले.

तिला पुन्हा हलक्याफुलक्या मन:स्थितीत आल्यासारखं वाटलं आणि मग त्यांनी ट्रीपबद्दल, तिच्या कामाबद्दल आणि हवापाण्याबद्दलही गप्पा मारल्या.

"टॉम, मी जवळजवळ विसरूनच गेले होते. त्याचं उत्तर म्यूझ ही स्फूर्तिदेवता असं आहे, बरोबर?"

हा त्या दोघांमधला खेळ होता. त्यांना त्याची जवळजवळ सवयच होऊन गेली होती. टॉम तिला एक प्रश्न विचारत असे. ते कोडंच असे आणि ती त्याच्या सुगाव्यांवरून त्या कोड्याचं उत्तर शोधत असे.

ते प्रश्न आणि त्यांचे सुगावे यांनी त्यांच्या संभाषणाची सुरुवात होत असे आणि सहसा ते वहिवाटीच्या नसलेल्या अपरिचित प्रदेशांत शिरत असत. काही वेळा त्यातून सर्वसाधारण आणि वैयक्तिक अशा दोन्ही बाबतीतली नवीन शोध लागत असत.

वस्तुसंग्रहालयात भर टाकल्या गेलेल्या आणखी एका उत्साहवर्धक गोष्टीविषयी टॉमने तिला थोडक्यात सांगितलं आणि तिला ती कोणती वस्तू होती ते शोधून

काढण्याचं आव्हान दिलं.

तिने एकदम विजयी स्वरात उत्तर दिलं. "ते अवघड होतं. तू 'नेमो नाइन' असं म्हणालास आणि मला हे मान्य केलंच पाहिजे की, मी पहिल्यांदा दुसरीकडेच वळले होते, पण नंतर लवकरच माझ्या लक्षात आलं की, या नेमोच्या मागे एक 'एम' आहे. याचा अर्थ नऊ म्यूझेस, म्हणजेच नेमोसाइन आणि झ्यूस यांची मुलं असा होतो. बरोबर?"

"खूपच छान!" त्याने झटकन, म्हणजे जवळजवळ उत्स्फूर्तपणे कौतुक केलं; परंतु त्यानंतर विद्वत्तापूर्ण शब्द ऐकू येतील अशी तिची अपेक्षा असतानाच टॉम एकदम अनपेक्षितपणे शांत झाला.

"अं... टर्प्सिकोअर हा तुझा पुढचा सुगावा आहे," तो क्षणभर थांबून म्हणाला. त्याने त्याचं काहीच स्पष्टीकरण दिलं नव्हतं. त्याला ते द्यायचंही नव्हतं. हे नेहमीपेक्षा वेगळंच होतं.

कदाचित त्याचं लक्ष विचलित झालं होतं.

विद्याला ते नाव अगदी अंधूकसं आठवत होतं. ते एखाद्या म्यूझेसचं नाव होतं का? तिने ते नंतर पाहिलं असतं.

त्यानंतर तिने त्याला लंडनमध्ये हवामान कसं आहे ते विचारलं आणि तिथल्या अलीकडच्या राजकारणाविषयी गप्पा मारल्या; परंतु तो नेहमीसारखा सहजपणे त्या संभाषणात सहभागी झाला नव्हता. त्यांच्या संभाषणात पुन्हा एकदा एक प्रकारचा अज्ञात जडपणा आला होता. त्यानंतर लवकरच त्याने दुसऱ्या दिवशी पुन्हा बोलण्याचं वचन देऊन फोन ठेवून दिला. त्यामुळे तिच्या मनात एकदम रिक्तपणा, पोकळी निर्माण झाल्यासारखं तिला वाटलं.

* * *

"विद्या, मला थोडी कॉफी देतेस का?" बेडरूममधून बाहेर येत तिच्या वडिलांनी तिला विचारलं. त्यांनी नुकताच चेहरा धुतला होता आणि तो हातातल्या पांढऱ्या नॅपकिननं ते पुसत होते. ते उंच आणि मध्यम बांध्याचे होते. ते नेहमीची पांढरी वेत्ती आणि पांढरा बिन कॉलरचा टी-शर्ट अशा वेशात होते. त्यांच्या तपकिरी डोळ्यांत नेहमीच विचारमग्नता आणि काहीसे विचलित झाल्यासारखे भाव असत. त्यांचा जबडा बळकट होता आणि डोक्यावर करड्या रंगाचे भरपूर केस होते. आर. एस. त्यागराजन हे त्यांचं नाव होतं. त्यांना पाहिल्यावरच ते विद्वान असावेत हे जाणवत होतं.

त्यांना निवृत्त होऊन बराच काळ लोटला होता आणि नुकतेच हृदयाच्या शस्त्रक्रियेतून ते बरे झाले होते. सहसा नेहमीच ते दुपारच्या जेवणानंतर डुलकी काढत असत आणि दुपारी चारच्या सुमाराला त्यांच्या बेडरूममधून बाहेर येत असत.

लवकरच ते फिरण्यासाठी बाहेर पडले असते. ते येईपर्यंत त्यांच्यासाठी रात्रीचं जेवण तयार करण्याचं काम ती करत असे. त्या दिवशी ती घरातच असल्याचं बघितल्यावर त्यांनी झटकन कॉफी बनवण्याची जबाबदारी तिच्यावर ढकलली होती. त्यांचे विचार अतिशय आधुनिक आणि सुधारक असले, तरीही ते अगदीच गरज पडली तरच स्वयंपाकघरात जात असत आणि ते तिचंच राज्य आहे असं त्यांना वाटत असे. तिच्या दिवंगत आईच्या सुगरणपणाचा आणि घर टापटीप ठेवण्याच्या कौशल्याचा परिणाम तिच्यावर झाला होता, असा विचार तिने केला. तिच्या चेहऱ्यावर उपरोधिक स्मित पसरलं.

त्यांच्या लिव्हिंग रूमला पश्चिमेच्या बाजूला दोन खिडक्या होत्या. त्यातून आलेल्या सूर्यकिरणांमुळे ती खोली उजळून निघाली होती. तिथे बसून गप्पा मारण्यासाठी गडद आणि चमकत्या रंगाच्या जामाकल्लाम धाग्यांनी भरलेलं बांबूचं आणि वेताचं फर्निचर मांडण्यात आलं होतं. दिमाखदारपणे उंच उसळी घेणाऱ्या घोड्याचं लाल आणि सोनेरी रंगछटांनी कापडावर चितारलेलं मारुडू प्रिंटमधलं तिचं बहुमूल्य चित्र समोरच्या भिंतीवर लावलेलं होतं. त्याच्या समोरच पिकासोच्या क्यूबिझम शैलीतल्या रेषांनी तयार करण्यात आलेलं त्याचं 'फॅक्टरी' हे चित्र लावण्यात आलं होतं. या दोहोंमधून चोखंदळ शैली दिसून येत होती. लिव्हिंग रूमच्या पलीकडे जेवणाच्या खोलीचा लहानसा भाग होता. एका भिंतीवर पूर्णपणे पुस्तकांचं फडताळ होतं. लिव्हिंग रूमचा दुसरा भाग घराजवळच्या फरसबंदी केलेल्या छोट्याशा अंगणात उघडत होता. सहसा दिवसा उशिरा ती तिथे बसत असे आणि टॉमबरोबर मेसेजेसची देवाणघेवाण करत असे.

"त्या साम्राज्यवाद्याच्या सहवासात रमून झालं असेल, तर तू माझ्यासाठी काहीतरी खायलाही करशील का?" त्यांनी खाली बसता बसता आपल्या आधीच्या वाक्यात भर घातली. हातातला नॅपकिन त्यांनी एका खांद्यावर टाकला होता आणि टीव्हीवरच्या दुपारच्या बातम्यांचा 'डोस' घ्यायला ते बसले होते. ते सहसा तमिळमध्येच बोलत असत. मात्र, त्यांच्या वाक्यांना ते वरचेवर इंग्रजी वाक्प्रचारांची फोडणी देत असत. त्यांनी तिच्या संभाषणाचा काही भाग स्पष्टपणे ऐकला होता, त्यावरून ती टॉमबरोबरच बोलत होती हे निश्चित करणं त्यांच्या दृष्टीनं पुरेसं होतं.

"टॉम यूकेमध्ये फक्त राहतो, आरएसटी." संपूर्ण जग त्यांना ज्या आद्याक्षरांनी ओळखत होतं तीच तिने वापरली होती. "तो आणि त्याचा भाऊ अमेरिकन आहेत. म्हणून ते खरोखरचे साम्राज्यवादी नाहीत. शिवाय, अप्पा, तुमच्या मुलीच्या संदर्भात तुम्ही 'सहवासात रमणं' असे शब्द वापरावेत हे तुम्हाला आवडतं का?"

"सहवासात रमणं याचा दुसराही अर्थ होतो. म्हणजे ज्या वेळी तुम्ही एखाद्या गलिच्छ, गबाळ्या व्यक्तीविषयी बोलता, त्या वेळी गुन्हेगारांच्या सहवासात रमणं

अशा अर्थानंही तो वापरला जातो.'' त्यांना आपल्या बोलण्याची मजा वाटत होती. त्यामुळे त्यांचे तपकिरी डोळे चमकत होते. तोंड धुताना गळ्यावर उडालेलं पाणी त्यांनी पुसून काढलं आणि तिला खुणेनंच पंख्याचा वेग वाढवायला सांगितलं.

आरएसटी हे खरोखरच हाडाचे समाजवादी होते. मार्क्स आणि एंजेल्स यांनी कल्पना केलेल्या जगाची ते अजूनही मनातल्या मनात आशा बाळगून होते. ते चळवळीतले एक कठोर कार्यकर्ते होते. तरीसुद्धा त्यांच्या सुरुवातीच्या काळात ते जेवढे भयावह वाटत असत, तेवढा भयावहपणा आता त्यांच्यात उरला नव्हता. भारतीय तरुणाईवरच्या अमेरिकन प्रभावाच्या नवीन प्रवाहाविषयी त्यांच्या मनात मोठा संशय होता. विशेषतः अमेरिकन आणि भांडवलशाहीचे पुरस्कर्ते पाश्चात्त्य लोक हे नेहमीच त्यांच्या विनोदाचे लक्ष्य राहिले होते.

अंधारात गोळी मारल्याप्रमाणे त्यांनी विचारलं, ''ठीक आहे तर मग. मला माझा प्रश्न जरा व्यवस्थित तयार करून विचारू दे. त्या भांडवलशाहीच्या पुरस्कर्त्यांच्या सहवासात रमून झाल्यानंतर आता मला थोडी कॉफी मिळू शकेल का?''

''त्यांच्यापैकी एक भांडवलशाहीचा पुरस्कर्ता इथे येतोय,'' तिने त्यांना उत्तर दिलं आणि त्यांच्या चेहऱ्यावरचं आश्चर्य पाहिल्यावर स्मित करत म्हणाली, ''इथे म्हणजे चेन्नईत. आपल्या घरी नव्हे. आपण भांडवलशाहीच्या पुरस्कर्त्यांना घरी बोलावत नाही ते मला माहीत आहे.''

पण त्याच वेळी तिला टॉमला भारताला भेट द्यायलाही आवडलं असतं आणि तिने हा विनोद केला असला, तरी त्यांच्यासमवेत त्याला राहायला बोलवायलाही तिला आवडलं असतं, हे तिला माहीत होतं.

आरएसटींच्या चेहऱ्यावर लगेच स्मित पसरलं आणि त्यांनी सहज उत्सुकतेनं तिला विचारलं, ''तो इथे कशासाठी येतोय?''

''प्रेक्षणीय स्थळं पाहायला, अप्पा, तो पर्यटक आहे. नाहीतर आणखी कशासाठी तो इथे येणार आहे, अप्पा?''

''कुणी सांगावं? कदाचित त्या फास्टफूड चेनपैकी एखाद्या चेनचं दुकान उघडायला? इथे लठ्ठ बनवण्यासाठी अब्जावधी लोक आहेत.''

''नाही. तो संगणक व्यवसायात आहे,'' तिच्या वडिलांच्या मनात सगळ्याच पाश्चात्त्य गोष्टींविषयी नकारात्मक विचार असल्याचा तिला नेहमीच राग येत असे, पण तरीही तिने सौम्यपणे उत्तर दिलं.

''गूढ उकललं. मग तो इथे आउटसोर्सिंग सेंटर सुरू करण्यासाठी येत असणार.''

''हे सगळं फार, फार निराशाजनक आहे.''

''होय, सर्वसामान्यपणे हे डिजिटल मध्यमवर्गीय असेच असतात,'' बातम्यांच्या

वाहिन्या बदलता बदलता त्यांनी रिमोटवर अलगद चापटी मारली.

''तुमचे मुलगेही सॉफ्टवेअरमध्येच आहेत, हे तुम्हाला माहीत आहे ना,'' तिने त्यांचा वार उलटवत म्हटलं.

''म्हणून तर हा निष्कर्ष काढलाय ना,'' ते मागे वळले आणि आता ते संभाषण संपलंय असं दाखवण्यासाठी त्यांनी ताज्या बातम्यांकडे आपलं लक्ष वळवलं.

विद्याला संताप आला होता. रागानं स्मित करत ती स्वयंपाकघरात गेली. तिच्या दोन्ही भावांना फॉर्च्युन-५०० कंपन्यांमध्ये परदेशी अगदी ऐशआरामी नोकऱ्या मिळाल्या होत्या. त्यांच्या मुलांच्या जीवनशैलीवर अगदी नकळत, सर्वसामान्यीकरण करून टोमणे मारण्याची एकही संधी आरएसटी कधीच सोडत नव्हते.

त्यांच्या छोट्याशा स्वयंपाकघरात ती घाईघाईनं गेली. पाणी उकळलं होतं. तिने कपबशा घेतल्या. जुन्या पद्धतीच्या फिल्टरच्या वरच्या भागात भरपूर प्रमाणात कॉफीची पूड चमच्यानं घालून तिने ते उकळतं पाणी त्यात ओतलं. त्यांना दोघांनाही कडक कॉफी आवडत होती. कॉफी खाली झिरपेपर्यंत टॉमशी झालेल्या संभाषणाचा ती विचार करू लागली.

तिच्या मनात काहीसा उत्साह जरूर होता; परंतु त्याबरोबरच त्या फोन कॉलमध्ये काहीतरी गोंधळात पडण्यासारखी गोष्ट होती. टॉम नेहमीच संभाषणात मनापासून भाग घेत असे. या वेळी मात्र तो एकदम भिडस्तपणानं, सावधपणानं आणि काहीतरी लपवत असल्यासारखा बोलत होता. नेहमी कधीच तो तसा बोलत नसे. तिला असं वाटलं की, एवढ्या उशिरा फोन केल्यामुळे त्याला कदाचित काय बोलावं ते सुचलं नसावं. ती भेट खूपच घाईघाईनं आखल्यासारखी वाटत होती. खूपच अनपेक्षित आणि थोडीशी विचित्रही वाटत होती. कोणीही एखादी आंतरराष्ट्रीय सहल एवढ्या सहजपणानं आखत नाही. कोणीतरी असं करतं का? प्रवाशांना व्हिसाची गरज नसते का?

आपल्या मनातले विचार काढून टाकण्यासाठी तिने मान झटकली. जॉशची व्यावसायिक ट्रीप कदाचित अचानकच ठरली असावी असंही तिला वाटलं.

दूध उकळत असताना ती तिकडे पाहत होती, त्या वेळी खिडकीतून आलेलं ऊन तिच्या चेहऱ्यावर पडलं होतं. आपल्या कपाळावरचा घाम पालथ्या हातानं तिने टिपून काढला आणि हातांनी केसांचा अंबाडा बांधून टाकला.

बशीत कप ठेवल्यानंतर तिने थोडेसे मुरुक्कूही ठेवले. कॉफीच्या त्या उकळलेल्या अर्कात तिने दूध घातलं आणि चमचाभर साखर टाकली. अशा प्रकारे बनवलेली फिल्टर कॉफीच त्यांना आवडत होती. स्वयंपाकघरातल्या उष्णतेपासून दूर जाण्याची तिची इच्छा होती. त्यामुळे ती झपाट्यानं लिव्हिंग रूममध्ये पोहोचली आणि तिने वडिलांच्या हातात कप दिला. ते काही वेगानं सरकणाऱ्या जाहिराती पाहण्यात मग्न

होते. काड्याच्या पेट्यांवरची लेबलही ते वाचत असत.

जॉश हा तिच्या जिवलग मित्राचा भाऊ होता आणि तो भेटायला येत होता. या विचारानं तिने स्वत:शीच स्मित केलं. त्याला तात्पुरती जरी कशाची चिंता वाटली असती, तरीही टॉमने तिला पुन्हा फोन केला असता आणि तिला त्याच्याशी जॉशविषयी आणि त्याच्या ट्रीपविषयी नंतर बोलता आलं असतं हे तिला माहीत होतं. ती स्वत:शीच गुणगुणत असल्याचं ऐकल्यावर आरएसटींनी तिच्याकडे एक तिरपा कटाक्ष टाकला.

"तुला या भेटीची भलतीच उत्सुकता लागून राहिलेली दिसतेय," ते भुवया उंचावून पुटपुटले. त्यांच्या चेहऱ्यावर स्मित होतं. त्यांनी ते शांतपणानं आणि फक्त गंमत म्हणून विनोदानं म्हटलं होतं. पण तिला तेच नेमकं आवडलं नव्हतं.

"नेहमीपेक्षा काहीही वेगळं नाही," तिने उडवाउडवी केल्यासारखं म्हटलं. ती बहुधा नको इतकी उत्सुक होती असा विचार तिच्या डोक्यात भरवल्याबद्दल तिला त्यांचा राग आला होता.

तिला हे माहीत होतं की, काही वेळा त्यांच्या बोलण्यात टोचून बोलण्याचा किंवा निंदाजनक बोलण्याचा सूर होता असा निष्कर्ष काढण्यात ती घाई करत होती. प्रत्यक्षात तसं काहीच नसे. खरं तर त्यांनी व्यक्त केलेल्या बोलण्याच्या अर्थापेक्षाही तिच्या मनातल्या अपुरेपणाच्या, कमतरतेच्या संदिग्ध आणि संभ्रमित भावनांमुळे तिला तसं वाटत असे.

तिच्या मनात तिच्या आईचा विचार आला आणि ती नेहमीच मनाचं स्थैर्य कशी टिकवून ठेवत असे त्याचाही विचार आला. तिच्या चेहऱ्यावर अजूनही आठ्या पडल्या होत्या. पण काहीही न बोलता ती सरळ सावलीत असलेल्या त्या अंगणात गेली.

तिथल्या बकुळीच्या एकाकी झाडानं त्यांच्या अंगणातल्या छोट्याशा कोपऱ्यात अगदी चमत्कार वाटावा अशा प्रकारे जागा शोधली होती आणि तिथे ते अगदी नि:स्तब्धपणे उभं होतं. चेन्नईतील एका जुन्या शेजारातील त्यांच्या लहानशा दोन बेडरूमच्या घराच्या कोपऱ्यात उगवलेल्या त्या झाडाच्या फांद्या गल्लीतून मोठ्या रस्त्यापर्यंत पोहोचल्या होत्या आणि ते झाड छान जगत होतं. त्या झाडाखेरीज तिथे काही औषधी वनस्पतींनीही जागा शोधली होती. त्यांच्या घराच्या बहुतेक खोल्यांमधून त्यांना रस्त्यावरचं दृश्य दिसत असे आणि घरात छान प्रकाशही येत असे.

ते घर शहराच्या मध्यवर्ती भागात होतं. तिच्या आईने काटकसरीनं केलेल्या पैशांच्या व्यवस्थापनामुळे बऱ्याच वर्षांपूर्वी त्यांना ते विकत घेणं शक्य झालं होतं, नाहीतर सध्याच्या काळात आणि दिवसांत ते विकत घेण्याची कल्पनाही त्यांनी केली नसती. आरएसटींनी त्यांची सगळी कमाई अपात्र वस्तूंवर उधळली होती हे तिला

माहीत होतं. तिची आईही बँकेत नोकरीला होती. तिचा कर्करोगानं मृत्यू झाला त्या वेळी ती एका राष्ट्रीयीकृत बँकेत वरिष्ठ व्यवस्थापिका म्हणून काम करत होती.

विद्या कॉफीची मजा घेत आणि फोनवरून संगीत ऐकत बाहेर उभी राहिली होती. तिच्या पाठीच्या कण्यावरून घाम खाली ओघळत होता. तरीही ती गरमगरम कॉफी तिला छान दिलासादायक वाटत होती. तिची डोकेदुखी कुठल्या कुठे पळून गेली होती, हे तिच्या लक्षात आलं.

जॉशचा भारतातला वेळ चांगला जाईल, याची तिला खात्री करून घ्यावी लागणार होती. टॉमसाठी तिला ते करावं लागणार होतं. कदाचित तिने स्वत:च त्याला चेन्नई दाखवलं असतं. त्यानंतर तिथून तो कदाचित एखादं भूशीर बघायला गेला असता. केरळच्या किनारपट्ट्यांना त्याने भेटी दिल्या असत्या आणि नक्कीच काही मंदिरंही पाहिली असती. तिच्या मनात काहीसा संशय, शंका असली, तरीही जॉशच्या पर्यटनाच्या योजनेत त्याला मदत करण्याच्या कल्पनेनंच विद्याच्या मनात उत्साह संचारला होता.

'मना मना मना मेंटल मनाधिल...' ए.आर. रेहमान उत्साहानं तिच्या हेडसेटमध्ये गुणगुणत होता. तिची मन:स्थिती चांगली झाली होती.

ती बराच काळ जिची वाट पाहत होती ती वाऱ्याची एक हळुवार झुळूक आली. त्या मंद झुळकीबरोबर बकुळीच्या फुलांचा निसटता सुगंधही येत होता. आरएसटी फिरण्यासाठी बाहेर पडले आणि पुन्हा आपली कामं उरकण्यासाठी ती उठली. त्या वेळी जॉश नेमका कुठपर्यंत आला असेल असा विचार तिच्या मनात येऊन गेला.

४

जॉशनं त्याच्या खिडकीखालून जाणाऱ्या खूप उंचावर असलेल्या ढगाकडे निरखून बघितलं. विमान त्या वेळी जवळजवळ ३५,००० फुटांवरून उडत होतं. तो संगीत ऐकण्याच्या मनःस्थितीत नव्हता. त्याने गोंगाट नष्ट करणारा त्याचा हेडफोन सुरू केला होता. आपल्याला जेट लॅगचा अति त्रास व्हायला नको असेल तर खूप दारू प्यायची नाही किंवा झोपेची गोळीही घ्यायची नाही, हे समजायला जॉशला बराच काळ घालवावा लागला होता. पण खूप परिश्रमानंतर विश्रांती घेण्याच्या नुसत्या कल्पनेनंही तो खूपच खूश झाला होता. कनेक्टिव्हिटी नसलेल्या या वातावरणात कोंडल्यासारखं बसून राहण्याऐवजी आपला लॅपटॉप सुरू करावा आणि काम सुरू करावं असं त्याला वाटलं. जणू काही सगळं जग वेगानं पुढे चाललं होतं आणि तो निरुद्देशपणे आपल्या संस्कृतीपासून भरकटत दूर चालला होता. विमानात वायफाय नसण्याच्या कोणत्या काळात ते जगत होते?

त्याने एक उसासा टाकला आणि मागे रेलून बसला. त्याच्या मनात गेल्या तीन दिवसांचे विचार आले. त्याच्या डोक्यातून काहीही गेलेलं नाही ना, याची खात्री करून घेण्यासाठी त्याच्या थकल्या-भागल्या मेंदूकडून त्याला प्रत्येक धागादोरा नीट उलगडून पाहायचा होता.

सुशीचं जेवण करण्यासाठी ते गेले होते, त्या वेळी एकदा ते सुरुवातीचे शब्द बाहेर पडल्यानंतर टॉमनं त्याला सगळी कथा उलगडून सांगितली होती.

"तीन महिन्यांपूर्वी माझ्याकडे एक चोलाकालीन कांस्य मूर्ती विक्रीसाठी आली," टॉम क्षणभरासाठी थांबला. त्याने दीर्घ श्वास घेतला आणि ते शब्द किती महत्त्वपूर्ण होते हे दाखवण्यासाठी त्याने पुन्हा एकदा तेच शब्द उच्चारले. "चोलाकालीन कांस्य मूर्ती!"

आपण त्याच्या शब्दांनी प्रभावित झालो आहोत हे दाखवण्यासाठी जॉशला मोठे प्रयत्न करावे लागले. त्याच्याकडे सूक्ष्म संवेदनशीलता नसल्याबद्दल टॉमनं आपला अवमान करणारं लेक्चर द्यावं असं त्याला वाटत नव्हतं.

"ती स्तिमित करणारी बाब होती. अशा प्रकारची मूर्ती, ती अशीतशी कोणतीही मूर्ती नव्हती. अरे अडाण्या, ती एका देवाची कांस्य मूर्ती होती रे!"

जॉशनं त्याच्या साकेचा एक घुटका घेतला आणि मान डोलावली. त्याची अस्वस्थता आणि उत्सुकता त्याने काबूत ठेवली आणि टॉमने सगळी कथा सांगावी म्हणून तो ऐकत राहिला.

टॉम पुढे झुकला आणि सांगू लागला, "बाजारात अशा प्रकारची चोलाकालीन कांस्य मूर्ती सापडणं ही अतिशय दुर्मीळ गोष्ट आहे. आधीच भारताबाहेर अगदी थोड्या खासगी संग्राहकांच्या हातात किंवा प्रमुख वस्तुसंग्रहालयांत अशा मूर्ती आढळतात आणि भारतात असलेल्या मूर्ती तिथेच आहेत. मी एकदम रोमांचित झालो. खरं तर मला अत्यानंद झाला. मी लगेच पैशांची तजवीज केली आणि मला खूप मोठं अनुदान मिळालं - एका अनिवासी भारतीय उद्योजकानं मला खूप मोठी रक्कम दिली. अगदी कैफ चढल्यासारखी मी घाईघाईनं विक्रीची खात्री करून घेतली. मला जवळजवळ ऐंशी लाख डॉलर्स द्यावे लागले."

"तू?"

टॉमचा चेहरा पडला. "मला म्हणजे वस्तुसंग्रहालयाला असं मला म्हणायचंय. ही गोष्ट माझ्या दृष्टीनं अगदी वैयक्तिक बनली आहे हे स्पष्टच आहे. वस्तुसंग्रहालयानं," आता त्याने मालकीवर भर देण्यासाठी वस्तुसंग्रहालयानं या शब्दावर जोर दिला होता. "मूर्ती विकत घेण्याच्या करारावर सही केली. आता ती तिथे आहे, अर्थातच अजून ती संग्रहाच्या खोलीतच आहे, ती अजून पाहण्यासाठी बाहेर मांडलेली नाही. दक्षिण भारतीय कलात्मक प्रतिमा व प्रतीकं यांविषयी त्या मूर्तीच्या आधारावर लवकरच येत्या दोन महिन्यांत एक व्यापक प्रदर्शन भरवण्यावर आम्ही काम करत आहोत."

तेवढ्यात सुशी घेऊन वेटर आला. त्यामुळे टॉम थोडा थांबला. त्याच्या चेहऱ्यावर अगदीच वेगळ्या प्रकारचे भाव होते. त्याने वेटरच्या काळजी घेतली जात असल्याचं दर्शवणाऱ्या प्रश्नांना एकेका शब्दात उत्तरं दिली. त्याच्या चेहऱ्यावर अगदीच पुसटसं स्मित होतं. तो माणूस त्यांची ऑर्डर तिथे ठेवून निघून गेल्यावरच तो पुन्हा पूर्वपदावर आला.

"जॉश, मी तुला कसं समजावून सांगू की, ज्या क्षणी मला त्या मूर्तीचं दर्शन झालं, त्या क्षणापासूनच मी त्या मूर्तीच्या प्रेमात पडलो. मी त्या नटराजाच्या प्रेमातच पडलो रे. काय ते त्याचे डोळे, बाप रे किती जिवंत वाटत होते ते!"

"काय? कोण?"

"अरे, ती नटराजाची मूर्ती. नटराज हे हिंदूंचा देव असलेल्या शिवाचंच एक रूप आहे. नटराज या शब्दाचा शब्दश: अर्थ आहे नृत्याचा राजा. हे शिवाचं आणखी एक नाव आहे." तो क्षणभर थांबला. जॉशच्या चेहऱ्यावरचे निर्विकार भाव बघून त्याने थोडंसं तोंड वेंगाडलं आणि मग तो पुढे सांगू लागला, "आताच त्या सगळ्याचा विचार करू नकोस. फक्त मी सांगतो तेवढं ऐक. ती मूर्ती म्हणजे कलेचा एक अद्वितीय, उत्कृष्ट नमुना आहे. माझा असा विश्वास आहे की, ही मूर्ती दहाव्या शतकातली असू शकेल. राजाराजचा उदय झाला त्यादरम्यान किंवा त्याच्याही आधी ती तयार करण्यात आली असावी."

तिथे थोडा काळ शांतता पसरली. जॉशने नंतर टॉमकडे थेट पाहिलं. त्याला हिंदू देवतांची माहिती नसेलही; परंतु हे सगळं कथन कोणत्या दिशेला चाललं होतं ते समजण्याएवढी बुद्धी त्याला नक्कीच होती. त्याने सौम्य आवाजात विचारलं, "टॉम, तू ती कुणाकडून विकत घेतलीस?"

टॉमने स्मित केलं. त्याच्या त्या स्मितात अर्धवट प्रशंसा आणि अर्धवट उपरोध होता. त्याने सोया सॉसमध्ये बुडवलेली निगिरी (सुशीचा एक प्रकार) तोंडात कोंबली. चघळली आणि गिळून टाकली. हे करताना त्याला फारसा आनंद मिळाल्याचं दिसत नव्हतं. टॉमने बहुधा ती पहिल्यांदाच खाल्ली असावी, असं जॉशला वाटलं. तो पुढे काहीतरी सांगेल म्हणून तो वाट पाहत राहिला.

"रेनहोल्ड आयशेनडॉर्फ नावाच्या एका जर्मनकडून," तो हळूहळू ते लांबलचक नाव उच्चारत म्हणाला. त्यानंतर मात्र त्याच्या आवाजात आणि आविर्भावातही कळकळ निर्माण झाली. तो जे काही सांगणार होता ते जॉशला समजावं यासाठी त्याच्या आवाजात कमालीचं आर्जव निर्माण झालं होतं.. "त्याच्या मूळ स्थानाबद्दलचा एक जबरदस्त पुरावा आहे. आयशेनडॉर्फचा एक पूर्वज एका मोहिमेत सहभागी झाला होता. अठराव्या शतकात भारतभर भ्रमंती केलेल्या एका धर्मोपदेशकाचा तो सहायक होता. त्याने दक्षिण भारतातल्या त्याच्या भ्रमंतीसंदर्भात एक रोजनिशी लिहिली होती."

"आणि त्या रोजनिशीतून या मूर्तीच्या मालकीची खातरजमा होते?"

"होय. त्याने असं लिहिलंय की, सन १७६८मध्ये त्याने ही नटराजाची मूर्ती घरी आणली होती. मात्र, त्याला ती कुठून मिळाली होती त्या ठिकाणाचा त्याने उल्लेख केलेला नाही."

"त्याला ती कशी काय मिळाली होती?"

"काही गोपनीय साधनांच्या साहाय्यानं मिळवलेल्या माहितीवरून मला त्याबद्दल संशय आला आहे. त्याने स्वाभाविकपणेच त्या रोजनिशीत ते मान्य केलेलं नसलं,

तरी त्याने जे काही म्हटलं आहे त्यावरून असा निष्कर्ष काढता येतो की, सध्याच्या काळातल्या तमिळनाडूतल्या मदुराई आणि तंजावर यादरम्यानच्या ओसाड मंदिरांच्या स्थळातून त्याने ती संपादित केली होती. त्या काळात अर्थातच ते सोपं होतं किंवा निदान त्याने तसा दावा तरी केला आहे. जॉश, मला तर हे ऐकूनही खूपच उत्सुकता वाटत होती आणि जेव्हा मी ती मूर्ती प्रत्यक्ष पाहिली तेव्हा...'' टॉम एकदम मागे रेलून बसला आणि त्याने सखोल श्वास घेतला. तो स्वत:च्या मनावर नियंत्रण ठेवू पाहत होता हे स्पष्ट दिसत होतं.

जॉशनं नाखुशीनं हळूहळू मान डोलावली. तो जे काही पाहत होता त्यावरून तो सत्याचा अंदाज घेण्याचा प्रयत्न करत होता.

''म्हणजे आता तुला ती रोजनिशी बनावट आहे असं आढळलंय. बरोबर आहे?'' त्याच्या मनात टॉमविषयी सहानुभूती निर्माण झाली होती. कारण टॉम खोलात शिरत नव्हता आणि तो कोणावरही त्याच्या तुलनेत अधिक लवकर विश्वास ठेवत होता.

मात्र, टॉमच्या पुढच्या शब्दांनी तो आश्चर्यचकित झाला.

''नाही! मला याचं थोडं तरी श्रेय दे. मूळ रोजनिशी ॲमस्टरडॅमच्या वस्तुसंग्रहालयात होती. ती एकोणिसाव्या शतकाच्या मध्यावर प्रसिद्ध झाली होती. आमच्या वस्तुसंग्रहालयात त्याची एक छापील प्रत आहे आणि ती मूळ प्रतीशी अगदी तंतोतंत जुळते. ती मी स्वत: वाचली. त्यातलं वर्णन आणि शब्द हे सगळं अधिकृत, खरं खरं आहे.''

''हुश्श!''

''आयशेनडॉर्फच्या पणजोबांनीही एकोणिसाव्या शतकाच्या उत्तरार्धात भारतीय कलात्मक वस्तूंवर एक शोधनिबंध सादर केला होता आणि त्यांनीही त्यांच्या ताब्यात असलेल्या नटराजाच्या मूर्तीचा त्यात उल्लेख केला होता.''

''अच्छा?''

टॉम पुढे सांगू लागला. त्याचा आवाज लयबद्ध होता. पण अजूनही त्याच्या मनातली थोडीशी खळबळ त्याच्या आवाजातून जाणवत होतीच. ''हीच तर त्यातली मुख्य मेख आहे. एवढ्या मोठ्या आकाराचा नटराज... जॉश! कांस्य मूर्ती या सहसा जवळजवळ तीन फूट उंच असतात. पण ही मूर्ती तब्बल सात फूट उंचीची आहे. मी यात तळाचा भागही धरतोय. पण तरीही ती खूपच उंच आहे आणि तिचं वजन एक टनाहून थोडंसंच कमी भरेल. तिची प्राचीनता अधोरेखित करणाऱ्या स्पष्ट गोष्टी आहेत. अर्थातच त्या बहुतांश दृश्य स्वरूपाच्याच आहेत; पण 'मायक्रो ड्रिलिंग'च्या साहाय्यानं म्हणजेच सूक्ष्म छिद्र पाडण्याच्या तंत्राच्या साहाय्यानं मी त्याचं रचनात्मक विश्लेषणही करवून घेतलं. त्याच्या संयुगात तांब्याचं प्रमाण जवळजवळ ९५ टक्के

आहे, शिशाचं आणि कथिलाचं प्रमाण अल्प आहे. या सगळ्या गोष्टी सुरुवातीच्या काळातल्या ताम्र मूर्तींशी समर्पक ठरतात. न्यूरॉन विश्लेषण हा अधिक चांगला मार्ग आहे, पण त्यासाठीचा प्रतीक्षेचा कालावधी–''

''जमिनीवर ये, टॉम,'' जॉशनं हात वर करून त्याचं बोलणं थांबवत म्हटलं.

टॉमचे डोळे लुकलुकत होते. त्याने त्याला विचारलं, ''काय?''

''तुझ्याकडे काही रोजनिशी, जर्नल आहेत. तू विश्लेषण करून घेतलंस. हे सगळं चांगलंच झालं. पण मग यातली समस्या काय आहे? असं काय चुकीचं घडलंय?''

टॉमनं डोळे चोळले आणि त्याने जॉशकडे विमनस्कपणे बघितलं.

''तो व्यवहार पूर्ण करेपर्यंत मी नुसता त्यामागे लागलो होतो. खासगी संग्रह करणाऱ्यांची भुतं अगदी पिच्छा पुरवत आणि किंमतही वाढवत राहिली होती. त्यामुळे कित्येक रात्री मी झोपेविना तळमळत घालवल्या. एकदा सुरुवातीचा अत्यानंद संपल्यावर... आणि आम्ही सह्या केल्यावर कशी कोण जाणे, पण माझ्या मनात एक ओंगळ, तिटकारायुक्त भावना निर्माण झाली. जणू काही मी चूकच करत होतो असं मला वाटत होतं.''

जॉशनं अविश्वासानं भुवया उंचावल्या. ''खरंच? तू दिवसभर फक्त त्या तिटकारायुक्त ओंगळ भावनेमुळे असा वागत होतास का?''

टॉमनं हात उंचावून त्याला 'आधी माझं ऐकून घे' अशा स्वरूपाचा इशारा केला. त्यानंतर तो पुढे झुकला. त्याने बोटांवर हनुवटी टेकवली होती.

''आयशेनडॉर्फने मला असं सूचित केलं होतं की, त्याची नोकरी गेली होती आणि त्याचं पिढीजात घर तो विकणार होता. माळ्याची साफसफाई करताना त्याला ही मूर्ती सापडली होती, असं त्याने मला सांगितलं होतं.''

टेबलासमोरच बसलेल्या टॉमच्या चेहऱ्यावर गोंधळल्यासारखे भाव होते. जॉशने मान डोलावून त्याला पुढे सांगायला प्रोत्साहन दिलं.

''नंतर मला अशी माहिती मिळाली की, त्याच्याकडे कधीही स्थिर स्वरूपाची नोकरीच नव्हती आणि गेली वीस वर्षं त्याच्या पिढीजात संपत्तीतल्या वस्तू विकून तो उदरनिर्वाह करत राहिला आहे. मग जॉश, त्याने ती मूर्ती आधीच का विकली नव्हती? गेले तीन आठवडे हा प्रश्न मला भंडावून सोडतोय. त्याला या मूर्तीची माहिती नसणं कसं काय शक्य होतं?''

''कदाचित ती खरोखरच एखाद्या अंधाऱ्या कोपऱ्यात असू शकेल. कदाचित आयशेनडॉर्फला आतापर्यंत तिचं महत्त्वच समजलं नसेल. नृत्य करणाऱ्या हिंदू देवतेची मूर्ती किती मूल्यवान आहे हे प्रत्येकालाच माहीत असणार नाही, हे तू मान्य केलंच पाहिजेस.''

टॉमनं हातातल्या ग्लासवरची पकड आणखी घट्ट केली आणि तो तिथे जेवणाऱ्या इतरांकडे पाहू लागला. जॉशला या घटनेचं गांभीर्यच कळत नाही, असं वाटल्यानं तो बहुधा निराश झाला होता, ते त्याच्या देहबोलीवरून दिसत होतं. "मला खरोखरच त्याविषयी संशय येतोय. एकदा मी त्याचा शोध घेऊ लागल्यावर माझ्यासमोर आणखी काही काळजी वाटण्याजोग्या विसंगत गोष्टी आल्या आणि त्यांच्याकडे लक्ष देण्याखेरीज माझ्याकडे अन्य पर्यायच नव्हता. त्या रोजनिशीत खरोखरच त्या मूर्तीच्या एकमेवाद्वितीय लक्षणांविषयी कसलाही उल्लेख नाही. तिची उंची किंवा एवढी जड मूर्ती कशी काय आणली गेली या कशाचाही त्यात उल्लेख नाही."

"तू म्हणालास की, त्याच्या पूर्वजानं एखाद्या संशयास्पद व्यवहाराद्वारे ती मूर्ती मिळवली असावी. मग कदाचित त्याला त्या मूर्तीच्या मूळ ठिकाणाचा थांगपत्ता सहजगत्या कुणालाही लागावा असं वाटलं नसेल."

"हे अगदी शक्य आहे. पण तरीही जर समज...?"

मुरवलेल्या झणझणीत आल्याचा स्वाद घेत जॉशने कपाळाला आठ्या घालत विचारलं, 'जर समज, म्हणजे... काय?"

टॉमनं उत्तर देण्याऐवजी साकेचा एक घोट घेतला. जणू काही त्याच्या मनातल्या अतिशय वाईट भीतीचा त्याला उच्चार करायचा नव्हता.

"आयशेनडॉर्फकडे जी मूर्ती आहे असं तुला वाटलं होतं ती ही नटराजाची मूर्ती नाही, असं तुला म्हणायचंय का? पण समज ही मूर्ती त्या रोजनिशीत उल्लेख केलेली मूर्ती नसली तरी त्याने काय बिघडतं?"

"मला त्याचा विचारही करायचा नाही."

जॉशनं टॉमची निराशा झटकून टाकली. "तर मग ठीक आहे. जर त्या मूर्ती भिन्न असतील, तर ती सात फुटी मूर्ती आली कुठून?"

"हाच तर खरा प्रश्न आहे. होय की नाही?"

अखेरीस टॉमच्या मनातली घालमेल जॉशच्या पूर्णपणे लक्षात आली. तो मागे झुकला आणि त्याने खुर्चीच्या पाठीवर त्याचे हात ठेवले. त्याच्याही मनात जिज्ञासा निर्माण झाली होती; परंतु तो अलिप्ततेनं, तर्कशुद्धपणे विचार करत होता.

थोडा वेळ तिथे शांतता पसरली. हळूहळू रेस्टॉरंट पूर्णपणे भरलं आणि नंतर तिथे उत्साही आवाजांचा गजबजाट आणि हास्याचे ध्वनी ऐकू येऊ लागले. टॉमनं क्षणभरासाठी दुसरीकडे बघितलं. त्याच्या चेहऱ्यावर दमल्यासारखा, चिंताक्रांत भाव होता. "ऐक. मला एवढंच म्हणायचंय की काहीतरी चुकतंय. मला ते मनापासून, अंत:प्रेरणेनं जाणवतंय."

टॉम कशाबद्दल बोलत होता ते जॉशला माहीत होतं. अगदी प्रामाणिकपणे

सांगायचं झालं तर एखादं संभाव्य सॉफ्टवेअर आपण सहजगत्या भंग करू शकू हे त्याला ज्या अंत:प्रेरणेमुळे समजत असे त्या अंत:प्रेरणेहून ही अंत:प्रेरणा वेगळी नव्हती. त्याखेरीज त्या परिस्थितीत टॉमच्या मनात या नवीन अविश्वासानं निर्माण झालेल्या साशंकतेपेक्षाही त्याला आपण फसवले गेलो, याचं जास्त दु:ख होत असावं. जॉशनं सहजच त्याला उत्साह वाटण्याजोगे काही हुंकार भरले.

काही क्षण ते शांतपणे जेवले. त्या वेळी मनातल्या मनात जॉश टॉमच्या शब्दांचा विचार करत होता. त्याचं तल्लख मन वेगवेगळ्या शक्यतांचं मूल्यमापन करत होतं.

त्यानंतर टॉम पुन्हा एकदा बोलू लागला. ''ठीक आहे. या सगळ्यातली महत्त्वाची माहिती अशी आहे की, मी एका पीआयला (पोलीस निरीक्षकाला) आयशेनडॉर्फचा तपास करण्याच्या कामात गुंतवलंय.''

जॉशनं आश्चर्यानं भुवया उंचावल्या. टॉमनं असं पाऊल उचललं होतं याचा अर्थ त्याला नक्कीच गांभीर्यानं कसली तरी धास्ती वाटत होती. ''मग पुढे?''

''तो माणूस सर्वसामान्य दारुड्यांसारखा, पूर्वजांच्या पैशांवर जगणारा आहे. त्याच्याबद्दल एखादी आश्चर्यजनक किंवा अनपेक्षित अशी कोणतीही गोष्ट नाही. फक्त एक गोष्ट वगळता...''

''कोणती?''

''आयशेनडॉर्फकडे अलीकडेच प्रचंड पैसा आला आहे आणि मी तर अद्याप त्याला काहीच दिलेलं नाही.''

जॉशनं हळूहळू त्याचा शेवटचा रोल संपवला आणि टॉम त्याच्यासमोर सादर करत असलेल्या कथेचा तो विचार करू लागला. त्या जर्मन व्यक्तीनं कदाचित कर्ज काढलं असावं किंवा त्या मूर्तीबरोबरच त्याला सापडलेली आणखी एखादी तशीच वस्तू त्याने विकली असावी. टॉम नेहमीच परिपूर्ण उत्तर मिळवण्यासाठी प्रयत्नांची पराकाष्ठा करत असे आणि आता इथे तर तो अगदी स्पष्टपणे भावनिकदृष्ट्या त्या मूर्तीत गुंतलेला होता. टॉमच्या मनातल्या भीतीला कमी न लेखता हळुवारपणे काय करणं योग्य आहे त्याचं त्याला स्पष्टीकरण देणं गरजेचं होतं.

टॉमने मात्र त्याच्या स्पष्टीकरणांचं स्वागत तर केलंच नव्हतं, पण किमानपक्षी ती त्याला पटलीही नव्हती.

''टॉम, माझा सल्ला ऐक. यासाठी एवढी तडफड करून घेऊ नकोस. ही मूर्ती मिळवता आली या यशाचा आनंद घे.''

''हं, मी तेच केलं पाहिजे,'' टॉमने राग आल्यासारखा वर पाहत म्हटलं. ''ज्याला त्याची किंमतच माहिती नव्हती, त्याच्या हाती लागलेली ती एक मूल्यवान संधी होती, कदाचित त्याने काही हजारो डॉलर्सना एखाद्या सेलमध्ये ती विकलीही

असती; परंतु चमत्कार झाल्याप्रमाणे मिळालेल्या संधीमुळे ती माझ्या हाती लागली असावी.''

"होय, तू हे मान्य का करू शकत नाहीस? काहीही झालं तरी जोपर्यंत पकडला जात नाही, तोपर्यंत प्रत्येक जण निरपराधच असतो,'' जॉश रूक्षपणे म्हणाला. "शिवाय याने काही फरक पडणार आहे का? तू तर ती मूर्ती वस्तुसंग्रहालयासाठी विकत घेतोयस, खासगी संग्रहासाठी नाही. तुझ्यासारख्या आणखी अनेक वेड्यांसाठी ती तू बघायला उपलब्ध करून देणार आहेस.'' जॉशच्या चेहऱ्यावर थट्टेखोर भाव होता. तो त्याच आविर्भावात पुढे म्हणाला, "ही मोठी गोष्ट नाही का?''

"ही एवढी साधी गोष्ट नाही. माझ्यावर याचं नैतिक उत्तरदायित्व आहे. मला उदाहरण घालून द्यायचंय. अशा प्रकारच्या तत्त्वभ्रष्ट वर्तनाच्या अनेक घटना असतात. पण अशा प्रकारच्या माणसांपैकी आपण एक असावं असं मला वाटत नाही. मी ते नाकारतो. कारण जर हा नटराज आयशेनडॉर्फकडे नव्हता, तर तो आला तरी कुठून? त्याचं मूळ स्थान काय आहे, त्याच्यामागे अशी कोणती गोष्ट लपलेली आहे? मला याचं उत्तर माहिती असलंच पाहिजे. जॉश, मला मदत कर.''

जॉशनं टेबलावर तबला वाजवल्यासारखा आवाज केला आणि जोरात उच्छ्वास सोडला. टॉमला त्याने त्याच्याकडे विव्हळतेनं आणि अजिजीनं पाहताना पकडलं.

"मला काय करणं शक्य आहे ते मी पाहतो,'' तो म्हणाला.

झटपट थोडी खटपट करून काहीतरी शोधून काढावं आणि पुरेसा पुरावा देऊन पुढे वाटचाल करण्यासाठी टॉमची खात्री पटवून द्यावी, असं त्याने ठरवलं. त्या पीआयच्या अहवालात काहीतरी असलंच पाहिजे किंवा अगदी वेबवर तरी काहीतरी असेल आणि त्याला त्याचा वापर करून घेता येईल, असा विचार त्याने केला. काहीही झालं तरी पुढच्या दोन दिवसांत त्याला जर ते शोधून काढता आलं असतं, तर त्याची ती ट्रीप अधिक शांततामय आणि आनंददायी ठरणार होती.

टॉमला दिलासा मिळाल्यासारखं दिसत होतं.

"तू मला यात अडकवलंस, हो ना?'' त्याची या कामासाठी निवड केल्याबद्दल तो काही अंशी टॉमवर आणि त्याचं म्हणणं मान्य केल्याबद्दल काही अंशी स्वत:वरच चिडला होता.

"तू मला पाठिंबा दिल्याबद्दल मला अतिशय आनंद झालाय जॉश,'' टॉम अगदी पूर्ण प्रामाणिकपणानं मनापासून म्हणाला.

ते रेस्टॉरंटमधून बाहेर पडले. जॉशच्या मनात अशांततेची भावना होती. टॉम आपली चाकाची खुर्ची सुसूत्रपणे हालचाल करून ढकलत निघाला होता आणि जॉशबरोबरच्या संभाषणाचा ओघ त्याने अखंड राखला होता. टॉमने त्यांच्या आगामी

सुट्टीविषयी बोलण्याचा प्रयत्न केला. त्याला सतत बाहेर फिरायला जायला आवडत नव्हतं. त्यामुळे ज्या वेळी ते जाणार होते त्या वेळी हवा चांगली असली पाहिजे, असा त्याने विनोद केला. शिवाय त्याला कोणती पुस्तकं वाचायची होती त्याची यादीही त्याने आशावादीपणानं केली होती. त्यांनी कॅब केली. जॉशनं टॉमला सीटवर बसायला मदत केली. चाकाची खुर्ची सहजगत्या सवयीनं घडी घालून बाजूला ठेवून दिली आणि ती त्याच्या बाजूला खाली सरकवून ठेवली.

टॉम किती दमलेला दिसत होता हे जॉशच्या लक्षात आलं आणि त्याचा भाऊ किती वेळा बाहेर पडत असेल, असा विचार त्याच्या मनात आला. त्याच्या मनात त्या क्षणी सहानुभूतीपूर्ण भावना निर्माण झाली. टॉमची समस्या सोडवण्यासाठी त्याच्या आवाक्यात असलेली प्रत्येक गोष्ट करायचीच, असा विचार त्याने केला. पण भारतात जाणं हे प्रत्येक गोष्टीच्या अथपासून इतिपर्यंतचा शोध घेण्यासारखं असेल, असा विचारही त्या वेळी त्याने केला नव्हता.

५

त्या नंतर दुसऱ्या दिवशी जॉशचं मन पहिल्यांदा अस्वस्थतेनं ढवळून निघालं. ते टॉमच्या अपार्टमेंटमध्ये परतले होते. केनसिंग्टन स्ट्रीटच्या समोरच्या बाजूला असलेल्या तीन मजली इमारतीत सर्वांत वरच्या मजल्यावर त्याचं अपार्टमेंट होतं. टॉमला ओळखणाऱ्या लोकांना त्याच्या व्यक्तिमत्त्वात आपुलकी असल्याचं माहिती होतं आणि तीच आपुलकी त्याच्या त्या अपार्टमेंटमध्येही भरून राहिली होती. पुस्तकांच्या शेल्फमध्ये चामडी किंवा कापडी जाडजूड कव्हर असलेली पुस्तकं नीट ओळीनं लावून ठेवलेली होती. हिरव्यागार नेच्यांमुळे आणि छोट्या कलात्मक गोष्टींमुळे पुस्तकांच्या त्या ओळींमधला तोचतोचपणा नाहीसा होत होता. भिंतीवर मूळ म्युझियम आणि ॲक्रिलिक्स प्रिंट होतं. एका कोपऱ्यात एका घडीव लोखंडी शेल्फवर एलपी रेकॉर्ड आणि प्लेअर होता. त्यावर सगळीकडे तपकिरी, गुलाबी आणि हिरव्या रेघा ओढलेला भारताचा पुरातन नकाशा टांगलेला होता. भिंतीतल्या चुलीच्या दर्शनी भागाभोवतीच्या चौकटीत, म्हणजेच मँटेलमध्ये गटागटानं लावलेली कौटुंबिक छायाचित्रं होती. निळ्या रंगात तयार करण्यात आलेल्या आधुनिक फर्निचरनं खोलीला साधेपणा आणि सुसंस्कृतपणा बहाल केला होता. शिवाय त्यातून कलात्मकताही दिसून येत होती. टॉमला सहजपणे फिरता यावं यासाठी भरपूर मोकळी जागा होती. त्यामुळे तिथे खुला हवेशीरपणा भरून राहिला होता.

टॉमला एका जागी खिळून राहावं लागत होतं आणि ते जॉशच्या स्वत:च्या पायाला भिंगरी लागल्यासारख्या आणि भावनामुक्त व कोणाशीही बांधिलकी नसलेल्या स्वभावाच्या पूर्ण विरुद्ध होतं. जॉश याचा शांतपणे विचार करत होता. गेल्या आठ वर्षांत कामानिमित्त किमान चार शहरांत जॉश राहिला होता. तो सहसा पूर्ण फर्निचरसह असलेल्या अपार्टमेंटमध्येच राहत होता. त्यात आपल्या व्यक्तिगत

आवडीनिवडी असल्याच पाहिजेत, असं त्याला वाटत नव्हतं.

जॉशनं टॉमचा डेस्क व्यवस्थित लावून ठेवला. त्याच्या टेबलावर पातळ काचेच्या आणि छोट्या लाकडी समकालीन वस्तू होत्या. शिवाय त्यात कीटकांच्या आकर्षक, धातूमधल्या प्रतिकृती होत्या. त्या वस्तू व्यवस्थित जागी ठेवल्यानंतर तो लगेच शोध घेण्यासाठी बसला. आयशेनडॉर्फची माहिती मिळवण्यासाठी त्याने पद्धतशीरपणे वेबवर कसून तपास सुरू केला. त्याने माहिती शोधली आणि गोळा केली. ती साठवली आणि प्रत्येक संदर्भाचं अत्यंत काळजीपूर्वक विश्लेषण केलं.

टॉम झोपायला गेला; परंतु जॉश जागा राहिला. काही प्रमाणात जेट लॅगचा परिणाम होता आणि काही प्रमाणात त्याची जिज्ञासा चाळवली गेली होती. मूर्तींविषयी त्याला जे जे शिकण्याची गरज होती, ती ती सगळी माहिती तो रात्री उशिरापर्यंत जागून गोळा करत राहिला. तसंच कलात्मक वस्तूंच्या अवैध वाहतुकीच्या अंधाऱ्या गुन्हेगारी जगताचाही तो धांडोळा घेत राहिला.

काही तासांच्या अस्वस्थ झोपेनंतर तो उठला त्या वेळी आकाश निरभ्र निळं होतं आणि बाहेर ऊन पडलं होतं. उन्हाळी दिवस होता. सूर्यप्रकाशाकडे त्याचं मोठ्या प्रमाणात दुर्लक्ष झालं होतं; परंतु त्याचा त्याला पश्चात्ताप वाटत नव्हता. कारण त्याच्या संशोधनात तो पूर्ण गढून गेला होता.

थोड्याच वेळात वस्तुसंग्रहालयात जाण्यासाठी टॉम बाहेर पडला. त्यानंतर जॉश एकटाच घरात राहिला होता. इकडेतिकडे घिरट्या घातल्यासारखा तो काही वेळ फिरला. त्याच्या मनात बरेचसे निरुत्साही, उदास विचार भरून राहिले होते. जॉश काहीतरी शोधत असताना नेमका त्याच क्षणी टॉम परत आला आणि त्याने त्याच्याकडे भुवया उंचावून पाहिलं. जॉशनं मान हलवली. त्याला काहीशी गंमत वाटत होती आणि तो काहीसा हतबल झाला होता.

''मला काहीतरी बातमी सांग, जॉश, नाहीतर मी अगदीच हताश होऊन जाईन.''

''आयशेनडॉर्फला फारशी ओळख किंवा व्यवस्थित व्यक्तिमत्त्व असल्याचं दिसत नाही.''

''हे तर मला आधीच माहीत आहे.''

जॉशनं स्मित केलं. ''मला डिजिटल जगात असं म्हणायचंय. त्याचं सामाजिक माध्यमांमध्ये फारसं अस्तित्वच नाही. त्याला भावंडं नाहीत. तो घटस्फोटित आहे. त्याला मुलं नाहीत. अगदी थोडे मित्र आहेत आणि स्थिर नोकरी-व्यवसायही नाही.''

''ठीक आहे. पुढे?''

''मी बनावट मेल करून वैयक्तिक माहिती मिळवली.''

टॉमनं अधीरतेनं मान हलवली. ''तू आता जे सांगितलंस त्याने तो जाळ्यात

सापडेल का? बनावट इ-मेलमुळे तुम्ही तुमचा पासवर्ड टाइप कराल आणि हॅकर्सच्या जाळ्यात सापडाल? मला या डावपेचात काही तथ्य दिसत नाही,'' त्याने सरळ सांगून टाकलं. जॉशने त्याच्या बुद्धीचा वापर करून एखादी हुशारीची गोष्ट करावी, अशी त्याने त्याला गळ घातली.

जॉशनं त्याचं कपाळ चोळलं आणि तो पुन्हा शोध घेऊ लागला. पुढच्या काही दिवसांत टॉम त्याला वेडाच करून सोडणार होता!

आयशेनडॉर्फ या माणसाविषयी अल्प माहिती असली, तरीही त्याच्या पूर्वजांविषयी प्रचंड माहितीचा खजिना उपलब्ध होता. त्यापैकी बरीचशी माहिती जर्मनमध्ये होती. ती जर्नल्समध्ये, विद्वत्तापूर्ण लेखांमध्ये आणि तत्सम गोष्टींत होती. जॉशने ती गोळा करायला सुरुवात केली.

टॉमनं केलेल्या गंभीर पूर्वनिदानानंतरही त्याने काळजीपूर्वक तयार केलेल्या आमिषाला आयशेनडॉर्फ बळी पडल्याचं सांगणारा इशारा त्याला मिळाला होता. ही गोष्ट जॉशला दिलासा देणारी आणि त्याला विजयी बनवणारीही होती.

तो गोळा करत होता त्या माहितीतून चोलाकालीन कांस्य पुतळ्यांचे संदर्भ शोधण्यासाठी त्याने तो प्रोग्रॅम 'रन' केला. इ-मेल ॲक्सेस अधिक चांगल्या प्रकारे उपलब्ध झाला होता.

अथक परिश्रम करून त्या माणसाच्या इ-मेलमधून तो शोध घेत होता. त्याच्या इ-मेलमध्ये काही स्वारस्यपूर्ण नसलेले इ-मेल होते. त्याच्या बँकेची काही प्रमाणात उपयुक्त असणारी, आढावा घेणारी स्टेटमेंट्स होती आणि क्रेडिट कार्डच्या बिलांचा खजिनाच्या खजिना होता. त्या माणसाला त्याचे स्पोर्ट क्लब नक्कीच आवडत होते. शिवाय त्याला वाहनांची आणि पोर्न साइट्सची आवड होती. पीआयनं दिलेल्या माहितीवर शिक्कामोर्तब करणारी आणखी माहिती म्हणजे, अलीकडच्या काळात तो मोठ्या प्रमाणात खर्च करू लागला होता. त्याच्या खात्यात दहा हजार युरो जमा झाल्याची नोंद दिसत होती. आयशेनडॉर्फबरोबर टॉमची सुरुवातीची बैठक झाली होती, सर्वसाधारणपणे त्याच सुमारास ही रक्कम त्याच्या खात्यात वायर ट्रान्सफर झाली होती. केफन आयलंडच्या खात्यातून ती देण्यात आल्याची माहिती रोचक असली, तरी ती त्या वेळी लगेच उपयुक्त ठरणारी नव्हती.

त्याने तसाच मागोवा घेणं सुरू ठेवलं होतं; परंतु त्याला पुढे फारसं काही हाती लागलं नाही.

रात्री उशिरा कधीतरी व्यवस्थित, स्वच्छ चादर असलेल्या, नरम उशांच्या कोचावर आदल्या दिवशीप्रमाणेच दमून-भागून जॉश गाढ झोपी गेला.

तो उठला तेव्हा आकाश ढगाळ होतं आणि कॉफीचा वास दरवळत होता. क्षणभर ती सकाळ होती की संध्याकाळ ते जॉशच्या लक्षात आलं नाही. टॉम

खिडकीजवळ शांतपणे लॅपटॉपवर काम करत बसला होता.

टॉमनं जॉशला गुडमॉर्निंग म्हटलं आणि स्मित करत तो म्हणाला, "मी कॉफी आणि नाश्ता तयार करून ठेवलाय." तो त्याहून जास्त काही बोलला नाही. दुसऱ्याच्या भावनांशी समरस होणं त्याला नेहमीच अधिक चांगलं जमत असे. जॉशला सकाळची कॉफी घेण्याच्या आधी ते विशेषत्वानं जाणवलं.

भरपूर कॉफी प्यायल्यानंतर गरम पाण्याचा शॉवर घेऊन जॉश पुन्हा एकदा वेगळ्या पद्धतीनं शोध घेण्याच्या निश्चयानं कामाला बसला. त्याने एकापाठोपाठ एक मेल पाहिले. त्याच्या मेलमधून काही नेहमीपेक्षा वेगळी, खटकणारी गोष्ट सापडते का, ते तो शोधत होता.

त्या मेलमध्ये त्याने झुरिकला एक दिवस घालवण्यासाठीचं तिकीट घेतल्याचं त्याला दिसलं. ते तिकीट चार महिन्यांपूर्वीचं, म्हणजे त्याच्या खात्यात ते पैसे जमा झाले होते त्याच्या बरोबर महिन्यापूर्वीचं होतं. आता आपण लवकरच आपल्या शोधात यशस्वी होणार आहोत, तो टप्पा अगदी जवळ आला आहे, असं जॉशला अंत:प्रेरणेनं तीव्रतेनं वाटू लागलं.

"झुरिचमध्ये तुझं असं काय काम होतं रे?" तो पुटपुटला. पण त्याच वेळी टॉमनं त्याला "काय?" असं विचारल्यावर तो लगेच गप्प बसला.

या ट्रीपचे तपशील मिळवण्यासाठी तो आणखी काय, काय करू शकेल, याचा तो विचार करू लागला. त्याची बोटं टेबलावर तबला वाजवल्यासारखी तो आपटत होता. त्याला असा पाठलाग करत राहणं आवडलं होतं.

क्रेडिट कार्डची बिलं... त्याच्या मनात विचार आला. त्याने त्यांच्यावरून झटकन नजर फिरवली. त्यातून त्याच्या असं लक्षात आलं की, तो ट्रीपला गेलेल्या दिवशी त्याने दुपारी रॅमिस्ट्रेसी इथल्या दुकानातून कशाची तरी खरेदी केली होती. काही सेकंद त्यावर विचार केल्यानंतर त्याने लगेच त्या दुकानापासून मैलभराच्या अंतरात एखादा भारतीय संदर्भ आढळतो का, हे पाहण्यासाठी सर्च केलं.

अखेरीस त्याला तो मूल्यवान शोध लागला.

गॅलरी डी कोहिनूर, तिथे महागड्या भारतीय कलात्मक वस्तू विकल्या जात होत्या आणि ते दुकान त्याच ब्लॉकमध्ये होतं. फेसबुकवरच्या कौशल्यपूर्ण मार्केटिंगवरून आणि कल्पकतेनं तयार केलेल्या आकर्षक वेबसाइटवरून त्यांचा व्यवसाय चांगलाच असला पाहिजे, अशी अटकळ त्याने बांधली. त्या दुकानाचा मालक ब्रिटिश होता आणि त्याचं नाव निगेल बॅनर असं होतं. दुकानाच्या जाहिरातीसाठी ठेवण्यात आलेल्या फोटोवरून तो सभ्य, सुसंस्कृत दिसत होता. त्याच्या ब्लॉगमधून त्याने नीरस, सखोल तत्त्वज्ञान मांडलं होतं आणि भारताची प्रशंसा केली होती. त्यांच्या कॅटलॉगमध्ये कांस्य मूर्ती होत्या; परंतु त्यांत टॉमकडे असलेल्या मूर्तीसारखी

एखादी मूर्ती नव्हती.

जॉशनं खुर्ची मागे ढकलली आणि केसांतून हात फिरवला. तो छताकडे टक लावून बघत राहिला. त्याची अंत:प्रेरणा त्याला ओरडून, ओरडून सांगत होती की, ती आर्ट गॅलरी आणि ती मूर्ती यांच्यात नक्कीच काहीतरी संबंध आहे.

"जॉश, तुझं काय चाललंय?"

काहीतरी घडतंय याचा वास आल्यानं टॉमनं त्याची व्हीलचेअर जॉशच्या अधिक जवळ नेली. तो नेहमीच जॉशचं मन व्यवस्थित वाचू शकत होता. जॉशनं स्मित केलं. त्यात चांगलाच तणाव होता. त्याने संगणकाचा पडदा टॉमकडे वळवला आणि त्या वेबसाइटकडे निर्देश केला.

"तुझ्या या आयशेनडॉर्फनं काही महिन्यांपूर्वी या भारतीय कलात्मक वस्तूंच्या दुकानाला बहुतेक भेट दिली होती," तो म्हणाला.

"आणि त्याने तिथे काहीतरी विकलं होतं असं तुला म्हणायचंय का?" उत्सुकतापूर्ण खळबळ आणि दिलासा यांनी टॉमचा चेहरा उजळला होता.

जॉश घुटमळला. ती त्याची संधी होती. कदाचित तिथे विक्रीचा व्यवहार झाला होता, असं त्याने खोटंच सांगितलं असतं, तर टॉमनं तो सगळा विषय तसाच सोडून दिला असता; परंतु तो हे टॉमच्या बाबतीत करू शकत नव्हता. त्याऐवजी तो बनवाबनवीचा विषय त्याने स्वत:च सोडून दिला. त्याने एक उसासा टाकला आणि तो म्हणाला, "मला तसं वाटत नाही. ती आर्ट गॅलरी आणि आयशेनडॉर्फ यांच्यात कोणताही संपर्क झाल्याचं दिसत नाही. त्याने कसलीही चौकशी केलेली नाही. कसलाही संदर्भ नाही, काहीही नाही. अजिबात काहीही नाही! हा काही १९८०चा काळ नाही. इथे इलेक्ट्रॉनिक माध्यमाचा कसला तरी उपयोग करण्यात आला असला पाहिजे!"

"म्हणजे यात ती गॅलरीही गुंतलेली आहे," टॉम खेदानं म्हणाला.

"मी तसं खात्रीनं म्हणू शकतो."

काही क्षण ते एकमेकांकडे तसेच रोखून पाहत राहिले आणि नंतर अनुच्चारित एकमत झाल्याप्रमाणे टॉमने पीआयला फोन लावला आणि त्याला तपास करण्याचं हे नवीन लक्ष्य दिलं.

ब्रेकफास्ट करत असताना जॉशच्या असं लक्षात आलं की, गॅलरीची ती वेबसाइट सीएमएस सिस्टिमवर शेअर करण्यात आली होती आणि त्रयस्थाकडून तिची देखभाल केली जात होती. तिच्यातून आणखी काही गुप्त गोष्टी बाहेर पडण्याची शक्यता नव्हती.

त्यांनी रविवारची ती सगळी सकाळ घरात बसून घालवली होती.

त्यानंतर जॉश पार्कभोवती धावण्यासाठी बाहेर पडला आणि जेवणासाठी काही

खाद्यपदार्थ घेऊन आला. टॉमनं कर्कश आवाजातलं थोडं संगीत ऐकलं आणि तो तसाच शोकाकुल चेहऱ्यानं बसून राहिला. जेवणानंतर दुपारी उशिरापर्यंत ते त्यांच्या मित्रांविषयी आणि सहकाऱ्यांविषयी आरामात बोलत बसले. अशाच इकडच्या तिकडच्या किरकोळ गोष्टी ते बोलत राहिले असले, तरी त्यांचं खरं लक्ष मात्र त्यानंतर पुढची कोणती पावलं उचलणं शक्य असेल याकडेच लागलेलं होतं.

टॉमचं टेबल नेहमीच अत्यंत व्यवस्थित, नीटनेटकं ठेवलेलं आणि स्वच्छ असे. पण त्या वेळी त्याचं टेबल कधीही नाही एवढं अव्यवस्थित आणि पसारा पडलेलं होतं. त्यामधून त्याच्या मनातला क्षोभ दिसून येत होता. त्याच्या लॅपटॉपभोवती प्रिंटआउट, अर्धवट खाल्लेल्या सीरिअल्सचे बाउल्स, खाऊन उरलेल्या चायनीज पदार्थांचे प्लॅस्टिकचे डबे, असा सगळा पसारा पडला होता. तळाशी तपकिरी रंगाचे सुकलेले डाग पडलेले आणि निष्काळजीपणानं टाकून दिलेले कॉफीचे कप अस्ताव्यस्तपणे कोपऱ्यात पडले होते.

गॅलरीच्या संदर्भातल्या प्रत्येक तपशिलाचा त्यांनी बारकाईनं अभ्यास केला. पीआयचे अहवाल आणि कलात्मक वस्तूंच्या क्षेत्रातल्या गुन्हेगारीसंदर्भातल्या वेबसाइट्सवरून गोळा केलेल्या माहितीची काळजीपूर्वक छाननी केली. त्यांनी विविध प्रकारच्या शक्यतांविषयी अनुमानही बांधलं.

त्यानंतर त्या रविवारी संध्याकाळी टॉमने पहिल्यांदाच मख्ख चेहऱ्यानं त्याला सुचवलं, ''मला वाटतं की तुला बहुधा भारतात जावं लागेल.''

''अगदी नक्की, नक्कीच मी जाईन हं,'' जॉश खो-खो हसत म्हणाला. टॉम खरोखरच विनोद करत असावा असं त्याला वाटत होतं. टॉमनं पुढचे धागेदोरे व्यवस्थित मनातल्या मनात जुळवून ठेवले आहेत हे त्या वेळी त्याच्या लक्षात आलं नव्हतं.

रात्रीच्या सुमारास पीआयनं असा अहवाल दिला की, त्या गॅलरीत नियमितपणे मुंबईतून जहाजातून माल येतो आणि तो संपूर्ण युरोपभर विकला जातो. त्यानं अशी माहिती दिली की, स्थानिक कायदा अंमलबजावणी यंत्रणेत मि. बॅनर यांचा नावलौकिक फारसा चांगला नव्हता; परंतु अद्याप त्यांच्यावर आरोप ठेवण्याजोगं त्यांना काहीही आढळलं नव्हतं.

टॉमनं त्यांचं संभाषण स्पीकरवर ठेवलं. त्यामुळे जॉशही ते ऐकत होता. मिळालेल्या माहितीमुळे त्यांनी एकमेकांकडे निराशेनं रोखून पाहिलं. त्या माहितीनं त्यांच्या सिद्धान्तांचा ना दंभस्फोट झाला होता, ना ते उचलून धरले गेले होते. जॉशनं केलेल्या स्वतंत्र संशोधनातून तोही अशाच स्वरूपाच्या निष्कर्षाप्रत आला होता.

पीआयनं अखेरीस असं सांगितलं की, ''यात तुम्हाला स्वारस्य आहे की नाही ते मला माहिती नाही, पण काही महिन्यांपूर्वी या गॅलरीकडे चेन्नईतून मालाचं जहाज आलं होतं. त्यांच्याकडे सहसा मुंबईतून मालाचं जहाज येतं.''

टॉमचा चेहरा खर्रकन उतरल्याचं स्पष्टपणे दिसलं आणि जॉश एकदम ताठ बसला.

"ते नेमकं कुठून आलं होतं ते तुम्हाला माहिती आहे का?"

"नाही. मला ते माहीत नाही. मी ही माहिती तिथे काम करणाऱ्या सुंदर अविवाहित जर्मनभाषक तरुणीकडून काढून घेतली. आज संध्याकाळी मी तिला बारमध्ये भेटलो होतो."

"हीच गोष्ट अतिशय महत्त्वाची आहे. त्या जहाजाविषयी, त्यावरच्या मालाविषयी आणि ते नेमकं कुठून आलं त्याविषयी आपल्याला समजलं असतं तर खूप बरं झालं असतं," टॉम कठोरपणे म्हणाला.

त्यानंतर लवकरच त्या पीआयनं फोन ठेवून दिला. त्याच वेळी जॉशनं भारतात जाण्याविषयीची टॉमची कल्पना झपाट्यानं पुढे सरकली. आता ती सूचना नव्हती, तर ती निश्चिती होती आणि खरं तर अगदी आग्रहापर्यंत किंवा दुराग्रहापर्यंत ती पोहोचली होती.

"मग जॉश, आता दोन संभाव्य रूपरेखा किंवा शक्यता आहेत. पहिली म्हणजे, आयशेनडॉर्फच्या मालकीचा तो नटराज असू शकेल. म्हणजे त्याचं उगमस्थान खरं आहे आणि तो अगदी योगायोगानं झुरिकला गेला असेल. त्याच्या खात्यात जमा झालेला पैसा कायदेशीर नव्हता ही शक्यता नाकारण्याजोगं नेमकेपणानं आपल्याकडे काहीही नाही."

"आणि दुसरी शक्यता?"

टॉमने एक दीर्घ श्वास घेतला. "आयशेनडॉर्फ हा त्या मूर्तीच्या उगमस्थानाची बनावट निर्मिती करण्यास साहाय्यभूत ठरणारं प्यादं आहे. काहीही झालं तरी त्याच्या पूर्वजांकडे नटराजाची मूर्ती होती याचा कागदोपत्री अगदी स्पष्ट पुरावा आहे. आयशेनडॉर्फने त्या गॅलरीला त्या मूर्तीची माहिती घेण्यासाठी भेट दिली असावी. ती मूर्ती चेन्नईहून जहाजातून आलेल्या मालात असावी. त्या चोलाकालीन पुरातन मूर्तीची भारतातून बेकायदेशीर वाहतूक करण्यात आली असावी."

"बेकायदेशीरपणे का?"

"कारण भारतीय कायद्यांप्रमाणे तुम्ही कायदेशीररीत्या एखादी पुरातन कांस्य मूर्ती निर्यात करू शकत नाही. अगदी समज, एखादा चमत्कार घडला आणि अशी एखादी मूर्ती तुझ्या मालकीची असली, तरीही तू तिची निर्यात करू शकणार नाहीस. अगदी भारतातही पुरातन कांस्य मूर्ती या एक तर मंदिरांमध्ये किंवा वस्तुसंग्रहालयांतच असतात."

तिथे एकदम गाढ शांतता पसरली. जॉशला टॉमच्या शब्दांतली तार्किकता पटली होती. त्याच्या शब्दांत सत्यता होती. त्यालाही खरं तर तोच संशय आला होता.

"मग तू ही मूर्ती संपादन करण्याच्या प्रकरणातून सरळसरळ अंग काढून का घेत नाहीस? नाहीतरी एवीतेवी तू त्याला अजून पैसे दिलेलेच नाहीस."

"काय?" टॉम भावनाप्रधानतेनं ओरडला. त्यानंतर अभ्यासक असल्यासारखा वाटण्याइतपत तो सावरला. तो म्हणाला, "अर्थात, मी ते करू शकतो, पण कशाच्या आधारावर? कलात्मक वस्तूंच्या गुन्ह्यांविषयीच्या वेबसाइट्सवर, वृत्त साइट्सवर, वृत्तवाहिन्यांवर ...कशावरही अशा प्रकारचा नटराज चोरीला गेल्याचा उल्लेख नाही. तू ते सगळं तपासलं आहेसच. मग ही मूर्ती अचानक कशी काय प्रकट झालेय?"

जॉश संतप्त झाला आणि जोरात हसला. "तू माझी चेष्टा चालवलेयस का? तूच तर कशाचा तरी संशय आल्यामुळे ही चौकशी करायला सुरुवात केलेयस."

पिंजऱ्यात येरझाऱ्या घालणाऱ्या प्राण्याप्रमाणे टॉमनं आपली खुर्ची मागे-पुढे हलवली. त्याने एक दीर्घ श्वास घेतला.

"मला हे माहिती नाही का? मला पहिली शक्यता खरी असावी असं वाटतंय. पण इथे तर दुसरी शक्यता दिसतेय," तो म्हणाला. त्याच्या आवाजात दुःख भरून राहिलं होतं.

"हे बघ, जरी दुसरी शक्यता खरी असली, तरीही तुझ्याकडे अजूनही - ते काय बरं म्हटलं जातं... हं, तर तुझ्याकडे अजूनही लाघवीपणानं नकार देण्याची क्षमता आहेच. जर ...आणि ते खरोखरच जर तितकं मोठं असेल ...म्हणजे ती मूर्ती चोरीची असेल, तर त्याविषयीचा खटला अनेक वर्षं चालत राहील. त्याची कोणाला पर्वा आहे?"

"त्याची मला पर्वा आहे. मला खरोखरच त्याची पर्वा आहे. ही अगदीच बेजबाबदारपणाची गोष्ट आहे. या मूर्ती संपादनात फक्त कायदेशीर गुंतागुंतच असेल तर एक वेळ ते ठीक आहे; परंतु कायदेशीरपणाच्या पलीकडे जाऊन मला या मूर्तीच्या मुळाविषयीच्या प्रश्नानंच भंडावून सोडलंय. त्या जहाजावरच्या मालात काय होतं आणि अखेरीस ती मूर्ती कुठून आली ते आपल्याला शोधून काढावंच लागेल. मला हे समजलंच पाहिजे. याचं उत्तर भारतात आहे."

"नाही. ते झुरिकमध्ये आहे. आज रविवार आहे. उद्या मी काही फोन करतो आणि -"

"पीआय भारतातला स्रोत शोधून काढेल. तू त्याच्यावर तुझा वेळ वाया घालवू नकोस. आपल्याला त्याच्या पलीकडे जाऊन मागोवा घ्यावा लागेल." टॉमनं व्हीलचेअर फिरवणं थांबवलं आणि त्याने जॉशकडे पाहिलं.

त्याच्या कळकळीच्या अजिजीला जॉशनं फक्त हुंकार देऊन प्रतिसाद दिला. "अगदी समज की, मी तुझं म्हणणं मान्य केलं, तरीही मी प्रत्यक्ष तिथे गेलं पाहिजे

असं तुला वाटत नसेल ना? मी तिथे जाऊन काय करणार आहे? प्रत्येक हिंदू चर्चचा दरवाजा ठोठावून मी त्यांना असं विचारणार आहे का, की तुमच्याकडे कधी काळी अमुक इतक्या उंचीची मूर्ती हरवली होती का?''

''ही गोष्ट अगदी स्पष्ट आहे की, तू प्रत्येक मंदिराचा दरवाजा ठोठावशील, हिंदू चर्चचा नव्हे,'' टॉम रागाने त्याच्याकडे पाहत म्हणाला. ''आणि तांत्रिकदृष्ट्या मी द्रविड लोकांचा अभ्यासक आहे.''

''हे बघ मला याचा काय अर्थ आहे तेही माहीत नाही.''

''माझी मैत्रीण विद्या... तुला आठवतंय का मी तिच्याविषयी तुला सांगितलं होतं. ती याविषयी सांगू...''

जॉशनं शांत राहण्याचा प्रयत्न केला. ''मी डिजिटल व्याप्तींमध्ये अधिक चांगलं काम करू शकतो, टॉम. तिथे कायदे असतात आणि त्यांच्यापैकी अनेक कायदे मी अखेरीस फोडतो. मी तिथे जाऊन काम करण्यापेक्षा इथून ते जास्त चांगल्या प्रकारे फोडू शकतो. भारतीय लोक कोणत्या प्रकारच्या छळांमध्ये निष्णात आहेत ते देवालाच ठाऊक, काही जादूटोणा, जंतरमंतरसारख्या गोष्टी त्यांना येत असतील.''

टॉमनं त्याच्या रागानं धुमसणाऱ्या आवाजाकडे दुर्लक्ष केलं.

''मला तुझी गरज आहे. ज्याच्यावर मी पूर्णपणे विश्वास ठेवू शकेन, जो तार्किकतेनं विचार करू शकेल, अशा कुणाची तरी मला गरज आहे. मला माहीत आहे... आपण इथे बसून ही समस्या सोडवू शकणार नाही. तो पीआय त्या मुलीला बाहेर ड्रिंकसाठी घेऊन जाऊन तिच्याकडून ती माहिती कशी काढून घेऊ शकला ते तुला माहिती आहे ना?''

''हो तर. चांगलंच माहीत आहे. त्याला मादक मुलींना बाहेर न्यायला मिळतंय आणि मला कुठे जावं लागतंय? कुठल्या तरी एकाकी, ओबडधोबड देशात?''

''जॉश, मनापासून आपण दोघेही रहस्याचा शोध घेणारे आहोत आणि मला माहीत आहे की, तुलाही याविषयी खूपच जिज्ञासा वाटू लागलेय. तू नेहमीच कोडी सोडवण्यात पटाईत होतास. तू सिक्युरिटी तज्ज्ञ आहेस. त्यामुळे कृपया, देवासाठी तरी हे कर.''

''सॉफ्टवेअर सिक्युरिटी तज्ज्ञ म्हण, टॉम!'' जॉशनं अतिशय संतापाने त्याचं बोलणं मध्येच तोडत म्हटलं. ''मी खोलीत संगणकासमोर बसून माझं काम करतो. खरं तर मुळातच कुठल्या तरी परक्या पौर्वात्य देशात जाण्याची बिलकूल गरज नाही. मी अगदी पूर्णपणे आणि सकारात्मकतेनं तिकडे जाण्यास नकार देतोय.''

तो खरोखरच त्याच्या भावाला असं स्पष्टपणे सांगून मोकळा झाला होता.

६

जॉशनं हेडफोन काढले आणि विमानाचा आवाज वाढल्यावर तो सीटवरून उठून उभा राहिला. बहुतेक प्रवासी चित्रपट पाहण्यात दंग झाले होते किंवा गाढ झोपी गेले होते. तो विमानाच्या सीटमधल्या मार्गिकांमधून वर-खाली फिरत राहिला. त्या अरुंद जागेत त्याला जितकं म्हणून हात-पाय ताणणं शक्य होतं, तितक्या प्रमाणात तो हात-पाय ताणत राहिला. त्याबरोबरच हवाईसुंदरीबरोबर संभाषणही करत राहिला. दुसरी एखादी वेळ असती, तर त्याने नक्कीच तिचा मोबाइल नंबर घेतला असता.

त्याला एवढी सपाटून भूक लागली होती, की दुपारचं जेवण आल्यानंतर त्याने चवीचा कसलाही विचार न करता त्याचा चट्टामट्टा करून टाकला. आपल्या पोटाचा यामुळे बोजवारा उडेल हे माहीत असूनही तो वाइनही प्यायला आणि भरपूर प्रमाणात कॉफीही प्यायला. साधी डुलकीही तो काढू शकला नव्हता, एवढा अस्वस्थ होता आणि चित्रपट पाहणंही त्याला शक्य नव्हतं, इतकं त्याचं लक्ष विचलित झालं होतं. त्यानंतरचे काही तास असेच संदिग्धतेत गेले. त्यानंतर सूर्यप्रकाश मंदावला. ते सूर्यापासून जलद गतीनं दूर चालले असतानाच बाहेर गुडूप अंधार झाला.

अखेरीस उड्डाणाच्या माहिती वाहिनीवर एक लहानसं विमानाचं चित्र दिसलं. जणू काही त्या विमानाचं नाक आता चेन्नईला टेकणारच होतं. विमानात पुन्हा लाइट आले आणि जॉशनं पुन्हा एकदा डोळे चोळत हात-पाय ताणून आळस दिला. हवाईसुंदरीनं ते चेन्नई विमानतळाजवळ पोचल्याची उद्घोषणा केली.

विमान खाली येऊ लागल्यावर जॉशनं बाहेरच्या अंधारात डोकावून पाहिलं. विमानात लाइटच्या ठिपक्यांच्या रेषा आणि बहुभुजाकृती तयार झाल्या आणि त्यात खालचं शहर दिसू लागलं. प्रखर पांढऱ्या आणि पिवळसर, स्थिर आणि चकाकत्या व लुकलुकत्याही प्रकाशात विमान खाली खाली येत राहिलं. हळूहळू महामार्ग,

स्टेडियम मागे टाकून एका मोठ्या थड् अशा आवाजानिशी ते विमानतळाच्या जमिनीला टेकलं. प्रवेशद्वाराच्या निऑनच्या झगझगीत प्रकाशाच्या दिशेनं ते जोरात चाललं होतं.

विमानतळावरही भरपूर प्रकाश होता, पण तिथे शांतता होती. परदेशातून आलेल्या प्रवाशांच्या रांगेत तो उभा राहिला. तिथले सोपस्कार पूर्ण झाल्यावर त्याचा तिथे येण्याचा हेतू खरोखरच त्याने दावा केल्याप्रमाणं पर्यटन हाच होता का, असा विचार त्याच्या मनात आला. पण त्याने फॉर्मवर जे लिहिलं होतं त्याच्यावर चेहऱ्यावर बिलकूल स्मित नसलेल्या तिथल्या अधिकाऱ्याचा विश्वास बसला असल्यासारखं दिसलं. एकही शब्द न बोलता त्याने हात हलवून जॉशला बाहेर पडण्याचा इशारा केला. ग्रीन चॅनलमधून तो बाहेर पडला.

विमानतळावरून बाहेर पडल्यावर त्याला तात्पुरत्या तयार केलेल्या उंचवट्यांच्या मागे धक्काबुक्की करत उभ्या असलेल्या लोकांची गर्दी दिसली. त्यात बहुतेक पुरुषच होते. त्या रांगेतून जाताना त्याला आजूबाजूच्या लोकांचे धक्के बसत होते. पण तरीही लवकरच तो पुढे पोहोचला होता. प्रवाशांना नेण्यासाठी आलेले लोक समोरच हातात फलक घेऊन उभे असल्याचं त्याला दिसलं. सुदैवानं, ते सगळे फलक इंग्रजीत होते. ते प्रवाशांच्या स्वागतासाठी उभे होते हे त्याच्या लक्षात आलं.

रात्रीची हवा लंडनच्या हवेच्या बरोबर विरुद्ध उबदार आणि दमट होती. वाऱ्याची हलकीशी झुळूक आली, पण तिचा काहीच उपयोग झाला नव्हता. विमानातून उतरताना सवयीनं घातलेली हुडी जॉशनं लगेच काढून टाकली. सिगारेटच्या धुराचे वास आणि एक्झॉस्टच्या वाफा त्याच्या नाकाला झोंबल्या. त्याने श्वास घेतल्यावर त्याच्या तोंडात घशाजवळ एक प्रकारची घाणेरडी आणि गॅसोलिनची चव निर्माण झाली. अनोळखी भाषेत बोलत चाललेल्या लोकांचा गोंगाट त्याच्या कानांवर आदळत होता. विमानतळावरून बाहेर पडल्याबरोबर अचानकच आपण एका वेगळ्याच जगात आल्याचं त्याला जाणवलं.

त्याच्या लक्षात आलं की, हॉटेलमधून कोणीतरी त्याला नेण्यासाठी तिथे येणार होतं. त्याने आजूबाजूला पाहिलं. शोफरसारखा पोशाख केलेल्या एका माणसाच्या हातात त्याच्या नावाचा फलक दिसत होता.

तो त्याच्याकडे गेला आणि त्याने स्वत:ची ओळख करून दिली. त्याबरोबर त्याला काही कळण्याच्या आतच त्या माणसानं त्याच्याकडचं सामान घेतलं आणि तो झपाझपा चालू लागला. जॉशनं त्याच्या मागे जाण्याचा प्रयत्न केला; परंतु तिथून काही फुटांवरच्या पदपथाजवळ जॉशनं थांबावं, असं त्याने खुणेनंच सुचवलं.

त्यानंतर पूर्ण दोन मिनिटं गेली. जॉशनं तोपर्यंत टॉमला संदेश पाठवला. ''नमस्ते. गरुड जमिनीवर उतरलाय.'' त्यानंतर कारमध्ये बसणाऱ्या आणि भरपूर

सामान गाडीत कोंबणाऱ्या स्त्री-पुरुषांचं तो निरीक्षण करत उभा राहिला. ते सगळे जण उत्साहानं बोलत होते. आता मात्र त्याला भारतात उतरल्याबरोबर मिनिटभरातच तो लुबाडला गेला होता की काय, अशी शंका येऊ लागली; परंतु तसं काहीच घडलं नव्हतं. लवकरच हॉटेलचं नाव रंगवलेली जपानी बनावटीची कार त्याला त्याच्या दिशेनं येताना दिसली. ती त्याच्याच जवळ येऊन थांबली. ड्रायव्हरनं त्याला हात केला.

तो कॅबमध्ये बसला. ड्रायव्हरच्या हॅटमुळे आणि गणवेशामुळे तो अकारणच गोंधळून गेला होता. जवळजवळ निर्जन रस्त्यांवरून ते निघाले होते. तिथे सगळं कसं शांत शांत होतं. अर्थातच ते रात्री अवेळी निघाल्यामुळे ती शांतता होती.

त्याच्या फोनवर बीपचा आवाज झाला. टॉम तोपर्यंत झोपलेला नव्हता आणि त्याने त्याचा संदेश वाचला होता हे स्पष्टच होतं.

हिथ्रो विमानतळावर त्याने विकत घेतलेल्या सिमकार्डचा डेटा प्लॅन काम करत होता, हे पाहून जॉशला आनंदाच्या उकळ्या फुटल्या. पण तरीही त्याला त्यासाठी भरमसाट किंमत मोजावी लागणार होती, हे खरंच होतं. मात्र, त्याचा नियमित फोन वापरण्यापेक्षा ते केव्हाही उत्तम होतं.

नेहमीप्रमाणेच डिजिटल नेटवर्कच्या शक्तीनं त्याला रोमांचित केलं होतं. इथे तो जवळजवळ अर्धं जग ओलांडून आला होता आणि तरीही टॉमशी त्याचा संपर्क तसाच अबाधित राहिला होता! सेल टॉवर्स आणि उपग्रह यांच्याद्वारे उड्या मारत त्याचा संदेश टॉमपर्यंत पोहोचला होता. जगात सारं काही आलबेल सुरू होतं.

त्याच्या विचलित झालेल्या मनानं वेळोवेळी विविध बीएमडब्ल्यू असलेल्या शोरूमची झलक दिसल्याची नोंद घेतली होती. तिची भव्यता नि:संदिग्ध होती. ती इमारत अरेबियन नाइट्समधल्या एखाद्या राजवाड्यासारखी दिसत होती. डावीकडून गाड्यांची वाहतूक सुरू होती. गॅस स्टेशन दिसत होतं आणि नंतर अनपेक्षितपणे आकाशात संपूर्ण प्रकाशानं चमकणारा पूर्ण चंद्र दिसला.

जवळजवळ अर्ध्या तासानं ते हॉटेलजवळ पोहोचले. विमानतळावरच चलन बदलून घेण्याची दूरदृष्टी नसल्यामुळे जॉशनं ड्रायव्हरला डॉलरमध्ये भाडं देण्याचा प्रयत्न केला.

त्या माणसानं सामान बाहेर काढत असताना मान हलवून त्याला नकार दिला.

"माझ्याकडे भारतीय चलन नाही. तुम्ही थांबाल का? मी रिसेप्शनवर मिळतंय का ते पाहतो," तो म्हणाला.

"ठीक आहे सर," ड्रायव्हर म्हणाला. पण त्याने पुन्हा एकदा मान हलवली.

अगदीच गोंधळून गेल्यानं जॉशनं त्याला अधिक सावकाशपणे बोलत पुन्हा एकदा समजावून सांगितलं.

"ठीक आहे, ठीक आहे. हॉटेल मला पैसे देईल," त्या ड्रायव्हरनेही तसंच सावकाश बोलत उत्तर दिलं, जणू काही त्याला जॉशचा राग आला होता.

हॉटेलच्या कर्मचाऱ्यानं त्याचं सामान उचललं आणि ते सुरक्षा तपासणी यंत्रणेत ठेवलं. त्यानंतर त्याने त्याला स्वागत कक्षाकडे - रिसेप्शनकडे नेलं. हॉटेल अगदी अद्ययावत आणि एकदम आलिशान होतं. तिथल्या रिसेप्शनमध्ये काम करणारे कर्मचारी एकदम चुणचुणीत आणि एवढी रात्रीची वेळ असतानाही एकदम प्रसन्न आणि तरतरीत दिसत होते. तिथल्या पुरुषानं सूट घातला होता आणि स्त्री साडी नेसली होती. जॉशला तिच्या कपाळावरचा लाल ठिपका मोठा आकर्षक वाटला. तो बरोबर तिच्या लिपस्टिकच्या रंगछटेसारखाच होता.

त्याला एकदम उत्तेजित झाल्यासारखं वाटलं. जणू काही तो मदिरापानानं झिंगला होता. त्याने मोठ्या प्रयासानं तिच्याकडे एकटक पाहणं टाळलं.

तिने जॉशला हॉटेलमध्ये अगदी सक्षमपणे दाखल करून घेतलं. तिच्या चेहऱ्यावर प्रसन्न आणि बुद्धिमत्तादर्शक स्मित होतं. तिने हॉटेलच्या सामान उचलणाऱ्या कर्मचाऱ्याला खूण केली. जॉश त्याच्याबरोबर शांतपणे लिफ्टमध्ये शिरला. त्यानंतर लवकरच जॉश त्याच्या आलिशान खोलीत पोहोचला. खोलीच्या भिंतीवर लाकडी फळ्यांवर सुंदर चित्रं कोरण्यात आली होती. खोलीच्या सजावटीत एक प्रकारचा सुसंस्कृतपणा भरून राहिला होता. पडदे बंद होते आणि एक खूप मोठा पलंग तयार करून ठेवण्यात आला होता. त्याने सुटकेचा नि:श्वास टाकला.

त्याचं सामान आणून ठेवलेल्या हॉटेलच्या कर्मचाऱ्यानं त्याने दिलेले डॉलर घेतले आणि तो निघून गेला. त्यानंतर जॉशनं त्याचा फोन बाहेर काढला आणि त्यावर तो वाय-फायचा पासवर्ड टाकू लागला. देवाची दयाच होती! तिथे चांगली वाय-फाय कनेक्टिव्हिटी होती. त्याने मेल तपासले, टॉमसाठी एक टीप पाठवली आणि त्याचे मल्टिनॅशनल प्लग अडॅप्टर बाहेर काढले. त्याचे फोन आणि लॅपटॉप चार्ज होतील एवढ्या आउटलेट त्याने शोधून काढल्या. खोलीतल्या फळांच्या बास्केटकडे दुर्लक्ष करून तिथल्या छोट्याशा कठड्यावरून त्याने हवाबंद थंड पाण्याची बाटली घेतली आणि तो घटाघटा पाणी प्यायला.

त्यानंतर सुव्यवस्थित ठेवलेल्या बाथरूममध्ये तो गेला आणि त्याने आपल्या प्रतिबिंबाकडे बघितलं. दोन दिवसांच्या अथक कामाची किंमत त्याच्या शरीरानं चुकती केली होती. दाढीचे वाढलेले खुंट, तारवटलेले, दुखणारे डोळे, अस्ताव्यस्त पसरलेले केस, चुरगळलेला शर्ट, अगदी गबाळा अवतार... एकूणच, तो अगदी नरकातून आल्यासारखा दिसत होता आणि कांस्य धातूच्या स्वरूपातली का असेना, पण शिव या महान भारतीय देवतेचा माग काढण्यास पूर्णपणे अयोग्य वाटत होता. भान हरपल्यासारखं, वेडंगबाळं दिसणारं स्वत:चं ध्यान त्याला व्यवस्थित करावंच

लागणार होतं. त्याला रात्रभर छान झोप काढण्याची गरज होती. त्याला टॉमला अगदी ठोकून काढायचं होतं.

तो तसाच धाडकन पलंगावर आडवा झाला.

* * *

लंडन... काही तास आधीची वेळ

वस्तुसंग्रहालयाच्या तळघरातला मंद प्रकाश असलेल्या थंडगार स्टोअरेज रूममध्ये साहाय्यक व्यवस्थापक त्या नटराजासमोर काही क्षण थांबला. प्राचीन रोम आणि ग्रीसविषयक माहितीवर त्याचं प्रभुत्व होतं. कोरिंथ या प्राचीन शहरातलं, तेल किंवा दारू साठवण्याचं दोन कानांचं भांडं घेण्यासाठी तो आला होता. त्याला ते बाहेर लोकांसमोर प्रदर्शनार्थ मांडायचं होतं. त्यामुळे तो घाईघाईनंच तिथून बाहेर पडणार होता, ...पण जादुई आकर्षणानं त्या मूर्तीनं त्याला स्वत:कडे जणू खेचून घेतलं होतं आणि स्वत:समोर थांबायला भाग पाडलं होतं.

त्या सगळ्या थंड, पांढऱ्याशुभ्र संगमरवरी ग्रीक आणि रोमन शिल्पांविषयीची आवश्यक तेवढी सगळी माहिती त्याच्याकडे होती. वस्तुसंग्रहालयाच्या पहिल्या मजल्यावरच्या प्रशस्त जागेत ती सगळी शिल्पं मांडून ठेवण्यात आली होती. तो ग्रीक पुरातन वस्तूंचा तज्ज्ञ असला, तरी इतिहासतज्ज्ञ म्हणून त्याला स्वाभाविकपणेच अशा प्रकारच्या कोणत्याही प्राचीन अवशेषांविषयी उत्सुकता आणि कौतुक वाटत असे. टीमच्या बैठकीत त्यांनी ज्या टाचणावर चर्चा केली होती ते त्याने वाचलं होतं. ती शिवाची नर्तन करणाऱ्या नटराजाच्या रूपातील मूर्ती होती. त्याला कांस्य मूर्तींची माहिती होती. ग्रीक-रोमन जगतात मोठ्या प्रमाणात तशा मूर्ती होत्या. पण त्याला हिंदू प्रतीकात्मकतेची पुरेशी माहिती नव्हती. त्यामुळे व्यवस्थित पारख करून त्या विशिष्ट मूर्तींचं तो मूल्यमापन करू शकत नव्हता. तरीही तिच्याकडे तो आकृष्ट झालाच होता.

त्या मंद प्रकाशात तो धातू चमचम करत होता. त्याच्यावर सर्वत्र सम प्रमाणात चढलेली काळसर तकाकी त्या मूर्तीच्या वैभवात आणि भव्यतेत भरच घालत होती- आणि कदाचित तिच्या मूल्यातही ती भर घालत असावी. सावल्यांमध्ये गूढतेची जाणीव निर्माण करणाऱ्या त्या हिंदू देवतेच्या चेहऱ्यावरच्या स्मिताकडे आकर्षित झाल्यासारखा तो एकटक पाहत राहिला. त्या मूर्तीच्या चेहऱ्यावर त्याला जास्तच तेज झळकत असल्यासारखं वाटलं. ती त्याची कल्पना होती की ते खरंच होतं?

त्या मूर्तीनं त्याचा कब्जा घेतला होता, असं टॉम विन्स्लोनं सांगितलं होतं. एवढ्या प्रचंड उंचीची भारताबाहेर सापडलेली ती बहुधा एकमेव मूर्ती असावी. त्यामुळे ते सांगताना त्याच्या आवाजात एक प्रकारची खळबळ, रोमांचकता होती.

नटराजाच्या डाव्या पावलाखाली अर्धवट मानवी प्राणी चिरडला गेला होता. तो अज्ञानाचा राक्षस होता, असं त्याने ऐकलं होतं. त्याचा उजवा पाय डाव्या पायाच्या दिशेनं वर आडवा उचलला गेला होता. त्याच्या चार हातांपैकी एका हातात अग्नी होता. एका हातात डमरू होता आणि उर्वरित दोन हातांनी त्याने मुद्रा केली होती. त्या साहाय्यक व्यवस्थापकाला त्यातला अर्थ समजला नव्हता; परंतु त्या मुद्रांमध्ये काहीतरी अर्थ असावा एवढं मात्र कळलं होतं. नटराजाच्या चेहऱ्याच्या दोन्ही बाजूंना जटा पसरल्या होत्या. त्याच्या हातात असलेल्या नागानं फणा काढला होता आणि तो दंश करायला सज्ज होता. सडपातळ आकृती. तिच्याभोवती दंडगोलाकृती प्रभावळ होती. अत्यंत रुबाबदार आणि तरीही एक प्रकारची जरब निर्माण करणारी अशी ती मूर्ती होती.

'निश्चल मन:शांतीचा आनंद दर्शवणारी आणि प्रभावशालीपणे दयाळू,' ऑगस्टी रॉडिननं अशाच प्रकारच्या नटराजाच्या एका दुसऱ्या मूर्तीसाठी वापरलेल्या शब्दांचा अर्थ स्पष्ट करणारे शब्द वापरून टॉमनं त्याचं प्रेझेंटेशन संपवलं होतं. त्या वेळी पडद्यावर नटाराजाच्या मूर्तीचं चित्र होतं. "सभ्य स्त्री-पुरुषहो, परमानंदानं नृत्य करणारा शिव नटराज," असं तो म्हणाला होता.

ती मूर्ती संपादित करण्यात आली होती, त्याबद्दल त्याच्या मनात कौतुकाची भावना निर्माण झाली. तरुण टॉम त्याला एकदम आवडलाही होता. टॉम त्याच्या पुढे जाईल, हे त्याला नेहमीच माहीत होतं. अनुदानात कपात करण्यात आल्याची आणि वस्तुसंग्रहालयात कर्मचारी कपात होणार असल्याची चर्चा सुरू होती. टॉमवर सगळ्यांचा खूपच लोभ होता; परंतु तरीही टॉम अमेरिकन असल्यामुळे अजूनही बाहेरचा होता आणि तो स्वत: स्थानिक होता आणि दीर्घकाळापासून तिथे काम करत होता. ज्या वेळी कपात करण्याची वेळ येईल, त्या वेळी त्याला त्यांनी काढून टाकू नये, असंच त्याला वाटत होतं; परंतु एवढ्या बुद्धिमानतेनं केलेल्या संपादनामुळे आणि त्यापाठोपाठ नक्कीच भरवण्यात येणाऱ्या प्रदर्शनामुळे त्याला स्वत:विषयी फारशी आशा वाटत नव्हती.

तो मूर्तीकडे रोखून पाहत असतानाच त्याच्या मनात असा प्रबळ विचार आला की, असं काहीतरी घडावं की त्यामुळे ती मूर्ती त्या वस्तुसंग्रहालयात मुळीच राहू नये.

त्यानंतर त्याने उसासा सोडला आणि तो तिथून निघून गेला. कदाचित त्याला तिथून उत्तरेकडे असलेल्या वस्तुसंग्रहालयात पाठवलं गेलं असतं आणि तिथे तो मुख्य साहाय्यक बनला असता. कदाचित कर्मचारी कपात झालीच नसती. सरकत्या जिन्याची वाट पाहत तो उभा होता, त्या वेळी तो मनातल्या मनात याचीच काळजी करत होता.

७

सकाळ झाली आणि नेहमीप्रमाणेच उबदारपणा जाणवू लागला आणि वेगवेगळे आवाज ऐकू येऊ लागले. आता आणखी एक उत्कट, उत्साही दिवस समोर असल्याचं ते अभिवचनच होतं. सूर्य आकाशात आधीच खूप उंचावरून तळपू लागला होता आणि सूर्यप्रकाशाच्या तिरपींमध्ये धुळीचे कण नृत्य करत होते. त्यांचं छोटंसं स्वयंपाकघर त्यामुळे चमकत होतं.

विद्याच्या दिवसाची सुरुवात खूपच आधीपासून झाली होती आणि तिची कामं जवळजवळ संपत आली होती. आता स्वयंपाकघरातील पसारा आवरून ते नीटनेटकं करण्याचं तिचं काम सुरू होतं. तिने नाश्त्याचे पदार्थ बाजूला ठेवले आणि स्वयंपाकाचा कट्टा पुसून घेतला. कामाची बाई आधीच येऊन झाडून आणि फरशा पुसून गेली होती. शिवाय तिने भांडीही घासली होती.

विद्यानं तिच्या व्यवस्थापकाला इ-मेल पाठवून ती त्या दिवशी सुट्टी घेत असल्याचं आणि तिच्या बैठकांचं वेळापत्रक तिने त्यानुसार पुन्हा आखल्याचं कळवलं होतं. त्यांचा एक ग्राहक लक्षणीय प्रमाणात फॉरेक्स आणत असे. तिला ट्रेझरीतून एक्स्चेंज दर तपासून पाहावेच लागणार होते, याची मनातल्या मनात तिने स्वत:लाच आठवण करून दिली.

तोडी रागातल्या आलापीनं वातावरण भरून गेलं. तिच्या मनातल्या अटकळीशी आणि घाई-गडबडीशी तो आलाप जुळत होता. भराभरा स्वयंपाक उरकून तिने वडिलांसाठी टेबलावर जेवणाची भांडी ठेवली. भात, भरपूर डाळ असलेलं लालसर सांबार, चिरलेला आणि वाफवलेला घेवडा, मोठी वाटीभर सॅलड... त्या सगळ्यात सौम्य प्रमाणात गरम मसाला होता आणि कमी प्रमाणात मीठ होतं. काकडी आणि टोमॅटो आणि शेंगदाणे एकत्र केलेलं ते रंगीबेरंगी मिश्रण होतं. पण तिला माहिती

होतं की, आरएसटी त्या सगळ्याचं कौतुक तर दूरच, पण साधी दखलसुद्धा घेणार नाहीत. त्यांच्या दृष्टीनं अन्न हे अन्न होतं आणि अगदी साध्यात साधा पदार्थ आणि अगदी तयार करायला खूप वेळ लागणारा चविष्ट पदार्थ दोन्हीही सारखेच होते. कोणताही पदार्थ त्यांनी तितक्याच अलिप्तपणे आणि दुर्लक्ष करून बेफिकिरीनं खाल्ला असता.

अगदी स्वर्गीय चवीचा स्वयंपाक करणाऱ्या तिच्या आईला तिने एकदा विचारलं होतं की, त्यांच्या या बेपर्वाईशी आणि उदासीनतेशी तिने कसं काय जुळवून घेतलं होतं? पण तिच्या आईनं त्यावर "मग मी आता अगदी निराशेनं भरलेल्या कविताच रोजनिशीत लिहून काढते," एवढंच मिश्कीलपणे म्हटलं होतं. काही वेळा तिला वाटत असे की, आईनं ते उत्तर उपहासानं दिलं असावं. स्वत:कडे इतकं लक्ष देऊ नये असं सांगण्यासाठी तिने तसं केलं असावं. पण काही वेळा तिला असंही वाटत असे की, तिच्या आईच्या वस्तूंमध्ये तिला कदाचित तिची ती रोजनिशी सापडेलही.

दोघांच्या एवढ्या भिन्न स्वभावामुळे तिच्या पालकांच्या विवाहावर कोणते परिणाम झाले असावेत याविषयी तिच्या मनात असलेल्या अनिश्चिततेमुळे विवाहसंस्थेविषयीच्या तिच्या स्वत:च्या दृष्टिकोनावर निश्चितपणे परिणाम झाला होता. म्हणूनच अनुरूप जोडीदार शोधण्याची प्रक्रिया अत्यंत काळजीपूर्वक आणि शांतपणे पार पाडली पाहिजे, असा विचार तिने केला होता.

तिच्या स्वच्छंदी, लहरी विचारांना झटकून टाकून तयार होण्यासाठी ती तिच्या बेडरूममध्ये गेली. जॉश तयार झाला असेल आणि चेन्नईतली प्रेक्षणीय स्थळं पाहण्यासाठी लॉबीत तिची उतावीळपणे वाट पाहत असेल, अशी ती कल्पना करत होती.

काही मिनिटांनी ती खोलीतून बाहेर पडली आणि तिने लिव्हिंग रूमवर आणि जेवणाच्या खोलीवर नजर टाकली. एखादी गोष्ट करायची राहिली होती का, त्याचा ती विचार करत होती. तिच्या वडिलांची औषधं टेबलावर ठेवलेली होती याची तिने खात्री करून घेतली. ते औषधं घ्यायला विसरत असत आणि शिवाय वेळोवेळी चोरून सिगारेट ओढत असत, हे तिला माहीत होतं.

त्यांच्या छोट्याशा जेवणाच्या खोलीच्या भिंतीवर तिने मोठ्या क्लृप्तीनं लावलेल्या भल्या मोठ्या आरशात तिने स्वत:चं प्रतिबिंब पाहिलं. अगदी नाजूक नक्षीकाम असलेला ऑलिव्ह ग्रीन रंगाचा कुडता आणि तंग जीन्स या ड्रेसमध्ये ती खुलून दिसत होती. तिने अगदी कटाक्षानं स्वत:च्या प्रतिबिंबाची पाहणी केली. तिने केस छान विंचरले होते. पाठीच्या मध्यापर्यंत केसांच्या बटा रुळत होत्या, सौम्य रंगछटेची लिपस्टिक लावली होती. तिच्या काळ्याभोर डोळ्यांना उठाव आणणारा काळा

आयलायनर लावला होता आणि कानात मॅचिंग इअरिंग्ज होत्या.

'हे मान्य कर, की तुला त्याच्यावर चांगला प्रभाव पाडायचाय,' तिने मनातल्या मनात स्वत:शीच हे म्हटलं.

जॉश हा तिच्या जिवलग मित्राचा भाऊ होता. त्याने टॉमपर्यंत तिच्याविषयीच्या फक्त चांगल्याच गोष्टी न्याव्यात असं तिला वाटणं ही नैसर्गिक गोष्ट आहे, असं तिला वाटत होतं. तिचं दिसणं, तिची बुद्धिमत्ता आणि तिचा स्वभाव या सगळ्याविषयी त्याला चांगलंच वाटलं पाहिजे असं म्हणूनच तिला वाटत होतं.

"तुझ्या आईकडून तू घेतलेली ही चांगली गोष्ट आहे," तिचे वडील म्हणाले.

ती मागे वळली. आरएसटींना नाश्ता झाल्यानंतर त्यांच्या भल्या मोठ्या खिडकीच्या कठड्याजवळ बसून वर्तमानपत्रांच्या आणि साप्ताहिकांच्या वाचनात स्वत:ला बुडवून घ्यायला खूप आवडत असे. तो त्यांचा नेहमीचा शिरस्ता होता. त्यांनी अर्धवट दुमडलेल्या वर्तमानपत्रामागून तिच्याकडे नीट काटेकोरपणे पाहिलं होतं. त्यांच्या चेहऱ्यावर किंचित स्मित होतं. विद्यानं आपले ओठ चावले. ती किंचित लाजली होती. तिच्या दिसण्याविषयी काही बोलणं तर दूरच, पण ते क्वचितच ती कशी दिसते त्याकडे लक्ष देत असत. ती आरशात स्वत:ला न्याहाळत असताना त्यांनी तिला नक्कीच पकडलं होतं.

तिने त्यांच्याकडे बघून स्मित केलं. ते स्वत: देखणे होते. पण तिची आई हा स्तिमित करणारा सौंदर्याचा नमुना होता. तिच्या सौंदर्यात एक प्रकारचा मोहकपणा होता. अगदी ती प्रौढ झाली होती तरीही लोक तिच्या सौंदर्याविषयी नियमितपणे बोलत असत.

याविषयीची गोष्ट अशी होती की, आरएसटी जवळजवळ नोकरी सोडण्याच्या बेतात होते. आपलं सगळं आयुष्य पक्षासाठी वाहून घेण्याचा त्यांनी निश्चय केला होता; परंतु त्याच वेळी त्यांच्या आईनं त्यांचं मन तिने त्यांच्यासाठी बघितलेली मुलगी 'पाहण्यासाठी' वळवलं होतं. त्यांनी तिच्याकडे फक्त एकच कटाक्ष टाकला आणि मग महिन्याभरातच त्यांचं लग्न झालं होतं. आरएसटी याविषयी कधीही बोलले नव्हते किंवा तिच्या आईनंही कधीच याचा उल्लेख केला नव्हता.

"होय. आनुवंशिकतेचे आणि या मोठ्या सौंदर्यप्रसाधनांच्या उद्योगाचे त्यासाठी आभारच मानले पाहिजेत," ती उपरोधानं म्हणाली.

आरएसटी नियमितपणे विविध विषयांवर निवेदनं लिहीत असत आणि त्यांचा पक्ष मळकट कागदांवर ते प्रसिद्ध करत असे आणि कोणत्या ना कोणत्या परिषदेत ती वाटली जात असत. काही वर्षांपूर्वी त्यांनी नेमक्या या सौंदर्यप्रसाधनांच्याच विषयावर अगदी झोंबणाऱ्या, जिव्हारी लागणाऱ्या भाषेत एक लेख लिहिला होता. तिला खात्री होती की, तो कोणीही वाचलाच नसणार. तिच्या मनात विचार आला,

बिचारे आरएसटी, त्यांच्या स्वत:च्याच कुटुंबात आणि जगात एकटे पडले होते, नामशेष होणाऱ्या प्रजातीच्या अवशेषासारखे.

त्यांनी तिच्या विधानावर कोणताही प्रतिसाद दिला नव्हता याचं विद्याला आश्चर्य वाटलं. एका क्षणी त्यांच्या नजरेत नकळत एक प्रकारची खंत तरळून गेली. मात्र, दुसऱ्याच क्षणी त्यांनी स्वत:ला पुढच्या बातमीत गुंतवून टाकलं.

ते तिच्या आईचा विचार करत होते का, की ते भांडवलवाद्यांच्या प्रभावाबद्दल पश्चात्ताप करत होते? नक्कीच त्यांना तिची आठवण येत होती की त्याबद्दल ते शोक करत होते?

तिने तो क्षण तसाच जाऊ दिला.

नेहमीप्रमाणे त्यांना दिवसभरासाठीच्या सूचना सांगून तिने त्यांचा निरोप घेतला आणि पर्स उचलली. चालू घडामोडींमुळे लक्ष विचलित झालेल्या अवस्थेतच त्यांनीही तिला हात हलवून निरोप दिला.

सकाळच्या उबदार हवेत आणि भरपूर प्रकाशात ती चालत निघाली होती. आता तिच्या त्वचेला सूर्यकिरणांचा बोचरा आणि काटेरी स्पर्श जाणवत होता. रोज सकाळी घरासमोरचा छोटासा भाग धुऊन काढला जात असे. तोही केव्हाच कोरडा झाला होता. त्या दिवशी सकाळी ओलसर जमिनीवर पांढऱ्याशुभ्र *कोलमनं* केलेल्या सजावटीवर टायरच्या खुणा उमटल्या होत्या आणि आता घाणीनं ते फिकं पडू लागलं होतं.

क्वचितच आढळणाऱ्या हिरव्यागार रस्त्यांपैकी तो रस्ता होता. त्यामुळे सावली पसरली होती. घाई-गडबडीनं जुनी छोटी घरं पाडून टाकून उभारण्यात आलेल्या नवीन बहुमजली अपार्टमेंटच्या इमारतींमध्ये काही जुने वृक्ष आश्चर्यकारकरीत्या तग धरून राहिले होते.

तिच्या मानेवरून आधीच ओघळू लागलेला घाम तिने रुमालानं टिपून काढला. मे संपत आला होता आणि *काथिरी व्हेय्यिल* उष्णता संपल्याचं मानलं जात होतं; परंतु प्रत्यक्षात तसं जाणवत मात्र नव्हतं. हवामानाच्या अहवालांतून आधीच लांबलेल्या किंवा कमी पडणाऱ्या पावसाविषयी सांगण्यात आलं होतं. जूनपर्यंत अशीच उष्ण हवा टिकून राहण्याची चिंताही व्यक्त करण्यात आली होती. त्याचा शेतीच्या उत्पादनावर विपरीत परिणाम होणार होता. त्याचा शेअर बाजारावरही वाईट परिणाम झाला होता. सप्टेंबरपर्यंत सेन्सेक्स कुठवर पोहोचलेला असेल, असा विचार तिच्या मनात आला.

तिची दुचाकी ठेवलेल्या ठिकाणी ती पोहोचली. ती कशी दिसत होती याचा विचार पुन्हा एकदा तिच्या मनात येऊन गेला आणि तिला वाटणाऱ्या एवढ्या उत्सुकतेबद्दल तिला किंचितसा तिटकाराही वाटला. गल्लीच्या कोपऱ्यात उभ्या

असलेल्या भटक्या तपकिरी कुत्र्यानं पडल्या पडल्याच तिच्याकडे झोपाळू नजरेनं बघितलं आणि निष्काळजीपणे शेपूट आपटलं. मुख्य रस्त्यावरून येणारे वाहतुकीचे आवाज मंद आणि दूरवरून येत असल्यासारखे वाटत होते. झाडं स्तब्ध होती आणि कार्यालयात जाणारे लोक आणि शाळेत जाणारी मुलं रस्त्यावरून जात होती. आता सकाळ उतरणीला लागली होती.

ती काही क्षण संभ्रमित झाल्यासारखी उभी राहिली आणि मग तिने दुचाकीऐवजी कारच घेऊन जावी, असं ठरवलं. ती लहान कार होती आणि तिने ती क्वचितच चालवली होती. तिच्या स्कूटीवर मागे बसून जाण्याएवढा जॉश धाडसी असेल असं तिला वाटत नव्हतं.

टॉम त्या वेळी बहुधा गाढ झोपेत असला तरीही तिने टॉमला एक संदेश पाठवला. 'मॉर्निंग. जॉशला भेटायला निघालेय.'

त्यानंतर काही मिनिटांतच त्या आलिशान, पंचतारांकित हॉटेलमध्ये ती पोहोचली. तिने रिसेप्शनिस्टला मिस्टर जॉश विन्स्लोला फोन लावण्याची विनंती केली. काही क्षणांनंतर रिसेप्शनिस्टनं तिच्याकडे बघून असहायपणे स्मित केलं. फोन सतत वाजत होता, पण तो उचलला जात नव्हता. बहुधा मिस्टर विन्स्लो नाश्ता करत असावेत, असं तिने सुचवलं.

आता काय करावं हे न सुचून विद्यानं आजूबाजूला पाहिलं आणि नंतर आणखी काही मिनिटं वाट पाहायची असं ठरवलं. ती खाली बसली आणि मग मेल पाहण्यात गुंतून गेली. त्यानंतर बँकेत ठेवल्या जाणाऱ्या निधींविषयी ग्राहकांशी बोलली. मग तिने एकदा शेअर बाजारावर नजर टाकली.

त्यानंतर पंधरा मिनिटांनी ती पुन्हा रिसेप्शनिस्टकडे गेली आणि तिने पुन्हा एकदा फोन लावण्याचा प्रयत्न केला. अखेरीस त्याने फोन उचलला असावा.

रिसेप्शनिस्ट म्हणाली, "मिस्टर विन्स्लो, आता लगेच खाली येतायत." त्या स्त्रीनं हे सांगितलं त्या वेळी तिच्या चेहऱ्यावर सुटका झाल्याचं स्मित होतं.

विद्यानं तिचे आभार मानले आणि पुन्हा ती बसण्याच्या जागेत परतली. तिथल्या संगमरवरी फरशांकडे, धातूच्या, दिवे लावण्याच्या शोभिवंत झुंबराकडे गंभीरपणे रोखून पाहत राहिली. त्यानंतर गुलाबाच्या पाकळ्यांनी भरलेल्या पाण्याच्या कलशाकडे ती पाहू लागली आणि नंतर काहीच करण्यासारखं उरलं नाही तेव्हा ती पुन्हा एकदा सोफ्यावर बसली आणि तिला करायचे असलेले आणखी काही फोन करण्यात व्यग्र झाली.

"माझी कुणी वाट पाहत आहे का?" त्यानंतर तब्बल पंधरा मिनिटांनी रिसेप्शनिस्टकडे चौकशी करणाऱ्या व्यक्तीचा आवाज तिला ऐकू आला.

विद्याने वर पाहिलं. तिला तिच्याकडेच येत असलेला एक तरुण दिसला. जॉश

सुमारे सहा फूट उंचीचा असेल अशी कल्पनाही आपण कशी काय केली नव्हती, ते त्या वेळी विद्याच्या लक्षात आलं. तिने चाकाच्या खुर्चीवर बसलेल्या टॉमचे फोटो पाहिले होते आणि ऑनलाइन व्हिडिओ चॅटिंगही केलं होतं. साहजिकच टॉमची उंची हा कधीच त्यांच्या संभाषणाचा विषय नव्हता.

गोंधळलेल्या मन:स्थितीत काहीशा गबाळेपणानं ती घाईघाईनं उठून उभी राहिली. जॉश सुदृढ आणि नियमित व्यायाम करणारा, पिळदार शरीराचा दिसत होता. त्याने निळा चौकड्यांचा शर्ट घातला होता आणि त्याच्या बाह्या कोपराच्या अगदी वर दुमडून ठेवल्या होत्या. त्याने घातलेली जीन्स गडद निळी होती आणि त्याच्याकडे बॅकपॅक होती.

त्याने नुकतेच केस धुतल्याचं दिसत होतं. अजूनही ते पूर्ण कोरडे झाले नव्हते. त्याने केसांतून घाईघाईनं ब्रश फिरवला असावा असं वाटत होतं. वेळेचा विचार करून त्याने दाढी केली नसावी किंवा तो दाढी वाढवत असावा. दाढी वाढवण्याची कल्पना वाईट होती, असं तिला वाटलं.

त्याच्या जाड भुवया, दमलेली, पण स्वच्छ नजर आणि सरळ, धारदार नाक यांमुळे तिला टॉमच्या आणि त्याच्या चेहरेपट्टीत साम्य जाणवलं. पण त्याच्या किंचित झुकलेल्या मानेतून आणि ज्या पद्धतीनं तो पावलं टाकत चालत होता त्यावरून आणि त्याच्या एकूणच पवित्र्यावरून त्याच्या वागण्यात उद्धटपणा असावा, असं जाणवत होतं. टॉमच्या व्यक्तिमत्त्वातून आत्मविश्वास जाणवत होता, पण जॉश उर्मटपणाकडे झुकत होता. हा उर्मटपणा तिला न रुचणारा वाटला.

त्या गरीब बिचाऱ्या माणसानं अजून तोंडातून एक शब्दही काढला नव्हता, तोपर्यंतच त्याचं मूल्यमापन केल्याबद्दल तिने मनातल्या मनात स्वत:लाच खडसावलं.

ती त्याचं विश्लेषण करण्यात दंग असताना तो तिच्याजवळ येऊन उभा राहिला होता.

"मिस्टर विन्स्लो, तुम्हाला भेटून खूप आनंद झाला," तिने हात पुढे करत म्हटलं.

"माफ करा, तुम्हाला माझ्यामुळे तिष्ठत राहावं लागलं. मलाही तुम्हाला भेटून चांगलं वाटलं." तो म्हणाला. दोघांनीही हस्तांदोलन केलं. त्यानंतर तो थोडासा अडखळल्यासारखा थांबला. त्याला बहुधा आपलं नाव माहीत नसावं असा विद्याला संशय आला.

"प्लीज, मला जॉश म्हणा," तो म्हणाला.

"मी विद्या," विद्याने सांगितलं.

"विद्या," त्याने तिच्या नावाचा किंचितसा चुकीचा उच्चार केला. "तू नाश्ता केलायस का?"

"होय," विद्यानं काहीशा आश्चर्यानं त्याला उत्तर दिलं. त्या वेळी घड्याळात नऊ पन्नास वाजले होते.

"मला प्रचंड भूक लागलेय. मी पहिल्यांदा थोडंसं काहीतरी पोटात ढकललं तर तुझी काही हरकत नाही ना?"

"नाही, बिलकूल नाही. तुला बाहेर कुठेतरी जायला आवडेल का?"

"नाही. इथे रेस्टॉरंटमध्येच ठीक आहे." तो किंचित बाजूला सरकला. तीही त्याच्याबरोबर निघाली.

रिसेप्शनिस्टनं जॉशला कुठे जायचं ते सांगितलं. मग काहीही न बोलता ते लिफ्टकडे गेले. त्याने त्याच्या खोलीचं की-कार्ड सरकवलं आणि बटण दाबलं आणि ते वरच्या नियंत्रित प्रवेश असलेल्या मजल्यावर गेले.

विद्यानं त्याच्या ट्रीपबद्दल आपल्याला खूप आनंद झाल्याचं आणि आश्चर्य वाटल्याचं सांगितलं.

त्याने हुंकार देऊन प्रतिसाद दिला.

रेस्टॉरंटचा नाश्ता असलेला विभाग स्वच्छ आणि चकचकीत होता. तिथले लोक आपुलकीनं वागत होते. मोठ्या खिडक्यांमधून प्रकाश आत झळकत होता.

ते बसत असताना विद्यानं त्याला खूपच उकडत असेल असं म्हटलं. तिने ते हॉटेल त्याला आवडलं का, असं विचारलं आणि त्याचा प्रवास आरामशीर झाला का, याची चौकशी केली.

तिच्या प्रश्नांना तो खांदे उडवून, मान डोलावून आणि उदासीनपणे हुंकार देऊन उत्तरं देत होता.

ते खिडक्यांजवळ बसले होते. चमकत्या चांदीच्या भाड्यांतून आणि चकाकत्या स्वच्छ सिरॅमिक प्लेट्समधून व ग्लासांतून नाश्ता आला होता. टेबलावर अतिशय स्वच्छ, शुभ्र पांढरा टेबलक्लॉथ होता. नक्षीदार खाचण्या पाडलेल्या फुलदाण्यांमध्ये लहान निवडुंग ठेवण्यात आले होते. तिथे आणखी फक्त एकच माणूस नाश्ता करत होता. बाकी सगळं रेस्टॉरंट शांत होतं.

"तुला काही हवंय का?" जॉशनं विचारलं. या वेळी बदल म्हणून तो पूर्ण वाक्य बोलला होता.

विद्यानं कॉफी हवी असल्याचं सांगितलं. आधीच तिला हिरमोड झाल्यासारखं वाटत होतं. त्याने तिथल्या कर्मचाऱ्याला खुणावलं आणि तिच्यासाठी कॉफी आणि स्वत:साठी ब्लॅक कॉफी मागवली.

आदल्या दिवशी संध्याकाळी तिने सर्वंकष विचार करून असा निष्कर्ष काढला होता की, टॉमला स्वत:ला प्रवास करणं शक्य नसल्यामुळे तो निराश झाला

असावा. आता तिला असं वाटत होतं की, त्याच्या नैराश्यामागे बहुधा वेगळंच कारण असलं पाहिजे. पुन्हा एकदा तिच्या मनात उद्विग्नता निर्माण झाली.

तिने पाण्याचा एक घोट घेतला आणि दीर्घ श्वास घेतला.

८

टेबलावरून आपलं कपाळ चोळत जॉश उठला, त्या वेळी हिच्यापासून सुटका करून घेतलीच पाहिजे, असा विचार त्याच्या मनात तीव्रतेनं आला होता.

रात्री त्याला पोट अतिशय भरल्यामुळे सुस्ती आल्यासारखं वाटत होतं. पहाटे चारपर्यंत तो या कुशीवरून त्या कुशीवर वळत जागाच राहिला होता. त्या वेळी टेकमेमे आणि हॅकर यांच्याविषयीच्या बातम्यांमध्ये तो हरवून गेला. अखेरीस जवळजवळ पहाट झाल्यावर कधीतरी त्याला झोप लागली. पण तीही गाढ नव्हती.

त्यानंतर शॉवर घेऊन तो झटपट तयार झाला होता. त्याच्या मेलवरून त्याने ओझरती नजर फिरवली होती. टॉमनं त्याला एक कुतूहल चाळवणारा मेल पाठवला होता. त्याचा त्याला कसलाच मागचा-पुढचा संदर्भ समजला नव्हता. जॉशचं सिंगापूरमध्ये काहीतरी काम असणार होतं, असं त्या मेलमध्ये म्हटलं होतं याच्या पलीकडे त्याला त्याविषयी काहीही समजलं नव्हतं.

टॉमनं तिला त्याच्यावर लादलं होतं, त्याबद्दल त्याला टॉमचा मनापासून राग आला होता. ख्रिसमसच्या दरम्यान या स्त्रीविषयी टॉम काहीतरी बोलला होता, असं आता त्याला अंधूकसं आठवलं. तिला बहुधा आतिथ्यशील यजमान व्हायचं असावं, असा त्याने अगदी उदासपणे विचार केला. एखाद्या मशिनगनमधून सटासट गोळ्या सुटाव्यात तशा वेगानं आणि लयीत ती जर बोलत नसती, तर कदाचित तेही झालं असतं.

पण त्याला जे वाटत होतं, ते खरं तर तिच्या बाबतीत पूर्णपणे न्याय्य नव्हतं, हे मनातल्या मनात त्यालाही माहीत होतं. प्रत्यक्षात ती अतिशय सुसंस्कृत वाटत होती आणि तिचा आवाज मधाळ होता.

भुकेनं व्याकूळ होऊन त्याने बुफेच्या रचनेचं निरीक्षण केलं. तिथे त्याला परिचित खाद्यपदार्थ आणि चिन्हं दिसली. तिथे लिहिलेली नावं इंग्रजीत होती. त्यामुळे त्याचा चेहरा उजळला.

पांढऱ्या संगमरवरी कट्ट्यावर ओळीनं मांडलेल्या चमकत्या चांदीच्या भांड्यांमध्ये निवडक कॉन्टिनेंटल खाद्यपदार्थांची रेलचेल दिसत होती. टोस्ट, सॉसेज, क्वास्साँ यांनी त्याने आपली प्लेट शिगोशिग भरून घेतली. फक्त चीज आणि फळांची ताटं त्याने टाळली होती. तिथेच हिरव्या, जांभळ्या आणि केशरी रंगाचे फळांच्या रसांचे जार होते आणि ते वितळणाऱ्या बर्फांच्या भांड्यांवर ठेवण्यात आले होते. त्यामुळे त्या रंगांना अधिकच उठाव आला होता. त्याने त्यांच्यावर संशयानं नजर टाकली आणि थोडाफार बिचकतच संत्र्याच्या रसाचा ग्लास उचलला. दुसरीकडे मोठ्या खोलगट भांड्यांमध्ये वाफाळलेले भारतीय खाद्यपदार्थ ठेवण्यात आले होते. त्याने त्यांच्याकडे साफ दुर्लक्ष केलं.

तो पुन्हा टेबलाकडे परतला आणि त्याने आपल्या ताटातल्या प्रचंड नाश्त्याचा चट्टामट्टा करायला सुरुवात केली. त्याला भारतीय खाद्यपदार्थांची चव चाखायला आवडेल का, असं तिने विचारलं आणि नंतर एखाद्या पाककृतीच्या पुस्तकातली वर्णनं असावीत अशा प्रकारे तिने त्याला त्यांच्यापैकी काही पदार्थांविषयी सांगितलंही; परंतु त्याने ते पदार्थ ठामपणानं नाकारले.

त्याची चिडचिड होत होती. टॉमला ती आवडत होती यात आश्चर्य वाटण्याजोगं काहीच नव्हतं, असा विचारही त्याने केला. जणू काही तो काय विचार करत असावा हे समजलं असावं अशा प्रकारे ती टॉमविषयी बोलली. त्याची बुद्धिमत्ता आणि व्यासंगीपणा याविषयी ती मोठ्या कौतुकानं भरभरून बोलली.

“हो तर. तो म्हणजे विद्वत्तेचा एक अथांग धबधबाच आहे,” त्याने वरवर तिच्या बोलण्याला मान्यता दिल्याप्रमाणं म्हटलं.

त्याबरोबर ती एकदम गप्प झाली. ती आश्चर्यचकित झाल्यासारखीही दिसत होती. जॉशला चीड आली होती, पण त्याने स्वत:वर नियंत्रण राखलं. आपण उपरोधानं बोलल्याबद्दल त्याला पश्चात्तापही वाटत होता. तिच्या प्रतिसादामुळे त्याने तिच्याकडे नीट निरखून पाहिलं.

तिचे केस अगदी काळेभोर आणि रेशमी होते. डोळ्यांचा रंग पिंगट होता आणि तिची त्वचा मुलायम आणि सोनेरी तपकिरी रंगाची होती. त्याला उगाचच ती टॉमच्याच वयाची असेल असं वाटलं होतं. पण ती एवढी आकर्षक असेल अशी त्याची अपेक्षाच नव्हती. ‘खरंच खूपच मादक, अतिशय आकर्षक आहे,’ तो मनातल्या मनात म्हणाला. त्याच्या बोलण्यातला उपहास तिने अचूकपणे ओळखला होता. त्यामुळे त्याने तिच्याविषयीच्या आपल्या मतात सुधारणा करून ती जात्याच

हुशार असल्याचं ठरवलं, अर्थातच नाइलाजानं. आता परदेशी तरुणी या ओळखीत मोहकतेची भर पडली होती.

तिने उत्सुकतेनं कटाक्ष टाकत विचारलं, "मग जॉश, तुला काय काय पाहायचंय त्याविषयी तू काही विचार केलायस का? तू काय करायचं ठरवलंयस ते सांगशील का?"

"नाही, नाही. तसं काही नाही. ठीक आहे," तो घाईघाईनं म्हणाला. त्याच्या बोलण्यातून त्याला हवा होता त्याहूनही अधिक सावधपणा डोकावत होता. तिच्या कपाळावर चढलेल्या आठ्या लपवण्यासाठी तिने दुसरीकडे बघितलं, त्या वेळी त्याने मनातल्या मनात टॉमला शिव्याशाप दिले.

त्याने भानावर येण्यासाठी रसाचा घोट घेतला. तिला खरा हेतू न सांगता किमान पटण्याजोगं एखादं कारण द्यावं लागणार होतं.

"मी व्यावसायिक ट्रीपवर चाललोय आणि इथे फक्त थोडाच वेळ थांबणार आहे. त्यामुळे माझा वेळ कसा घालवायचा याचा मला अतिशय चोखंदळपणे विचार करावा लागणार आहे," त्याने सरळ उत्तर देण्याची टाळाटाळ करत म्हटलं.

तिने स्मित केलं. याचा अर्थ त्याने तिचं खराब झालेलं मत पुन्हा आपल्याविषयी चांगलं करून घेतलं होतं. पण तिने मान हलवली होती, याचा अर्थ तिला ते गोंधळात टाकणारं वाटलं होतं. आदल्या रात्रीच्या कॅबवाल्याची त्याला आठवण झाली आणि त्याला असं वाटलं की, अशी मान हलवणं याचा अर्थ कदाचित होकार देणं असावं.

"होय. टॉमनं सांगितलं होतं की, तू सिंगापूरला निघाला आहेस आणि फक्त थोड्याच वेळासाठी इथे थांबणार आहेस."

अरेच्चा! म्हणजे टॉमच्या संदेशाचा तो अर्थ होता तर! त्याने मख्ख चेहऱ्यानं मान डोलावली.

त्याच्या मनातल्या खरं तर काहीशा प्रक्षुब्ध भावनांची सुतराम जाणीव नसल्यानं टॉमची कर्तव्यनिष्ठ सहायिका असल्याप्रमाणे तिने त्याला काही प्रेक्षणीय पर्यटनस्थळांची यादी सांगितली.

त्याने दीर्घ श्वास घेतला. त्याने ते सगळं तातडीनं थांबवलं नसतं तर लवकरच तो एखाद्या वस्तुसंग्रहालयात पोहोचला असता आणि तिथे त्याला भारतीय इतिहासावरचं एखादं व्याख्यान ऐकावं लागलं असतं.

काळ्या सुटात असलेल्या वेटरनं त्यांच्यासाठी कॉफी आणली.

"तुम्हाला सगळं आवडलं ना सर?" त्याने चांगल्या इंग्रजीत विचारलं.

जॉशनं मान डोलावली.

"आमच्याकडचा एखादा डोसा किंवा अप्पम तुम्हाला खाऊन बघायचा आहे

का?'' त्याने विचारलं.

जॉशनं मान हलवली.

''मग आणखी थोडे टोस्ट किंवा अंडी?''

''नाही. थँक यू.''

''तुमच्या खाण्याचा आस्वाद घ्या, सर,'' त्या माणसाने इशारा समजल्याप्रमाणे त्यांना मोकळं सोडलं आणि तो निघून गेला.

ती त्याच्याकडे अपेक्षेनं बघत असल्याचं जॉशच्या लक्षात आलं. त्या दिवशी त्याला काय करायचं होतं ते तिला जाणून घ्यायचं होतं. त्याला आवडो वा न आवडो, पण आता त्याला तिच्याबरोबर राहावंच लागणार होतं. कदाचित त्याला या गोष्टीचा फायदाही करून घेता आला असता.

''मला खरं तर खरेदी करायची आहे,'' त्याने सांगितलं. त्या वेळी त्याने चेहऱ्यावर शक्य तितकं निरागस स्मित आणलं होतं असा त्याचा समज होता.

''तू लग्न करतोयस का?''

''काय... म्हणजे काय?''

ती गंमतीनं खिदळल्यासारखी हसली. ''मी विनोद करत होते. चेन्नईला येणारे लोक सहसा लग्नासाठी सिल्कची आणि दागिन्यांची खरेदी करतात.''

त्याने दातओठ खात तिच्याकडे पाहण्याची इच्छा रोखून धरली आणि जबरदस्तीनं चांगल्या प्रकारचं हास्य आपल्या चेहऱ्यावर आणलं.

''मी तुला एक गुप्त गोष्ट सांगतो. टॉमच्या वाढदिवसासाठी मला एक गिफ्ट घ्यायचंय. काहीतरी नावीन्यपूर्ण आणि भारतीय पद्धतीचं... म्हणजे... एखाद्या कांस्य मूर्तीसारखं काहीतरी. चेन्नईत विमानानं येऊन ते खरेदी करायचं आणि नंतर पुन्हा पुढे सरळ... सिंगापूरला जायचं हे काही फारसं गैरसोयीचं नाही. म्हणूनच मी इथे आलोय.''

त्या पीआयनं मूर्तीचं उगमस्थळ शोधून काढेपर्यंत आपणही अशा प्रकारे काही प्राथमिक काम करून या कामात हातभार लावू शकू, असं जॉशला वाटलं होतं. कलात्मक वस्तूंच्या बहुतेक अवैध वाहतुकीच्या प्रकरणांप्रमाणे याही प्रकरणात भारतातलं एखादं कलात्मक वस्तूंच्या विक्रीचं दुकान अडकलेलं असेल असं त्याला वाटत होतं. अशा प्रकारची मोहीम राबवताना अशा दुकानांच्या क्षमतेचा अंदाज घेण्यासाठी त्या दुकानांना भेटी देण्याची योजना त्याने आखली होती. त्याला त्याच वेळी त्यांच्या बिलं बनवण्याच्या पद्धतींचंही निरीक्षण करायचं होतं. पैशांचा माग काढणं नक्कीच उत्तम होतं.

मालाच्या मार्गाचा मागोवा घेण्यासाठी त्याने आधी रचलेल्या सापळ्याची काय स्थिती होती तेही त्याला तपासायचं होतं. तो विचारमग्न झाला होता आणि त्याला

हे सगळं आठवलं होतं.

"अस्सं!" त्याचं लक्ष वेधून घेत ती म्हणाली. तिच्या चेहऱ्यावर प्रसन्न भाव होते; परंतु ती कशामुळे तरी त्रस्त आणि आश्चर्यचकित झाल्यासारखीही दिसत होती. जपूनच पुढे गेलं पाहिजे असा सावधगिरीचा विचार त्याच्या मनाला चाटून गेला.

"तुम्ही मला दर ठरवताना घासाघीस करायला मदत करू शकता. गोऱ्या माणसाला ते हातोहात फसवण्याचा प्रयत्न करतील, असं मी खात्रीनं सांगू शकतो," त्याने विनोद केला.

त्याच्या हसण्यात विद्या सहभागी झाली नाही. उलटपक्षी तिच्या चेहऱ्यावरच्या स्मितात तणाव जाणवत होता.

"टॉमच्या वाढदिवसाला तर अजून चार महिने आहेत," ती अनपेक्षितपणे म्हणाली. तिच्या आवाजातून किंचितसा अविश्वास डोकावत होता.

जॉश अगदीच चकित झाला. ती दोघं एकमेकांच्या वाढदिवसांविषयीही एकमेकांबरोबर गप्पा मारत असतील असं त्याला वाटणं कसं काय शक्य होतं? विशेषत: त्यात सुरक्षिततेच्या दृष्टीनं किती धोका होता ते त्याने टॉमला वरवर सांगितलेलं असतानाही तो असं करेल असं त्याला कसं काय वाटणार होतं? तिला आणखी काय काय माहीत होतं? त्याच्या आईचं माहेरचं नावही तिला माहिती होतं का?

"नाही, ते ठीक आहे. आता मी भारतात आलोय," त्या धक्क्यातून स्वत:ला सावरत तो म्हणाला आणि अधिक तार्किक कारण देण्याचा प्रयत्न करत पुढे म्हणाला, "इथून जहाजावर लादून ती मूर्ती तिकडे यायला तसा वेळ लागेल ना, म्हणून..."

तिने मान हलवली होती. त्यावरून तिला नेमकं काय वाटलं होतं ते तो सांगू शकत नव्हता, पण तो सांगत असलेल्या गोष्टीवर तिचा विश्वास बसला असावा असं दिसत होतं. पुन्हा एकदा तिच्या वर्तनात उत्साह परत आणण्याचा ती प्रयत्न करत होती.

"होय. त्यात मी तुला मदत करू शकेन. मला तशी थोडी ठिकाणं माहिती आहेत. तिथे मी तुला घेऊन जाईन." तिने उत्तर दिलं आणि भराभरा वेगवेगळ्या दुकानांची नावं सांगितली.

आठवडाअखेरीला त्याने केलेल्या कामातून त्यानेही ज्या दुकानांत जायचं होतं त्यांची यादी केली होती. त्याचा फोन त्याने बाहेर काढला. ती सांगत असलेली काही नावं त्याच्या यादीतही असावीत, अशी त्याची अपेक्षा होती. अर्थातच ती अवघड नावं त्याने बरोबर ऐकली असतील तरच ती त्याला शोधता येणार होती.

"फारच छान. मग तसंच करू या," तो म्हणाला.

तो घटाघटा कॉफी प्यायला आणि गोष्टी आणखी बिघडण्याआधीच त्याने वेटरला खूण केली. तो एक कंटाळवाणा, लांबलचक दिवस असणार होता याची खूणगाठ त्याने मनाशी बांधली होती.

९

ते रेस्टॉरंटमधून बाहेर पडले आणि काहीही न बोलता लिफ्टमधून खाली आले.

आपण थोडंफार तरी बोलण्याची गरज आहे, असं जॉशच्या फारसं गावीही नव्हतं. पण त्याच्या मनात आता आपण काय करणार आहोत किंवा त्या पीआयनं काय शोधलं असेल याचे विचार घोळत होते. तिच्या पाठोपाठ तोही बाहेर पडला. तो तेव्हाही मूकच होता. स्यूटमधल्या कर्मचाऱ्यानं त्यांना 'गुड मॉर्निंग' म्हटलं. बहुधा कॉरिडॉरची व्यवस्था बघणं एवढंच त्याचं काम असावं.

ते बाहेर पडू लागले तेव्हा जॉशला आता कसं जायचं हा प्रश्न पडला होता.

"आपल्याला कॅब मिळेल का?"

"माझ्याकडे कार आहे," तिने उत्तर दिलं.

त्यामुळे त्याला काहीतरी आठवलं आणि तिला 'आलोच,' असं म्हणून तो रिसेप्शनकडे गेला आणि त्याने तिथे काही डॉलरच्या बदल्यात रुपयांतलं चलन घेतलं. त्यांनी त्याच्याकडून जादा भाव घेतला होता हे नक्कीच होतं. जर सांगितलं गेलं तर वाहनाची सोय करणं हा हॉटेलच्या पॅकेजचाच भाग होता. आदल्या रात्रीच्या कॅबवाल्यासाठी त्याने तिथे थोडी टीप ठेवली. त्याने आधीच काही शेअर-वाहनांविषयीची आणि ट्रॅक्सीच्या भाड्याविषयीची ॲप डाउनलोड करून ठेवली होती. म्हणजे नंतर त्याच्याकडे कॅबचे अनेक पर्याय उपलब्ध होते, असा विचार त्याच्या मनात आला आणि त्याला आनंद झाला. मोबाइलच्या क्रांतीला सलाम!

तो तिच्याकडे येईपर्यंत ती शांतपणे त्याची वाट पाहत राहिली. दरवाजा उघडणारी व्यक्ती उंच होती आणि त्याने पीळदार मिशा राखल्या होत्या. त्याने 'महाराजा'सारखा फेटा बांधला होता. त्याच्या कमरेभोवतीचा पट्टा सोडला तर त्याचा संपूर्ण पोशाख पांढरा होता. त्यानेही त्यांना झटकन 'गुड मॉर्निंग' म्हटलं आणि

काचेचा दरवाजा सताड उघडला. ते बाहेर पडले तेव्हाही ती काहीच बोलली नव्हती. त्याच्या आधीच्या कठोर विचारांबद्दल त्याला क्षणभर वाईट वाटलं.

त्याने बाहेर पाऊल ठेवल्याबरोबर तिथल्या उष्णतेनं त्याला वेढून टाकलं. त्याच्या कपाळात आणि कोपराखालच्या हातात त्याला वेदना झाल्यासारखं वाटलं. लंडनच्या करड्या खिन्न आकाशाच्या तुलनेत इथलं आकाश पूर्ण विरुद्ध होतं. या आकाशात फिक्या निळ्या, आकाशी रंगाचं चैतन्य पसरलेलं होतं. सूर्याकडे पाहणंही शक्य नव्हतं. त्यामुळे तो डोळे बारीक करून निघाला असताना त्याच्या लक्षात आलं की, त्याचा गॉगल घ्यायला तो विसरला होता. तो आणायला परत जाऊन तिला पुन्हा आपली वाट पाहायला लावावी असं त्याला वाटलं नाही.

एका लहानशा पिवळसर कारकडे ती गेली. ती कार अगदीच उंदरासारखी दिसत होती. कारकडे साशंकतेनं पाहत असतानाच तो तिला धडकला. कारण तो प्रवाशाच्या बाजूला बसत होता. तिने हलकं स्मित केलं आणि त्याला दुसरीकडून यायला सुचवलं. ते रस्त्याच्या डाव्या बाजूनं गाडी चालवतात हे तिने त्याला आधी सांगितलं नव्हतं, त्यामुळे तो काहीसा नाराज झाला.

मागच्या सीटवर त्याची बॅग भिरकावल्यावर त्याने आपला सहा फुटी देह कसाबसा त्या छोट्याशा कारमध्ये कोंबला. दुसऱ्या दिवशी भाड्यानं मोठी गाडी मागवली पाहिजे, असा त्याने विचार केला.

विद्यानं कार मागे घेतली आणि ती कार चालवू लागली. तिचं आडनाव काय होतं कोणास ठाऊक, त्याने फारसा विचार केला नाही. हॉटेलच्या बाहेर पडण्याच्या प्रवेशद्वाराजवळ जेमतेम अर्धा क्षण ती थांबली असेल-नसेल, पण तिने लगेच त्या अरुंद रस्त्यावरच्या मागून येणाऱ्या वाहनांच्या रहदारीचा विचारही न करता कार थेट उजवीकडे जोरदारपणे वळवली आणि ती सरळ त्या वाहतुकीत मिसळून गेली.

जॉशला हादरे बसत होते. आदल्या रात्री रिकाम्या रस्त्यांवरून तो आला होता. आता तो रस्ता कार आणि ट्रकसह दुचाकींनी आणि लहानशा पिवळ्या टुकटुकनी भरून गेला होता. जागेसाठी त्या एकमेकींना रेटारेटी करत होत्या. अक्षरशः एकापाठोपाठ एक धक्के बसत होते. उतावळेपणानं, त्रासदायकपणे वाजवलेले हॉर्नचे आवाज हवेत भरून राहिले होते. गॅसचा वास त्याच्या नाकपुड्यांना झोंबत होता. वेगवेगळ्या कारच्या मागच्या बाजूंकडून, हँडलबारवरून आणि अगदी तरुण स्त्रियांच्या कपड्यांवर लावलेल्या आरशांवरूनही सूर्यप्रकाश उसळून मागे येत होता आणि त्याच्या डोळ्यांना त्याचा त्रास होत होता. आपल्या मांडीवर लहान मूल घेतलेली एक स्त्री असुरक्षितपणे दुचाकीस्वाराच्या मागे बसली होती. अतिवास्तववादी असलेल्या त्या दृश्यात त्याला हिरव्या केळ्यांनी भरलेली हातगाडी ढकलत चाललेला केळीवाला दिसला. त्या दाट रहदारीत शिरण्यात काहीच अर्थ नसतानाही

तो तसाच तिथे मिळालेल्या छोट्या जागेतून गाडी ढकलत आत शिरला.

त्याच्या क्षणार्धात लक्षात आलं. तो भारतात होता!

जॉश बिलकूल हालचाल न करता, मुठी आवळून बसून राहिला. टॉमशी आधी झालेलं संभाषण त्याच्या मनात पुन:पुन्हा येत होतं.

विमानप्रवासाला निघण्याच्या आदल्या दिवशी संध्याकाळी त्याचे कपडे तसेच अस्ताव्यस्तपणे त्याच्या बॅगेत फेकून देऊन तो या ट्रीपविषयी कुरकुरत राहिला होता.

काही वेळ त्याची कुरकुर ऐकून घेतल्यावर टॉम म्हणाला होता, "सगळ्या गोष्टी बाजूला ठेव. ही ट्रीप तुझ्या भल्याची ठरेल. तुझ्यात आध्यात्मिक बाजूचा खूपच अभाव आहे."

त्यामुळे जॉश उसळून म्हणाला होता, "अरे देवा, आपण आता काय करत आहोत? ईट, प्रे, लव्ह?"

टॉमनं त्याच्याकडे रागानं बघितलं, पण तो त्याच्या शब्दांवर ठाम राहिला. "मला काय म्हणायचंय ते तुला माहिती आहे. प्रवासामुळे माणसाचं मन आणि सगळाच दृष्टिकोन व्यापक बनतो."

नंतर आपल्या बोलण्यात गूढपणे भर टाकत तो म्हणाला, "तुझ्या शरीराला वेळोवेळी नवनवीन अनुभव, नवीन घटक मिळणं ही चांगली गोष्ट आहे."

"मी काय आहे? पूर्वग्रहदूषित गोऱ्या माणसाचं रूपक? काय टॉम, ही गोष्ट अगदीच पुरातन आहे. माझी एक आशियाई गर्लफ्रेंडही होती."

टॉम हसला. "मला अनिता आठवते. होय. बरोबर आहे. जर ती आशियाई होती, तर मी भारतीय आहे. तू तिला चांगले दोन महिने डेट करत होतास. होय ना?"

"मी अप्पू, अशोक आणि राजेश कुथ्रापल्ली यांनाही चांगलाच ओळखतो."

त्याचं बोलणं समजायला टॉमला काही सेकंद लागले. पण नंतर त्याच्या ते लक्षात आलं. जॉश अतिशयोक्ती करत असल्याप्रमाणे त्याने हात वर करून खूण केली आणि तो म्हणाला, "वा, वा, मग तुला सगळं समजलंय. तुला भारताची प्रचंड माहिती मिळालेय."

"मला तुला एवढंच सांगायचंय, टॉम, की एखादा धर्मांध माणूस स्थानिक लोकांबरोबर वेळ घालवतो आणि त्यांच्या गोष्टी माहीत करून घेतो, तसं हे नाही."

"मी तुला कधीही वंशवादी म्हटलेलं नाही."

"वा, वा, आभारी आहे. माझं हृदय अगदी हेलावून गेलं."

"तुझ्या यशस्वी शहरी तरुण व्यावसायिकाच्या बुडबुड्यात तू खूपच काळ गुरफटून राहिलायस." टॉमनं हट्टीपणानं त्याचं बोलणं संपवलं.

"आता राहू देत ते! मी जातोय, आम्ही जातीनं जाणार नाही आहोत का?"

त्याने त्रासिकपणानं विचारलं.

प्लीज, माझा तो यशस्वी शहरी तरुण व्यावसायिकाचा बुडबुडा नियम पाळणाऱ्या ड्रायव्हरसह आणि रुंद-खुल्या रस्त्यांसह मला परत मिळू शकेल का? जॉशनं टॉमला संदेश पाठवला.

जॉश तणावग्रस्त अवस्थेत बसलेला असताना विद्या तिची छोटीशी कार युक्ती-प्रयुक्तीनं चालवत होती. ती एखाद्या उन्माद चढलेल्या, माथेफिरूसारखी कार चालवत होती. पण खरं सांगायचं झालं, तर तिथला प्रत्येक जणच तशीच वेड्यासारखी, माथेफिरूसारखी गाडी चालवत होता. या वेडेपणाची एकुलती एक पद्धत अशी होती की, जिथे थोडीशी तरी मोकळी जागा दिसेल तिथे, ती रस्त्याची कोणती बाजू आहे किंवा अधिक मोठ्या वाहनालाही त्या मार्गानं गाडी चालवण्याचा हक्क आहे याचा विचार न करता आपली गाडी लगेच तिथे घुसवायची.

एक स्त्री अचानक कारच्या पुढे आली आणि चपळाईनं रस्ता ओलांडून निघून गेली. लाल सिग्नल असतानाही दोन ट्रक तसेच पुढे गेले. जॉशला अनंत काळ लोटला असावा असं वाटत होतं. चोलाकालीन कांस्य मूर्तीऐवजी चेन्नईतली वाहतूक नियमांविषयीच आपण वाचलं पाहिजे, असा विचार तो मुठी आवळून करत असतानाच ते एकदाचे दुकानाजवळ पोहोचले होते.

तिने काही गुंतागुंतीच्या जलद हालचाली केल्या आणि एकमेकींपासून दूर असलेल्या दोन दुचाकींच्या बरोबर मध्ये कार उभी केली. जॉश फक्त अर्धवट दरवाजा उघडू शकला होता. तो कारमधून बाहेर पडला आणि त्याने हात-पाय ताणून आळस दिला. आपण सुरक्षित पोहोचल्याबद्दल खरं तर तो गुडघे टेकून देवाचे आभारच मानणार होता.

त्याने टॉमला पुन्हा एक संदेश पाठवला : *लोकांना इथे आध्यात्मिकता आढळते यात काहीच नवल नाही.*

त्याने रस्त्याकडे साशंकतेनं पाहिलं.

ते दुकान एका रुंद, प्रशस्त रस्त्यावर होतं; परंतु रस्त्याच्या कडेला उभ्या केलेल्या दुचाकी आणि कार यांच्यामुळे आणि रस्त्यावरच्या विक्रेत्यांनी थाटलेल्या टपऱ्यांमुळे तो अरुंद बनला होता. त्यातच रस्त्याच्या मध्यभागी एक ट्रक आळसावल्यासारखा उभा होता. त्याच्या मागे कारची रांग लागली होती, पण त्याच्या ड्रायव्हरला त्याची कसलीच फिकीर नव्हती. त्या रस्त्याला लागूनच असलेल्या गल्ल्यांमध्येही एकमेकांना लागून दाटीवाटीनं छोटी-छोटी दुकानं होती. त्यांच्यामधून मोठ्या पिशव्यांतून उन्हात सुकलेल्या वस्तू घेऊन स्त्री-पुरुष जा-ये करत होते. सायकलींच्या घंटी वाजत होत्या. तिथेच दोन पुरुषांमध्ये मोठमोठ्यानं समजण्यास अवघड असं संभाषण सुरू होतं. एक माणूस सारखा जोरजोरात हॉर्न

वाजवत होता. त्यामागचं कारण मात्र जॉशला समजत नव्हतं. त्यांना बहुधा गोंगाट करायला आवडत असावं, असा त्यानं निष्कर्ष काढला. ज्या वेळी एक्झॉस्टच्या वाफा येत नव्हत्या त्या वेळी मसाल्यांच्या पदार्थांचे वास आणि घाणीचा भपकारा येत होता. उष्णतेनं त्याची त्वचा होरपळली होती आणि काही क्षणांतच घाम ओघळू लागेल असं त्याला वाटत होतं.

'पुहार ट्रेडर्स' असं लिहिलेला एक लहान फलक एका तीन मजली इमारतीवर लावलेला होता.

जॉशच्या आणि त्या दुकानाच्या दर्शनी भागाच्या मध्ये एक पिवळसर बदामी रंगाची गाय येऊन उभी राहिली. ती त्याच्याकडे भावपूर्ण नजरेनं रोखून बघत होती.

जॉशला जबरदस्त धक्का बसला.

'तू काय माझी चेष्टा करतेयस काय?' तो स्वत:शीच पुटपुटला. त्याने स्वत:ला कशात अडकवून घेतलं होतं असं त्याला झालं होतं. एका मोठ्या शहरातल्या रस्त्याच्या मध्यभागी चक्क एक गाय उभी होती!

त्याने तिच्याकडे रोखून बघितलं आणि त्या गाईनंही त्याच्याकडे तसंच रोखून बघितलं. त्यानंतर तिने शांतपणे शेपूट वर उचललं, आपलं पोट साफ केलं आणि रस्त्यावरच शेण टाकून दिलं. जॉशविषयीचं तिचं मत त्याच्यापर्यंत पोहोचवून ती त्याच्या मार्गातून बाजूला झाली.

जॉशनं शेणाकडे आणि त्याच्या पुढेच तयार झालेल्या छोट्याशा डबक्याकडे बघितलं आणि नंतर तो विद्याच्या पाठोपाठ निघाला. ती झपाझपा पायऱ्या चढली आणि खिडक्या नसलेल्या दुकानाच्या आतल्या काळोख्या, कळकट भागात त्याला घेऊन गेली.

टॉमला फोटो पाठवण्यासाठी त्याला क्षणभराचा वेळ लागला. त्याबरोबरच त्याने त्याला कळवलं होतं की, या सगळ्या गलिच्छ प्रकारात तो यापुढे बिलकूल थांबणार नव्हता.

१०

जॉशला तिची लहानशी कार त्रासदायक वाटली असणार हे लक्षात आल्यावर विद्याला आपण त्याचा पुरेसा विचारच केला नाही असं वाटलं. त्याने त्याबद्दल तक्रार केली नव्हती, पण कारमधून उतरल्यावर त्याने हात-पाय ताणून आळस दिल्याचं तिने बघितलं होतं. तो क्वचितच काही बोलला होता. तिने त्याला खुलेपणानं प्रश्न विचारले होते. टॉमला त्या प्रश्नांची सविस्तर उत्तरं द्यायला आवडलं असतं, पण जॉश फक्त एकेका शब्दात उत्तरं देत होता.

त्याच्या अबोल स्वभावाची आता तिला जवळजवळ सवय होऊन गेली होती. त्याच्या सभोवतालच्या प्रत्येक गोष्टीकडे तो चिडखोरपणानं पाहत होता आणि स्पष्टपणे अगदी छळणूक होत असल्यासारखा वागत होता. जणू काही तो पुढच्या विमानानं परत जाण्यासाठी आणि चेन्नई सोडण्यासाठी एका पायावर तयार होता.

"शांत हो, आम्ही काही तुला कच्चा खाणार नाही," ती म्हणाली.

त्याने क्षणभर दचकल्यासारखं तिच्याकडे बघितलं आणि नंतर त्या दिवशी सकाळी पहिल्यांदाच तो काहीसा संकोचत का असेना, पण खिदळल्यासारखा हसला. त्याच्या थकलेल्या डोळ्यांत मजेची, गंमतीची चमक होती.

"ते ठीक आहे. पण तुमच्यापैकी फक्त २५ टक्के लोकच शाकाहारी आहेत," तो म्हणाला.

तोपर्यंत तिने असा निष्कर्ष काढला होता की, तो एक अप्रसन्न, खिन्न प्रकृतीचा पुरुष होता. किंचितसा विनोद तर सोडाच, पण तो गंमतीजमतीत, मजेनंही संभाषण करू शकत नव्हता. त्यामुळे त्याने ज्या हजरजबाबीपणानं आणि पद्धतीनं तिची छुपी टीका परतवली होती, ती तिला अगदीच अनपेक्षित आणि स्वागतार्ह वाटली.

किंचित स्मित करत तिने मळकट लाकडी पायऱ्यांकडे निर्देश केला आणि ती

त्या चढू लागली.

दुसऱ्या मजल्यावर कांस्य मूर्ती ठेवण्यात आल्या होत्या. तो तिच्या पाठोपाठ गेला. त्याच्या चेहऱ्यावर विचारमग्नता होती. बिल करणाऱ्या काउंटरवरच्या स्त्रीमध्ये त्याला अधिक रुची होती हे दिसत होतं.

तो हॉल मध्यम आकाराचा होता आणि धातूच्या कलात्मक वस्तूंनी चमकत होता. धारदार कडा आणि गोलाकार पाया असलेले पितळी दिवे, कोरीव काम केलेली तांब्याची थाळी, ताम्हणं, हातात धरायच्या भागावर कोरीवकाम केलेल्या मंदिरात बांधल्या जाणाऱ्या घंटा, अशा ओळीने मांडून ठेवलेल्या वस्तूंनी तिथली टेबलं आणि फडताळं भरून गेली होती. त्या सगळ्या वस्तू ट्यूबलाइटमध्ये चमकत होत्या.

विद्यानं त्याला त्या सगळ्या वस्तूंविषयीची माहिती दिली आणि हिंदू विधींमध्ये त्यांचं काय महत्त्व असतं तेही सांगितलं. पण त्याच्या मनात असलेल्या विशिष्ट वस्तूविषयी, कांस्य मूर्तींविषयी तिला माहीत होतं त्यामुळे ती तिथून पुढे गेली. मागच्या बाजूला असलेल्या कांस्य मूर्तींच्या दिशेनं ती शांतपणे वळली. त्या मूर्ती अगदी साधेपणानं लाकडी चिपांवर मळकट, पांढऱ्या कपड्यामध्ये लपेटून ठेवलेल्या होत्या.

काही क्षण तसेच छाननी करण्यात शांततेत गेल्यावर, काहीही झालं तरी ती टॉमसाठी घेण्यात येणारी भेटवस्तू होती हे लक्षात आल्यावर तिने विष्णूच्या आणि लक्ष्मीच्या काही सुंदर मूर्तींकडे निर्देश केला. शिवाय एका छानशा गोबऱ्या गालाच्या गणेशाकडेही बोट दाखवलं. तिला त्या देवांची माहिती देण्याचा मोह झाला होता, पण तिने तो आवरला आणि त्यावर आणखी काही मत प्रदर्शित करणंही टाळलं.

''मला नटराजात रुची आहे,'' जॉश म्हणाला.

विद्या एकदम चकित झाली. त्याने नुकतंच नटराज असं म्हटलं होतं आणि त्याचा व्यवस्थित उच्चार केला होता? त्यानंतर तो अगदी अचूकपणे नटराजाच्या मूर्तींच्या दिशेनं जात असल्याचं तिने पाहिलं. कांस्य मूर्तींच्या त्या संचात केंद्रस्थानी अगदी ठळकपणे नटराजाची मूर्ती ठेवण्यात आली होती.

कांस्य मूर्तींमध्ये नटराजाची मूर्ती सर्वाधिक सुंदर, आदर्श असल्याचं गृहीतच होतं. नटराज हे शिव या देवतेचं वैश्विक नर्तन करणारं मानवी आकारातलं सर्वाधिक ज्ञात स्वरूप होतं. तरीही त्याला ते माहिती होतं की, ही गोष्ट काहीशी विचित्र आणि अनपेक्षित होती. त्याच्या शेजारून त्या स्टॅंडकडे ती निघाली असताना तिला काहीतरी खटकत होतं. कसली तरी रुखरुख लागल्यासारखं वाटत होतं. आपण काहीतरी विसरलो आहोत असं तिला वाटत होतं.

ती कांस्य मूर्ती बिलकूलच मंदिरातल्या जुन्या मूर्तींच्या तोडीची नव्हती. पण

त्या महान नृत्याचं आवश्यक स्वरूप दृग्गोचर करण्याएवढं ते काम नक्कीच उत्तम आणि आदरणीय होतं.

"तुला नटराज आवडतो का?" तिने विचारलं. तिच्या आवाजातून काहीशी नाखुशी आणि आदर डोकावत होता.

यावर काय उत्तर द्यावं याचा विचार करत तो काही क्षण थांबला.

"हे टॉमला आवडेल. मला तो अधिक उंच असेल तर हवा आहे," त्याने म्हटलं. तिच्या मनात त्याच्याविषयी थोडंफार चांगलं होत चाललेलं त्याच्याविषयीचं मत पुन्हा एकदा ढासळलं. ती मूर्ती जवळजवळ तीन फूट उंच होती. त्यामुळे विद्याला ती चांगलीच उंच होती असं वाटत होतं.

"तुझा कलात्मक प्रतिमा आणि प्रतीकं यांचा अभ्यास आहे का?" तिने आग्रही आवाजात विचारलेल्या प्रश्नात तिच्या मनातील कुतूहल दडलं होतं.

"हो, *न्यूजवीक*च्या मुखपृष्ठावर या पोझमध्ये असलेल्या ओबामांचा फोटो होता."

तिच्या मनात जी काय थोडीफार मैत्रीपूर्ण, प्रसन्न आणि काहीशी आदरपूर्ण भावना निर्माण होऊ पाहत होती, ती लगेच नष्ट झाली. ती अत्यंत निराश झाली. कदाचित नको इतक्या जास्त प्रमाणात निराश झाली.

थिरुवासगमचा जप करणारा तिच्या आईचा आवाज तिच्या मनात घुमू लागला.

त्या मूर्तीतून निर्देशित होणाऱ्या प्रतीकात्मकतेच्या खजिन्याचं समर्थन करावं, अशी प्रबळ इच्छा तिच्या मनात निर्माण झाली. विद्वानांनी, शास्त्रज्ञांनी आणि तत्त्ववेत्त्यांनी अनेक वर्षांपासून नटराजाच्या मूर्तीचा कसा अन्वयार्थ लावलाय, ते हुशारीनं आणि पटण्याजोग्या पद्धतीनं त्याला सांगावं असं तिला वाटलं. पण ती मूर्ती प्रतिनिधित्व करत असलेल्या गोष्टींविषयीचं तिचं स्वतःचं ज्ञान मर्यादित आणि वरवरचं होतं. यातील विरोधाभास समजून घेण्याएवढी ती सुज्ञ होती; परंतु तरीही एवढ्या आदर्श आणि सुंदर गोष्टीची त्याने निष्ठुरपणे आणि थिल्लरपणे थट्टा केल्यामुळे तिच्या मनात निर्माण झालेला संताप तिच्या बोलण्यातून व्यक्त झालाच होता.

"हिंदू धर्माच्या काही गहन विद्वत्तापूर्ण आणि मध्यवर्ती सिद्धान्तांचं नटराज प्रतिनिधित्व करतो," तिच्या आवाजातून उचित संताप डोकावत होता.

"बरं."

"मला माहीत आहे त्याप्रमाणे तुझ्या वडिलांनी उपनिषदांचा अभ्यास केला होता ना?" तो प्रश्न तसा वरवर पाहता अगदीच निरुपद्रवी, निरागस वाटत होता. पण तो विचारताना तिच्या आवाजात निर्माण झालेली अविश्वासाची आणि धिक्काराची भावना बिलकूल लपून राहिलेली नव्हती.

त्याची आणि तिची नजर शांतपणे एकमेकांशी भिडली. "मला काहीच कल्पना नाही. पण तरीही त्यांनी असं काहीतरी वाचलं होतं असं ऐकल्यासारखं वाटतंय," तो तसाच निश्चलपणे म्हणाला. ती एखादी तिरसट, चिडखोर मूल असावी अशा प्रकारे तो तिला वागवत होता.

तिचा त्रासिकपणा लपवण्यासाठी तिने आपली नजर दुसरीकडे वळवली.

एक वृद्ध व्यक्ती तिथेच जवळपास पितळी दिव्याचं परीक्षण करत होती. त्याने तिच्याकडे पाहिलं आणि हलक्या आवाजात तमिळमध्ये तो पुटपुटला, "या गाढवाला उदबत्तीचा सुगंध समजू शकणार आहे का?"

तमिळमधील ती जुनी म्हण होती. 'गाढवाला गुळाची चव काय' अशा अर्थानं ती वापरली जात होती. त्या परिस्थितीला ती अगदी चपखलपणे लागू होत होती. तिला आलेलं हसू तिने मोठ्या प्रयत्नांनी दाबलं.

जॉश तिच्याकडेच तीक्ष्ण नजरेनं पाहत होता, ते लक्षात घेऊन ती मागे वळली. त्याची नजर तिचा वेध घेत होती. त्या माणसानं केलेलं विधान त्याच्यासाठीच होतं हे त्याला माहीत असावं, असा तिला संशय आला.

"इथे कोणी सेल्समन आहे का?" त्याने विचारलं. त्याच्या आवाजात उतावळेपणा होताच, पण त्याहीपेक्षा तो कठोर होता.

तिने सेल्समनला बोलावलं. त्याच्या वागण्यातून त्याचा अनुभवीपणा जाणवत होताच, शिवाय त्याच्या शर्टाच्या खिशावर त्याच्या नावाची पट्टी चिकटवलेली होती. त्याने विनम्रपणे तिला अभिवादन केलं. "बोला मॅडम," तो म्हणाला.

"तुम्ही ही मूर्ती माझ्यासाठी जहाजावरून पाठवू शकाल का?" जॉशला ती माहिती हवी होती.

"कुठे सर?"

"झुरिकला," तो म्हणाला. त्याच वेळी तिने 'लंडनला' असं म्हटलं होतं.

"झुरिकलाच," जॉशनं अगदी ठामपणे त्यात दुरुस्ती केली. "तिथून मी टॉमच्या वाढदिवशी त्याला ती पाठवून देईन." तो म्हणाला.

त्या सेल्समननं त्याला ते युरोपभर सर्वत्र नियमितपणे अशा मूर्ती पाठवून देत असल्याची आणि अनेक युरोपियन लोक त्यांच्याकडच्या मूर्ती विकत घेत असल्याची निष्कपटपणे आणि अभिमानानं खात्री दिली.

त्याच्या शब्दांचा अर्थ लावण्याचं काम ती जवळजवळ संपवत असतानाच त्याने पुढचा प्रश्न विचारला, "ती पोहोचायला किती वेळ लागेल?"

"तुम्हाला कशात रुची आहे, काय हवंय सर?" त्या सेल्समननं आणि विद्यानंही त्याच्याकडे अपेक्षेनं पाहिलं.

"तो नटराज आणि इतर काही वस्तूही."

"बोटीनं त्या तुमच्याकडे महिनाभरात पोहोचतील."

"तुम्ही त्या वस्तू तिथपर्यंत पोहोचेपर्यंतची सगळी जबाबदारी घ्याल ना?"

"होय सर, सगळ्या औपचारिकता पूर्ण करण्याची काळजी घेण्यासाठी आमच्याकडे एजंट आहेत."

जॉश त्या मूर्तीकडे निर्विकारपणे पाहत राहिला. तो सेल्समन जे म्हणाला होता, त्याचा तो विचार करत असल्यासारखं वाटत होतं.

सेल्समननं त्या मूर्तीच्या कारागिरीकडे जॉशचं लक्ष वेधलं आणि तिची खरेदी खरोखरच चांगली असेल यावर भर दिला.

जॉशनं विमनस्कपणानं मान डोलावली, पण आणखी प्रश्न न विचारता तो तिथे तसाच मूकपणे उभा राहिला.

विद्या आणि तो सेल्समन एकमेकांबरोबर हवेबद्दल बोलले.

थोडा वेळ गेल्यानंतर त्या सेल्समननं जॉशला ती मूर्ती विकत घ्यायची आहे का, याविषयी नम्रपणानं विचारलं.

"तुमच्याकडे याहून उंच मूर्ती आहे का?" त्याने विचारलं.

"नाही सर," सेल्समनने नकारार्थी मान हलवत सांगितलं. "तुम्ही आम्हाला नेमकी कशी मूर्ती हवी आहे ते सांगा. ती लगेच तयार मिळू शकणार नाही. तुम्हाला स्वारस्य असेल तर स्वामीमलाईतील आमच्या पुरवठादाराकडे तशी मूर्ती आहे का ते आम्ही पाहू आणि तिच्या किमतीची व ती कधी मिळेल याची माहिती तुम्हाला कळवू."

"तुम्ही प्लीज तसं करा. किंमत कितीही असली तरी हरकत नाही," जॉशनं सांगितलं.

त्यानंतर त्याने त्या माणसाचा फोन नंबर घेतला आणि त्याला नंतर दुपारी तो नक्की फोन करेल, असं सांगितलं. विद्याला त्याच्या वागण्यात विसंगती असल्याचं जाणवलं.

त्या संभाषणानंतर त्याने तिच्याकडे बघितलं आणि जणू काही त्याचं काम झालं आहे असं दर्शवण्यासाठी किंचित मान कलती करून त्याने तिला तिथून बाहेर पडण्याची खूण केली.

ते बाहेर पडण्याच्या मार्गाजवळ पोहोचल्यावर जॉशची नजर कशाचा वेध घेत होती ते विद्यानं पाहिलं. तिच्या लक्षात आलं की, त्याला बिलिंग काउंटरविषयी जिज्ञासा होती. त्या वेळी तिथे वेगवेगळे पुरुष बसले होते.

तिथे काही डेस्क ठेवण्यात आले होते. भिंतीवर गणेशाचं चित्र लावलेलं होतं आणि त्याखाली अर्धवट जळलेल्या बऱ्याच उदबत्त्या होत्या. त्यांच्यातून निघणाऱ्या धुरांच्या रेषा थेट छतापर्यंत जात होत्या. काउंटरच्या मागेच बसलेल्या माणसासमोर

संगणक होता आणि तो एका मध्यमवयीन स्त्रीने खरेदी केलेल्या वस्तूंविषयी तिच्याशी उत्साहानं बोलता बोलता त्या वस्तूंचं बिल तयार करत होता.

"काही हवंय का, काय झालं?" विद्यानं विचारलं.

"काही नाही. मी फक्त... मला फक्त त्या बिलिंग यंत्रणेविषयी जिज्ञासा वाटत होती."

ते काहीही न बोलता त्या दुकानातून बाहेर पडले आणि तिने गाडी उभी केलेल्या ठिकाणी आले.

"मला इथे एखादी पाण्याची बाटली कुठे मिळेल?" त्याने ओशाळलेल्या आवाजात विचारलं. "माझ्या घशाला कोरड पडलेय."

तिने काहीशा अवमानास्पदरीत्या उत्साह दर्शवत तत्परतेनं त्याच्यासाठी पाणी आणायची तयारी दाखवून तोपर्यंत त्याला गाडीत बसायला सांगितलं. त्याने तिची ती सूचना मान्य केली. त्याच्या साधनांबरोबर त्याला सोडून विद्या जवळच्या छोट्याशा दुकानातून पाण्याच्या बाटल्या विकत घ्यायला गेली.

तिथून परत आल्यावर तिने त्याला सहज विचारलं, "आता पुढच्या दुकानात जायचं?" त्याने मान डोलावून संमती दर्शवत पाण्याच्या बाटल्या आणल्याबद्दल तिचे आभार मानले आणि घटाघटा पाणी प्यायला.

यावेळी ते चाललेले असताना तो फोनबरोबर खेळत बसला. तो मॅप ॲप पाहत असल्याचं पाहून विद्याला आश्चर्य वाटलं. तो रस्त्याचा मागोवा घेत होता, हे दिसतच होतं. त्याने इतर दुकानांबद्दल तिला काही प्रश्न विचारले. त्या दुकानांची नावं त्याने विचित्रपणे, त्यांच्या शब्दांची तोडफोड करत उच्चारली होती. ती दुकानं किती मोठी होती, ती प्रतिष्ठित दुकानं होती का आणि तिथे ती बऱ्याच काळापासून होती का याविषयी त्याने तिला बरेच प्रश्न विचारले.

या प्रश्नोत्तराच्या कार्यक्रमानंतर तो जवळजवळ शांत राहिला. फक्त रस्त्यांवर वाहतुकीचे नियम दर्शवणाऱ्या खुणा नसल्याबद्दल आणि तिथल्या वाहतुकीबद्दल तो काही शेरेबाजी करत राहिला तेवढीच. पण तो बाकी इतर कुठल्याही विषयावर बोलला नाही.

मिंट स्ट्रीटवरही पुन्हा आधीच्या दुकानात घडलेल्या गोष्टीचीच पुनरावृत्ती घडत राहिली. भारतीय सेल्समनच्या खाणाखुणा समजून घेण्यात तो अधिक हुशार बनल्यामुळे विद्या न बोलता जास्तीत जास्त शांत बसू लागली. एका दुकानात अगदी दर्शनी भागातच नटराजाच्या दोन मोठ्या मूर्ती होत्या. तरीही त्याला ज्या उंचीची मूर्ती हवी होती, तेवढ्या उंचीच्या त्या नव्हत्या, त्यामुळे त्याचं समाधान झालं नव्हतं.

प्रत्येक दुकानात त्याने पुन्हा एकदा त्याच्या भावासाठी भव्य, देखणी कांस्य मूर्ती खरेदी करण्यासाठी भरपूर पैसे खर्च करण्याची तयारी दर्शवली होती आणि

लोकांना दुपारी फोन करण्याचं आश्वासन देऊन आणखी फोन क्रमांक घेतले होते.

ते बाहेर पडल्यावर काउंटरच्या पुढे आले. "हातानं लिहिलेल्या पावत्या!" तो अविश्वासानं, साशंकतेनं उद्गारला. एक क्षणभर तिथे शांतता पसरली. नंतर तिच्या नजरेला नजर भिडल्यावर तो उपरोधानं हसत म्हणाला, "फक्त उत्सुकता म्हणून..."

त्या स्मितमुळे त्याच्या आधीच्या विधानातील घृणास्पद उपहासाची तीव्रता कमी झाली. सातत्यानं सुरू असलेल्या भारनियमनाविषयी त्याच्याशी बोलायचं नाही, असं विद्यानं ठरवून टाकलं. कारण त्यामुळे ते अंधारयुगात जगतात, असं त्याला वाटलं असतं.

कारमध्ये बसल्यावरही ते फारसे बोलले नाहीत. तिने खिडकीच्या काचा वर चढवल्या आणि एअर कंडिशनिंग सुरू केलं. त्यानंतर काहीही न बोलता तिने त्याला एक पाण्याची बाटली दिली. शरीरातलं पाणी कमी झाल्यामुळे त्याला भोवळ येईल की काय अशी तिला भीती वाटत होती. त्याला जितका प्रचंड घाम येत होता आणि त्याच्या त्वचेचा रंग जसा बदलला होता त्यावरून त्याला चक्कर येण्याची मोठीच शक्यता असल्यासारखं वाटत होतं. त्याने शर्टाच्या बाह्यांनी त्याच्या कपाळावरचा घाम पुसल्याचं बघितल्यावर तिने त्याला टिश्यू पेपरचं पाकीटही दिलं. खड्डे चुकवण्यावर आणि गतिरोधकांवरून काळजीपूर्वक तिची छोटी कार चालवण्यावर तिने लक्ष केंद्रित केलं होतं. अन्यथा कारच्या जवळच असलेल्या छतावर डोकं आपटून तो बेशुद्ध पडला असता.

फक्त टॉमसाठी तिला हे सहन करावंच लागणार होतं, अशी तिने स्वत:लाच आठवण करून दिली; परंतु तरीही त्यामुळे ती घाईघाईनं हालचाली करण्यापासून थोडीशीही परावृत्त झाली नव्हती.

पाचवं दुकान सरकारी होतं. तिथल्या शांत आणि गंभीर परिसरावर त्याने एक नजर टाकली आणि तो तसाच झटकन बाहेर पडला. त्यानंतर विद्यानं त्याला शहरातल्या सर्वाधिक डामडौल असलेल्या महागड्या दुकानात घेऊन जायचं असं ठामपणे ठरवून टाकलं, तिथे त्याला अतिशय महागड्या वस्तू मिळाल्या असत्या. छोट्या गल्ल्यांमधून जाणाऱ्या जवळच्या रस्त्यानं ती त्याला दुकानात घेऊन गेली. अगदी कमी वेळात ते 'सारथ्य'जवळ पोहोचले.

धातूच्या फलकावर सौम्यपणे, पण दिमाखदारपणे दुकानाचं नाव झळकत होतं. तिथल्या मोठ्या दर्शनी भागात एकाच दगडात कोरण्यात आलेलं, बासरी वाजवणाऱ्या कृष्णाचं शिल्प दिसत होतं. त्याच्या चेहऱ्यावर गूढ स्मित होतं आणि त्याच्या देखण्या चेहऱ्यावर आकर्षकता दिसत होती. उंच छत असलेल्या आणि भरपूर प्रमाणात लाइट लावलेल्या थंडगार हॉलमध्ये ते पोहोचले. वातावरणात लव्हेंडर एअरफ्रेशनरचा मंद सुगंध भरून राहिला होता. सतारवादनाच्या संगीताचे

मंद सूर ऐकू येत होते. ते सूर तिथल्या वातावरणाशी अगदी एकरूप होऊन गेले होते. काही कांस्य मूर्ती त्यांच्या विभागात नीट रांगांमध्ये व्यवस्थित मांडून ठेवण्यात आल्या होत्या. त्यांच्यावर दिवे सोडण्यात आले होते. त्यामुळे त्यांची कारागिरी अगदी मुद्दाम नजरेत भरवली जात होती.

सेल्समननी टाय बांधले होते आणि ते हळू आवाजात इंग्रजीतून बोलत होते. परदेशी ग्राहकांना हाताळण्यासाठी त्यांना प्रशिक्षण देण्यात आलं होतं, हे अगदी स्पष्ट होतं. जॉश तिथे गेल्याबरोबर एकदम उत्तेजित झाल्याचं दिसलं आणि तिच्याकडे भरपूर दुर्लक्ष करून त्याने सेल्समनबरोबर संभाषण सुरू केलं. तो एक प्रतिष्ठित, श्रीमंत अमेरिकन होता आणि एका सात फुटी नटराजाच्या कांस्य मूर्तीसाठी तो हवे तेवढे पैसे मोजायला तयार होता.

सेल्समननं कोणाला तरी इशारा केला आणि लगेच जॉशसाठी एक न उघडलेला थंडगार कोकचा कॅन आणण्यात आला. तो उघडून सेल्समननं ग्लासमध्ये कोक ओतून अगदी आदरपूर्वक जॉशला तो ग्लास दिला. तो हळुवारपणे घोट घेत असताना सेल्समन तपशिलानं त्याच्याशी बोलत होता. त्यांच्या अपवादात्मक, आगळ्यावेगळ्या सेवेची तो त्याला खात्री देत होता.

''कृपया, ही मूर्ती पाहा सर,'' त्याने एका चार फुटांच्या नटराजाकडे निर्देश केला. विद्याने त्या मूर्तीवर धोरणीपणानं लावण्यात आलेल्या किमतीच्या लेबलकडे चोरटा कटाक्ष टाकला. त्याच्यावर पंधरा हजार डॉलरचं लेबल असल्याचं पाहून तिने आश्चर्यानं भुवया उंचावल्या. त्याच्या गरजांमध्ये ती मूर्ती अधिक चांगली बसत होती हे तिने गृहीत धरलं, पण तिने आधी ज्या मूर्ती दाखवल्या होत्या त्यांच्याहून ती मूर्ती कोणत्याही बाबतीत अधिक चांगली नव्हती.

जॉश अजूनही उडवाउडवी करत होता. तो क्रेडिट कार्ड काढून पैसे चुकते करेल, अशी तिची अपेक्षा होती. पण त्याऐवजी तो गोंधळला होता आणि त्याने पुन्हा एकदा सेल्समनला त्याच्या त्याच त्या प्रश्नसंचातले प्रश्न विचारण्यास सुरुवात केली होती. ते परदेशात जहाजावरून त्याला ती मूर्ती पाठवणार होते का, ती झुरिकला पोहोचायला किती काळ लागला असता, त्यासाठी अंदाजे किती खर्च आला असता, युरोपमध्ये त्यांच्या शाखा होत्या का किंवा कोणाशी त्यांचं टाय-अप होतं का आणि अखेरीस त्याहूनही मोठा नटराज त्याला मिळू शकणार होता का?

त्यानंतर तो अगदी सहजपणे, पण स्पष्टपणे बाहेरच्या दिशेला निघाला आणि तो सेल्समन आणि विद्या त्याच्यापाठोपाठ कंटाळल्यासारखे मंदपणे निघाले; परंतु ज्या वेळी जॉशला अधिक उंच मूर्तीच घ्यायची असल्याचं दिसलं, त्या वेळी त्या सेल्समननं स्वामीमलाईतील पुरवठादारांकडे तशी एखादी मूर्ती असेल का, ते तो पाहील असं त्याला सांगितलं. जॉशनं त्याचंही कार्ड घेतलं आणि त्याला संध्याकाळी

तो फोन करेल, असं सांगितलं.

पुन्हा एकदा रिकाम्या हातानं ते बाहेर पडले.

तिने नाखुशीनं स्वत:शीच हे मान्य केलं की, तो चोखंदळपणे खरेदी करणारा होता. त्याला तोपर्यंत किमान सहा दुकानांमध्ये त्याच त्या प्रश्नांची उत्तरं मिळाली होती आणि त्यामुळे त्याला चांगला व्यवहार करता येण्याची शक्यता होती; परंतु अशा सैद्धान्तिक दृष्टिकोनामुळे, भेटवस्तू घेण्याच्या या प्रक्रियेतून भेटवस्तू घेण्यातल्या प्रेमाचा सगळा अंश नष्ट होत होता, असं तिला वाटलं.

त्यानंतर त्या दुकानाच्या थेट समोर थांबून त्याच्या टॅब्लेटवर तो काम करत असताना जॉशनं तिला थांबायला लावलं. कोणत्या तरी गोष्टीची त्याला तातडीनं दखल घेणं भागच होतं, असं तो विचलित होऊन पुटपुटला होता. त्याच्या टॅब्लेटवर त्याने तातडीनं नजर टाकली आणि त्या ठिकाणाहून थोडासाही न हलता त्याने संतप्तपणे काहीतरी टाइप केलं.

त्याच्या कपाळावर घामाचे मोठमोठे थेंब जमा होऊन त्याच्या भुवयांवरून ओघळत होते, तरीही एवढ्या कडक उन्हात थांबून करण्याएवढं ते असं कुठलं महत्त्वाचं काम होतं? पूर्ण तीन मिनिटं तशीच गेली. त्यानंतर त्याने क्षमायाचना करण्यासाठी वर बघितलं; परंतु विद्याच्या दृष्टीनं त्याचं ते वागणं पूर्णपणे क्लेशदायक आणि अयोग्य होतं.

यातून अंग काढून घेण्यासाठी एखादी विनम्र क्लृप्ती लढवता येईल का, याचा विचार ती करत होती. ते तिथून बाहेर पडले होते, त्या वेळी आधीपासूनच तिच्या मनात दुपारीसुद्धा बँकेच्या कोणत्या संभाव्य ग्राहकांची ती भेट घेऊ शकते, याचे विचार घोळू लागले होते.

११

जॉशनं टॅब्लेट त्याच्या बॅगेत ठेवला. त्याच्या हालचालीचा अंदाज घेऊन ती त्याच्याकडे वळली आणि त्याने तिच्याकडे बघून तो जाण्यासाठी तयार असल्याचं दर्शवत मान डोलावली. तिथून काही फुटांवरच उभ्या केलेल्या कारकडे ती गेली.

दुपारचा सूर्य आता परतीच्या मार्गाकडे वळला होता, पण तरीही प्रचंड उकाडा होता. तो बाहेर थांबला होता, तेवढ्या काही मिनिटांतच पूर्णपणे घामानं न्हाऊन निघाला होता. कारमध्येही उकाडा जाणवत होता आणि थोडीफार हवा आत यावी यासाठी विद्यानं खिडकीच्या काचा खाली घेतल्या होत्या. तिने एसीही सुरू केला होता. जॉशनं त्याच्या भुवयांवरचा आणि मानेवरचा घाम पुसून काढला. थंड हवेचा झोत आल्याबद्दल त्याला बरं वाटत होतं.

आता रहदारी तुरळक होती. प्रवाशांनी अर्धवट भरलेल्या, वाळूच्या रंगाच्या आणि चिखलासारख्या तपकिरी दिसणाऱ्या बसगाड्यांची जा-ये सुरू होती. तो ज्या-ज्या रस्त्यांवरून गेला होता, तिथे त्याला नागमोडी वळणं घेत पोहोचलेला मेट्रोचा मार्ग दिसला होता; परंतु त्याला त्यावरून कोणतीही रेल्वे धावताना दिसली नव्हती.

अंगाची लाहीलाही करणाऱ्या उष्णतेच्या झळांमुळे त्याला अंगातलं त्राण गेल्यासारखं वाटत होतं. अंगातली शक्ती शोषून घेणाऱ्या एवढ्या प्रचंड उन्हातही कोणीही एवढं छान, तल्लख कसं काय दिसू शकतं, असा विचार विद्याकडे बघितल्यावर त्याच्या मनात आल्याखेरीज राहिला नाही.

त्या वेळी दुपारचा दीड वाजला होता आणि अगदी अपेक्षेप्रमाणे योग्य वेळीच तिनं त्याचा जेवणाचा बेत काय आहे, असं विचारलं. ती दुपार होती या वास्तवाशी त्याच्या शरीरानं अखेरीस जुळवून घेतल्यासारखं वाटत होतं. जॉशला पुन्हा भूक

लागली होती, म्हणून आनंद झाला होता; परंतु अगदी त्या वेळी गरमगरम भारतीय अन्नाची चव चाखण्याची संधी त्याला घ्यायची नव्हती.

"इथे जवळपास कुठे केएफसी किंवा मॅक्डोनाल्डच्या प्रकारचं फास्टफूड मिळेल काय?" त्याने आशेनं विचारलं. त्याला कितीही अनारोग्यपूर्ण असली, तरी फक्त एखादी परिचित गोष्ट हवी होती. शिवाय याविषयी ऐकणं भागच असलेल्या टॉमला चिडवण्याचा फायदाही त्याला त्यातून मिळणार होता.

ती क्षणभर थांबली आणि तिने थोडासा विचार केला. "मॅक्डोनाल्ड इथून थोडं लांब आहे. पण इथे जवळच काही पिझ्झा चेन आहेत," तिने सुचवलं.

जॉशनं 'ते चालेल' असं सांगितलं.

ती गाडी चालवत असताना जॉश खिडकीतून बाहेरचं दृश्य पाहत राहिला. आता फोनवरून रस्त्याचा मागोवा घेण्याचा त्याला अतिशय कंटाळा आला होता.

ते शहर धूळभरलं होतं आणि तिथे आश्चर्य वाटावं एवढ्या कमी उंचीच्या इमारती होत्या. रस्ते आणि गल्ल्या नागमोडी होत्या आणि क्वचित कुठेतरी पर्णाच्छादितही होत्या. रस्त्यांवर अनेक सायकली आणि मोटारसायकली दिसत होत्या आणि त्याहूनही अधिक वाहनं रस्त्याच्या कडेला उभी करून ठेवण्यात आली होती. तिथे कुठेही त्याला बगिचे, चौक किंवा खुल्या जागा दिसत नव्हत्या.

भिंतींवर रंगीत पोस्टर चिकटवलेली दिसत होती. जाहिरातींचे फलक उंच होते आणि त्यांच्यावर चित्रपटांची माहिती होती. राजकारण्यांना केलेली अभिवादनं होती. नवविवाहितांना शुभेच्छा देण्यात आल्या होत्या. धार्मिक नेत्यांना अभिवादनं करण्यात आली होती. काही कृष्णधवल पोस्टरमधून एखाद्या मृताला श्रद्धांजली वाहण्यात आली होती. त्याखालचे शब्द इंग्रजीत आणि चुरचुरीत अक्षरांच्या स्थानिक भाषेतही लिहिण्यात आले होते. रस्त्याच्या एका बाजूला दर काही फुटांवर भल्या मोठ्या फलकांवर त्याच एका महिलेचं चित्र लावल्याचं दिसत होतं. सन्माननीय मुख्यमंत्री असे शब्द त्याने वाचले. बाह्य भागात जाहिराती करणं हा चेन्नईतला लाभदायक व्यवसाय असावा, हे त्याच्या लक्षात आलं. तिथून जाणाऱ्या लहानशा टुकटुकचं त्याला अतिशय आकर्षण वाटलं. विद्यानं त्याला ऑटो-रिक्षा म्हटलं होतं. त्यांचा रंग गडद पिवळा होता आणि आतून आणि बाहेरून त्या अत्यंत कौशल्यानं तयार करण्यात आल्या होत्या.

शिवाय स्त्री-पुरुष, मुलं झपाझपा चालत होते. काही जण मध्येच थांबत होते आणि फोनवर बोलत होते. एक जण तर पदपथावर उकिडवा बसला होता.

त्याच्या फोनवर बीपचा आवाज ऐकू आला. त्याला टॉमनं पाठवलेला संदेश दिसला. 'तू आता बोलू शकतोस का?" टॉमच्या दृष्टीनं तो खूपच लवकर आणि घाईघाईनं पाठवला गेलेला संदेश होता.

"नाही. मी तुझ्या मैत्रिणीबरोबर आहे. काय आहे?" त्याने प्रतिसाद पाठवला आणि टॉमकडून येणाऱ्या पुढच्या संदेशाची वाट पाहू लागला. त्या पीआयकडून आलेली अद्ययावत माहिती त्याला मिळावी, अशी त्याची अपेक्षा होती.

अखेरीस ते पिझ्झा मिळणाऱ्या हॉटेलमध्ये पोहोचले. ते जवळजवळ रिकामंच होतं, फक्त एक-दोन व्यावसायिक तेवढेच तिथे दिसत होते. अमेरिकन चेनचा भाग असलेलं ते रेस्टॉरंट सिॲटलमधल्या रेस्टॉरंटपेक्षाही अधिक चकचकीत दिसत होतं. टीव्हीवर काही वृत्तवाहिन्यांवरच्या बातम्या दाखवल्या जात होत्या. अमेरिकन वृत्तवाहिन्यांहून ते वेगळं वाटत नव्हतं. किमान ब्रेकिंग न्यूज आणि तीन ओळींतल्या इंग्रजीतल्या बातम्या तरी दिसत होत्या. शेअर बाजाराच्या संदर्भातली चित्रफीत सरकत होती. त्याबरोबरच पडद्याच्या तळाशी ट्विटही दिसत होतं.

विद्या ओठ घट्ट मिटून बसली होती. तिच्या चेहऱ्यावर आता स्मिताचा लवलेशही नव्हता. जॉशच्या लक्षात आलं होतं की, त्याच्या कृतींमुळे कदाचित हा वाईट परिणाम घडून आला होता. *मी एका कामानं झपाटून गेलोय. तुला काय हवं ते कर...* असा त्याने विचार केला.

नंतर फक्त 'एक मिनिट हं' असं म्हणून ती थोडी बाजूला गेली आणि तिला आलेला फोन तिने घेतला. ती हलक्या आवाजात बोलत असली, तरीही ते इंग्रजीतून असल्यामुळे त्याला ते समजू शकत होतं. कोणत्या तरी मान्यतेविषयीच्या कागदपत्रांसंदर्भात ती बोलत होती. तिला ती कागदपत्रं कोणाच्या तरी सहीसाठी पाठवायची होती. ते महत्त्वाचं असल्यासारखं वाटत होतं, पण तरीही त्यात इलेक्ट्रॉनिक माहितीवर अवलंबून राहण्याचा अभावही दिसून येत होता. ती उदरनिर्वाहासाठी काय करत होती याबद्दल त्याला कुतूहल वाटलं.

त्याच्या फोनवर पुन्हा एकदा बीपचा आवाज आला. त्यातून टॉमचा प्रतिसाद आल्याचं सूचित होत होतं.

पीआयनं एका गॅरेज साहाय्यकाचा मागोवा घेतला आहे. त्यानेच आपल्याला हव्या असलेल्या कालावधीत आर्ट गॅलरीला ती डिलिव्हरी दिली होती. त्याच्या ते लक्षात आहे. का ते ओळख बघू? कारण त्यात आठ बाय सात बाय तीन फूट आकाराचा आणि एक टन वजनाचा बॉक्स होता. त्या ट्रक कंपनीचं नावही त्याच्या लक्षात आहे.

एकदम सगळ्या गोष्टीची वाताहत झाल्यासारखे ते शब्द त्याला तडाखा देत आहेत, असं जॉशला वाटलं. त्यांच्या मनातल्या अंधूक, अस्पष्ट समजांना त्यातून अस्वागतार्ह बळकटी पुरवली जात होती.

एका तरुण वेटरनं मेन्यूकार्ड आणलं. जॉशनं ते बघितलं. त्याचं मन त्या वेळी त्याच्यासमोर असलेल्या समस्येवर खिळलेलं होतं. अजूनही तो निर्णायक पुरावा

नाही, असं तो त्याचं कपाळ चोळत स्वत:लाच सांगत होता.

त्याला एकदम उदास, खिन्न झाल्यासारखं वाटलं. आपण कुचकामी आणि जवळजवळ असाहाय्य असल्याची भावना त्याच्या मनात कधीच निर्माण झाली नव्हती. तो ज्यांच्याशी बोलला होता ते बहुतेक लोक इंग्रजीतून बोलत होते, पण त्यांचे उच्चार जड होते. त्यामधून एखादा सुगावा हाती लागणं किंवा एखादा धागादोरा सापडणं अगर त्यांच्या शब्दांमधील एखादी सूक्ष्म छटा पकडणं तर दूरचीच गोष्ट होती, पण ते समजून घेण्यासाठीही त्याला प्रयत्न करावे लागत होते. तंत्रज्ञान त्याला जितकं सर्वव्यापी असेल असं वाटत होतं, तितकं सर्वव्यापी नव्हतं. दृश्य, गंध, आवाज, हवा - प्रत्येक गोष्ट इतकी भिन्न, इतकी अनोळखी, परकी होती, की त्याला गोंधळल्यासारखं आणि वाट चुकल्यासारखं वाटत होतं.

अगदी सूर्यसुद्धा वेगळ्या प्रकारे प्रकाशत होता.

त्याने आधी विचार केला होता त्याप्रमाणे ही एक निष्फळ आणि अगदीच वेडगळपणाची ट्रीप होती. त्याच्या मनात सातत्यानं, पुन:पुन्हा अस्वस्थपणाची भावना भरून राहत होती.

टॉमला बोलण्याची खूपच उत्सुकता लागून राहिली होती आणि तो चिंताग्रस्त होता हे जॉशनं ओळखलं; परंतु त्याला तिच्यासमोर टॉमला फोन करायचा नव्हता. तिने एखादी गोष्ट मनाला लावून घेतली होती का, असा विचारही त्याच्या मनात येत होता. कारण आता ती फक्त थंड सौजन्यशीलतेनं त्याला वागवत होती.

"तुला काय घ्यायचं आहे?'' तिने शांततेचा भंग करत विचारलं.

"पेप्पेरोनी नको...'' तो पदार्थांच्या यादीवरून नजर फिरवत म्हणाला, "चिकन?''

त्याने स्वत:साठी मध्यम आकाराचा पिझ्झा घ्यावा असं तिने सुचवलं आणि नम्रपणानं त्याला ती शाकाहारी असल्याचं सांगून स्वत:साठी पास्ता मागवला.

आता जेट लॅगचा त्याच्या शरीरावर चांगलाच भयानक परिणाम जाणवू लागला होता. त्याचे डोळे कचकचत होते. त्याच्या भुवया जड झाल्या होत्या आणि त्याचं शरीर ताठरलं होतं. या सगळ्याबरोबरच आता त्याचं पोटही बिघडू नये, असं त्याला वाटत होतं. काहीही मसालेदार न खाण्याची त्याने काळजी घेतली होती, पण त्या दिवशी सकाळी डोळ्यांवर झोपेची झापड असताना आपण भारतात असल्याचं विसरून तो नळाचं पाणी प्यायला होता. त्यामुळे आपल्याला कोणकोणते आजार होऊ शकतील त्याविषयीचं रूक्ष कथनच त्याच्या मनोपटलावर तयार झालं होतं.

"टॉम म्हणतो की, त्याला भारतीय अन्न आवडतं. नवीन खाद्यपदार्थ खाऊन बघण्याविषयी तो अतिशय उत्साही आहे,'' ती म्हणाली आणि नंतर पश्चातबुद्धीनं आपल्या आवाजातली धार कमी करण्याचा प्रयत्न करत तिने स्मित केलं.

त्याने मान डोलावली. नंतर काट्या-चमच्याबरोबर जरासं खेळल्यासारखं केलं आणि आजूबाजूला बघितलं.

ती टीव्हीच्या पडद्याकडे एकटक पाहत होती. नंतर तिने फोन तपासला आणि कोणाला तरी संदेश पाठवला.

आम्ही लग्नाला बरेच दिवस उलटून गेलेल्या एखाद्या जोडप्यासारखे असू शकू, त्याने कडवटपणानं विचार केला.

"तू संगणकांच्या विश्वात असतोस का? पण म्हणजे तू नेमकं काय करतोस?" शांततेचा भंग करण्याचा प्रयत्न म्हणूनच तिने तो प्रश्न विचारला होता, हे अगदी स्पष्ट होतं. कारण ती शांतता आता अस्वस्थपणा निर्माण करत होती.

"मी मूलत: नेटवर्क सिक्युरिटी तज्ज्ञ आहे, पण नंतर मी आता सर्वसामान्य डिजिटल गुन्हे अन्वेषण क्षेत्रामध्येच (जनरल डिजिटल फोरेन्सिक्समध्येच) जास्त काम करतो."

"ऐकायला खूपच आकर्षक वाटतंय. पण ते तू खरंच करतोस की, फक्त संगणकावरच्या बोटांच्या ठशांची धूळ झटकतोस?" तिने विचारलं.

"जवळजवळ तसंच," तिने विनोद करण्याचा प्रयत्न केला होता. त्याने त्याला स्मित करत प्रतिसाद दिला.

आता त्याची वेळ होती. तो हवामानावर थोडंसं बोलला; परंतु त्याचं बोलणं त्याला स्वत:लाही ऐकायला अगदीच रटाळ वाटलं. स्वारस्यपूर्ण बोलण्याचा विचार करणंही दोघांना तणावपूर्ण वाटत असल्यासारखं दिसत होतं. तिचं काय करायचं हे त्याला समजत नव्हतं - म्हणजे त्या परिस्थितीमुळे त्याच्यासमोरचा तो प्रश्न होता.

"तू आणि टॉम खूपच वेगळे आहात, नाही का?" तिने विचारलं.

तिच्या वरवर दिसणाऱ्या प्रश्नातल्या अस्वीकारार्हतेचा अन्वयार्थ लक्षात आल्यामुळे जॉश त्रस्त झाला.

"होय, आम्ही वेगळे आहोत," त्याने तुटकपणे उत्तर दिलं आणि तो अस्वस्थपणे टेबलावर तबला वाजवल्यासारखी बोटं आपटू लागला. त्याला तिच्यासारखे निष्कर्ष काढणारे, निवाडा करणारे लोक आवडत नव्हते. शिवाय मुळातच तिच्या त्या प्रिय टॉमनंच त्याला या सगळ्या गोंधळात ढकलून दिलं होतं.

तिला त्याचा त्रासिकपणा समजला नव्हता हे स्पष्टच होतं किंवा तिला त्याला खिजवायचं तरी होतं. त्याच सुरात ती पुढेही टॉमबद्दल तशीच स्वच्छंदीपणे आनंदानं बोलत राहिली. टॉम किती विद्वान होता, तो किती धाडसी होता याबद्दल ती सांगत राहिली.

काही क्षणांनंतर त्याला त्यात रुची नसल्याचं जाणवल्यावर ती शांत झाली. ती

बाहेर बघू लागली, तिच्या चेहऱ्यावर चांगलंच नैराश्य पसरलं होतं आणि सौम्य प्रमाणात रागही दिसत होता.

तो जाणीवपूर्वक उत्सुकतेनं टीव्हीच्या पडद्याकडे पाहू लागला. तिथे गटचर्चा सुरू होती. तिथल्या टिकरवरून तो हे सांगू शकत होता की, ती चर्चा सध्याच्या सरकारच्या कोणत्या तरी प्रकारच्या वर्धापन दिनानिमित्त सुरू होती. तिथे हवामानाचा अहवालही होता. उपखंडात काही ठिकाणी पारा अजूनही जास्त चढला होता हे जॉशला दिसलं. उष्णतेच्या लाटांमुळे मृत्यू होत होते. तो फक्त तापमानाचाच परिणाम नव्हता, तो उष्णतेच्या बोचरेपणाचाही परिणाम होता. त्याने टिश्यू पेपर घेतले आणि त्याचा चेहरा आणि मान पुसून काढली. त्या खोलीत थंड हवा होती त्यामुळे त्याला हायसं वाटलं.

"इथे आणखी काही महत्त्वाची दुकानं आहेत का?" त्या दोघांमध्ये जवळजवळ मिनिटभर तशीच शांतता राहिली होती. त्यानंतर त्याने तिला विचारलं. खरं तर तशी शांतता निर्माण होण्यात तिची काहीच चूक नव्हती आणि त्याच्या वर्तनाचा त्याने विचार करायलाच हवा होता.

"आता खरं तर तशी आणखी दुकानं नाहीत. या दुकानांमध्ये जर एखादी वस्तू नसेल, तर तुला ती इतर दुकानांमध्ये मिळणं जवळजवळ कठीणच आहे. तू या दुकानांमध्ये पुन्हा जाऊन एखादी मूर्ती खरेदी करू शकतोस," ती म्हणाली.

ती 'तू', म्हणाली, 'आपण' नव्हे, हे त्याच्या लक्षात आलं. त्याच्याबरोबर जाण्याची कल्पना तिने सोडून दिली होती. जॉश त्याबद्दल खरोखरच तिला दोष देऊ शकला नव्हता. ती खरोखरच एक चांगली मुलगी होती आणि तोपर्यंत ती खूपच सहनशीलतेनं वागलीही होती.

तिने तिला पाठवला गेलेला संदेश वाचला आणि आपलं हसू दाबलं. जॉशला असं वाटलं की, त्याच्याविषयीच ती तिच्या मित्र-मैत्रिणींना संदेश पाठवत असावी. त्याची एवढीच इच्छा होती की, 'हॅशटॅग मोरॉन ॲट लंच'सारखं एखादं ट्विट ती करत नसावी.

तो निष्ठुर आहे, असा विचार त्या सुंदर तरुणीने बहुधा केला असावा.

'थँक यू टॉम, तुझ्यासाठी हे करणं हे माझं कर्तव्यच आहे.' तिने संदेश पाठवला होता.

खाणं आलं होतं. टीव्हीच्या पडद्याकडे रोखून पाहण्याच्या कामातून सुटका झाली होती. त्यासाठी आवश्यक असलेला अवकाश आता मिळाला होता. त्याबद्दल तिलाही तितकाच आनंद झाला होता.

"तुला टॉमची खरोखरच चांगली माहिती आहे असं दिसतंय," त्यांनी खायला सुरुवात केल्यावर त्रासदायक गोष्टीतून तात्पुरती उसंत मिळाल्याचं दाखवल्याप्रमाणे

त्याने म्हटलं.

"होय. बऱ्याच दिवसांपासून. त्याला खूप माहिती आहे, फक्त भारताबद्दलच नव्हे, तर संस्कृती, इतिहास आणि राजकारण यांविषयी त्याला बरीच सर्वसामान्य माहिती आहे. तो खरोखरच इतका प्रचंड..."

"हं..." त्याने हुंकार भरला. मनातल्या मनात तो म्हणत होता, "ठीक आहे, ठीक आहे. आता पुरे झालं कौतुक!"

"तो अगदी जादूगार आहे, चौदाव्या ते सोळाव्या शतकातल्या विद्येचं अगदी खरंखुरं पुनरुज्जीवन करणारा पुरुष, एक मुक्त विचारवंत..."

"तू तर त्याच्या प्रेमात आकंठ बुडालेली दिसतेयस," त्याला खेळकरपणानं तसं म्हणायचं होतं, पण त्याच्या स्वरातून ते अगदीच आक्रमक, तापदायक आणि उद्धटपणाचं वाटलं.

ती एकदम ताठरल्यासारखी झाली. तिने विचारलं, "आणि ते तुला कसं काय समजलं?" तो प्रश्न नव्हता, त्यात आव्हान होतं. त्याच्यातून मनात उकळत असलेला राग आणि नावड खुलेपणानं बाहेर पडली होती.

"टॉम समलिंगी आहे," त्याने फटका मारला आणि लगेच त्याच्या घाणेरड्या आवाजाबद्दल त्याला पश्चात्ताप झाला. योग्य प्रतिसाद द्यायचा असता तर त्याने हळुवारपणे खांदे उडवले असते, छानसं स्मित केलं असतं आणि हलक्याफुलक्या आवाजात तो म्हणाला असता, "त्यात काय एवढं? प्रत्येक जणच टॉमवर प्रेम करतो."

पण एवढ्या वाईट पद्धतीनं प्रतिसाद द्यावा असं त्याला कशामुळे वाटलं होतं?

तिने झटकन दुसरीकडे नजर वळवली. पण त्याआधी तिच्या नजरेतला तीव्र तिटकारा आणि किळस त्याला दिसली होती. टॉमच्या लैंगिक जीवनाविषयी तिला आधी माहिती नसावी, असं अचानकच लक्षात आल्यामुळे जॉश एकदम धास्तावला. त्याने अतिशय वाईट पद्धतीनं सगळा विचका करून ठेवला होता.

त्यानंतर त्यांच्यात फारसं संभाषणच झालं नव्हतं. त्यांनी कसंबसं घाई-गडबडीत जेवण उरकलं. ती अगदीच अंतर्मुख झाली होती. तिने ओठ घट्ट मिटून घेतले होते. तिच्या भुवयांच्या मध्यभागी आठ्या पडल्या होत्या. त्यानंतर त्याने पिझ्झाबद्दल आणि हवेबद्दल जे काही म्हटलं त्यावर तिने एकेका शब्दात प्रतिक्रिया व्यक्त केली.

जेवणानंतर तिने त्याला असं सांगितलं की, तिला खरोखरच वाईट वाटत होतं, कारण तिला त्याच्याबरोबर दिवसभर राहता येणार नव्हतं. पण तिला आता कामावर परत जाणं भागच होतं.

"अगदीच टाळता न येणारं काम आहे," तिने थंड सुसंस्कृतपणानं म्हटलं.

तरीही तिने त्याला हॉटेलपर्यंत सोडण्याची तयारी दर्शवली.

जॉशनं संमती दर्शवली. तो हे अगदीच समजू शकतो, असंही त्याने तिला सांगितलं आणि नंतर तो त्या दुकानांमध्ये पुन्हा जाईल, असंही तो म्हणाला. टॉमविषयीची माहिती उघड केल्यामुळे तिला तिथून निघून जावंसं वाटलं की काय या विचारानं तो मनापासून अस्वस्थ झाला.

ते हॉटेलमध्ये परत गेले. तो प्रवास सहन करता आला, कारण तिला कार्यालयातून काही फोन आले आणि त्यांवर ती बोलत राहिल्यामुळे तो स्वत:च्या विचारांत हरवून जाऊ शकला. तिने प्रवेशद्वाराजवळ कार उभी केली. तिला खाली न उतरताच निघून जायचं होतं हे त्याच्यातून स्पष्टपणे सूचित होत होतं. त्याने तिला अगदी जोरदारपणे आणि आनंदानं 'थँक यू' म्हटल्यावर तिने फक्त मान डोलावली आणि त्याचं वास्तव्य सुखाचं व्हावं, अशी सदिच्छा व्यक्त केली.

आता पुढे कोणती पावलं उचलावीत यावर विचार करत तो मंद गतीनं चालत हॉटेलमध्ये परतला. त्याच्या असाहाय्यतेचा आणि शीण आल्याचा राग त्याने तिच्यावर काढला होता. त्याबद्दल त्याला अस्वस्थपणा वाटत होता; परंतु तो त्याच विचारांत गुरफटून राहिला नव्हता. त्याच्यासमोर आणखी मोठ्या समस्या होत्या. त्याला आता एका नवीन वाटाड्याची गरज होती आणि ज्या स्रोतांचा मागोवा घेण्याचं काम त्याने मागे ठेवलं होतं त्याच्याकडे वळणं त्याला भाग होतं, अन्यथा त्याद्वारे मागोवा घेण्याचा कालावधी संपून गेला असता.

१२

जॉश लिफ्टमध्ये शिरला आणि त्या शांत कॉरिडॉरमधून त्याच्या खोलीकडे गेला.

टॉवेलचे संच घेऊन घाईघाईनं निघालेल्या पुरुष हाउसकीपरनं त्याला 'गुड आफ्टरनून' म्हणून अभिवादन केलं. जॉशनं विमनस्कपणानं त्याच्या अभिवादनाला प्रतिसाद दिला आणि त्याचं कार्ड दरवाजात सरकवून तो खोलीत शिरला.

खोली थंडगार आणि शांत होती. उष्णकटिबंधीय प्रदेशातल्या झगझगीत प्रखर सूर्यप्रकाशाचा त्रास होऊ नये म्हणून पूर्ण सुती पडदे लावण्यात आले होते. जॉशनं ते पडदे आणि खिडक्यांच्या काचा बाजूला सरकवल्या आणि उतरत्या दुपारच्या फिकट निळ्या आकाशाकडे तो एकटक पाहत राहिला. बाहेर कमी उंचीच्या इमारतींचं सिमेंटचं जंगल पसरलं होतं आणि थोडीफार झाडं दिसत होती. ते दृश्य उदास आणि भकास होतं.

त्याने आपला फोन बाहेर काढला आणि टॉमचा नंबर फिरवला.

पहिली रिंग झाल्याबरोबर लगेच टॉमनं फोन घेतला. टॉम नेहमीच कोणतीही गोष्ट मध्यावर आल्यावर ती करत असे. फोनच्या बाबतीतही चौथ्या रिंगलाच तो फोन उचलत असे. याचा अर्थ जॉशच्या फोनची तो त्या दिवशी आतुरतेनं वाट पाहत होता हे स्पष्ट होतं. लंडनमध्ये त्या वेळी सकाळ होती. जॉशला पार्श्वभूमीवर कॅफेतले संदिग्ध आवाज ऐकू येत होते. त्याने अंदाज बांधला की, टॉम त्या दिवशी नक्कीच दुपारचं जेवण लवकर घेण्यासाठी बाहेर गेला असावा आणि त्याने सकाळचा नाश्ता केला नसावा.

"माझा संदेश वाचलास?"

"प्रस्तावना नको..." जॉश माकडचेष्टा करत म्हणाला.

"वाचलास का?"

"होय, वाचला. त्याच्यातून काहीही सिद्ध होत नाही."

"बरोबर!" टॉम उपहासानं म्हणाला, "त्या बॉक्सचा आकार माझ्याकडे असलेल्या असामान्यपणे भल्या मोठ्या मूर्तीच्या आकाराएवढा आहे आणि तरीही त्याच्यातून काहीही सिद्ध होत नाही."

"टॉम ऐक ना..."

"नाही. आपण अजून तुझं ऐकण्यापर्यंत आलो नाही. पहिल्यांदा मला सांग सध्या तू कुठे आहेस? तुझा दिवस कसा गेला?"

जॉशनं बाहेर रोखून बघितलं. मूर्तीचा मागोवा घेण्याच्या त्याच्या निर्णयाचा टॉमला पश्चात्ताप होत होता की काय, असं त्याला वाटलं. शेजारच्या इमारतीच्या मजल्यावर एक मांजर आळसावल्यासारखं इकडेतिकडे फिरत होतं. वर पसरलेल्या मंद निळ्या अवकाशात दूरवर ढगांचा अतिशय लहान पुंजका वाऱ्याबरोबर निष्काळजीपणानं इकडेतिकडे ढकलला जात होता. तो तिथून मागे वळला.

"माझा दिवस जवळजवळ वाया गेला. मी फेरफटका मारून हॉटेलमध्ये परत आलो. बघू या आता काय होतंय ते. अगदी आजसुद्धा त्या आकाराची मूर्ती असामान्य आहे आणि तशी तयार मूर्ती मिळणं कठीणच आहे. त्या दुकानांबद्दल सांगायचं झालं तर त्यांच्यापैकी काही दुकानांत जायचंच होतं, पण तिथे निर्णायक असं काहीही सापडलं नाही."

थोडा वेळ तिथे शांतता पसरली. नंतर काट्या-चमच्याच्या आवाजानं ती भंग पावली.

"मला खरंच असं वाटलं होतं की, तुझ्याकडे एखादी जास्त चांगली बातमी असेल. संपादित केलेल्या मूर्तीचा नोंदणी अधिकाऱ्यानं औपचारिक आढावा घेतला आहे आणि त्याची शिफारस संचालकांनी पूर्णपणे मान्य केली आहे. आम्हाला आता लगेच थोडी रक्कम द्यावीच लागणार आहे. शिवाय प्रसारमाध्यमांसाठीची प्रतही तयार आहे."

"मी तुला असा सल्ला देणार आहे की..."

"तुझा सल्ला काय आहे ते मला माहिती आहे. मी त्याची काळजीपूर्वक नोंद घेतली आहे."

"आणि?"

"तू मागोवा घेऊ शकशील अशी आणखी एखादी गोष्ट तिकडे आहे का?"

जॉशनं सुस्कारा सोडला. "ठीक आहे टॉम, मला काय करता येईल ते मी बघतो. ट्रकनं मालवाहतूक केलेल्या कंपनीच्या नावाचा नक्कीच उपयोग होईल."

"थँक्स, मी तुला तिचं नाव पाठवतो. त्या पीआयला मी स्रोताचा शोध घेण्याचं काम तसंच सुरू ठेवायला सांगितलंय."

त्याने अजूनही विद्याविषयीची बातमी फोडली नव्हती. जॉशनं डोळे चोळले. त्याला त्या सगळ्याचं स्पष्टीकरण द्यायचं नव्हतं. त्याच्या अस्वस्थपणे असं लक्षात आलं होतं की, त्याने बहुधा त्यांच्या जवळिकीला कमी लेखलं होतं आणि जर आता विद्या टॉमपासून अंतर राखून वागली असती, तर त्यामुळे टॉमचा हृदयभंग झाला असता.

"टॉम?" तो म्हणाला. त्याचा आवाज वैतागल्यासारखा येत होता आणि त्याला स्वत:लाच त्याचा आवाज अगदी मंद, फिका पडल्यासारखाही वाटत होता.

"बोल?"

"मला नवीन वाटाड्याची (गाइडची) गरज आहे."

"असं काय करून बसलायस तू?" आता टॉमच्या आवाजात नापसंती आणि त्रासिकपणा भरून राहिला होता.

"मी काय करून बसलोय... म्हणजे काय?" जॉशनं संतापानं विचारलं. तो पलंगावर बसला आणि त्याने त्याच्या शूजना लाथ मारली.

"तुला आशियाच्या नकाशाची घटना आठवतेय ना?"

"त्या वेळी मी दहा वर्षांचा होतो आणि तो एक अपघात होता. शिवाय तू आत आल्याबरोबर पाच मिनिटांच्या आत मी तुझ्याकडे सगळं कबूल केलं होतं." जॉशनं उत्तर दिलं. त्यानं स्वत:ला पलंगावर झोकून दिलं होतं.

"हं. बरोबर आहे! अपघात! त्या वेळी तू पलंगाखालून बाहेर आला होतास ना त्या वेळी अगदी अशाच आवाजात तू मला हाक मारली होतीस. टॉम!"

जॉशनं कण्हल्यासारखा आवाज काढला. "मी अगदी एखाद्या पाप्यासारखं केलं."

"काय झालं? विद्या सुज्ञ आणि हुशार -"

"आणि मी नाही? "जॉशनं त्याचं वाक्य मध्येच तोडत विचारलं. तो आता भांडणासाठी तयार झाला होता.

"जॉश," टॉमच्या आवाजात इशारा दिल्याचा स्वर होता. जॉशनं दीर्घ श्वास घेतला आणि परिस्थिती आणखी बिघडवायची नाही असं ठरवलं.

तो टाळाटाळ करू पाहत होता हे त्याच्या लक्षात आलं. त्याने काय केलं होतं ते टॉमला सांगणं ही क्लेशदायक गोष्ट होती.

"अरे देवा! ती मला तुझ्याविषयी सांगत राहिली. तू सूर्य आहेस, तू चंद्र आहेस आणि ती माझ्याकडे मी म्हणजे जणू काही एखादा वेडपट, अर्धवट माणूस आहे असं बघत होती आणि -"

"काय झालं?"

"मी तिला फटकारलं आणि तिला सांगितलं की, तिने तुझ्या प्रेमात पडू नये,

कारण तू समलिंगी आहेस,'' हे शब्द तोंडातून बाहेर पडल्या पडल्या जॉश पुन्हा एकदा तणावग्रस्त झाला.

''टॉम?'' तिकडे अल्प शांतता पसरली होती. ''मी ते खरंच उघड करायला नको होतं रे. मला माफ कर.'' जॉशनं अवघडल्यासारखी प्रामाणिकपणे माफी मागितली.

''का? लोकांना इकडे अनेक वर्षं हे माहिती आहे,'' टॉमचा आवाज शांत होता. अस्वस्थ होता, पण शांत होता.

''तसं नव्हे, पण ती भारतीय आहे आणि या माहितीचा तुमच्या संबंधांवर काय परिणाम होईल ते मला माहिती नाही. मला तसा हक्क नव्हता. मी कदाचित तुमची मैत्री धोक्यात आणलीय. मला खरोखरच भयानक, विचित्र वाटतंय.''

''अरेरे!'' काही क्षणांनंतर टॉम म्हणाला. ''मला यात तुला पिळून घ्यायचा कितीही मोह झाला तरी वेळेचा विचार करून तुझ्या त्रस्त मनाला मी शांत करतो. ऐक. तिला हे माहीत आहे.''

''तिला माहीत आहे?'' जॉशला ही अपेक्षाच नव्हती. ''तुम्ही एकमेकांच्या एवढे जवळचे मित्र आहात हे माझ्या लक्षातही आलं नव्हतं.''

''आम्ही तितके जवळचे नसलं पाहिजे असं तू ठरवलंस,'' त्याचा आवाज आता खर्जात कठोरपणे लागला होता. तो पुढे म्हणाला, ''पण तू तिला फटकारलंस ही गोष्ट क्षम्य नाही.''

त्याने तिला क्रोधानं तसं सांगितलं होतं, त्या वेळी तिला ते आधीच माहीत होतं हे ती संतप्त होऊन जाण्याऐवजी सांगू शकली नसती का? तिचा संताप योग्य असला तरी ते करू शकली असती. याचा अर्थ तिला त्याच्या स्वत:च्या असंस्कृत वर्तनाचा तिटकारा वाटला होता, टॉमविषयी तिटकारा वाटला नव्हता.

तो शांत राहिल्याचं ऐकून टॉम पुढे बोलू लागला, ''यावर तुला काहीच म्हणायचं नाही? याचा अर्थ तुझं वागणं क्षम्य नाही हे तुला मान्य आहे, असं मी समजू का?''

''नाही. मी उत्तर देतच होतो. माझं मधलं बोट मी लांब करत होतो.''

''मला हे कळायला पाहिजे होतं,'' टॉमच्या आवाजात थोडीशी गंमत वाटल्याची झाक होती.

''ठीक आहे, आता आपण पर्यायांविषयी बोलू या. मी कॅब करणार आहे - ''

टॉमनं तेवढ्यात मध्येच त्याचं बोलणं तोडलं. त्याला विद्याला सारं काही सांगायची इच्छा होती. त्यांनी त्यावर बरीच चर्चा केली. यात तिला सहभागी करून घेण्याचे फायदे-तोटे काय असतील यावर वादविवाद केला. कदाचित त्या गोष्टीत धोका होता एवढा एकच तोटा होता असं त्याला दिसून आलं होतं.

"ही गोष्ट लक्षात ठेव, टॉम, जर आपल्याला ती मूर्ती चोरीची आहे हे सिद्ध करणारा निर्णायक पुरावा सापडला नाही, जर तुला ती विकत घेण्याचा निर्णय तसाच पुढे न्यावाच लागला, तर नेहमीच तिचं तुझ्यावर वर्चस्व असेल. तुझा तिच्यावर इतका विश्वास आहे का?" जॉशनं विचारलं. त्याच्याकडून मिळणारं उत्तर होय असंच असेल याची त्याला जाणीव होती. पण त्याने ज्या तत्परतेनं ते दिलं होतं ती गोष्ट खरोखरच प्रभावी होती.

"होय, माझा तितका विश्वास आहे," टॉमनं लगेच म्हटलं. "ती माझी मैत्रीण आहे, जॉश. गेल्या वर्षी ज्या वेळी जेसन मला सोडून निघून गेला होता, त्या वेळी तीच माझा आधारस्तंभ होती. तू–तू मात्र व्यवहारीपणानं स्वत:च्या यशात मश्गूल होतास."

जॉश किंचित खंतावला. त्या परिस्थितीत टॉमला ब्रेकअपच्या तशा परिस्थितीतून बाहेर पडण्यास ती मदत करत होती, याचा त्याने विचारही केला नव्हता, पण त्या वेळी शांत राहणंच सुज्ञपणाचं ठरेल असं त्याने ठरवलं.

"तू जाण्यापूर्वी मला म्हणाला होतास की, विद्या म्हणजे पडद्यावरचा एक चेहरा होता आणि एकेरी व्याप्तीच्या नातेसंबंधाच्या आधारावर एखाद्यावर विश्वास टाकणं कितपत शहाणपणाचं आहे असं तू मला विचारलं होतंस. आता तू तिच्याकडे पाहिलं आहेस. तुला काय वाटलं?"

जॉश गोंधळला होता. त्याचा थरकाप उडाला होता. "तिची शरीरयष्टी छान आहे. पाय लांबसडक आहेत, नितंब टणक..."

"तू थिल्लरपणात आणि पाचकळपणात अडकून पडलंच पाहिजेस का, जॉश विन्स्लो?" टॉमने कठोर आवाजात विचारलं.

जॉशनं स्वत:शीच स्मित केलं. तो स्वत:खेरीज टॉमलाही उचकवू शकत होता. पण टॉम खूपच गंभीर होता. जॉशनं त्याची नक्कल करत त्याला विचारलं, "तू शिष्टपणात आणि गंभीरपणात अडकून पडलंच पाहिजेस का, टॉम विन्स्लो?"

"तुला ती विश्वासू वाटली की नाही?" प्रत्येक शब्दावर जोर देत, तो स्पष्टपणे उच्चारत टॉमनं विचारलं.

"मला तसं वाटतंय," त्याने नाखुशीनं मान्य केलं. "पण तो विवाद्य मुद्दा असू शकतो. तुझ्या आकर्षणाच्या जोरदार आक्रमणाखालीही ती परत येईल का याविषयी माझ्या मनात शंका आहे."

टॉम हसला. "मी तिच्याशी बोलेन."

"नक्की."

"फक्त मला तिचा फोन नंबर माहीत नाही आणि ती ऑनलाइन नाही." टॉमच्या आवाजात चिंता होती. "आम्ही रोजच स्काइपवरून चॅट करतो. पण

माझ्याकडे कधीही तिचा मोबाइल नंबर नव्हता. तू तो प्लीज शोधून काढशील का?''

टॉमचं मन वळवण्यापेक्षा तिचा फोन नंबर शोधून काढणं केव्हाही जास्त सोपं होतं.

"ओके.''

"तू हे लक्षात ठेव की, तिचं आडनाव त्यागराजन आहे. ते काही फारसं आगळंवेगळं नाही. काही वेळा तमिळनाडूतल्या बहुतांश लोकांप्रमाणे तीही टी. विद्या असं नाव लावते,'' टॉमनं काळजीपूर्वक सांगितलं.

संभाषण संपवण्यापूर्वी जॉशनंही अगदी काळजीपूर्वक ते सगळं लिहून घेतलं.

त्याने उठून आळस दिला. आपली बॅग बाहेर ओढून त्याने झटकन लॅपटॉप सुरू केला आणि लगेच तपासणी सुरू केली. त्याला संदर्भासाठी एखादी डिरेक्टरी किंवा व्हाइट पेजेस असल्याचं आढळलं नाही. हात एकमेकांवर चोळत काही गोष्टी गृहीत धरून तो थोडंफार अनुमान बांधू लागला. त्याच वेळी त्याने संगीत चालू केलं.

त्याच्या लक्षात आलं की, तिचं कामाचं ठिकाण तो शोधून काढू शकला असता आणि काहीतरी बहाणा करून त्याला तिथून तिचा मोबाइल क्रमांक मिळवता आला असता. त्यासाठी त्याच्या उच्चारांची त्याला मदत झाली असती की, ते त्याच्या कामातील अडथळा ठरले असते याविषयी त्याला खात्रीपूर्वक काहीच सांगता येत नव्हतं.

पहिल्यांदा साध्या पद्धतीनं संपर्क साधावा असं ठरवून त्याने चेन्नई विभागाच्या ऑपरेटर्सच्या सेल नंबरच्या सीरिज बघितल्या आणि सर्वोच्च पुरवठादारांसाठी पहिल्या चार आकड्यांच्या विविध रचना करून बघितल्या, पण अजूनही अनेक आकडे शिल्लक राहत होते. त्याने झटकन आपल्या सर्च इंजीन क्रॉलरमध्ये बदल केला आणि सोशल मीडिया व भारताशी संबंधित साइट तो शोधू लागला. तिचं नाव आणि फोन नंबर एकत्रित मिळू शकण्याजोग्या वेब पेजेसना प्राधान्य दिलं जावं यासाठी डिस्टन्स रँकिंगचा वापर करून घेऊन त्याने गणनविधी (अल्गोरिदम) त्याच्या कामाशी सुसंगत बनवण्यासाठी आणखी बदलून घेतला. त्याने फोन, मोबाइल, कॉल आणि नंबर यांसारख्या काही शब्दांचीही भर घातली.

त्याने त्याचा प्रोग्रॅम सुरू केला आणि तिथे सर्च सुरू असताना तो मिनीबारकडे गेला. तिथली भारतीय बिअर काढून घेतली. त्याने प्रिंजल्सचा कॅन उघडला. तो आरामात खुर्चीवर बसला. आपल्याला तिचा मोबाइल नंबर सापडला तरीही ती टॉमचं म्हणणं ऐकेल का, असा विचार त्याच्या मनात आलाच.

ती कशी दिसत होती याविषयी तो सांगू लागल्यावर टॉमला आलेला संताप आठवल्यावर त्याच्या चेहऱ्यावर स्मित उमटलं. ती अविवाहित होती का, असा विचारही त्याच्या मनात आला आणि त्याला आठवलं की तिच्या बोटात अंगठी तर

नव्हती. पण कदाचित ती कोणाच्या प्रेमात पडलेली असू शकेल. कोणाशी रिलेशनशिपमध्ये असू शकेल.

''वोक अप इन लंडन यस्टर्डे'' वन रिपब्लिकबरोबर तो गाऊ लागला. 'धिस इज गॉन्ना बी अ गुड लाइफ.''

त्याने झटकन त्याच्या प्रोग्रॅममधून बाहेर पडलेला रिझल्ट इंडेक्स तपासला. अगदी थोड्याच वेबसाइटवर त्याला विद्या हे नाव आणि त्यासोबत असलेले संपूर्ण फोन नंबर्स सापडले. तोपर्यंत त्याला जवळजवळ दहा वेगवेगळे फोन नंबर सापडले होते. कदाचित त्यांच्यापैकी एकही तिचा नसणार होता. पण तो आशावादी होता.

त्याने प्रत्येक फोन नंबरबरोबर असलेले आणखी तपशील पाहिले. चार विद्या कोणत्या ना कोणत्या उत्पादनाची किंवा इतर कोणती तरी जाहिरात करणाऱ्या होत्या. पाचवी विद्या सौ. विद्या होती. तिला फेसबुकवरच्या प्रायव्हसी सेटिंगची बहुधा कल्पनाच नव्हती आणि त्यामुळे तिच्या बाळाचे अनेक फोटो तिने पोस्ट केले होते. त्यानंतरचा नंबर हा रुग्णालयाच्या अपॉइंटमेंट यंत्रणेद्वारा देण्यात आलेला, एका डॉक्टरचा होता. कुठल्या तरी कंपनीच्या वेबसाइटवर देण्यात आलेल्या सहाव्या नंबरवर त्याने फोन केला. पलीकडून आलेला आवाज अगदी कुठल्याही प्रकारे त्या परिचित आवाजाशी मिळताजुळता नव्हता. सातव्या नंबरबरोबर आलेला फोटो एका प्रौढ स्त्रीचा होता. ती या विद्यापेक्षा बरीच मोठी होती.

आठवा नंबर हा मेलिंग लिस्ट आर्काईव्हमधला होता. विद्याकडून त्या ग्रुपला मेल पाठवला गेला होता आणि त्यात तिने तिचा फोन नंबर दिला होता. तिच्या वडिलांवरच्या शस्त्रक्रियेसाठी रक्तदात्याचा ती शोध घेत होती. त्याच्यावर फक्त विद्या अशीच सही होती. पण 'फ्रॉम' क्षेत्रात विद्या त्यागराजन असं नाव होतं.

वेबला सगळं माहिती असतं आणि तिच्या सगळं लक्षातही असतं, त्याने स्मित केलं.

खात्री करून घेण्यासाठी त्या फोन नंबरवर फोन करण्याची कल्पना क्षणभर त्याच्या मनात डोकावून गेली. पण नंतर त्याने ती सोडून दिली. त्याला कोणत्या तरी अंत:प्रेरणेनं समजलं होतं की तो नंबर तिचाच होता. त्याने त्याऐवजी टॉमला फोन केला.

''तिच्या वडिलांवर हृदय शस्त्रक्रिया झाली होती का?'' त्याने टॉमला विचारलं.

''होय,'' टॉमच्या आवाजात चांगलंच जाणवण्याइतपत आश्चर्य होतं.

''ठीक आहे, मग तुझं काम झालं. मला तिचा फोन नंबर मिळालाय,'' त्याने त्याला तो नंबर वाचून दाखवला आणि नंतर तो इ-मेलही वाचून दाखवला.

लाइनवर थोडा वेळ शांतता पसरली.

''मी मूळचाच बुद्धिमान आहे असं तू म्हणू शकतोस टॉम,''

"हो, हो तर, ओके," टॉमच्या आवाजात विनोद आणि संतापही होता.

टॉमच्या अकाउंटवर नजर टाकताना त्याला तिच्या फेसबुक पोस्टही दिसल्या. टॉमचा पासवर्ड भंग करणं सोपं होतं. तिथे भरपूर प्रमाणात सुंदर फुलांचे फोटो, कुत्र्यांचे फोटो, पाऊस, झाडं, फुलं आणि स्फूर्तिदायक विधानं होती. तिला आणि टॉमला नेहमीच एकमेकांच्या पोस्ट आवडत होत्या. जणू काही ती त्यांची गरजच होती. तिला एखादा बॉयफ्रेंड असावा असं चिन्ह दिसत नव्हतं. फेसबुकवर तिचं रिलेशनशिप स्टेटस अपडेट करण्याची निवड तिने केली नव्हती. गुडरिड्समधल्या तिच्या काही पुस्तकांवरच्या समीक्षा वाचण्यात त्याने थोडा वेळ घालवला.

त्यानंतर लिंक्डइन प्रोफाइलमधून त्याने तिला शोधून काढलं आणि ती प्रमुख बहुराष्ट्रीय बँकेत ग्राहक संबंध व्यवस्थापिका म्हणून काम करत असल्याचं त्याला समजलं. तिचे दोन भाऊ युरोपमध्ये आणि ऑस्ट्रेलियात राहत होते.

इ-मेलमध्ये तिने दिलेल्या माहितीप्रमाणे ते रुग्णालय मायलापूर परिसरात होतं. आणखी काही प्रयत्न केल्यानंतर त्याला स्थानिक वृत्तपत्रात आलेली एक मृत्यूची बातमी आढळली. काही वर्षांपूर्वी तिची आई मरण पावली होती, त्याची ती बातमी होती. त्या परिसराच्या मतदारयादीतून त्याला तिच्या घराचा पत्ता मिळाला आणि तिचं नेमकं वय समजलं. तिच्या आईचा मृत्यू झाला त्या वेळी ती नक्कीच महाविद्यालयात असावी, हे त्याच्या लक्षात आलं.

त्या दिवसासाठी त्याने तिच्यासंदर्भात गोळा केलेली तेवढी माहिती पुरेशी होती, असं वाटल्यानंतर तो थांबला.

स्वत:विषयी त्याच्या मनात चांगली भावना निर्माण झाली. तो उठला आणि त्याने पुन्हा एकदा हात-पाय ताणून आळस दिला. त्याने किती वाजले होते ते पाहिलं. आताशी कुठे नुकतीच संध्याकाळ होत होती. आता बाहेर पडावं असं त्याला वाटलं. तो पोहण्याचा तलाव कुठे आहे ते शोधण्यासाठी बाहेर पडला.

छानशा दिव्यांनी उजळलेल्या लॉबीतून फॅशनेबल कपडे घालून फिरणाऱ्या लोकांमधून जॉश पुढे गेला. सूट घातलेला एक तरुण पियानो वाजवत होता. त्याची बोटं पियानोच्या स्वरांवरून अलगद फिरत होती आणि वातावरणात जाझ संगीताचे सूर भरून राहिले होते. पोहण्याच्या तलावाचं स्थान दाखवणाऱ्या चिन्हांचा माग काढत तो तलावापर्यंत पोहोचला.

पोहण्याच्या तलावाच्या परिसराभोवती झाडं लावलेली होती. तो परिसर एकदम प्रसन्न वाटत होता. त्याला झाडांची सळसळ ऐकू आली. वाऱ्याच्या हळुवार झुळकीमुळे पाण्याच्या पृष्ठभागावर शांतपणे तरंग उमटले आणि एक भरकटलेलं पान नृत्य करत हळूहळू खाली आलं. अज्ञात उष्णकटिबंधीय फुलांच्या सुवासानं भरलेली हवा जड होती.

उबदार पाण्यात बुडी मारल्यानंतर जॉशला आपल्या मनावरचा ताण हळूहळू दूर होत चालल्यासारखं वाटलं. तलावात तीस वेळा जोरदार फेऱ्या मारल्यानंतर तो वर आला आणि काठावरच्या लांबट, आरामशीर खुर्चीवर पहुडला.

सूर्य आता मावळतीकडे झुकला होता. तिथे आणखीही काही गोरे लोक होते. त्यांनी त्याच्याकडे बघून माना डोलावल्या. जवळच एक स्त्रीही तशीच पहुडलेली होती. बहुधा ती अमेरिकन असावी. त्याच्याकडून ऑर्डर घेण्यासाठी वेटर आला.

त्याने मागवलेली शँपेन लगेच आली होती. ती प्यायल्यावर त्या स्त्रीला आपली ओळख करून द्यावी की देऊ नये याबद्दल त्याच्या मनात उलटसुलट विचार निर्माण झाले. ती वेळ योग्य नव्हती असं ठरवून त्याने पुन्हा एकदा संगीत सुरू केलं आणि मागे झुकून तो पडून राहिला.

फांद्या हेलकावल्यासारख्या सळसळल्या आणि जॉशच्या लक्षात आलं की, ती स्वागतार्ह वाटलेली वाऱ्याची झुळूक बहुधा बंगालच्या उपसागरावरून आली असावी.

लवकरच संधिप्रकाश पडला आणि अंधारत चाललेल्या आकाशाकडे रोखून बघत तो बसून राहिला.

त्या दोघांबरोबरच स्वत:ही सायकल चालवत त्यांना आकाशातला तारा बघायला घेऊन गेलेल्या डॅडची आठवण त्याच्या मनात उसळून आली. खूप वर्षांपूर्वीचा तो क्षण त्याला अगदी स्पष्टपणे आठवत होता. ही गोष्ट त्याला चक्रावून टाकणारी वाटली. टॉम त्या वेळी त्याच्या वयाच्या मानानं खूपच मोठे, जड, तात्त्विक प्रश्न विचारत होता. ती जमीन तशी खडबडीतच होती. आकाश रत्नजडित असल्यासारखं दिसत होतं. ते त्यांच्या सायकली जोरात पळवत असताना त्यांच्या त्वचेला थंड हवा स्पर्शून जात होती.

आताही त्याने तारे ओळखण्याचा प्रयत्न केला. त्याला स्वत:ला ते करता येत नव्हतं. म्हणून त्याने पाऊचमधून फोन बाहेर काढला आणि स्काय मॅप ॲप डाउनलोड केलं.

त्याच्या वडिलांना विश्वाची उत्पत्ती, रचना याविषयीच्या तत्त्वज्ञाननिष्ठ अभ्यासाची म्हणजेच कॉस्मॉलॉजीची अतिशय आवड होती. ते स्वत: भौतिकशास्त्राचे अभ्यासक आणि तत्त्वज्ञ होते. त्याच्या वडिलांचे शोधनिबंध त्याने ज्या क्लाउड अकाउंटवर ठेवले होते, त्या अकाउंटवर तो अंत:प्रेरणेनंच लॉग इन झाला. तिथे नटराजाविषयीचा एखादा संदर्भ सापडतो का, ते तो शोधू लागला. त्याला तिथे एक संदर्भ सापडल्याचं बघून तो अचंबित झाला.

त्याच्या वडिलांनी कण-भौतिकीवर एक दीर्घ शोधनिबंध लिहिला होता. त्यात त्यांनी बोहर आणि कॅप्रा यांचा संदर्भ दिला होता. "आधुनिक भौतिकशास्त्रज्ञांच्या

दृष्टीनं शिवाचं नृत्य म्हणजे अणूच्या मूलकणांचं नृत्य आहे,'' असं त्यांनी म्हटलं होतं.

नटराजाच्या मूर्तीविषयी त्यांनी सुमारे पानभर मजकूर लिहिला होता. त्याच्या देखण्या चेहऱ्यावरचा ब्रह्मानंद, पसरलेल्या जटा आणि त्याचं नृत्य कशा प्रकारे अणूंच्या, ऊर्जेच्या, सातत्यपूर्ण विनाशाच्या आणि निर्मितीच्या वैश्विक नृत्याचं प्रतिनिधित्व करतं यावर त्यांनी लिहिलं होतं.

त्याच्या वडिलांनी उत्तम प्रकारे संशोधन करून लिहिलेला तो शोधनिबंध वाचल्यावर हिग्ज-बोसनच्या शोधाविषयी ऐकायला किंवा निदान टॉमच्या ताब्यातली ती नटराजाची मूर्ती पाहायलाही त्याचे वडील हयात नव्हते, याचं त्याला दु:ख झालं.

त्याच्या वडिलांनी प्रत्यक्षात कधीतरी खरोखरची मूर्ती पाहिली होती का, अशी शंका त्याला आली.

त्याने दाखवलेल्या बेपर्वाईबद्दल त्या दुकानात विद्यानं कसाबसा तिचा संताप दडपला होता ते त्याला आठवलं. बहुधा तिचा संताप समर्थनीयच होता. पहिल्यांदाच नव्यानं निर्माण झालेल्या आदरातून त्याला अशा प्राचीन मूर्तींचं महत्त्व आणि अगदी अस्वस्थपणानं त्याच्या मोहिमेचं गांभीर्यही समजलं होतं.

थोड्या वेळानं तो उठून उभा राहिला आणि त्याच्या खोलीकडे जाऊ लागला. टॉमचा संक्षिप्त संदेश आला होता. *उद्या विद्या तुझी भेट घेईल.*

ती अमेरिकन तरुणी आता तिच्या मित्र-मैत्रिणींच्या घोळक्यात होती आणि ते त्यांच्या कामाविषयी बोलत होते. त्यांच्या संभाषणावरून ते सॉफ्टवेअर उद्योगातले होते आणि तिथे एका परिषदेसाठी आले होते, हे त्याच्या लक्षात आलं.

तलावात सूर मारल्यामुळे असेल किंवा संगणकावर काही मिनिटं उपयुक्त काम केल्यामुळे असेल, पण आता त्याला खूपच बरं वाटत होतं. तेव्हा त्या परिस्थितीतला विनोदही तो पाहू शकत होता.

त्याने चिकन खिमापाव आणि एक पाइन्ट बिअर असं हलकं जेवण मागवलं. त्याला सॅलेड मागवायलाही आवडलं असतं, पण कच्चं अन्न खाऊन बघण्याचं धाडस त्याला झालं नाही.

त्यानंतर त्याचा लॅपटॉप घेऊन तो बसला आणि ट्रकनं मालवाहतूक करणाऱ्या कंपनीच्या माहितीवर त्याने नजर टाकली. त्यांच्या यंत्रणेत तो झटपट शिरकाव करून घेऊ शकला. 'बेसिक एसक्यूएल इंजेक्शन व्हल्नरॅबिलिटी'ला त्याचं श्रेय द्यावं लागणार होतं. तो फक्त आतच शिरला नव्हता, तर त्यांच्या माहितीतून आता तो झपाट्यानं शोधाशोधही करत होता.

त्याला काही स्वारस्यपूर्ण कंत्राटं आढळली. त्यामुळे शोध घेण्यासाठीची इतर

प्रवेशद्वारं खुली झाली होती. त्याला ताजी माहिती उपलब्ध झाली असली तरीही त्यांच्या जहाजावर लादलेल्या मालाचे तपशील आधीच त्यांच्या रेकॉर्डमध्ये जमा झाले होते. त्यामुळे त्याला तात्पुरती माघार घ्यावी लागली होती.

तो दिवस तसा बराच मोठा होता आणि जॉशला आता पेंगुळल्यासारखं वाटत होतं. आता थांबून सकाळी उरलेली माहिती घ्यावी, असं त्याने ठरवलं. जितक्या लवकर त्याचं शरीर इथल्या रात्र-दिवसाच्या लयीशी जुळवून घेईल तितकं ते चांगलंच होतं.

पुन्हा एकदा त्याच्या फोनवर बीपचा आवाज आला. 'पीआयकडून आणखी काही माहिती मिळालेली नाही.' टॉमनं संदेश पाठवला होता.

पुन्हा एकदा बीपचा आवाज आला. 'या वेळी विद्याबरोबरचे संबंध बिघडवू नकोस.' टॉमनं त्याला मदत करण्यासाठी तत्परतेनं पुस्ती जोडली होती.

त्याने रागानं त्या संदेशाकडे बघितलं आणि नंतर आपला लॅपटॉप आणि फोन चार्ज करण्यासाठी ठेवला.

एक मोठी जांभई देऊन त्या आरामशीर पलंगावर त्याने स्वत:ला झोकून दिलं आणि क्षणार्धात गाढ झोपेच्या अधीन झाला.

१३

फांद्यांच्या आणि पानांच्या सावल्यांमधून दिसणाऱ्या आकाशाच्या छोट्याशा भागाकडे विद्या निर्विकारपणे पाहत राहिली. वेताच्या आरामशीर खुर्चीवर आरामात हातपाय पसरून ती बसली होती. तिने समोरच असलेल्या छोट्या, कमी उंचीच्या टेबलावर पाय ठेवले होते. खुर्चीच्या मागच्या बाजूवर तिचे केस रुळत होते. ती स्तब्ध बसली होती. ती एवढी गोंधळून गेली होती, की आपली नेहमीची कामं करायचंही तिला सुचत नव्हतं. तिच्या हेडसेटमधून अमित त्रिवेदीच्या आर्जवी आवाजातलं 'श्याम भी कोई' ऐकू येत होतं. पण तरीही तिचं मन शांत झालं नव्हतं.

संध्याकाळच्या आकाशात गडद करड्या रंगांची चित्रकारी करून सूर्य मावळला होता. शेजारच्या घरांमध्ये लाइट लावले जात होते आणि डासांचं सैन्य बघता बघता वाढत चाललं होतं. आता तिला उठून पोर्चमधला लाइट लावून आत जावंच लागणार होतं.

सुमारे तासभर शक्य तितकं काम करून ती साडेपाचच्या सुमारास घरी पोहोचली होती. त्या वेळी शेजारची मुलं रस्त्यावर क्रिकेट खेळत होती. ती दिसल्यावर त्यांनी तिलाही आपल्याबरोबर खेळायला लावलं. आता शाळा सुरू झाल्या होत्या, त्यामुळे त्यांना जास्त वेळ खेळायला मिळत नसल्याची तक्रार त्यांनी केली. त्या चैतन्यमय खेळामुळे आणि त्या वेळी होणाऱ्या तशाच उत्साही गोंगाटामुळे तिची निराशा कुठल्या कुठे पळून गेली.

तसं पाहता तिचा दिवस अगदीच वाया गेला नव्हता.

साडेसहाच्या सुमारास तिने खेळणं थांबवलं. पांढरी वेत्ती आणि पांढरा शर्ट घातलेले आरएसटी त्यांचं संध्याकाळचं फिरणं संपवून नुकतेच परतले होते. उन्हाळा लांबला होता आणि वाऱ्याची एखादी झुळूक येणंही दुरापास्त झालं होतं,

अशी त्यांची निरीक्षणं होती. उंबरठा ओलांडतानाच भुवया उंचावून ते म्हणाले, ''मला वाटलं होतं की, आज त्या भांडवलदाराला तू भेटणार होतीस, म्हणजे तू उशिरा येशील, पण तू तर इथे क्रिकेट खेळत होतीस.''

''त्याच्याबरोबरची भेट मी लवकर उरकली,'' तिने मान हलवत उत्तर दिलं.

''तशी ही बातमी चांगलीच आहे, पण अनपेक्षित आहे,'' तिचे वडील रूक्षपणे म्हणाले.

ते सोफ्यावर बसले आणि त्यांनी तिला खुणेनंच जवळ बोलावलं आणि मग त्यांनी मोठ्या खुबीनं आणि हळुवारपणे तिच्याकडून काय घडलं होतं ते काढून घेतलं. ते बोलत असताना सीलिंग फॅन गरगरत होता. तिने हॉटेलमधलं आणि दुकानांतलं जॉशचं वागणं अगदी स्पष्टपणे त्यांना सांगितलं. त्याच्या वागण्याचं वर्णन करताना तिने उपहासाची आणि विनोदाची पेरणी केली होती.

''म्हणजे थोडक्यात सांगायचं झालं तर, तो फक्त एखाद-दुसरा शब्द बोलत होता आणि ज्या वेळी तो काही वाक्यं एकत्रितपणे बोलत होता, त्या वेळी अशी वाक्यं बोलण्यापेक्षा तो एकेका शब्दात बोलत होता तेच चांगलं होतं, असं मला वाटत होतं.''

आरएसटींच्या चेहऱ्यावर लडिवाळ स्मित होतं. ते म्हणाले, ''कदाचित तू जास्त अपेक्षा ठेवल्या असशील. कदाचित जॉश ही टॉमचीच पुनरावृत्ती असेल, असा तू विचार केला असशील. ही गोष्ट त्या माणसाच्या दृष्टीनं योग्य, न्याय्य नाही.''

त्यांचं हे विधान तिला चांगलंच झोंबलं आणि ती स्वत:चं समर्थन करण्यासाठी सरसावली. जॉशला ती मूर्ती वगळता पर्यटक म्हणून कशातच फारसं स्वारस्य नव्हतं. शिवाय त्याच्या घुम्या स्वभावाचा कोणालाही राग आला असता. तो टॉमचा भाऊ असणं हा तर गुन्हाच होता!

''त्याने खूपच लांबचा प्रवास केला आहे. त्याला जेट लॅगचा त्रास होतच असणार. त्याशिवाय प्रेम दाखवण्यासाठी पैशाचा वापर करणारा तो काही पहिलाच माणूस नाही. सोडून दे ते!'' आरएसटींनी स्मित करत, खांदे उडवत म्हटलं.

तिच्या मनात दाटून आलेल्या एकूणच नैराश्यामुळे बहुधा तिला त्यांना फटकारल्यासारखं बोलावंसं वाटलं असावं. ती म्हणाली, ''हं. तुम्ही कधीपासून एवढे क्षमाशील बनलात? ज्या वेळी तुमच्या स्वत:च्या मुलांच्या बाबतीत म्हणजे आम्हा तथाकथित भौतिकवादी वागणाऱ्यांच्या बाबतीत हे असतं, त्या वेळी तुम्ही नेहमीच आम्हाला तिरस्कारानं आणि अवमानानं वागवता की!''

आरएसटींच्या चेहऱ्यावरचं स्मित अंधूक झालं आणि त्यांनी तिच्याकडे सूचकपणे पाहिलं.

त्यानंतर ते क्षणभर थांबले. त्यांच्या चेहऱ्यावर आठ्या पडल्या होत्या. ते उठून उभे राहिले.

ते म्हणाले, "आजचा दिवस नक्कीच तुझ्यासाठी नैराश्याचा ठरलाय. थोडा वेळ आराम कर."

तिथून निघून जाताना तिला टोमणा मारत ते म्हणाले, "चांगल्या बाजूकडे बघ - निदान तो मूर्तींची तस्करी करणारा तरी नाही ना!"

* * *

तिच्या समोर कॉफीचा कप होता, त्यामुळे तिला सकाळी जॉश ब्लॅक कॉफी प्यायला होता ते आठवलं. तिला असं वाटलं की, इथल्या दृश्याशी अपरिचित असलेल्या एखाद्या व्यक्तीला भारतातल्या गोष्टी, दृश्यं पचवणं जड जात असावं. संपूर्ण दिवसाचा आढावा घेताना तिला त्या संपूर्ण दिवसात काहीतरी विचित्र होतं, असं वाटत होतं.

आपला कप उचलून ती स्वयंपाक करण्यासाठी किचनकडे गेली. तिने स्वत:ला स्वयंपाकात गुंतवलं असलं, तरी तिचं मन मात्र अटळपणे त्या सगळ्या घटनांचा बारीक विचार करत होतं. नेहमीचा दिवस असता तर तोपर्यंत ती टॉमबरोबर संदेशांची देवाणघेवाण करत बसली असती. ती काय स्वयंपाक करणार आहे, त्याची सकाळ कशी चाललेय आणि अशा अनेक विषयांवर ती बोलत राहिली असती. पण त्या दिवशी ऑनलाइन राहायचंच नाही, असं तिने ठरवलं होतं आणि टॉमनं विचारलेल्या प्रश्नांना काय उत्तर द्यावीत याचाही ती विचार करत होती.

तिच्या सांस्कृतिक संवेदनांची जॉशला बिलकूल कदर नव्हती आणि त्याला त्यांची माहितीही नव्हती. चोलाकालीन अनेक मूर्तींची दक्षिण भारतातल्या प्रशस्त, जुन्या मंदिरांमध्ये पूजा केली जात होती. त्या पवित्र होत्या, जीवनाचा एक भाग होत्या आणि हजारो वर्षांपासून तिथे त्या परंपरांचं पालन केलं जात होतं. त्यांच्या श्वासात, नसानसांत त्या भरून राहिल्या होत्या.

तिचे विचार आरएसटींबरोबर झालेल्या संभाषणाकडे वळले. ती त्यांच्याशी जे बोलली होती, ते तिचे शब्द शहाणपणाचेही नव्हते किंवा अगदी पूर्णपणे योग्यही नव्हते. त्यांनी कधीही त्यांच्यावर वैयक्तिक टीका केली नव्हती. त्यांची विधानं सहसा तटस्थपणे केलेली असत आणि ती जे बोलली होती त्यांच्याशी त्यांचा सुतराम संबंध नसे. तिला माहिती असलेल्या लोकांमध्ये स्वमालकीच्या अत्यल्प वस्तू असलेले ते सर्वांत जास्त नि:स्वार्थी व्यक्ती होते. तिच्या बोलण्याला त्यांची मान्यता मिळाली नसल्यामुळे तिला किती असुरक्षितपणा वाटत होता, हे तिला जाणवलं होतं.

कोबीचे बारीक लांबट तुकडे करून तिने कोबी चिरला. त्यानंतर सौम्य प्रमाणात

गरम मसाला आणि इतर मसाला घालून ती भाजी करणार होती. त्याच वेळी शेजारी टोमॅटो रसम उकळत होतं. प्रेशर कुकरच्या शिट्या झाल्या. भात तयार झाल्याची ती घोषणा होती. घरगुती आवाजांमुळे आणि कामांमुळे तिला शांत झाल्यासारखं वाटलं.

त्यानंतर अचानकच मूर्ती तस्करीविषयीचे आरएसटींचे शब्द तिच्या मनात धक्कादायक स्पष्टता जाणवल्यासारखे घोळू लागले. दिवसभर तिला कशाची चिंता वाटत होती ते तिच्या लक्षात आलं. तिने भाजी चिरणं मध्येच थांबवलं. तिने अजूनही हातात सुरी तशीच धरली होती.

हातातलं काम तसंच टाकून ती धावतच फोनकडे केली. तिने चार्जर काढून टाकला. त्यानंतर ब्राउजर उघडून तिने झपाट्यानं टर्प्सिकोअरचा अर्थ शोधण्यासाठी सर्च केलं. विकिपीडियावर असं म्हटलं होतं की, टर्प्सिकोअर ही नृत्याची प्रेरणाशक्ती म्हणजेच म्यूझ होती. म्यूझ ही झ्यूसच्या नऊ कन्यांपैकी एक होती. ती कलेची स्फूर्तिदेवता होती.

नटराज हा नृत्याची देवता होता.

टॉमचं लक्ष विचलित झालं होतं आणि त्याने संपादित केलेली मूर्ती तिने ओळखावी म्हणून त्याने तिला तो सुगावा दिला होता.

तिचे विचार अशक्य वाटणाऱ्या विचारांतून जलद गतीनं भटकू लागले. ती मंद पावलं टाकत परत गेली आणि एखाद्या प्रतिक्षिप्त क्रियेप्रमाणे तिने स्वयंपाक तयार केला.

टॉम कशाचा शोध घेत होता?

ती त्याला जवळजवळ वर्षाहून अधिक काळापासून ओळखत होती. तिच्या शेजारी सत्तर वर्षांचे एक निवृत्त प्राध्यापक राहत होते. विद्याने त्यांच्या वतीनं वस्तुसंग्रहालयाला चौकशी करणारा इ-मेल पाठवला होता. तो टॉमच्या इनबॉक्समध्ये गेला होता आणि त्याने त्याला उत्तर दिलं होतं. त्यानंतर त्यांनी एकमेकांना असे बरेच संदेश पाठवले होते आणि ती दोघं चांगले मित्र बनली होती. खरं तर जिवलग मित्र बनली होती.

परंतु अखेरीस तो फक्त एक पडद्यावरचा चेहरा होता. अंतरिक्षातून तिच्यापर्यंत पोहोचणारा एक आवाज होता. तिच्या भोळ्याभाबड्या स्वभावामुळे ती गुन्हेगारी जगतातल्या एखाद्या यंत्रणेच्या हातातलं प्यादं तर बनत चालली नव्हती ना?

तिचा फोन वाजला.

कॉलर आयडीवर ४४ हा कंट्री कोड दिसला. काही क्षण ती त्याच्याकडे तशीच रोखून पाहत राहिली आणि तिने रिंगटोन तशीच वाजून बंद होऊ दिला. पुन्हा एकदा त्याच फोन क्रमांकावरून तिला फोन आला होता आणि तिचा फोन वाजत

होता. जणू काही फोन करणाऱ्याला तिच्या मनात दुसरेच कोणते तरी विचार घोळत असावेत, हे माहीत होतं. तिने फोन उचलून औपचारिकपणे 'हॅलो' म्हटलं.

"विद्या, मग आज तू काय स्वयंपाक करतेयस?" तो परिचित आवाज म्हणाला.

"टॉम?" तिने अविश्वासानं विचारलं आणि नंतर ती मोठ्यानं हसली. "अरे देवा! टॉम तू?"

"हो मीच. तुला त्रास देतोय, त्याबद्दल मला माफ कर. तू काही मिनिटं बोलू शकतेस का?"

त्याने विचारलं. वाय-फायवरच्या स्काइप कॉलच्या तुलनेत कोणताही अडथळा नसल्यामुळे त्याचा आवाज आता जवळून आल्यासारखा आणि स्पष्ट वाटत होता.

तो टॉम होता, तिचा मित्र टॉम होता. एक वर्षाहून जास्त काळ नक्कीच कोणीही बनावट व्यक्तिमत्त्वानं वागू शकणार नाही. ऑनलाइन संबंधाच्या अडथळ्यामुळे म्हणा किंवा बहुधा ऑनलाइन संबंधांमुळे प्रोत्साहन मिळाल्यामुळे म्हणा, पण ते एकमेकांशी त्यांच्या मनातले गोंधळ, त्यांच्या आशा आणि महत्त्वाकांक्षा अगदी मोकळेपणानं व्यक्त करू शकत होते. ती त्याला ओळखत होती. तिला पुन्हा दिलासा मिळाल्यासारखं वाटलं आणि तिच्या मनात आधी आलेल्या विचारांबद्दल, क्षणभरासाठी का होईना, पण तिला त्याच्याविषयी अविश्वास वाटल्याबद्दल वाईट वाटलं. ती थोडीशी अस्वस्थ झाली.

"हो हो, नक्कीच. तुला माझा नंबर कसा मिळाला?"

"ते सोड. तुझा दिवस कसा गेला त्याबद्दल सांग बाळे. मला वाटतं तो नक्कीच चांगला गेला नसेल, हो ना?"

विद्या क्षणभरासाठी थांबली. परिचित आपलेपणाचा उबदारपणा आता पसरत चालला होता.

"विद्या?" आपल्या प्रश्नाची त्याने आठवण करून दिली. त्याच्या प्रश्नात हास्याचा अंशही होता.

"मी असं म्हणेनं की, हे अगदीच सौम्य विधान आहे," तिने हळूहळू शब्द उच्चारत म्हटलं.

"होय. जॉशनं मला सांगितलं की, तू यापुढे काहीही झालं, अगदी तुझ्या जिवावर बेतलं तरीही तू पुन्हा त्याच्या जवळपासही फिरकणार नाहीस."

विद्या थोडीशी थांबली. "असं त्याने सांगितलं?"

"होय."

हे त्याच्या लक्षात आलं होतं? विद्याला आश्चर्य वाटलं. तिच्या रागाची त्याला कल्पनाच आली नसेल असं तिला वाटत होतं, कारण त्याच्या वागण्यातून त्याने

थोडीशीही दयामाया किंवा मर्मदृष्टी दाखवली नव्हती. तिला तर नक्कीच असं वाटलं होतं की, तिचा काहीच उपयोग नाही, असं तो टॉमला सांगेल.

"टॉम, नेमकं काय चाललंय? तू संपादित करत असलेल्या गोष्टीचा चोलाकालीन नटराजाच्या कांस्य मूर्तीशी कोणत्या ना कोणत्या प्रकारे संबंध आहे का?"

टॉम क्षणभर शांत राहिला आणि नंतर त्याच्या नेहमीच्या पद्धतीने तो म्हणाला, "मी त्याला आधीच सांगितलं होतं की, तुझ्यापासून कोणत्याही गोष्टी लपवण्याची गरज नाही. चोलाकालीन कांस्य मूर्तीशीच त्याचा संबंध आहे. मी तशी एक मूर्ती संपादित केलेय. पण फक्त ती कुठून आलेय ते मला माहीत नाही."

"तुला माहीत नसणं कसं काय शक्य आहे?"

"मला तुझ्याशी समोरासमोर बोलायचं होतं. फोनवरून ते स्पष्ट करणं कठीण आहे. त्यात बरेचसे सूक्ष्म तपशील आहेत आणि मला एका मीटिंगला जावंच लागणार आहे. आपलं बोलणं संपेपर्यंत मला मीटिंगला जायला उशीर होईल. यातला मुद्दा असा आहे की, माझ्या ताब्यात एक पुरातनकालीन कांस्य मूर्ती आहे."

"तुझ्याकडे आधीच अशी मूर्ती आहे?"

"होय. पण मला तिचं उगमस्थान माहीत नाही. उद्या पुन्हा एकदा तू जॉशला भेटशील का? त्याने तुला सारं काही सांगावं असं मी त्याला सांगितलंय. मग तू पुढे काय करायचं ते ठरव. प्लीज."

टॉमच्या आवाजात विनवणी होती. विद्याला यात मोठीच अनिष्ट सूचकता जाणवली होती. पण तरीही ती त्याला नाही म्हणू शकली नाही.

"ठीक आहे. मी भेटेन," ती म्हणाली.

"थँक्स विद्या, मी तुझा ऋणी आहे," टॉमच्या आवाजात सुटका झाल्यासारखा भाव स्पष्टपणे जाणवत होता. "आपण उद्या पुन्हा बोलू या. ठीक आहे?" त्याने विचारलं.

"ठीक आहे."

"आणि हे बघ, तुला एक गोष्ट सांगू का?"

"काय?"

"त्याला एक संधी दे. मला माहीत आहे की तुलाही तो आवडेल."

विद्या थोडी थांबली आणि नंतर कोरडेपणानं म्हणाली, "मी सहन करायचं असं ठरवून जाईन."

तो हसला. पण त्याने घाईघाईनं फोन बंद केला.

टॉम कसल्या तरी संकटात होता आणि त्याला मदत करण्यासाठी आवश्यक असलेली प्रत्येक गोष्ट ती करणार होती. तिने फोन खाली ठेवला तेव्हा तिच्या मनात खूपच जिज्ञासा आणि उत्सुकताही निर्माण झाली होती.

* * *

त्यानंतर थोड्या वेळात तिने टेबलावर जेवण आणून ठेवलं आणि आरएसटींच्या शेजारी बसून ती जेवू लागली. ते काहीही बोलले नसले, तरी अजूनही ती आधी बोललेल्या वाक्यामुळे ते थोडेसे घुश्शात आणि तणावग्रस्त अवस्थेत होते, हे तिच्या लक्षात आलं. त्या दोघांपैकी कोणीही तो विषय पुन्हा उकरून काढला नव्हता.

काही किलोमीटरवर उभारल्या जात असलेल्या उंच इमारतींच्या बांधकामासाठी आलेल्या स्थलांतरित कामगारांच्या स्थितीविषयी त्यांनी काहीतरी शेरेबाजी केली. त्यानंतर त्यांच्या जाडजूड दैनंदिनीत त्यांनी काही मुद्दे टिपून ठेवले. विकास रोखण्यासाठी सरसावणाऱ्या एखाद्या फुटकळ संघटनेच्या सदस्यांच्या परिषदेत त्यांनी ते जबरदस्तीनं मांडले असते, असा तिने विचार केला. तिच्या या विचारात किंचित अतिशयोक्तीही होती.

सावकाशपणे जेवत असताना ते शेजाऱ्यापाजाऱ्यांविषयीच्या गप्पांमध्ये रंगून गेले.

जेवणानंतर विद्याने तिथली आवराआवर केली. टेबल पुसून घेतलं आणि उरलेलं अन्न एकत्र करून रस्त्यांवरच्या कुत्र्याला द्यायच्या अन्नाच्या वाडग्यात काढून घेतलं. नंतर तो वाडगा घेऊन ती बाहेर गेली. जणू त्याचा वास लागल्याप्रमाणे ते कुत्रं शेपूट हलवत तिथे हजर झालं. तिची संमती असल्याचा अंदाज घेऊन त्याने त्या अन्नाचा फडशा पाडला.

स्वयंपाकघर स्वच्छ आणि लख्ख होतं. त्या ग्रॅनाइटवर तिने कोलमनं थोडेसं डिझाइन काढलं. मोकळ्या, काळ्या दगडावरची ती लहानशी पांढरीशुभ्र संरचना नीटनेटकी आणि आल्हादक वाटत होती. तिची आई धार्मिक कारणांपोटी ते करत होती आणि तिने आईच्या मृत्यूनंतर तिची ती सवय भावनात्मक कारणांपोटी उचलली होती. तिने त्या कोलमकडे काही क्षण अस्वस्थपणे पाहिलं. तिच्या घशात आवंढा आला.

बातम्या बघून झाल्यावर आरएसटी आपली पाण्याची बाटली नेण्यासाठी आत आले होते. ती कोलमकडे टक लावून पाहत असल्याचं त्यांनी पाहिलं असावं, पण त्यावर त्यांनी कसलीच प्रतिक्रिया व्यक्त केली नाही.

तिच्या आईनं कोलमनं डिझाइन काढल्याचं त्यांनी नक्कीच शेकडो वेळा बघितलं असावं. त्यांनी त्याबद्दल कधी तरी तिचं कौतुक करण्याची तसदी घेतली होती का? ठरवून केलेल्या लग्नांमध्ये सहसा समान पार्श्वभूमी आणि आयुष्याविषयी समान अपेक्षा असलेल्या स्त्रीला आणि पुरुषाला एकत्र आणलं जातं. पण तिच्या पालकांचं लग्न हे विरुद्ध स्वभावाच्या व्यक्तींचं लग्न होतं. तिच्या आईने हे कसं

सहन केलं असेल याचं तिला नेहमीच आश्चर्य वाटत असे. तसं ते आजही वाटलं. तिचे वडील वर्षानुवर्षं आंदोलनात भाग घेत होते. त्यांची सगळी कमाई ते वाटून टाकत होते, हे सगळं तिने इतकी वर्षं कसं काय सहन केलं होतं?

प्रत्येकाला सोबतीची गरज असते हे विद्याला मान्य होतं. पण तरीही कोणाबरोबर तरी इतकं जुळवून घेण्याएवढी आणि एवढे मोठे फरक सहन करण्याएवढीही ही गरज मोठी नसते.

तिच्या विचारांची कल्पना नसलेल्या आरएसटींनी तिला 'गुड नाइट' म्हटलं आणि अलीकडेच साहित्य अकादमी पुरस्कार मिळालेली कादंबरी हातात घट्ट पकडून ती वाचायला ते त्यांच्या पलंगावर बसले.

तिनेही विचार दूर सारले आणि तिच्या पलंगावर आडवी झाली.

आता आपल्याला रात्रभर टॉम कशाविषयी सांगत होता याचे विचार छळत राहतील, असा विचार करून विद्या अस्वस्थपणे पडली होती, पण आश्चर्य म्हणजे लवकरच तिच्या मनातले विचार दूर झाले आणि ती शांतपणे गाढ झोपी गेली. आता तिच्या मनात जॉशविषयीच्या कुतूहलाची भावना होती. तो कुठल्या प्रकारचा माणूस होता याविषयी तिला कुतूहल वाटत होतं.

* * *

झुरिक, पाच महिन्यांपूर्वीचा काळ...

डिलिव्हरी करणाऱ्या माणसानं काळजीपूर्वक ती जड पेटी त्या ट्रकमधून बाहेर काढली आणि यांत्रिकी डॉलीवर (जड गोष्ट वाहून नेण्याच्या चारचाकी यांत्रिकी चौकटीवर) ठेवली. तळघरातली पार्किंगची जागा थंड आणि अंधारी होती. बाहेर हिवाळ्यातला अंधूक प्रकाश पसरला होता. त्याहून आतली परिस्थिती वेगळी नव्हती. त्याने डॉली मार्गावर नेण्यासाठी नीट उभी केली. आर्ट गॅलरीच्या पहिल्या मजल्यावर नेण्यासाठी तिला सज्ज करून स्वत:शीच हुंकार देत त्याने ती सुरू केली.

गॅलरीत पोहोचल्यावर त्याला पहिल्यांदा तिथे एक अतिशय सुंदर मुलगी दिसली. ती डेस्कच्या मागे बसली होती आणि तिच्या संगणकाचा माउस फिरवत होती. संगणकाच्या पडद्याकडे रोखून बघत ती काम करण्यात व्यग्र होती. ती नक्कीच कार्यालयीन व्यवस्थापिका किंवा स्वागतिका (रिसेप्शनिस्ट) होती. तिने त्याच्याकडे वळून बघितलं आणि स्मित केलं. त्याला बघून ती एकदम रोमांचित झाल्यासारखी दिसली.

''मिस्टर बॅनेरनी स्वत: या जहाजावरच्या मालाची चौकशी केली होती,'' ती म्हणाली. त्याला तिने अभिवादन केलं नव्हतं त्यामुळे त्याच्या मनातला उत्साह थोडासा कमी झाला होता.

त्याने असा अंदाज बांधला की, मिस्टर बॅनेर ही नक्कीच कोणीतरी महत्त्वाची व्यक्ती असली पाहिजे. त्याने सहजपणे बिलावर नजर टाकली; तो माल चेन्नई नावाच्या ठिकाणाहून जहाजावर लादून पाठवला गेला होता. त्या बॉक्सवर तसं लिहिण्यात आलं होतं तेही त्याने पाहिलं होतं. त्याला त्या शब्दाचा व्यवस्थित उच्चारही करता आला नव्हता किंवा त्या पत्त्यावरचे शब्दही समजले नव्हते. तो स्वत: मूळचा पश्चिम आफ्रिकेचा रहिवासी होता आणि बहुतेक वेळा स्थानिक शब्द इंग्रजीत लिहिल्यानंतर त्यांचा मूळचा सुंदर रंग उतरतो हे त्याला चांगलंच माहिती होतं.

तिने तो बॉक्स मिळाल्याची सही केली आणि बाहेर बर्फ पडण्याची शक्यता असल्याच्या त्याच्या विधानाला स्मित करत मान्यता दिली. चँटल, त्याने स्वत:शीच तिचं नाव वाचलं. त्या आठवडाअखेरीला तिचा स्कीइंगला जाण्याचा बेत होता, हेही तिने त्याला सांगितलं. त्यानंतर तिने लगेच मैत्रीपूर्ण मान हलवून त्याला तिथून निघण्याचा इशारा केला आणि डेस्कच्या मागे जाऊन काही नंबर फिरवले. तो बाहेर पडत असताना त्याला तिचा आवाज ऐकू येत होता, ''मिस्टर बॅनेर, चेन्नईहून जहाजावरून पाठवलेला माल आलाय.''

त्याआधी कधीही तो भारतीय आर्ट गॅलरीच्या आत गेला नव्हता; परंतु त्याला समोरच जे दिसलं होतं ते आवडलं होतं. तिथे सुमारे दोन फूट उंचीचा काळाशार लाकडी हत्ती होता. त्या हत्तीनं आपली सोंड वर उचलली होती आणि त्याचे कान पसरलेले होते. त्याचे पांढरे सुळे तीक्ष्ण आणि अणकुचीदार होते. नावीन्यपूर्ण वस्तूंच्या प्रदर्शनाच्या खिडकीच्या मागच्या बाजूला तो ठेवण्यात आला होता. एखाद्या दिवशी आपल्याकडेही अशाच प्रकारचा एखादा छोटा हत्ती असावा असं त्याला वाटून गेलं. तो लहान असताना एकदा प्राणिसंग्रहालयात त्याने आफ्रिकन हत्ती बघितला होता. तो भारतीय हत्तीपेक्षाही अधिक रानटी आणि अधिक भव्य दिसत होता. त्या वेळी त्या हत्तीवर बसून ते फिरले होते का? त्याला अंधूक आठवत होतं. जवळजवळ एखाद्या स्वप्नासारखं. त्यानंतर थोड्याच दिवसांनी एका अपघातात त्याची आई मरण पावली होती.

त्याने बाहेर पडताना त्या बॉक्सवर हळुवारपणे टकटक केली. त्याला तीव्रतेनं असं वाटलं की, आपलंही एक कुटुंब असावं आणि एखाद्या दिवशी प्राणिसंग्रहालयात प्राणी बघायला नेण्यासाठी आपल्याला स्वत:चं एक मूल असावं.

१४

पडद्यांच्या कडांमधून प्रखर प्रकाशाची एक छोटीशी तिरीप जोरात आत घुसण्याचा प्रयत्न करत होती. त्यामुळे जॉशला सकाळ झाल्याचं समजलं. घड्याळात सकाळचे सहा वाजले होते. आता त्याच्या अंगात जोरदार उत्साह संचारला होता आणि त्याची बुद्धी तल्लख झाली होती. त्याच्या भावनांवर अतिरिक्त ताण आला होता आणि त्याबरोबरच त्यात शारीरिक श्रमांचीही भर पडली होती. म्हणूनच तो आदल्या दिवशी एवढा प्रचंड थकलेला होता. कोणतंही स्वप्न न पडता त्याला अगदी गाढ झोप लागली होती. त्यामुळे तो पुन्हा एकदा उत्साहानं आणि चैतन्यानं सळसळत होता. त्याने ते जाडजूड पडदे बाजूला केले. किंचित उबदारपणाबरोबर सूर्यप्रकाश उसळी मारून आत शिरला. त्याने खोलीतलं तापमान १८ अंशांवर स्थिर ठेवलं होतं. अजूनही एअर कंडिशनर तितक्याच तापमानावर काम करत होता.

त्याने मशिनवर स्वत:साठी मोठा कप भरून ब्लॅक कॉफी तयार करून घेतली आणि तो अमेरिकेतल्या संध्याकाळच्या बातम्या पाहू लागला. हॉटेलातून बाहेर पडण्याचा विचार करून त्याने झटकन शॉर्ट आणि टी-शर्ट घातला. इयर फोनवर संगीत सुरू केलं आणि खोलीतून बाहेर पडला. सरकत्या जिन्यावरून तो जात असताना आजूबाजूला कोणीही नव्हतं. कॉरिडॉरमध्येही पाहुणे नव्हते. एका वेगळ्या द्वारपालानं त्याला अभिवादन केलं आणि त्याच झपाट्यानं त्याच्यासाठी दरवाजा उघडला. गाल भरून टाकणाऱ्या पिळदार मिशा हा बहुधा द्वारपालाच्या कामासाठी आवश्यक असलेला निकष होता.

तो बाहेर पडला आणि क्षणभर कुठे जावं हे न समजल्यानं बुचकळ्यात पडला. पण लगेच तो उजवीकडे वळला. तिथे रस्ते दाखवणारी कुठलीच चिन्हं, खुणा, पाट्या आढळत नव्हत्या. त्यानंतर त्या जिथून दिसल्या, तिथूनही आपल्याला

मैलभर परिसरातली नावं आणि अनेकविध आद्याक्षरं लक्षात राहतील असं त्याला वाटलं नाही. पण लवकरच त्याने रस्त्यांच्या खुणा पाहण्याऐवजी इमारती, उड्डाणपूल, जाहिरातींचे फलक आणि पुतळे यांवरून रस्ते लक्षात ठेवण्यास सुरुवात केली. तो मॅप ॲपही पाहू शकला असता, पण काही कारणानं ते दिसत नव्हतं.

तो नागमोडी रस्ता चालत फिरण्यासाठी अनुकूल नव्हता आणि ज्या ठिकाणी बाजूनं चालण्याची सोय होती तिथे काही वेळा त्यांच्या वरच्या बाजूला असलेल्या इमारतींची छपरं मोडकळीस आलेली होती. मग तोही इतर जण ज्या प्रकारे रस्त्यावर चालत होते तसाच सावधपणे, पण उत्साहानं चालू लागला. सकाळची आळसावलेली वाहतूक त्याच्या भोवतीनं नुकतीच कुठे सुरू झाली होती. त्याला दुकानांची शटर्स अजूनही बंद असल्याचं दिसत होतं. अनेक दुकानांवर अभिमानानं अमेरिकन ब्रँड्सची प्रौढी मिरवली जात होती. खांबांवर लावण्यात आलेल्या विजेच्या तारा मध्येच खाली लोंबकळत होत्या. काही वेळा झाडांच्या वरच्या भागातूनही त्या असुरक्षितपणे जात होत्या, तर काही वेळा अगदी नजरेच्या पातळीतच त्या धोकादायकपणे लोंबकळत होत्या.

त्याच्याकडे चौकसपणे, बिलकूल स्मित न करता नजर टाकणाऱ्या स्त्री-पुरुषांना ओलांडून तो पुढे गेला. काही जण त्याच्याकडे अगदी न लाजता टक लावून पाहत होते. पण त्यात त्याला कसलीच शत्रुत्वाची भावना मात्र आढळली नाही. एवढी अस्ताव्यस्त शहरे असलेल्या देशाला तोपर्यंत जॉशनं कधीच भेट दिली नव्हती. इथे त्याचा परकीपणा अगदी उठून दिसत होता. अलग पडल्याची ही भावना विचित्र आणि अपरिचित होती.

लवकरच तो रस्त्यावरच्या बाजारात आला. हा बाजार विक्रेत्यांनी भरून गेला होता. गडद पिवळ्या रंगाच्या ताडपत्रींच्या छपरांखाली धूळभरल्या पदपथांवर मांडलेल्या मालाच्या मागे विक्रेते उकिडवे बसले होते. काही जण गाड्यांच्या मागेच उभे होते आणि गाड्यांवरचा भाजीपाला आणि फळं व्यवस्थित मांडून ठेवत होते. टोमॅटो, गडद जांभळ्या रंगाची वांगी आणि बटाट्यांचे ढीगच्या ढीग पसरले होते. शिवाय केळ्यांचे कित्येक घड मांडलेले होते. सप्तरंगी माल सगळीकडे पसरलेला होता. त्याचा इन्स्टाग्राम आता अगदी लोकप्रिय ठरणार होता.

जॉशला त्या मालाचं आकर्षण वाटलं. त्या सगळ्यात कसलातरी जिवंतपणा भरून राहिला होता. ती खूपच लवकरची वेळ होती आणि तरीसुद्धा ते सगळे उठले होते आणि कामाला लागले होते. तिथे बोलणाऱ्या, हसणाऱ्या आणि किमतीवरून घासाघीस करणाऱ्या लोकांच्या आवाजाचा गोंगाट भरून राहिला होता. आता ते दिवसाला तोंड द्यायला पूर्णपणे सज्ज झाल्यासारखे वाटत होते.

सूर्य वर आला होता. प्रखर किरणं आधीच निरभ्र आकाशातून खाली उष्णतेचा

मारा करत होते. त्यावरून यापुढे किती प्रचंड ऊन असेल त्याचा अंदाज येत होता. त्याला उष्म्याची आणि घामाची जाणीव झाली. शिवाय डासानंही त्याचा कडकडून चावा घेतला होता. त्याने त्याला चापटी मारून हाकलून लावलं.

आणखी वीस मिनिटं चालल्यानंतर तो एका रंगीबेरंगी पाचरीच्या आकाराचं छप्पर असलेल्या लहानशा इमारतीजवळ आला. त्याच्या डोक्यात प्रकाश पडला की ते प्रार्थनास्थळ असावं. ती रचना चर्चसारखी दिसत नव्हती. पण ते प्रार्थनास्थळच आहे की नाही, हे कसं समजेल असा विचार त्याच्या मनात आला. त्याच्या आकलनाच्या पलीकडे सुगंध असलेल्या उदबत्त्यांचे आणि उष्णकटिबंधीय फुलांच्या हाराचे विक्रेते गाड्यांवरून हार आणि उदबत्त्या विकत असल्याचं त्याला दिसत होतं. त्यावरून ते ओळखता आलं असतं का? की ते त्याच्या वडिलांच्या फडताळात असलेल्या पुस्तकातल्या एखाद्या चित्रासारखं दिसत होतं? ते चित्र त्याच्या मनाच्या कोपऱ्यातल्या दीर्घ काळ विस्मृतीत गेलेल्या निरुपयोगी आठवणीत दडलं होतं.

पुन्हा एकदा प्रकर्षानं त्याच्या लक्षात आलं, की तो भारतात होता. त्याच्या डोक्यात पुन:पुन्हा हे शब्द उसळी मारून वर येऊ लागले.

त्याच्या पालकांना आणि टॉमला त्या वेळी त्याच्या जागी असायला आवडलं असतं, असं त्याला वाटलं. त्याच्या मनात त्याच्या पालकांचा विचार आला आणि त्याला तळमळीनं असं वाटलं की, ते आता हयात असायला हवे होते, म्हणजे तो त्यांना फोन करू शकला असता. ते सहा वर्षांपूर्वीच मरण पावले होते. त्या क्षणी त्याला त्यांची जितकी आठवण होत होती तितकी त्याआधी कधीच झाली नव्हती, असं जॉशला जाणवलं. त्याच्या वडिलांचा सुती सैलसर शर्ट आणि आईची मण्यांची माळ त्याला आठवली. तो विसरून गेला होता, ते सतारीच्या तारांचे झंकार आणि मंत्रोच्चार त्याच्या कानांवर पडले. त्याच्या मनातली सर्व त्रस्तता आणि अस्वस्थता नाहीशी झाली आणि जॉशच्या डोळ्यांत अनपेक्षितपणे अश्रू दाटून आले.

ईट, प्रे, लव्ह... त्याने विचार केला. त्याच्या चेहऱ्यावर पश्चात्तापदग्ध स्मित होतं.

आता रहदारीचे आवाज जोरजोरात येत होते आणि गॅसोलीनचा दर्पही मोठ्या प्रमाणात पसरला होता. तो मागे वळला.

परतीचा रस्ता सापडेपर्यंत त्याला भरपूर घाम आला होता. त्याचा टी-शर्ट त्याच्या अंगाला चिकटून बसला होता. त्याच्या तोंडावर ऊन येत होतं. त्याला उकाडा, आर्द्रता आणि चिकटपणाही जाणवत होता. पण तरीही तो अगदी तरतरीत होता.

त्याच्या खोलीच्या बाहेरच्या कॅनव्हासच्या पिशवीत वृत्तपत्र ठेवल्याचं त्याला

आढळलं. नंतर वाचता येईल असा विचार करून त्याने ते काढून घेतलं.

अगदी स्वर्गीय वाटावा अशा प्रकारे थंड पाण्याचा शॉवर अंगावर घेऊन तो लॅपटॉपसमोर जाऊन बसला. त्याने आंतरखंडीय मालवाहतूक करणाऱ्या जहाजांची माहिती मिळवली. त्याबरोबरच बोट कंपन्यांची आणि बंदरांविषयीची माहितीही मिळवली. त्याने मिळवलेली काही माहिती त्याने आधीच काढून ठेवलेल्या एका जहाज कंपनीच्या माहितीत त्याने साठून राहू दिली.

साडेआठ वाजल्याचं लक्षात आल्यावर त्याने थांबायचं ठरवलं. काहीही झालं तरी त्याला विद्याला भेटायचं होतं. त्याने बॅग भरून ठेवली आणि नाश्ता आटोपून तो आधीच दहा मिनिटं लॉबीत येऊन थांबला. तो दिवसाच्या कामासाठी तयार झाला होता आणि तो कशाचाही विचका करणार नव्हता, असा संदेश त्याने टॉमला पाठवला. नंतर तो इकडेतिकडे फिरत राहिला.

ती बरोबर नऊ वाजता हॉटेलमध्ये शिरली. ती किती सुंदर दिसत होती हे तो नव्यानंच पाहत राहिला. तिने प्लेन जांभळ्या रंगाचा कुडता आणि जीन्स घातली होती आणि केसांचं पोनीटेल बांधलं होतं. तिच्या चेहऱ्यावर कसलाच भाव नव्हता. एकूणच तिच्या चेहऱ्यावरून ती कसला तरी ठाम निर्धार करून आल्यासारखी दिसत होती. त्यामुळे त्याला गंमत वाटली होती, की तो नाऊमेद झाला होता हे त्याला सांगता आलं नसतं.

जॉश कोपऱ्यातून बाहेर पडला आणि तिच्या समोर आला. त्याला बघितल्यानंतर क्षणभरासाठी तिची काहीशी द्विधा मनःस्थिती झाल्याचं त्याच्या लक्षात आलं. त्यानंतर तिने थोडे ओठ मुडपले आणि मान डोलावून त्याच्याकडे बघितलं.

तो तिच्या जवळ गेला.

"गुड मॉर्निंग, आल्याबद्दल आभारी आहे. मला वाटलं होतं की, तू येण्याच्या शक्यता अर्ध्याच आहेत," तो म्हणाला.

"तू आशावादी आहेस," ती म्हणाली. तिने चेहऱ्यावर ओढूनताणून स्मित आणलं होतं.

जॉश खिदळल्यासारखा हसला. तिचा चमकदार हजरजबाबीपणा त्याला आवडला होता. तो नक्कीच जास्त चांगला दिवस होता. "मला तुझं उत्तर किती आवडलं ते तुला समजलं असतं तर बरं झालं असतं," तो म्हणाला.

तिच्या चेहऱ्यावर आणखी मोठं स्मित झळकलं. तरीही तिच्या चेहऱ्यावर काहीसे अनिश्चिततेचे भाव होते, पण काही प्रमाणात विनोदी भावही होता.

"मी न येऊन कोणाला सांगणार होते? त्याच्या आशियाच्या नकाशावर शाई सांडल्यावर तुला जितका पश्चात्ताप वाटला होता तितकाच पश्चात्ताप तुला आताही होतोय असा संदेश मला टॉमनं पाठवला."

"ते चुकून झालं होतं. चुकून हा शब्द हवा तो परिणाम घडवून आणणारा आहे. मी चुकून शाई सांडली होती. आपण तिथे बसू या का?" त्याने एका शांत कोपऱ्याकडे निर्देश केला. त्याने तो आधीच हेरून ठेवला होता. तिथे तुरळक लोक होते.

छत जवळजवळ सहा फूट उंचीवर होतं. त्याच्या जवळजवळ निम्म्या उंचीपर्यंत दिव्यांचं झुंबर आलं होतं. झुंबराचे अनेक स्फटिक सूर्यप्रकाशात चमकत होते. फ्रेंच खिडकीच्या पलीकडे थोडीशीच हिरवळ होती आणि सकाळच्या रहदारीचं गोंधळानं भरलेलं दृश्य दिसत होतं. टीव्हीचा आवाज बंद करण्यात आला होता आणि फक्त चित्रं तेवढीच दिसत होती. ती वृत्तवाहिनी होती आणि कुठून तरी मंद आवाजात पॉप संगीत ऐकू येत होतं. गडद लाल रंगाच्या गुबगुबीत उंच पाठीच्या खुर्च्यांवर ते दोघं बसले.

त्यांना अभिवादन केलेल्या वेटरला तिच्यासाठी कॅपुचिनो आणि स्वत:साठी एस्प्रेसो आणायला सांगून जॉश संभाषणासाठी सरसावून बसला. त्याने पाय पसरले आणि आरामात बसला.

तिच्याकडे बोलण्यासारखं काहीच नव्हतं. ती हाताची घडी घालून, पायावर पाय ठेवून बसून राहिली. ती त्याच्याकडे शोधक, अदमास घेतल्यासारख्या सावध नजरेनं पाहत राहिली.

यातली खरी गोष्ट अशी होती की, अजूनही तिला सगळीच्या सगळी कल्पना सांगावी असं त्याला वाटत नव्हतं. पण यातून सुटका करून घेण्याचा मार्ग नव्हता, कारण टॉमनं तिला रूपरेषा सांगितली होती हे त्याला माहीत होतं.

"मी इथे पर्यटनस्थळं पाहायला आलो नाही."

"तू इथे नटराजासंदर्भात आलायस."

त्याने मान डोलावली.

"त्या भपकेबाज महाराज चोलाविषयी मला लेक्चर देण्याची गरज आहे असं तुला वाटणार नाही, असं मी समजतो. तुला काय वाटतं?"

त्याच्या वाक्यानं तिच्या चेहऱ्यावर थोडंसं स्मित आलं. "म्हणजे तुला राजराजा असं म्हणायचंय."

"बरोबर." त्याने दीर्घ श्वास घेतला आणि लगेच टॉमच्या ताब्यात असलेल्या मूर्तीविषयी त्याला जी जी माहिती होती ती सगळी माहिती त्याने तिला सांगून टाकली. टॉमच्या मूर्ती संपादनाभोवतीचं वातावरण, त्यातले सगळे तपशील त्याने तिला सांगितले. त्याबरोबरच त्या जर्नलची माहिती सांगण्याची काळजीही त्याने घेतली. हे सगळं करण्यामागे टॉमचा सद्हेतूच आहे हे तिला पटल्याची त्याने खात्री करून घेतली. सुरुवातीला त्या मूर्तीचं उगमस्थान अगदी भक्कम आहे असं वाटलं

होतं यावर त्याने भर दिला. तिने हाताची घडी सोडली आणि ती किंचित रेलून बसली.

वेटरनं त्यांच्यासाठी कॉफी आणली. आता संभाषणातली काळजी, अस्वस्थता काही प्रमाणात कमी होऊन किंचित निवांतपणा आला होता. ते दोघंही कॉफीचे घोट घेऊ लागले. तिच्या मनात काही प्रश्न आहेत का, याचा अंदाज घेण्यासाठी जॉशनं थोडा वेळ वाट पाहिली.

त्यानंतर तो पुढच्या भागाकडे वळला आणि आर्ट गॅलरीशी आयशेनडॉर्फचा कसा संबंध होता त्याविषयी त्याने तिला सांगितलं. त्यांना चेन्नईतून पाठवण्यात आलेल्या भल्या मोठ्या बॉक्सची माहिती त्याने दिली आणि ते तपशील त्यांनी कसे मिळवले तेही सांगितलं. तिने जवळजवळ असा निष्कर्ष काढला होता की, पीआयकडून त्यांना ती माहिती मिळाली होती. ती पुन:पुन्हा कॉफी ढवळत असताना तिच्या कपाळाला आठ्या पडल्या होत्या. तिने निष्कर्ष काढेपर्यंत जॉशनं वाट पाहिली.

''म्हणजे तुला असा संशय आहे की, टॉमचा नटराज भारतातून तस्करी करून बाहेर नेण्यात आला आहे आणि आयशेनडॉर्फ हा यातला आघाडीचा माणूस आहे, कारण तो ठाम उगमस्थान सांगू शकतो. बरोबर?''

''हो, बरोबर. हीच ती शक्यता आहे आणि टॉमला तीच खरी नाही याची खात्री करून घ्यायची आहे.''

शेजारच्या टेबलावर दोन चमकदार लाल फुलं ठेवलेल्या घुमटाकार जारकडे ती एकटक बघत राहिली. तिच्या कपाळाच्या बरोबर मधोमध दोन आठ्यांच्या रेषा उमटल्या होत्या. तिच्या चेहऱ्यावर ती दुखावली गेल्याचा भाव होता.

त्यांनी काहीही न बोलता शांतपणे कॉफी संपवली.

''टॉमनं मला याविषयी एका शब्दानंही काही सांगितलं नाही,'' थोड्या वेळानं ती म्हणाली.

''मला वाटतं की त्याला काय करावं हे समजत नव्हतं,'' त्याने उत्तर दिलं. तो तिचं सांत्वन केल्याच्या आवाजात बोलला. ते एवढे चांगले मित्र असतानाही टॉमनं हे सगळं गुप्त ठेवलं होतं ही गोष्ट तिला दुखावणारी होती, हे तो समजू शकत होता.

तिने वर बघितलं. त्यांची नजरानजर झाल्यावर तिने स्मित केलं. ''ठीक आहे. टॉमकडे असं करण्यासाठी काहीतरी कारणं असतील, याची मला खात्री आहे.''

जॉशला पहिल्यांदाच त्यांच्या मैत्रीची खोली, गांभीर्य समजलं.

''मग टॉमनं तुला या कांस्य मूर्तीचं उगमस्थान शोधून काढण्याच्या मोहिमेवर पाठवलंय तर...''

“अरेच्चा! अगदी बरोबर. ती मोहीमच आहे!”

“फक्त तुला आणि टॉमलाच हे माहीत आहे?”

“या क्षणापर्यंत तरी तसं होतं. आता आम्हा दोघांना जे माहीत होतं ते सगळं तुलाही माहीत आहे.”

जॉश रेलून बसला. तिला पुढे काय करायचंय ते समजून घेण्यासाठी तो शांत राहिला. तिच्या चेहऱ्यावरून ती विचारमग्न झाल्याचं दिसत होतं. त्या रिकाम्या कपांकडे ती पाहत राहिली होती.

ती काय विचार करत होती ते त्याला जाणून घ्यायचं होतं. तिला अधिक चांगल्या प्रकारे समजून घेण्यासाठी आणि ती पुढे कोणती पावलं उचलणार आहे हे समजून घेण्याविषयी त्याला उत्सुकता लागून राहिली होती.

१५

विद्या मागे रेलून बसली. मोकळ्या केसांच्या बटेशी चाळा करत ती टीव्हीच्या पडद्याकडे पाहत होती. सात फुटी चोलाकालीन कांस्य मूर्ती चोरीला गेल्याच्या घोषणेच्या तुलनेत राजकीय शाब्दिक युद्ध अगदीच सौम्य होतं.

शेअर बाजार स्थिर होता का ते पाहण्यासाठी तिने अंत:प्रेरणेनंच टिकर तपासला. तिने अचानक रजा टाकल्यामुळे तिचा बॉस त्रस्त झाल्यासारखा वाटत होता आणि त्या भांडवलवाद्याला ती दुसऱ्यांदा भेटत असल्याचं कळल्यावर तिचे वडील बुचकळ्यात पडले होते. पण टॉमच्या गूढ फोननंतर आपल्याला या सगळ्याच्या मुळाशी गेलंच पाहिजे, हे तिच्या लक्षात आलं होतं.

टॉमनं ती मूर्ती त्याच्या ताब्यात आहे आणि त्याला तिचा मागोवा घ्यायचाय, असं तिला सांगितल्यावर त्याचा काही काळापूर्वीच्या घटनेशी संबंध असला पाहिजे, असं तिला कुठेतरी वाटलं होतं. या दिवसात आणि या काळातही देशाबाहेर पुरातन मूर्तींची तस्करी झाल्याच्या शक्यतेमुळे आता ती स्तंभित झाली नव्हती, तर तिला ती शक्यता पटली होती. ती खरोखरच कुठून आली होती? ती कधीतरी मंदिरात होती का? तिची पूजा केली जात होती का? तिच्या डोक्यात हे प्रश्न घोळू लागले.

ती पुन्हा जॉशकडे वळली. तो तिच्याकडेच पाहत असल्याचं तिच्या लक्षात आलं. खुर्चीच्या मागच्या बाजूवर हात टाकून तो बसला होता. त्याने जीन्सनं झाकले गेलेले त्याचे लांब पाय आरामात पसरले होते. त्याच्या चेहऱ्यावर तिच्याकडे सावधपणे, काळजीपूर्वक पाहत असल्याचे भाव होते. त्याला तिच्याकडून अपेक्षा होती. त्याला तो ग्रे पोलो शर्ट चांगला दिसत होता, हे तिच्या लक्षात आलं.

तिने जिज्ञासेनं विचारलं, "मग काल तू नेमकं काय करायचा प्रयत्न करत होतास?"

“तयारी करत होतो. प्राथमिक कामाचा पाया घालत होतो.” त्याने खांदे उडवले. “मला वाटत होतं की, तो पीआय स्रोत म्हणून त्या कलात्मक वस्तूंच्या भांडारांचं नाव शोधून काढेल. मला त्या दुकानांचा, तिथल्या यंत्रणांचा आणि त्यांच्या सर्वसाधारण रचनेचा अभ्यास करायचा होता. कदाचित मला तिथे नंतरही डोकावून पाहावं लागण्याची शक्यता आहे.”

त्याच्या व्यवसायाशी त्याच्या शब्दांची सांगड घालेपर्यंत त्याच्या शब्दांनी ती बुचकळ्यात पडली होती.

“म्हणून तू काल रोखीच्या व्यवहारांविषयी तक्रार करत होतास तर!” अचानकच ती गोष्ट लक्षात आल्यामुळे ती उद्‌गारली.

त्याच्या निळ्या डोळ्यांत गंमत वाटल्याची चमक निर्माण झाली आणि टॉम ज्याचं सतत वर्णन करत असे त्या माणसाची ओझरती झलक तिला दिसली.

तिने त्याचा अधिक चौकसपणे विचार केला. तो खरोखरच त्या दुकानांमध्ये असा डोकावून पाहू शकला असता? काहीही झालं तरी त्यामागचे त्याचे उद्देश काय होते? त्याला खरोखरच या सगळ्याच्या मुळाशी जाण्याची इच्छा होती का?

“म्हणजे तुझ्या मनात याच सगळ्या कल्पना घोळत होत्या का? मग मी एक तर तुझ्या डिटेक्टिव्ह असण्याच्या शक्तीविषयी किंवा तुझ्या हेतूविषयी शंका घेतली पाहिजे.” तिच्या डोळ्यांत चमक होती. तिने जाणीवपूर्वक त्याला उचकावण्याजोगीच त्या प्रश्नाची रचना केली होती.

प्रतिसादादाखल त्याने तिच्याकडे उपहासानं बघितलं.

“चल, चल, काहीतरी बोलू नको. मी जरी नाऊमेदीनं प्रयत्न केले असले तरीही तू त्याबद्दल माझं कौतुकच केलं पाहिजेस, कारण मी प्रयत्न करतोय. ते वस्तुसंग्रहालयासाठी आहे आणि अगदी प्रामाणिकपणानं सांगायचं झालं तर माझ्या मते टॉमनं त्याच्याभोवती सगळा घोटाळा आहे असं ठरवलं. तोपर्यंत त्याचं उगमस्थान पुरेशा प्रमाणात चांगलंच होतं.”

“तू ‘होतं’ म्हणालास याचा मला आनंद वाटतोय. पण आता आपल्याला जे माहिती आहे, त्यावरून ती मूर्ती नक्कीच अनिष्ट पद्धतीनं मिळवण्यात आली आहे.”

“आपण...” तो चेहरा वेडावाकडा करत हळूहळू हेल काढल्यासारखा बोलत म्हणाला, “अजूनही ते अगदी स्पष्ट झालेलं नाही. एखादी मूर्ती चोरीला गेल्याची कुठलीही तक्रार अलीकडे करण्यात आलेली नाही. त्या बॉक्समध्ये काय होतं तेही आपल्याला माहिती नाही.”

तिच्या नजरेतला अविश्वास ओळखून त्याने हात वर करून आपण शरण आल्याचं दाखवलं. “मी फक्त असं सगळं म्हणतोय.”

तिने मनातल्या मनात सगळ्या तमिळ वृत्तपत्रांमधल्या आणि मासिकांमधल्या बातम्यांचा आणि लेखांचा विचार केला. जुन्या मंदिरांशी संबंधित असलेल्या एखाद्या विचित्र गोष्टीची एखादी माहिती आली होती त्याचा ती विचार करत होती. फक्त चिदंबरम किंवा मदुराई किंवा तिरुनेलवेली यांसारख्या एखाद्या भव्य मंदिरातच अशा प्रकारची एवढ्या भव्य आकाराची मूर्ती असणं शक्य होतं. पण या मंदिरांमधून मूर्ती चोरीला जाणं अशक्यच होतं, याचा तिने स्वत:लाच दिलासा दिला.

कलात्मक वस्तूंच्या अवैध वाहतुकीविषयी विचार करणंही विलक्षण होतं. तिचं जग हे मध्यमवर्गीय सुरक्षिततेचं जग होतं. नियमित नोकरी आणि पारंपरिक शेजारी यांच्यात तिचं जग सामावलेलं होतं. गुन्हेगारी जग हे त्यांच्यापासून दूरवर म्हणजे चित्रपटांमध्ये आणि प्रसारमाध्यमांतल्या वृत्तअहवालांमध्येच ती पाहत किंवा वाचत होती. फक्त तिच्या वडिलांच्या सक्रिय कामाच्या क्षेत्रात तिला त्या जगाची झलक क्वचित प्रसंगी दिसत होती.

''ही गोष्ट धोकादायक असू शकेल,'' तिने शेरा मारला.

''मला ते माहीत आहे. कलात्मक वस्तूंची बेकायदेशीर वाहतूक आणि तीही आंतरराष्ट्रीय पातळीवरची. मी टॉमला यात तुला गुंतवू नये असं सांगितलं होतं. अजूनही खूप उशीर झालेला नाही. तू अजूनही...''

''एक मिनिट थांबशील?''

तिने संतप्तपणे त्याचं वाक्य मध्येच तोडल्यामुळे तो एकदम थांबला.

तिला या प्रकरणात सहभागी करून घ्यावं की घेऊ नये, हे एका परक्या व्यक्तीनं ठरवावं आणि धोके सहन करायला ती सक्षम नाही हे ठरवावं, यामुळे ती संतप्त झाली होती.

तिच्या भावना नक्कीच तिच्या चेहऱ्यावर दिसत असाव्यात. तो क्षणभर थांबला आणि नंतर पुन्हा एकदा त्याने हात वर करून आपण शरण आल्याचा आविर्भाव केला.

''माझ्या लक्षात आलंय. यातून तुला बाहेर ठेवण्याचा मला हक्कही नाही किंवा अधिकारही नाही,'' तो म्हणाला.

त्याने झटकन तिचं मन वाचलं होतं आणि त्यावरची त्याची प्रतिक्रिया बघून ती शांत झाली.

''नाही, ते ठीक आहे. तुला माझ्या सुरक्षिततेची काळजी वाटत होती,'' त्याने ते मान्य केलं होतं. त्याला ते करावंच लागलं होतं.

त्यांची नजरानजर झाली आणि एकमेकांकडे बघून त्यांनी मंद स्मित केलं. म्हणजे या माणसाला सहन करणं तसं शक्य होतं तर. तोही तिच्याविषयी तसाच विचार करत होता, असं तिला वाटलं.

तिने पुन्हा एकदा त्या समस्येकडे त्याचं लक्ष वेधलं. "मग पुढे काय?"

"माझ्याकडे एक महत्त्वाची, मुख्य गोष्ट आहे." त्याचा लॅपटॉप त्याने बाहेर काढला आणि दोघांच्या मध्ये ठेवून सुरू केला. त्याने झटकन क्लिक केलं आणि व्यग्रपणे काहीतरी टाइप केलं. त्यानंतर पुढे झुकून त्याने तो किंचित तिच्या बाजूला वळवला. त्यामुळे तिला त्यावरचा मजकूर वाचता येणार होता. त्याच्याकडे एक प्रकारची कालबद्ध स्प्रेडशीट होती. तिच्यात बहुधा मालवाहतूक करणाऱ्या जहाज कंपन्यांची माहिती होती.

"ट्रकनं मालवाहतूक करणारी कंपनी. त्यांच्या कंत्राटावरून मी ही कंपनी स्टारलाइन शिपिंगची प्राधान्यक्रमाची भागीदार कंपनी आहे हे शोधून काढलं."

"तुला ते कंत्राट कसं काय मिळालं?"

"तू मला असे प्रश्न न विचारणंच उत्तम ठरेल."

त्याचे डोळे चमकत होते आणि त्याने स्वतःविषयी दिलेली खात्री आदल्या दिवशीसारखी आढ्यताखोरीची न वाटता नक्कीच योग्य आणि आकर्षक वाटत होती, हे तिला पटलं.

"स्टारलाइनमार्फतच त्या मूर्तीची जहाजातून वाहतूक करण्यात आली असं मानणं थोडं जास्तच होतं नाही का?"

"मी त्याची उलटतपासणीही करून बघितलेय." तिच्या शंकेचं त्याला कौतुक वाटलं असावं अशा प्रकारे स्मित करत तो म्हणाला. "या परिसरात अनेक जहाज कंपन्या काम करत आहेत. मिर्स्क, कोस्का... या त्यांच्यापैकी काही कंपन्या आहेत. आर्ट गॅलरीत ती डिलिव्हरी करण्यात आल्यापासूनच्या महिन्याभरात भारतातून युरोपमध्ये माल घेऊन आलेल्या सगळ्याच जहाजांचा मी शोध घेतला. मला काय सापडलं असेल सांग बघू?"

"स्टारलाइनमधून असाच माल आणला गेला होता."

"होय."

"अशा एकूण किती कंपन्या आहेत?"

त्याने तिच्या या प्रश्नावर पुन्हा एकदा दाद देणारं स्मित केलं.

"एकूण सात कंपन्या आहेत. त्यांपैकी स्टारलाइन ही एक आहे. पण गेल्या वर्षी नोव्हेंबरमध्ये उशिरा म्हणजे आपल्याला हव्या असलेल्या काळाच्या चौकटीत चेन्नईत जहाज असलेली ती एकमेव कंपनी आहे. बंदर व्यस्त होतं. पण ज्या वेळी युरोपला जाणाऱ्या थेट जहाज कंपन्यांचा प्रश्न येतो, त्यावेळी ते एवढंही व्यस्त नसतं. मला हा झुरिकला जाणारा सर्वांत जलद आणि अत्यंत कमी खर्चाचा मार्ग असल्याचं आढळलं."

"या सगळ्याचा काय अर्थ आहे?"

"याचा असा अर्थ आहे की, काढण्यात आलेला निष्कर्ष पूर्णपणे बरोबर, अगदी निर्दोष नाही- माल उतरवण्याचं बंदर म्हणून मी जेनोआचा विचार केला होता, गर्शाइमचा नाही. माझी टाइम विंडो बंद असू शकेल आणि हे सगळं झालं असेल. पण आपल्याला फक्त एकाच झटक्यात कोणत्याही एकाच स्रोताचा शोध घ्यायचा असेल तर मी या जहाजावरच पैज लावेन. मागे वळून पाहताना आपण जर कशाचा विचार करणार असू, तर खरं म्हणजे त्यांनी चेन्नईतून जहाज पाठवलं होतं हा आपल्याला मिळालेला सर्वांत मोठा सुगावा आहे," त्याने खांदे उडवले. "किंवा आपल्या वेळाचा तो सर्वांत मोठा अपव्ययही आहे. आपल्याला जे फलित मिळेल त्यावर ते अवलंबून असेल."

"अस्सं. म्हणजे या जहाज कंपनीपर्यंत पोचणं हाच त्या स्रोतापर्यंत पोचण्याचा आपल्याकडे असलेला एकमेव मार्ग आहे."

"एकमेव मार्ग नाही. इंडियन पोर्ट्स असोसिएशनकडेही याचे तपशील असतील. तुझ्या लक्षात आलंच असेल की, ही आंतरराष्ट्रीय सीमांच्या दरम्यान झालेली निर्यात आहे."

"म्हणजे त्यांच्या यंत्रणाही तू हॅक करणार आहेस की काय?" तिला या शक्यतेनं चांगलाच धक्का बसल्याचं दिसत होतं.

"म्हणजे तू मला तसं करायला सांगतेयस का?" त्याने एका गालात स्मित करत अतिशय मिश्कीलपणे विचारलं. अशा प्रकारच्या स्मिताकडे ती नक्कीच आकर्षित होणारी व्यक्ती होती. मनातले विचार झटकून टाकण्यासाठी मान हलवत ती ताठ बसली. "अरे देवा, नाही. निदान कोणतीही बेकायदेशीर गोष्ट करायला नको. निदान आता तरी नकोच."

तेवढ्यात तिच्या मनात आलेल्या विचारामुळे तिला एकदम स्फुरण चढल्यासारखं झालं. "म्हणजे आपल्याकडे जहाजाचं नाव, तारीख आणि ते कुठे जाणार हे तपशील आहेत. फक्त आपल्याला ते कुठून आलं होतं एवढंच हवं आहे. बरोबर?"

"होय."

"एक तर, मला वाटतं की माझ्या चुलतभावाचे चुलतसासरे बंदर अधिकाऱ्यांसाठी काम करतात. आपण हाच प्रश्न त्यांना विचारला तर आपल्याला नेमकं हे उत्तर मिळून जाईल."

"म्हणजे तू कोणाला तरी ओळखतेस आणि त्यांच्या ओळखीचं कोणीतरी तिथे काम करतंय. खरंच? टॉमनं तुझ्याशी संपर्क साधण्यासाठी माझं मन वळवलं ते उगीच नव्हे," त्याच्या स्मिताचं रूपांतर आता चांगलंच खिदळण्यात झालं होतं.

"हा बऱ्यापैकी माझा चुलतभाऊ आहे, त्याचा एक मावसभाऊ आहे वगैरे... सारखं आहे. आम्ही इथे कायमच राहत आलो आहोत. त्यामुळे मला अनेक चुलत-

मावस भाऊ आणि आत्या, काका, मावशा आहेत आणि आमचे सगळ्यांशी चांगले संबंध आहेत.''

नंतर काही मिनिटं विद्या फोन करत राहिली. त्यानंतर ज्या चुलतभावाचे चुलतसासरे खरोखरच आयपीएमध्ये काम करत होते त्याचं नाव तिला सापडलं. त्याने तिला त्याच्या चुलतसासऱ्यांचा नंबर दिला आणि त्यांना तिची ओळख करून देणारा संदेश पाठवण्याचंही मान्य केलं.

विद्यानं तो संदेश जॉशला दाखवला. तो तिच्याकडे रोखून पाहत होता आणि त्यांच्यात काय संभाषण होत होतं ते समजून घेण्याचा प्रयत्न करत होता.

''ठीक आहे, म्हणजे गेल्या नोव्हेंबरमध्ये कोहिनूरकडे एखादी गोष्ट जहाजावर लादून कुणी पाठवली होती ते मला विचारावं लागणार आहे. बरोबर?'' तिने विचारलं. आपल्याला कशाची चौकशी करायची आहे ते आपल्याला बरोबर समजलंय ना, याची तिने खात्री करून घेतली.

''होय. असंच विचारावं. हा चांगला प्रश्न आहे.''

ही माहिती मिळावीच असा मनातल्या मनात विचार करत जॉश तिच्याकडे तसाच एकटक रोखून बघत राहिला. ती तमिळमधून काहीतरी बोलत होती, ते तो ऐकत होता.

तिने स्वत:ची ओळख करून दिली. मग त्या अधिकाऱ्यानं तिची माहिती विचारली. ती काय करत होती, तिचे परदेशातले भाऊ काय करत होते, तिच्या चुलतभावाच्या लग्नात ते भेटले होते का वगैरे प्रश्न त्या अधिकाऱ्याने तिला विचारले. मनातून तिला बरीच घाई असली, तरीही आपल्याला माहिती मिळवण्याची घाई आहे असं बिलकूल न दाखवता तिने सगळ्या प्रश्नांची शांतपणानं उत्तरं दिली. अखेरीस ती मूळ मुद्द्यांपर्यंत पोहोचली.

त्यांच्या संभाषणात कन्फर्म, शिपमेंट, झुरिच असे अनेक इंग्रजी शब्द येत होते. तरीही जॉशला काही समजलं असेल का, याविषयी विद्याला शंकाच वाटत होती. तिने एक कथा तयार केली होती. तिने त्या अधिकाऱ्याला सांगितलं की तिचा एक मित्र युरोपमध्ये राहत होता आणि त्यांचे पुरवठादार स्वत:ची उत्पादनं कुठून मिळवतात ती माहिती त्याला हवी होती.

तो अधिकारी गोंधळला. या विचित्र प्रकारच्या विनंतीचं उत्तर देण्याआधी तो साहजिकच घुटमळला. ''ही माहिती शोधणं सोपं नाही आणि मी ती शोधली तरीही मी ती अशीच देऊ शकणार नाही. तू हे समजू शकशील याची मला खात्री वाटते,'' त्याचं म्हणणं त्याने स्पष्ट केलं. ती पुढे झाली आणि तिने लॅपटॉप तिच्या जवळ ओढून घेतला. त्याने आधीच शोधून काढलेल्या तपशिलांवर नजर टाकत तिने स्क्रीनकडे रोखून पाहिलं. तिला जे सारं माहिती होतं त्यावर तिने भर दिला.

"आमच्याकडे माल जहाजावर केव्हा भरला आणि कुठे पाठवला वगैरे सगळे तपशील आहेत. आता फक्त आम्हाला तो कुणी जहाजावर चढवला हे समजलं पाहिजे. ते त्या बॉक्सवर लिहिलेलं असेल, हो ना?" तिने विश्वासात घेऊन बोलल्याप्रमाणे विचारलं.

त्या माणसाच्या मनातील अलिप्तपणा काहीसा कमी झाला होता.

"तो माल कुठून आला होता त्या पत्त्याविषयीची काही कल्पना तुम्ही मला देऊ शकाल का? मग तो पत्ता बरोबर आहे की नाही हे मी तुम्हाला सांगू शकेन." त्याने जवळजवळ सूचकपणे मदत करण्यास मान्यता दिली होती.

विद्याच्या मनात थोडीशी साशंकता निर्माण झाली. तिने ओठ चावले.

जॉशनं भुवया उंचावल्या. "एक सेकंद," ती म्हणाली. मग फोन म्यूटवर ठेवून तो अधिकारी काय बोलला होता ते तिने थोडक्यात जॉशला सांगितलं.

"मी थोडंफार संशोधन केलं होतं. आपण पहिल्यांदा आणि शेवटी ज्या दुकानांत गेलो होतो, त्यांच्याकडे परदेशी माल पाठवण्यासाठी अधिक सुविधा आहेत. मला पहिलं दुकान योग्य वाटतंय. मी त्यावर पैज लावेन," तो म्हणाला.

"मी शेवटच्या दुकानावर, सारथीवर पैज लावेन," ती म्हणाली.

"खरंच?" त्याच्या नजरेत आश्चर्य होतं.

"होय. खरंच. पहिल्या दुकानदाराच्या पिढ्यान्पिढ्या व्यवसायात आहेत, त्यामुळे त्यांना चांगलीच प्रतिष्ठा आहे."

तिने हातात फोन घट्ट धरला होता. तिने त्या अधिकाऱ्याला दोन नावं दिली आणि ते सारथी असावं असा तिचा अंदाज असल्याचंही त्याला सांगितलं.

"मी तुला थोड्याच वेळात पुन्हा फोन करतो," त्याने तिला खात्री दिली.

फोन झाल्यावर ती पुन्हा मागे रेलून बसली. "बघू या, यातून काय हाती लागतंय ते..." ती म्हणाली.

जॉशनंही लॅपटॉप बंद केला आणि तोही मागे रेलून बसला.

"आता आपण काय करू या? इथेच वाट बघत बसायचं का?"

"आपण आणखी काही दुकानात जाऊ शकतो," ती नाऊमेद झाल्यासारखी म्हणाली, कारण आणखी काही दुकानात जाऊनही हाती काही फारसं लागेल, असं तिला वाटत नव्हतं. पण तिथे तसंच नुसतं बसून राहण्यातही तिला काहीच हशील वाटत नव्हतं.

"होय. कुठेही बाहेर गेलो तर बरंच होईल. आपण इथून बाहेर पडू या," तो म्हणाला. काहीतरी करण्याची, कुठेतरी जाण्याची तिला गरज वाटत होती. त्याचंच प्रतिबिंब त्याच्याही बोलण्यातून पडलं होतं. त्याने झटकन त्याच्या संगणकावर काहीतरी तपासून बघितलं. त्यानंतर वेटरला खूण केली आणि त्याच्या बाहेर

काढलेल्या वस्तूंची आवराआवर करून तो बाहेर पडायला तयार झाला.

सकाळी भरपूर ऊन पडलं होतं. तशा उन्हातच त्यांनी हॉटेलबाहेर पाऊल टाकलं. आदल्या दिवशीच्या तुलनेत जॉश या उन्हाशी सामना करण्यासाठी चांगलाच तयारीत होता. त्याने गॉगल लावला होता. ते तिच्या कारपर्यंत गेले. पुन्हा एकदा अंत:प्रेरणेनं तो ड्रायव्हरच्या बाजूला गेला.

तिने स्मित केलं. "सॉरी, इथे तुला गाडी चालवायला देण्याएवढं धाडस माझ्याकडे नाही," ती म्हणाली.

"पण माझ्याकडे ते आहे," त्याने प्रतिटोला दिला होता.

"जाऊ दे ना, मी खूप छान आणि सुरक्षित गाडी चालवू शकते," तिने म्हटलं आणि त्याच्या चेहऱ्यावरचे भीती वाटल्याचं दाखवणारे नाटकी भाव बघून ती हसली.

कारमध्ये बसल्यानंतर त्याने थोडीशी चुळबुळ केल्याचं तिच्या लक्षात आलं. तिने जवळजवळ क्षमायाचना केल्यासारखं त्याला विचारलं, "तुला ही गाडी खूपच त्रासदायक वाटते का? आपण आज दिवसभर बाहेर जाऊ असं मला वाटत नाही. आपण भाड्यानं कॅब घेऊ शकतो. फक्त ड्रायव्हरनं आपलं बोलणं ऐकावं असं मला वाटत नाही."

त्याने स्मित केलं. गॉगल काढत तो म्हणाला, "काळजी करू नकोस. हे ठीक आहे."

विद्यानं ती छोटीशी गाडी दुपारच्या रहदारीत कौशल्यपूर्वक वळवता, वळवता त्याच्याकडे डोळ्याच्या कोपऱ्यातून एक कटाक्ष टाकला. एक मोठी बस पाठीमागून येत होती. तिच्या गाडी चालवण्याविषयीचं त्याचं आधीचं वाक्य तिच्या लक्षात आल्यामुळे ती त्या बसच्या मार्गातून झपाट्यानं बाजूला झाली.

आकाश फिक्या निळसर रंगाचं दिसत होतं आणि कडक उन्हाळ्याच्या त्या होरपळून टाकणाऱ्या उष्णतेनं रस्ता चमकत होता.

इतर काही किरकोळ दुकानांमध्ये फिरण्यात त्यांनी दीड तास घालवला. त्या प्रत्येकानंच दर्शनी भागातच दुकानातील जवळजवळ सामाईक ठिकाणीच नटराजाची मूर्ती ठेवली होती. तेच ते बघून ते कंटाळून गेले होते. त्या दुकानातून ते एकत्रितपणे बाहेर पडत होते त्या वेळी एक सत्य समोर आलं होतं. त्या सगळ्या मूर्ती अगदी एकसारख्याच वाटत होत्या आणि ते दोघंही एकमेकांशी मिळून-मिसळून वागू लागले होते. तिच्या भावाच्या त्या चुलतसासऱ्यांना तिने तिसऱ्यांदा फोन केला. त्यांनी फोन उचलला नाही.

"बहुतेक तुझ्या संपर्कानं त्याचा विचार बदलल्याचं दिसतंय. बहुधा मला तुझा सल्ला ऐकावाच लागेल आणि हॅक..."

"आणखी काही मिनिटं वाट बघू या," ती म्हणाली. तिने तिच्या चुलतभावाला फोन केला आणि त्याला त्या अधिकाऱ्याला काय वाटतंय ते सांगायला सांगितलं.

आपण आशा सोडून दिल्याचं दाखवण्यासाठी जॉशनं खांदे उडवले. तो म्हणाला, "तोपर्यंत आपण हॉटेलमध्ये परत जाऊ या का?"

विद्याने त्याच्याकडे बघितलं. तिला टॉमची आठवण झाली. तिने त्याला जॉशला आजूबाजूला ती फिरायला नेईल असं सांगितलं होतं, तेही तिला आठवलं. तिने बराच काळ ज्याचा विचारच केला नव्हता, अशा ठिकाणी जॉशला घेऊन जाण्याचा विचार तिने केला. "तुझी ही ट्रीप पूर्णपणे वाया जावी असं मला वाटत नाही."

त्याने तिच्याकडे बघून भुवया उंचावल्या. "तू मला प्रेक्षणीय स्थळं दाखवू इच्छितेस?"

"फक्त तासभर? कुणी सांगावं, कदाचित सरकारी सर्व्हर्समध्ये हॅकिंग करताना तू पकडला गेलास, तर तुला ही संधी पुन्हा कधीच मिळणार नाही."

"तुला कुठे जायचं आहे?" त्याच्या चेहऱ्यावर किंचित स्मित होतं.

"ते तुला दिसेलच," ती म्हणाली.

त्याने खांदे उडवले आणि हाताचे पंजे उलट करून 'कसंही' अशा अर्थानं त्याने हावभाव केला.

त्याच्या काहीशा पोरकट हावभावावर तिने स्मित केलं. त्याने आधी केलेलं विधान तसंच फुकट जाणार होतं, त्यामुळे तिला आनंद झाला होता. टॉमच्या मनात त्याचा भाऊ रासवट, अडाणी आहे असं आलं असतं तर ते वाईट झालं असतं.

१६

ती त्याला घेऊन सरकारी वस्तुसंग्रहालयात आल्याचं समजल्यावर अर्धवट हसत आणि अर्धवट कंटाळल्यासारखा आवाज करत जॉश उद्गारला, "खरंच की, हे वस्तुसंग्रहालयच आहे!"

तो त्याच्या लॅपटॉपवर काम करत होता. त्याने माहिती काढण्यासाठी पेरून ठेवलेल्या जाळ्यात नेमकी कोणती माहिती आली आहे ते तो पाहत होता. तोपर्यंत तरी जहाजावर चढवण्यात-उतरवण्यात आलेल्या स्टारलाइटच्या मालाची माहिती काढण्यात तो अयशस्वीच झाला होता. तोपर्यंत तिची कार वस्तुसंग्रहालयाच्या इमारतीच्या समोर येऊन थांबली होती.

ती एक साधी दुमजली, तपकिरी विटांची इमारत होती. वसाहतवादी काळातील खांबांच्या आणि कमानींच्या बांधकामानं ती बनली होती. गाडी उभी करण्यासाठी असलेली जागा म्हणजे पदपथ नसलेला मोकळा रस्ता होता. प्रामुख्यानं तपकिरी आणि गेरूसारख्या पिवळसर तपकिरी रंगात दिसणाऱ्या तिथल्या भागात मध्येमध्ये थोड्या प्रमाणात हिरवळही होती. डोक्यावरचं आकाश धुऊन काढल्यासारखं निळं आणि पांढरं दिसत होतं आणि त्याच्या मनात खोलवर कुठेतरी आपण भाजून निघत असल्याची भावना निर्माण झाली होती.

एका एकाकी झाडाखाली थोडीफार सावली होती. तिथेच तिने आपली कार उभी केली. जॉश त्या लहानशा गाडीतून आळोखेपिळोखे देत बाहेर पडला. एक घाणेरडा रस्ता अनेक छोट्याछोट्या उपविभागांपर्यंत जात होता.

अगदी प्रवेशद्वारासमोरच एक छोटंसं बूथ होतं. तिथे तिकिटं मिळत होती. गोंधळल्यासारखा दिसणारा एक कर्मचारी दरवाजाजवळ झुकून एका तरुणीशी प्रणयचेष्टा करत होता. तिथे रांग नव्हतीच. तिथलं वातावरण शांत आणि आरामदायी

होतं. तिकिटाचे पैसे अगदीच अल्प असले, तरीही विद्या तिकिटाचे पैसे देत असताना जॉशनं तिला ठामपणे थांबवलं.

"माझे वडील आणि मी नेहमीच या ग्रंथालयात येत असू. ते तिथे वर दिसतंय ना, त्या ग्रंथालयात. हे वस्तुसंग्रहालय साधारणपणे शंभर वर्षांपूर्वीचं किंवा त्याहूनही जुनं आहे. तुला पुरातन मूर्ती कशी दाखवता येईल याचा विचार करत असताना माझ्या लक्षात हे वस्तुसंग्रहालय आणि इथली कांस्य मूर्तींची गॅलरी आली," विद्या म्हणाली.

"इथे जवळपास मंदिरं नाहीत का?"

"तुला अशा प्रकारच्या मूर्ती पाहता येतील अशी नाहीत. शिवाय खरोखरच प्राचीन असलेल्या मंदिरांमध्ये ते तुला गाभाऱ्यात प्रवेश करू देणार नाहीत." तिचा आवाज काहीसा बचावात्मक झाला होता, त्यामुळे जॉशला गंमत वाटली.

त्याने फोन बाहेर काढला आणि त्या परिसरावरून फोनचा कॅमेरा अलगद फिरवला. तिथे ठेवण्यात आलेल्या तोफांवरून ते पुढे गेले. त्या बहुधा प्रसिद्ध लढायांमधल्या असाव्यात असा त्याने अंदाज बांधला. कांस्य मूर्तींच्या दालनाकडे जाण्याचा मार्ग दाखवणाऱ्या बाणाच्या साहाय्यानं ते त्या दालनाकडे गेले. जाता जाता त्याने बाहेरच्या बाजूला सिमेंटच्या चबुतऱ्यांवर निष्काळजीपणानं ठेवण्यात आलेल्या दगडी शिल्पांकडे, अर्धपुतळ्यांकडे आणि चेहऱ्यांकडे पाहिलं. एका नागमोडी मार्गावरून ते एका छोट्या इमारतीजवळ गेले. तिथेच सावलीत झोपलेला एक भटका कुत्रा त्यांची चाहूल लागल्यावर झटकन सावधपणे उठून उभा राहिला आणि संपूर्ण रस्ताभर शेपूट हलवत त्यांच्या पाठोपाठ जात राहिला.

"रेबीजची भीती वाटते?" विद्यानं मिश्कीलपणे विचारलं.

जॉशनं स्मित करण्याचा प्रयत्न केला, पण त्याची चिंता नक्कीच त्याच्या चेहऱ्यावर दिसली असावी, कारण ती चांगलीच खिदळल्यासारखी हसली. तिने त्या कुत्र्याला हाकलून दिलं आणि हातात तळपती तलवार घेऊन त्याच्याबरोबर चाललेली आणि त्याला संकटमुक्त करणारी ती त्याची सरदार आहे, असं तिने जाहीर केलं. त्यामुळे तो संकोचला. त्याला थोडी लाज वाटली.

"नाही, नाही. तो निरुपद्रवी होता. मला कुत्री आवडतात," तो म्हणाला. तो उगीचच बोलत होता हे त्याला स्वत:लाही जाणवलं.

बाहेर रणरणतं ऊन आणि भाजून काढणारा उकाडा होता. पण त्या ठिकाणी सभोवताली जुने वृक्ष होते. त्यांच्या सावलीमुळे आणि सगळ्या वाहतुकीपासून आणि कोलाहलापासून दूर असल्यामुळे ती जागा म्हणजे लहानसा स्वर्गच भासत होती.

कमानीदार प्रवेशद्वाराच्या मध्यभागी असलेल्या प्लॅस्टिकच्या खुर्च्यांवर दोन

पोलीस बसले होते. त्यांनी तिच्याकडे फारसं लक्ष दिलं नाही, पण तरीही त्यांनी त्याचं मात्र काही सेकंदं परीक्षण केलं. बहुधा श्वेतवर्णी व्यक्तीविषयी त्यांना वाटत असलेल्या कुतूहलातून ते त्याच्याकडे पाहत असावेत. दुसऱ्या खुर्चीवर वर्तमानपत्र पडलं होतं आणि त्यातल्या मुख्य बातमीबद्दल ते बहुतेक चर्चा करत असावेत असं त्याला वाटलं.

एका माणसानं त्यांच्या हातांतल्या तिकिटांवर नजर टाकली आणि त्यांना आत जाण्याचे निर्देश दिले.

जॉशची नजर हळूहळू आतल्या मंद प्रकाशाला सरावली. त्या लांबट, आयताकृती सभागृहात भारतीय लाल रंगाचा गालिचा अंथरण्यात आला होता. कुठेही भपकेबाजपणाचा आव नव्हता. काचेच्या बॉक्समध्ये कांस्य मूर्ती भिंतींजवळ मांडून ठेवण्यात आल्या होत्या. समोर माहिती देणाऱ्या साध्या पाट्या होत्या आणि त्या ठिकाणी प्रत्येक मूर्तीच्या उगमस्थानाची माहिती लिहिलेली होती.

ते उंच छताचं प्रशस्त, पवित्र असं सभागृह नव्हतं. तिथे चमकदार आणि तरीही सौम्यपणे तयार करण्यात आलेल्या बैठका किंवा प्रकाशयोजना नव्हती. तिथे क्वचितच एखादा भला मोठा फलक किंवा पुस्तिका होती.

जगभरात सगळीकडेच वस्तुसंग्रहालयांना तुटपुंज्या निधीला तोंड द्यावं लागतं, असा विचार अगदी कोरडेपणानं जॉशच्या मनात आला.

अगदी त्या सामान्य प्रतीच्या व्यवस्थेतही तिथे मांडण्यात आलेल्या त्या मूर्तीच स्वत:विषयीची माहिती सांगत होत्या. त्या मूर्तीच पाहणाऱ्याशी संवाद साधत असल्याचं त्याच्या लवकरच लक्षात आलं. अनेक मूर्ती त्यांच्या काचेच्या पेट्यांमधून चमकत होत्या. त्यांच्या धारदार नाकांवरून प्रकाश चमकत होता. स्तनांचे वक्राकार झगमगत होते. जॉशला टॉमची तीव्रतेनं आठवण झाली.

विविध वयोगटांतल्या आणि शारीरिक स्थितींतल्या त्या प्रत्येक मूर्तीकडे पाहताना त्याला मोहिनी पडल्यासारखं वाटत होतं. बहुतांश मूर्ती चार फुटांहून कमी उंचीच्या आणि अतिशय प्रमाणबद्ध होत्या. त्या मूर्तींच्या चेहऱ्यावर बरेच भाव दिसत होते, त्या चित्रात दिसत होत्या, त्याहून अगदी जिवंत वाटत होत्या. शिल्पकारांना ते काय करत होते ते माहिती होतं, असं जॉश सांगू शकला असता. त्यांनी ज्या गोष्टींची भर टाकून त्या मूर्ती अधिक आकर्षक बनवल्या होत्या त्यावरून मानवी शरीररचनाशास्त्राविषयीचं त्यांचं ज्ञान दिसून येत होतं. पुरुषी आकृत्या या हेतूत: थोड्याशा अधिक रुंद खांद्यांच्या होत्या. त्यातून शक्ती दिसून येत होती आणि स्त्री आकृत्यांमध्ये प्रचंड प्रमाणात लोभसपणा, मादकपणा निर्माण करण्यात आला होता. देवतांना धक्कादायकपणे जवळजवळ अर्धनग्न स्वरूपात दाखवलं गेलं होतं.

"मला असं दिसतंय की, मूर्तींची कमरेखालची शरीरं वस्त्रांनी झाकल्यासारखी

दाखवण्यात आलेयत. पण वरची शरीरं तशी नाहीत. ऐतिहासिक वेशभूषेशी हे सुसंगत आहे का?'' त्याने विचारलं. आपण विचारत असलेल्या प्रश्नातल्या असभ्य स्वरूपाची त्याला पूर्ण जाणीव होती.

''माझी अशी शंका आहे की, स्त्रिया बहुधा कमरेच्या वरच्या शरीरासाठी वस्त्र वापरत नसाव्यात. शिवाय आमच्या मंदिरांमध्ये या मूर्तींना खरे कपडे आणि दागिने घातले जातात,'' आपला स्वर शक्य तितका शांत ठेवण्यासाठी तिला प्रयत्न करावा लागल्याचं त्याच्या लक्षात आलं. त्याने किंचित स्मित केलं.

ते एका मूर्तीकडून दुसऱ्या मूर्तीकडे जात राहिले आणि तिने त्यांच्याविषयी त्याला थोडीफार माहिती सांगितली. ते वेगवेगळे देव आणि देवता होत्या. मात्र, ती भरपूर माहिती सांगत नव्हती ही चांगली गोष्ट होती.

जॉशला ही संकल्पना आश्चर्यचकित करणारी वाटली. त्याच्या वडिलांनी अनेक देवतांच्या अस्तित्वावर विश्वास ठेवण्याऱ्या बहुईश्वरवादी धर्मांवर शोधनिबंध लिहिला होता, असं त्याला अंधूकसं आठवलं. तो नक्कीच गोंधळल्यासारखा दिसत असावा.

तिने स्मित करत त्याला स्पष्टीकरण दिलं, ''नास्तिकाच्या दृष्टीनं हे सगळं समजून घेणं कठीण असू शकतं. माझी आई नेहमीच म्हणत असे की, तुम्ही जसजसे अधिक खोलवर जाता, तसतसं हे अधिक गुंतागुंतीचं बनतं आणि तुम्ही त्याहूनही खोलात शिरलात की ते सुलभ बनतं.''

त्यानेही स्मित करून प्रतिसाद दिला. ''माझे वडील जे म्हणत, त्याच्याशी याचं कमालीचं साम्य आहे.''

नंतर ते एका मूर्तीजवळ आले. तिचं अर्धं शरीर स्त्रीचं आणि अर्धं शरीर पुरुषाचं होतं हे स्पष्ट दिसत होतं. अर्धनारीनटेश्वराच्या मूर्तीमुळे त्याला निद्रिस्त उभयलिंगीच्या (स्लीपिंग हरमाफ्रोडिटसच्या) संगमरवरी मूर्तीची आठवण झाली. सुमारे दोन वर्षांपूर्वी वस्तुसंग्रहालयाला त्यांनी दिलेली ती भेट हा 'हेल्प जॉश' या जॉशला मदत करण्याच्या टॉमच्या अविरत मोहिमेचा एक भाग होता.

त्याच्या वडिलांनी या देवाच्या संदर्भातील प्रतीकात्मतेवरही टीपा काढल्याचं त्याला आठवलं. किशोरवयीन असताना काही विचित्र, गूढ चित्रं पाहिल्याचं आणि त्याच्या वडिलांनाही ती गूढरीत्या आवडल्याचं त्याला आठवलं. भौतिकशास्त्र, तत्त्वज्ञान आणि आध्यात्मिकता यांच्यातील संघर्षापेक्षाही परस्पर संलग्नतेचं ही चित्रं कसं प्रतिनिधित्व करतात त्याविषयी त्यांनी लिहिलं होतं.

तो मागे वळला, त्या वेळी विद्या त्याची वाट पाहत थांबल्याचं त्याला दिसलं. ते बाहेर पडले आणि अत्यंत मंद प्रकाश असलेल्या जिन्यावरून दुसऱ्या मजल्यावर पोहोचले. पायऱ्या अरुंद होत्या आणि ते दोघं एकाच वेळी चालत गेले असते, तर

एकमेकांवर आदळत गेले असते. तिला हे जाणवलं होतं. त्यामुळे ती घाईघाईनं एक पायरी पुढे गेली. त्यामुळे तिची कमनीय पाठमोरी आकृती त्याला व्यवस्थित न्याहाळता येत होती.

दुसऱ्या मजल्यावर विशेषत: नटराजाच्या मूर्तींवर भर देण्यात आला होता. विविध आकारांतल्या सुमारे ३० मूर्ती तिथे होत्या. टॉमकडच्या मूर्तीहून सगळ्या मूर्ती लहान होत्या. सात फुटी मूर्ती किती प्रेक्षणीय असेल हे जॉशच्या नव्यानंच लक्षात आलं. मूर्ती कोणत्या काळातली असावी हे शोधून काढण्यासाठी विविध पॉइंटर्स कसे दिले जातात याविषयी टॉमनं त्याला माहिती दिली होती. जवळजवळ त्याला त्याविषयीचा एक छोटा अभ्यासक्रमच त्याने शिकवला होता म्हणा ना! पण जॉशला कशाचंही विश्लेषण करता आलं नव्हतं. त्या कारागिरीचं, कलाकौशल्याचं कौतुक करण्यासाठी ज्वाळेचा आकार गोलाकार होता की लंबगोलाकार याला खरोखरच काही महत्त्व होतं, की त्यांच्या डोक्यावर कशा प्रकारचे मुकुट होते ते महत्त्वाचं होतं?

''ओबामांची पोझ,'' विद्याने टोमणा मारला.

''होय, या मूढ अमेरिकनाला लेक्चर दिलंच पाहिजे, असं वाटतंय ना?''

''मी तुला अज्ञानी अमेरिकन असं म्हटलंच नव्हतं,'' ती म्हणाली. त्यानंतर क्षणभरानं त्यात भर घालत ती म्हणाली, ''तुझ्याकडे गुगल आहे हे मला माहीत आहे.''

तिथे लिहिलेला लहान फलक तिने पाहिला. त्याच्यावर नटेशा मूर्ती असं लिहिलं होतं. विद्याने त्याला त्याविषयी माहिती देताना सांगितलं की, नटराजाचंच ते एक भिन्न नाव आहे. खरं तर शुद्ध नाव आहे.

आणखी एक मजला चढून वर गेल्यावर त्यांना या वेळी विष्णूच्या कांस्य मूर्ती दिसल्या. जॉशनं त्या सगळ्याची नोंद घेणं थांबवून त्या मूर्तींकडे लक्ष द्यायला नेमकी केव्हा सुरुवात केली होती, हे त्याच्या लक्षातच आलं नव्हतं. एका बाजूला कांस्य मूर्तींची रेलचेल होती आणि दुसरीकडे तो विद्याकडे अधिकाधिक आकर्षित होत चालला होता. त्या कांस्य मूर्तींपेक्षाही ती केसांच्या बटा कशा बोटाभोवती गुंडाळून कुरळ्या करत होती आणि तिचे ओठ कसे चावत होती याकडे त्याचं अधिक लक्ष होतं.

पूर्ण गोलाकार फिरून झाल्यानंतर ते पायऱ्या उतरून खाली गेले.

''तुला माहीत आहे का, डिजिटायझेशनच्या या युगात वस्तुसंग्रहालयं कितपत सुसंगत, समर्पक आहेत याविषयी मी टॉमशी वाद घातला होता,'' तो तिला म्हणाला.

''टॉम कोणत्या बाजूला होता ते मी तुला सांगू शकते.''

तो जोरात हसला. "तुम्ही तंत्रज्ञानाच्या साहाय्यानं त्यांच्या अधिक जवळ जाऊ शकता या माझ्या युक्तिवादाला त्याने काडीचीही किंमत दिली नव्हती."

"मग?" तो आपल्या मताचा पुनर्विचार करत असल्याचं लक्षात आल्यावर तिने मोठ्यानं विचारलं.

"पण अशा प्रकारे या मूर्ती पाहण्यात काहीतरी औरच मजा आहे. सूर्यप्रकाशात, घाम आलेला असताना आणि..." तो तिथे मुद्दामच थबकला. त्याच्या ओठांवर रेंगाळणारा 'तुझ्याबरोबर' हा शब्द त्याने उच्चारला नव्हता. तसं म्हटलं तर तिला काय वाटेल हे त्याला समजत नव्हतं. वस्तुसंग्रहालयाच्या अनुभवाशी ते कितपत जुळलं असतं त्याची त्याला खात्री नव्हती. "असो, तर टॉमनं ही कल्पना मान्यच केली नव्हती. याचा अर्थ असाच असला पाहिजे की, त्याच्या वस्तुसंग्रहालयात काहीही झालं तरी त्या मूर्ती त्याला आणायच्या होत्या."

कला वैश्विक असते यावर टॉमचा विश्वास होता. कलात्मक वस्तूंचं जतन करणं, त्यांचा संदर्भ लाखो लोकांना देणं आणि त्या त्यांना बघण्यासाठी उपलब्ध करून देणं या संदर्भातील प्रमुख वस्तुसंग्रहालयांच्या क्षमतेविषयी टॉम नेहमीच त्याच्याशी वाद घालत असे. त्याने तिला ते सांगितलं. तिने स्मित केलं. "होय. टॉम नेहमीच असा युक्तिवाद करतो की, या मूर्ती बघायला जे लोक इकडे येऊ शकत नाहीत, त्यांनाही त्या पाहता याव्यात यासाठी त्या तिथे असल्या पाहिजेत. टॉमच्या बाबतीतही हेच खरं आहे."

"मलाही तसंच वाटतं," जॉशला आश्चर्याचा धक्का बसला होता आणि त्याचा हिरमोडही झाला होता. कसा कोण जाणे, पण टॉमच्या दृष्टीनं वस्तुसंग्रहालयं म्हणजे काय असतील याचा वैयक्तिक, भावनात्मक दृष्टिकोन लक्षात घेण्यात तो अपयशी ठरला होता आणि त्याचा बौद्धिक युक्तिवाद त्याने वरवरच्या अर्थानंच लक्षात घेतला होता. त्या मूर्तींशी त्याला वाटत असलेल्या जवळिकीला एक वेदनादायक पैलू होता.

ते बाहेर पडले त्या वेळी दुपार झाली होती आणि सूर्य माथ्यावर आला होता. जॉशनं नेहमीच सूर्य आकाशात जितक्या उंचीवर पाहिला होता, त्याहूनही तो अधिक उंचीवर होता. तो उष्ण कटिबंधात होता. पानांच्या आच्छादनानं शक्तिशाली सूर्यकिरणांना रोखून धरलं होतं. पण तरीही ते त्यामधून आत शिरले होते. त्यामुळे त्या धूळभरल्या भिंतीवर आणि दगडी मार्गांवर ऊन-सावलीची सुंदर संरचना तयार झाली होती. प्रवेशद्वाराजवळच्या सावली असलेल्या ठिकाणी बसलेला पोलीस वर्तमानपत्राचा वापर पंख्यासारखा करून घेत होता. जॉशच्या दिशेनं त्यानं क्षणभर कटाक्ष टाकला त्या वेळी त्याने मिशीला पीळ दिला आणि नंतर पुन्हा तो वारा घेऊ लागला आणि कुठल्या तरी विचारात हरवून गेला.

"इथे मी शिथिल बनलोय की खरोखरच इथल्या सुरक्षाव्यवस्थेत ढिलाई आहे?"

"मला खात्री आहे की, इथे सावधगिरीचे इशारे देणाऱ्या योग्य यंत्रणा नक्कीच असतील. हे वस्तुसंग्रहालय सरकारकडून चालवलं जातंय आणि इथे कामावर पोलिसांनाही नेमलं गेलंय. पण दुर्दैवानं मंदिरांमधून मूर्तींची चोरी करणं याहून खूपच सोपं आहे."

ते बाहेर पडले आणि जॉशला त्याच्या त्वचेतून आणि डोक्यावरून उष्णतेचं उत्सर्जन व्हायला सुरुवात झाल्याचं लक्षात आलं.

त्याला एक छोटंसं पुस्तकांचं दुकान दिसलं. त्या दुकानात थोडेच काचेचे दरवाजे असलेली फडताळं होती. त्या दरवाजांवर बारीक पुडीसारखे धुळीचे थर साचून राहिले होते. त्यातच कांस्यशिल्पांवर आणि इतर कलात्मक वस्तूंवर विद्वत्तापूर्णतेनं लिहिलेली काही पुस्तकंही होती. जॉशनं टॉमसाठी एक पुस्तक आणि काही पोस्टकार्ड घेतली. त्या पुस्तकाचं शीर्षक लांबलचक आणि चांगलंच गुंतागुंतीचं होतं. त्यानंतर त्या धूळभरल्या भिंतीवर त्याने ते कार्ड तसंच दाबून धरलं आणि विद्याचं पेन उसनं घेऊन त्यावर टॉमला लिहिलं, "तू आता इथे असायला हवा होतास."

हे वेडेपणाचं आणि जुन्या पद्धतीचं काम होतं. तिथे जवळपास कुठे टपालपेटीही दिसत नव्हती. शिवाय ती चित्रं तो त्याला फोनवरूनही पाठवू शकत होता. पण त्याने ते केलं होतं आणि विद्यानंही गंभीरपणे ते कार्ड त्याच्याकडून घेऊन ते टॉमला नक्की पाठवण्याचं वचन जॉशला दिलं होतं.

त्यानंतर ज्या प्रवेशद्वारातून ते आत आले होते, त्याच प्रवेशद्वाराकडे ते पुन्हा गेले. पण आता तिथे जास्तच उकाडा जाणवत होता आणि कोलाहलही वाढला होता. त्याच्या भुवयांवरचा घाम त्याने टिपून काढला. त्याच्या घशाला कोरड पडली होती. त्याचा शर्ट त्याच्या पाठीला चिकटून बसल्याचं त्याला जाणवत होतं.

शाळेच्या मुलांचा गट क्षेत्रीय सहलीसाठी तिथे आला होता. ती मुलं तिथे दंगा करत खेळत होती. आधीच कंटाळलेले शिक्षक पायऱ्यांवर बसले. स्थानिक भाषेतून ओरडून, ओरडून वेळोवेळी ते मुलांना सूचना देत होते.

जॉशनं त्या मुलांच्या अनिर्बंध उत्साहाकडे आणि उसळत्या ऊर्जेकडे बऱ्याचशा कुतूहलानं बघितलं. उन्हामुळे त्यांची शक्ती कमी होत नव्हती, तर त्यांना भरपूर ऊर्जा मिळत होती, असं दिसत होतं. हा तरुणांचा देश होता हे त्याच्या लक्षात आलं. युरोपमधल्या गावांतून तो फिरत असे त्या तुलनेत इथे त्याला तरुणांचं लक्षणीय प्रमाण आढळलं होतं.

पानांमधून सूर्यप्रकाश खेळत होता. कुठेतरी कोणीतरी मोठ्यानं बोलल्याचा

आवाज आला. दुपार सरली होती. त्याला तो क्षण आपण आपल्या स्वत:साठीच टिपला पाहिजे असं वाटलं. कांस्य मूर्ती काय किंवा भारत काय, या काही त्याच्या आवडत्या गोष्टी नव्हत्या. पण ते ठिकाण, तो क्षण त्याला नेहमीच तो ज्यांच्या खूपच निकट आहे असं वाटत होतं त्यांच्यासाठी खूपच अर्थपूर्ण होता.

जणू काही ते कळल्याप्रमाणे तिने जॉशला विचारलं, ''तुला फोटोसाठी पोझ द्यायची आहे का?''

जॉशनं मान डोलावली आणि तिच्याकडे फोन दिला. तिने काही फोटो घेतले. पार्श्वभूमीवर तांबूस, तपकिरी रंगाच्या इमारती असताना त्यांच्यासमोर हिरव्या पानांच्या आच्छादनाखाली तो एकटाच उभा होता, यात कसली तरी खिन्नता, उदासपणा जाणवत होता. तो अगदी स्पष्ट आणि सुंदर फोटो होता. पण का कोण जाणे, त्याला त्या फोटोमुळे उसळून येणारी एकाकीपणाची भावना आवडली नव्हती.

त्याने तिच्याबरोबर फोटो काढला तर चालेल का, असं तिला विचारलं. जॉशनं सेल्फी काढला. त्यात दोघंही कॅमेऱ्याकडे बघून हसत होते आणि पार्श्वभूमीवर झाडांच्या पानांचं आच्छादन होतं. त्यानंतर तिने खांबासमोर एकमेकांशेजारी उभे राहून दोघांचा फोटो काढला. त्यात तो किंचितसा मागे झुकला होता आणि त्याने खिशात हात घातले होते. ती किंचित त्याच्या बाजूला झुकली होती आणि कॅमेऱ्यात बघून स्मित करत होती.

''हा जास्त चांगला आलाय,'' फोन त्याच्याकडे परत देत ती म्हणाली.

''होय,'' त्यानेही मान्य केलं.

त्याने फक्त 'थँक यू' असं म्हटलं आणि तिने छानसं स्मित करत मोहकपणे फक्त मान कलती केली.

१७

काही फोन कॉल करण्यासाठी त्याला थोडं थांबायला सांगून विद्या थोडी बाजूला गेली होती. जॉश कारजवळ थांबून तिची वाट बघत होता. त्याला थांबायला लावल्यामुळे तिच्या आवाजात दिलगिरी होती आणि त्याला विनंती करताना तिने डोळे काहीसे बारीक केले होते. ते सगळंच सुंदर होतं.

बोलत असताना ती भराभर चालत बाजूला गेली. तिने एका हाताची घडी घातली होती आणि दुसऱ्या हातात फोन घट्ट पकडला होता. त्याच्याकडे जवळजवळ दुर्लक्ष करत, कामावर पूर्णपणे लक्ष केंद्रित करून एकदम व्यावसायिकाप्रमाणे काम करणाऱ्या तिला बघणं तसं आकर्षक होतं. तिने घातलेल्या ट्युनिकमुळे तिचं रुबाबदार, मोहक व्यक्तिमत्त्व उठून दिसत होतं आणि तिचं त्याच्याकडे लक्ष नसल्याचा फायदा घेऊन तो सावकाशपणे तिला न्याहाळत होता.

तिचा पहिला फोन कॉल तिच्या कामाशी संबंधित असल्याचं दिसत होतं.

"होय. तो शेअर ६४ पर्यंत उसळत चाललाय."

"आता याच्यापासून तुम्हाला वीस ते तीस पैशांचा फायदा मिळेल."

"ग्रीसमधली परिस्थिती पुढच्या आठवड्यात कोसळेल अशी अपेक्षा आहे."

एक कॉल संपवून दुसरा घेताना त्याची नजर तिच्यावरच खिळल्याचं बघून ती तोंडातल्या तोंडात पुटपुटली, "आणखी फक्त दोनच मिनिटं."

नंतरचा फोन नक्कीच तिच्या मित्राचा किंवा मैत्रिणीचा होता. ती स्थानिक भाषेत बोलत होती आणि फोनवरच्या दुसऱ्या व्यक्तीने काहीतरी म्हटल्यावर हसत होती. ती किंचितशी वळली आणि तिच्या केसांची बट तिने मागे सारली. ती बहुधा त्याच्याविषयीच बोलत असावी. त्याने स्मित केलं. कदाचित तिच्या बॉयफ्रेंडबरोबर तर बोलत नसेल ना, असं त्याला वाटलं. त्याला अजून त्याबद्दल काहीच माहिती नव्हतं.

तिचा फोन संपल्यावर ती पुन्हा कारमध्ये बसली. तेवढ्यात पुन्हा तिच्या फोनची रिंग झाली.

"हा त्या अधिकाऱ्याचा फोन आहे," तिने त्याच्याकडे वळून बघितलं त्यावेळी तिच्या विस्फारलेल्या डोळ्यांत उत्सुकता आणि आनंद होता.

तिने तो फोन तणावपूर्ण आवाजात घेतला. त्या माणसाचं बोलणं ऐकत असताना तिच्या डोळ्यांत विजयी हसरेपणाची झाक उमटली आणि तिने त्याच्याकडे बघून अंगठा वर करून जिंकल्याची खूण केली. त्या माणसाचे भरभरून आभार मानून तिने तो कॉल संपवला.

"ते 'सारथी'च आहे." ती हसत म्हणाली.

त्यांनी पहिल्यांदाच एकमेकांच्या मुठी एकमेकांवर आदळून उत्साहानं तो आनंद साजरा केला. सुरुवातीच्या अत्यानंदाच्या क्षणांनंतर उभ्या असलेल्या कारमध्ये त्या बातमीचा विचार करत ते शांतपणे बसून राहिले.

"त्याने आणखी काही म्हटलं होतं का?"

"हो तर, त्याने मला सल्ला दिला की, मी स्वत:च्या कामाकडे लक्ष द्यावं आणि इतरांना मदत करण्याच्या प्रयत्नात स्वत:ला त्रास करून घेऊ नये. अकारणच अनिष्ट सूचक आवाजात तो बोलत होता, असं मला वाटलं." तिचा स्वाभिमान दुखावला गेल्यामुळे तिला राग आला होता. तिचा तो भाव ओळखून जॉशनं तिच्याकडे बघून स्मित केलं.

तिथे कोंदट आणि उष्ण वातावरण होतं. तिने इंजीन सुरू केलं आणि थोडी हवा आत खेळू दिली. "मग आता पुढे काय करू या? आपण 'सारथी'मध्ये जायचं का?"

त्याने डोळे चोळले आणि क्षणभरासाठी तो प्रश्न टाळून तो म्हणाला, "हे स्त्रिये, आतिथ्यशील यजमान बन. मला भूक लागलेय."

तिने स्मित केलं. "आताच माझ्या मैत्रिणीला मी मॅक्डोनाल्डला जायचा रस्ता विचारत होते."

तिने ते विचारण्याचा त्रास घेतला होता, त्यामुळे जॉश हेलावला आणि तो फोन तिच्या बॉयफ्रेंडचा नव्हता हे समजल्यामुळे त्याहीपेक्षा जास्त रोमांचित झाला आणि सुखावला. "थँक यू. मला खरं तर आज भारतीय जेवण घ्यावं असं वाटत होतं. माझं मन मला वाटलं होतं त्याहून अधिक चांगलं चाललंय. पण गुलामांचा मालक असलेल्या टॉमला परिणाम हवे आहेत आणि त्यामुळे आपण पहिल्यांदा झटपट फास्टफूड खाऊ या आणि मग सारथीमध्ये जाऊ या."

तिने मान डोलावली. पण तिच्या चेहऱ्यावरचं अस्फुट स्मित त्याला दिसलंच. त्याने प्रश्नार्थकपणे भुवया उंचावल्या, त्यावर तिच्या चेहऱ्यावर संकोचल्यासारखं,

ओशाळं स्मित पसरलं. ती म्हणाली, ''मला वाटलं होतं की तू अगदी पूर्ण... म्हणजे मला असं म्हणायचंय की, कालचा संपूर्ण दिवस तू पाश्चात्त्य पद्धतीचंच जेवलास, ते थोडंसं विचित्र वाटलं.''

''बरोबर, तुला जे बोलायचं आहे ते बोल ना. तुला वाटलं होतं की, मी एक ठोंब्या आहे.''

''होय,'' तिने त्याला चिडवल्यासारख्या आवाजात म्हटलं. ''तू टॉमचा भाऊ आहेस आणि म्हणून तुला भारतीय अन्नातल्या बारीकसारीक गोष्टी मला सांगायच्या होत्या आणि तू तर क्वास्साँ आणि पिझ्झाच हवाय म्हणत होतास.''

आपण खूपच दुखावलो गेलो आहोत, असा बहाणा करत त्याने मान हलवली.

ती खिदळली आणि नंतर गंभीरपणे ती म्हणाली, ''मला माफ कर. मी एकदम असा निष्कर्ष काढायला नको होता.'' ती अगदी थेट तोंडावर बोलत होती आणि तिची ही गोष्ट त्याला एकदम आवडून गेली.

''याचा अर्थ यापुढे मला अडाणी समजलं जाणार नाही, असाच आहे ना?'' त्याने विचारलं.

''ते आपण नंतर बघू. अमेरिकन भाषेत बोलायचं झालं तर त्याविषयी ज्युरी अजून विचार करतायत.''

त्यावर कारमध्ये त्यांच्या हास्याचा आवाज भरून राहिला. तिने कार सुरू केली होती आणि ते रेस्टॉरंटच्या दिशेनं निघाले होते. तिने ओठ एकमेकांवर दाबले आणि सिग्नल लागल्यामुळे थांबून सिग्नल पडण्याची वाट पाहत असताना ती विचारात हरवून गेली होती आणि जॉश तिच्याकडे एकटक पाहत होता. त्याच्या लक्षात आलं की, त्याच्याकडे दुर्लक्ष करण्याएवढी ती त्या समस्येत गुंतून गेली होती. तो एक वेगळाच अनुभव होता आणि त्यामुळे तो काहीसा त्रस्त झाला होता आणि त्यामुळेच त्याला ती आवडलीही होती. ती त्या मूर्तीचा विचार करत होती, असा अंदाज त्याने बांधला. खरं म्हणजे त्या दिवशी पहिल्यांदाच त्या कांस्य मूर्तीचा विचार हा त्याच्या मनातल्या प्राधान्याचा विचार नव्हता.

लवकरच तिच्या तंद्रीतून ती बाहेर पडली. त्यानंतर त्यांचं थोडंसं संभाषण झालं. त्याने तिला तिच्या नोकरीविषयी विचारलं आणि तिने ती काय करत होती ते सांगितलं. त्यानंतर तो त्या वेळी राहत असलेल्या ठिकाणाविषयी ती थोडंसं बोलली आणि तिला त्याविषयी काय वाटत होतं त्याची तिने थोडक्यात माहिती दिली.

पुन्हा एकदा ते एकत्रितपणे हसले. जॉशनं स्वत:च्या मनाशी मान्य केलं की, तो तिच्याकडे आकर्षित झाला होता. अर्थातच त्यातून काहीच निष्पन्न झालं नसतं, पण त्यामुळे त्याला वाटलं होतं त्याहून जास्तच त्याला इथे मजा वाटत होती.

लवकरच ते मॅक्डोनाल्डमध्ये पोहोचले.

त्या वातानुकूलित कारमधून बाहेर पडल्यावर पार्किंगपासून रेस्टॉरंटपर्यंत जाईपर्यंत काही मिनिटं हलक्या हातानं तो त्याच्या कपाळाची मालिश करत होता. बाहेरच्या प्रखर उन्हातून आत आल्यानंतर सुरुवातीला अतिप्रकाशात चमकणाऱ्या मेन्यूबोर्डखेरीज प्रत्येक गोष्ट त्याला अंधारीच दिसत होती. हळूहळू त्याची नजर त्या प्रकाशाला सरावली. मेन्यू आणि बसण्याची जागा परिचित असल्यामुळे दिलासादायक होती आणि तरीही नैराश्यपूर्ण वाटत होती. तिथे हॅम्बर्गर नव्हते हे त्याने हेरलं. स्थानिक भावनांचा विचार करून तसं करण्यात आलं असावं, हे त्याच्या लक्षात आलं.

थोडंफार बोलत त्यांनी आपापले बर्गर आणि फ्राइज झटपट संपवले.

"सारथीमध्ये गेल्यावर आपण काय करणार आहोत?" तिने बोलता बोलता विचारलं.

"पहिल्यांदा त्या ठिकाणाचं थोडं आणखी काळजीपूर्वक परीक्षण करू या," त्याने म्हटलं. आपल्या मनातल्या सगळ्याच गोष्टी उघड कराव्यात का याविषयी त्याच्या मनात थोडी शंका होती .

"स्थानिक डिटेक्टिव्हज्‌विषयी काही मिळते का ते मी पाहते," ती म्हणाली.

जॉशच्या मनात कुठेतरी अशी आशा होती की, ते अंतिमत: ती संपादित मूर्ती वस्तुसंग्रहालयात तशीच ठेवू शकतील. यातून फारसं काही निष्पन्न होणार नाही आणि आपल्याला पुढे जाण्याची गरज आहे की नाही याची खात्री पटल्याखेरीज आणखी लोकांना यात सहभागी करून घेण्याची त्याची इच्छा नव्हती.

"आपल्याला त्यांची गरज भासेल असं मला वाटत नाही," तो म्हणाला.

त्याच्या आवाजातील नाराजी तिला जाणवली होती .

"तुला सत्य शोधून काढायची नक्की इच्छा आहे ना?" तिने चाणाक्षपणे विचारलं.

"मी त्यासाठीच इथे आलोय. नाही का?" त्याच्या आवाजात त्रासिकपणा होता.

"ठीक आहे, शांत हो, माझ्या ते लक्षात आलंय," तिने त्याच्या म्हणण्याला संमती दर्शवली.

त्याला एकदम अपराधीपणाची तीव्र वेदनादायक भावना जाणवली. त्याच्या मनातली असहमती, त्रासिकपणा तिला बहुधा जाणवण्याइतपत तीव्र होता. बहुधा यात डिटेक्टिव्हखेरीज आणखी पर्याय नसावा, असं तिला वाटलं असावं.

जेवण आटोपून ते बाहेर पडले. बाहेरच्या प्रखर सूर्यप्रकाशात जॉशनं डोळे बारीक केले आणि गॉगल लावला. तिच्यासह अनेक लोक गॉगल वापरत नव्हते हे त्याच्या लक्षात आलं होतं. त्यांनी डोक्यावरही टोपी किंवा रुमाल किंवा तसं काही घातलेलं नव्हतं आणि ते संपूर्ण कपड्यांत फिरत होते.

"सारथी पूर्णपणे डिजिटाइज्ड आहे," ते कारमध्ये बसल्यावर आणि तिने कार सुरू केल्यावर तो सहजच म्हणाला. तिची त्यावरची प्रतिक्रिया तो आजमावून पाहत होता.

"तू त्यांच्या नोंदींवरून नजर फिरवणार आहेस असं तू म्हटलं नव्हतंस का?" तिने विचारलं. ती कल्पना तिला भयावह वाटत नव्हती, हे तिच्या आवाजातून स्पष्ट होत होतं. "ते कितपत अवघड असेल? त्याला किती वेळ लागेल?"

त्याने एक निर्णय घेतला.

त्याने उत्तर दिलं, "सुमारे दोन मिनिटं वीस सेकंद."

या नेमकेपणानं दिलेल्या उत्तरामुळे तिने त्याच्याकडे आश्चर्यचकित होत नजर टाकली.

"तू हे आधीच केलंयस? खूपच विलक्षण!" ती म्हणाली. कार उजवीकडे वळवावी लागल्यामुळे तिने रस्त्यावर नजर टाकली. पण तिचे डोळे विस्फारले होते आणि तोंडाचा आ वासला होता. "काल मला उन्हात थांबवून तू हेच करत होतास ना?"

"आणि तू पुहार ट्रेडर्सकडे पाण्याची बाटली आणायला गेलीस, त्या वेळीही मी हेच केलं."

त्याच्या चेहऱ्यावरचा विजयी भाव त्याने लपवला नव्हता. यातली खरी मेख अशी होती की, त्याला तिच्यासमोर बढाई मारण्याची तळमळ लागली होती. तिच्या चेहऱ्यावर आश्चर्य वाटल्याचं दिसत होतं आणि तिच्या नजरेत त्याच्याविषयीचं कौतुकही दिसत होतं. या दोन्ही गोष्टी त्याला कैफ चढवण्यास पुरेशा होत्या.

"ती फक्त प्राथमिक माहिती आहे हे लक्षात घे. कालपासूनच्या स्थितीत कसलाही बदल झाला नसला, तर आता मी थोडाफार प्रयत्न केल्यावर मला एखादी उपयुक्त माहिती मिळू शकेल," तो म्हणाला.

पुढच्याच वळणावर डावीकडे वळत ती म्हणाली, "मी तिथे पोहोचेपर्यंत वाट पाहू शकत नाही."

जॉशचा चेहरा उतरला होता. किंचित खंतावत तो म्हणाला, "मीसुद्धा, पण आपण आणखी एक मूर्ती पाहू या."

* * *

ते पुन्हा शोरूममध्ये फिरत असताना विक्रेत्यानं त्यांना ओळखलं. विद्यानं तिच्या झपाट्यानं बोलण्याच्या गतीनं काहीतरी म्हटलं. पण फक्त ती त्याच्याविषयी नेमकं काय बोलली होती, याची त्याची खात्री पटली नव्हती.

"काल त्या प्रौढ माणसाप्रमाणंच तूही मला पैसा असलेला मूर्ख समजली होतीस ना? होय ना?" त्याने विचारलं.

"ते तुला कसं कळलं?" तिने अस्वस्थपणे त्याच्याकडे वळत विचारलं.

त्याने लटक्या रागानं डोळे बारीक करून तिच्याकडे बघितलं. "त्यात काय एवढं? त्याने काहीतरी रागारागानं, तिरस्कारानं म्हटलं आणि तू त्यावर अगदी तत्परतेनं मान डोलावलीस."

"नाही, नाही, मी तसं केलं नाही..."

ती अगदी फजिती झाल्यासारखी उभी राहिली होती. त्यामुळे त्याच्या चेहऱ्यावर हसू फुटलं. "तुझ्या चेहऱ्यावरचे भाव वाचणं सोपं आहे," त्याने पुस्ती जोडली. त्यामुळे ती चकित झाली आणि आपण अकारणच हे स्पष्टीकरण का दिलं असं वाटून तोही स्वत:च्या या बोलण्यानं चकित झाला.

"मग आता तू त्याला कुठे पाठवलंयस?" त्याने त्या विक्रेत्याकडे निर्देश करत झटकन विषय बदलत विचारलं.

"मी त्याला ती मूर्ती आपण कशी पाठवू शकू असं विचारलं. त्यामुळे त्यांचे व्यवहार कसे चालतात त्याची आपल्याला थोडीफार तरी माहिती समजू शकेल."

"हे चांगलं झालं."

तिने त्याच्याकडे अपेक्षेनं पाहिलं आणि तिला चिडवण्याची हुक्की आल्यामुळे तो तिथली विशिष्ट प्रकारची चिनीमातीची भांडी बघत निरागसपणाचा आव आणून फिरू लागला. ती त्याच्या पाठोपाठ गेली, त्या वेळी तिची उतावळी नजर त्याला चांगलीच जाणवत होती.

विक्रेत्यानं परत येऊन व्यवस्थापक बाहेर गेल्याची माहिती दिली आणि ते काही काळ वाट पाहू शकतील का, असं विचारलं. जॉशनं तीच संधी साधली आणि ते नंतर तिथे परत येतील, असं त्याला सांगितलं. तिने त्याच्याकडे बघितलं. तिच्या चेहऱ्यावर अनिश्चिततेचे भाव होते. ते बाहेर पडत असताना ती त्याच्याकडे झुकली आणि चिडखोरपणे पुटपुटली, "जॉश, हॅकिंगचं काय झालं?"

"तुझ्या आणि माझ्या मनात एकच विचार एकाच वेळी येत नाही," त्याने स्मित करत म्हटलं. त्यानंतर ती रागारागानं त्याच्याकडे बघत असल्याचं त्याने बघितलं आणि तो पुढे म्हणाला, "आपण काही योग्य कारणासाठीच इथे आलो होतो, असं आपण त्याला सांगितलंय. त्यामुळे सध्या आपण इथून बाहेर पडू या."

त्या इमारतीच्या बरोबर समोर तिला गाडी उभी करण्यासाठी जागा मिळाली होती आणि सारथीचा वाय-फाय सिग्नल, कार असलेल्या ठिकाणापर्यंत पोहोचण्याएवढा शक्तिशाली होता. ते कारमध्ये बसले आणि विद्यानं खिडकीच्या काचा खाली केल्या आणि एसीही सुरू केला.

तोपर्यंत तिथे पार्किंगचं कामकाज बघणारा माणूस आला. त्या रहदारीतून त्यांना बाहेर पडायला मदत करण्यासाठी तो आला होता. जॉशला कारमध्येच आणखी

काही मिनिटं बसायचं होतं. तो काय करणार होता ते लक्षात आल्यावर तिचे डोळे विस्फारले.

"मी तुझ्यासाठी पाण्याची बाटली आणायला जाते. तू गुन्हा करत असताना मी त्याची साक्षीदार होऊ शकत नाही. बरोबर?" तिने हसत विचारलं.

ती खाली उतरली त्या वेळी त्याने थोडंसं स्मित केलं आणि तिने त्या माणसाला किरकोळ संभाषणात गुंतवून ठेवलं आणि ते दोघंही दूर गेले. त्याला खरोखरच खूपच तहान लागली होती. पण काही का असेना, पाण्याची बाटली आणायला जाणं ही चांगली कल्पना होती. जॉशनं त्याचा लॅपटॉप बाहेर काढला. मनातल्या मनात उकाड्याला शिव्याशाप देत त्याने भुवईवरचा घाम निपटून काढला. आदल्या दिवशीच त्यांचा वाय-फाय डब्ल्यूईपी पासवर्ड त्याने भंग केला होता. रात्रभरात काहीही बदल झालेला नव्हता, ही खरोखरच देवाची कृपा होती. तो आत शिरला आणि आता सर्व्हिस भंग करून माहिती मिळवणं ही फक्त काही क्षणांचीच बाब होती. त्याने जितक्या गोष्टी शक्य होत्या तितक्या ट्रान्सफर करून घेतल्या आणि नंतर पाहता याव्यात म्हणून सगळ्या गोष्टी स्टोअर करून ठेवल्या.

पार्किंगच्या जागेचा तो कर्मचारी सावलीत ठेवलेल्या छोट्याशा जागेतल्या लहानशा बाकड्याकडे परतला होता आणि त्याला जॉशमध्ये फारशी रुची असल्याचं दिसत नव्हतं. दुपारच्या वाहतुकीच्या मंद कोलाहलाच्या आणि एअर कंडिशनरच्या आवाजात जॉशनं कोणाच्याही नजरेत न येता काम केलं. त्याने खासगीपणा मिळावा आणि कोणालाही डोकावून बघता येऊ नये म्हणून संगणकाचा पडदा किंचित कलता केला होता.

विद्या परत आली. तिने त्याला थंडगार कोकच्या कॅनबरोबरच पाण्याची बाटलीही दिली आणि अतिशय उत्सुकतेनं भुवया उंचावून तिने प्रश्नार्थक नजरेनं त्याच्याकडे पाहिलं.

"मी सगळी माहिती डाउनलोड केलीय. काही माहिती समजावी म्हणून मला फॉरमॅट बदलावा लागेल. पण सध्या तरी आपण इथून निघालेलंच चांगलं ठरेल," तो लॅपटॉप बंद करत म्हणाला.

जणू काही कोणीतरी त्यांचा पाठलाग करत असावं अशा प्रकारे तिने झटपट कार बाहेर काढली.

काही मिनिटांनंतर ती गॅस स्टेशनजवळ थांबली. तिथले लोक गॅस भरत होते, पैसे गोळा करत होते, चाकांचा दाब मोजत होते आणि त्या छोट्याशा जागेतून लोकांना बाहेर पडण्याचा मार्ग दाखवत होते. ही सगळी कामं झटपट करत ते फिरत होते.

"या सगळ्या गोष्टी स्वयंचलितपणे स्वयंसेवा म्हणून सहजपणे हाताळता

येतील. त्या अधिक जलद गतीनं होतील आणि दीर्घ काळाचा विचार करता त्या कमी खर्चिकही ठरतील,'' त्याने त्यावर शेरा मारला.

''पण त्यामुळे लोकांच्या नोकऱ्याही जातील,'' ती म्हणाली.

जॉश यावर काहीतरी बोलणार होता, तेवढ्यात मान हलवत ती उद्गारली, ''अरे देवा! मी तर अगदी माझ्या डॅडसारखीच बोलले, यावर मी विश्वासच ठेवू शकत नाही!''

तिच्या चेहऱ्यावरचा पश्चात्तापदग्ध भाव अगदीच विनोदी वाटत होता. त्यामुळे तिच्याकडे न बघता राहणं त्याला शक्यच झालं नाही, त्याच्या नजरेत प्रश्न होता.

''माझे वडील कट्टर समाजवादी आहेत. ते नेहमीच अशी विधानं करत राहतात,'' ती ओठ मुरडत म्हणाली. तिला त्यांचं वागणं आवडत नसावं हे त्याच्या लक्षात आलं.

त्याला तिच्याविषयी आणखीही जाणून घ्यायचं होतं. पण त्याच्या स्वारस्याला खतपाणी घालणाऱ्या त्याच्या मनातील जबरदस्त आकर्षणाची जाणीव असूनही त्याने ते कटाक्षानं टाळलं आणि तो शांत राहिला.

ते बाहेर पडले, त्या वेळी तिला एक फोन आला आणि कपाळाला आठ्या घालत ती बोलली.

''मला कामावर जावंच लागेल. एक तातडीची गोष्ट आलीय,'' तिने फोन संपल्यावर उसासा टाकत म्हटलं. जॉशच्या मनात तीव्र निराशा उफाळली.

''ठीक आहे, मी परत जाण्यासाठी कॅब करतो,'' तो म्हणाला.

''नाही, नाही. मी तुला हॉटेलवर परत सोडते, पण मी तिथे थांबू शकत नाही, याचं मला खरंच खूपच वाईट वाटतंय,'' ती म्हणाली.

''होय, मलाही ते माहिती आहे, माझी साथ सोडणं अतिशय कठीण आहे,'' तो नाटकीपणानं म्हणाला.

त्यांची नजरानजर झाली. तिचे ओठ मुडपले गेले आणि नंतर ती जोरात हसू लागली. त्यानंतर मिनिटभरानं ते सिग्नलजवळ थांबले होते, तेव्हाही तिच्या चेहऱ्यावर तसंच स्मित होतं. त्याचदरम्यान कधीतरी तिने केसांचं पोनीटेल सोडलं होतं. आता तिने केस गोळा करून ते नीट बांधले. तिच्या व्यक्तिमत्त्वातून एक प्रकारचं चैतन्य बाहेर पडत होतं. तिच्या हालचालींतून आशावादी उत्साह पाझरत होता आणि त्याला तो आवडला होता. वेळोवेळी ओठ चावण्याची तिला सवय होती, हे त्याच्या लक्षात आलं होतं.

''तुला माझा फोन नंबर कसा काय मिळाला हे मला तुला केव्हापासून विचारायचं होतं. ते कोणत्या प्रकारचं हॅकिंग होतं?''

''नंबरच काय! मला तुझी बरीच माहिती आहे,'' तो म्हणाला आणि त्याने

तिच्या भावांचे व्यवसाय घडाघडा सांगितले. त्याला त्यांची नावं आठवली नाहीत. पण तिच्या वाढदिवसाची तारीख आणि ती कुठे काम करत होती ते त्याने सांगितलं. शिवाय अलीकडेच तिच्या वडिलांवर शस्त्रक्रिया झाली होती तेही त्याला माहिती असल्याचं त्याने तिला सांगितलं.

"मला वाटतं, टॉमनं तुला ही माहिती दिली असावी."

"मग मी तुला हे सांगू का? तुझ्या वडिलांचा रक्तगट ए पॉझिटिव्ह आहे," तो खिदळल्यासारखा म्हणाला.

ती अवाक् होत त्याच्याकडे वळली. तो तसाच मिश्कीलपणे हसत होता.

"अरे बाप रे! तुला माझ्या वडिलांच्या वैद्यकीय नोंदी कशा काय मिळू शकतात? तू एनएसए किंवा तशाच कोणासाठी तरी काम करतोस असं मला सांगू नकोस. त्यांना या ग्रहावरच्या प्रत्येक माणसात स्वारस्य असतं का?"

तो हसला. "तुझ्या कल्पना अशा स्वैर सोडू नकोस. एनएसएला पृथ्वीवरच्या आणि पृथ्वीबाहेरच्या प्रत्येक गोष्टीत रुची असली, तरीही माझा एनएसएशी कसलाही संबंध नाही. काही मेलच्या यादीत तुझे काही जुने मेल साठवण्यात आले होते आणि ते वेबवर आहे. तुझ्या फोन नंबरसकट तू लोकांना रक्तदान करण्याची विनंती केली होतीस."

"वॉव!"

"नवीन जगात तुझं स्वागत असो. खासगीपणा संपलेला आहे."

"ते ठीक आहे, पण भारतात कधीच खासगीपणा शिल्लक नव्हता," तिने निमूटपणे उत्तर दिलं होतं. "याशिवाय माझ्याविषयीची आणखी कोणती माहिती तू शोधून काढलीस?"

"तू पंचवीस वर्षांची आहेस. तू अर्थशास्त्रात पदवी मिळवलीयस. मायलापूर नावाच्या जागी तू राहतेस आणि तू अविवाहित आहेस..."

"मी अविवाहित आहे, हे तू कसं काय म्हणू शकतोस?" तिने मध्येच विचारलं.

"तुझ्या बोटात अंगठी नाही आणि तुला..." तो क्षणभर भांबावल्यासारखा थांबला आणि नंतर एकदम म्हणाला, "आणि तुला बॉयफ्रेंडही नाही."

तिथे थोडीशी शांतता पसरली आणि नंतर त्याने विचारलं, "तुला बॉयफ्रेंड आहे का?"

"भारतात नेहमीच बोटात अंगठी असणं याचा अर्थ लग्न झालंय असा होत नाही," ती म्हणाली, पण तिने त्याला त्याहून अधिक माहिती दिली नाही.

"मग तुझं लग्न झालंय का?" त्याने क्षणभर थांबून कुरकुरल्यासारखं विचारलं.

"नाही," ती पुढे म्हणाली, "पण मला बॉयफ्रेंड मात्र आहेच," तिच्या आवाजात किंचित मिश्कीलपणा होतं.

त्याला तो विषय तसाच पुढे नेण्याची इच्छा उरली नव्हती. त्याच्या मनात एकदम अनपेक्षितपणे प्रचंड निराशा दाटून आली आणि त्याला एकदम हिरमोड झाल्यासारखं वाटलं.

रहदारी मंद गतीनं सुरू होती आणि तिथे थोडीशी शांतता पसरली होती. "तुला माझ्याबद्दल बरीच माहिती आहे. त्या बदल्यात तूही तुझी माहिती मला दिली पाहिजेस," ती लाडिकपणे ओठांचा चंबू करत म्हणाली.

त्याची भरपूर माहिती नेटवर उपलब्ध नव्हती. आपली खासगी माहिती कशी खासगीच ठेवावी हे त्याला माहीत होतं. पण तो स्वत:विषयी खूप बोलत असे, हे त्याला माहीत होतं. तिच्याशी बोलणं सहजशक्य होत होतं आणि ती बोलणं शांतपणे ऐकूनही घेत होती.

"मी सॉफ्टवेअर प्रोग्रॅम लिहिण्यापासून सुरुवात केली. तो ग्रीड कॉम्प्युटिंगमध्ये वापरला गेला आणि त्यानंतर मी नेट एक्सपर्ट बनलो. नेटवर्कचं रक्षण करणं ही रुचिपूर्ण गोष्ट होती, पण ती काहीशी कंटाळवाणी गोष्टही होती. म्हणून मी व्हाइट हॅट होण्याकडे वळलो."

"ते काय असतं?"

"म्हणजे तुझ्या दरवाजाचं कुलूप तोडणं शक्य नाही, हे स्पष्टपणे समजावं म्हणून तू ते तोडण्याच्या कामासाठी कोणाला तरी नेमण्यासारखं असतं." त्याच वेळी ऑपरेटिंग सिस्टिमच्या नवीन व्हर्जनमधली प्रमुख दुर्बलता ओळखून त्याने मैलाचा टप्पा ओलांडला होता. त्यापाठोपाठ घुसखोरी शोधून काढणारा तज्ज्ञ म्हणून त्याने भरपूर पगाराची नोकरी पटकावली होती. वेतन सुरक्षेबाबत त्याने काही काम केलं होतं आणि अलीकडेच अनेक देशांत व्याप्ती असलेल्या आर्थिक अफरातफरीच्या प्रकरणात एका सरकारी एजन्सीचा सल्लागार म्हणून तो काम करत होता.

त्याच्या एकूण मालमत्तेबद्दल बोलायला त्याला आवडत नव्हतं, पण आपल्या व्यावसायिक कामगिरीविषयी किंचित बढाई मारायला त्याला आवडत होतं. ते हॉटेलमध्ये पोहोचेपर्यंत आपण सैल सोडलेल्या जिभेमुळे एक सुरक्षितता तज्ज्ञ म्हणून तो स्वत:च गांगरून गेला होता, घाबरला होता.

ते परतले होते त्या वेळी दुपार उतरणीला लागली होती.

"तुला काहीही सापडलं तर तू मला लगेच फोन करशील का? तुला माझा नंबर माहीतच आहे," ती म्हणाली.

त्याने मान डोलावली आणि कारमधून बाहेर पडला. पण पुन्हा एकदा कारमध्ये झुकून त्याने तिला 'गुड बाय' म्हटलं आणि तिचा निरोप घेतला. त्यानंतर पुन्हा एकदा त्यांच्यात थोडंसं बोलणं झालं. ती बेधडकपणे करत असलेल्या ड्रायव्हिंगबद्दल आणि त्याच्या दुबळ्या हृदयाबद्दल ते थोडंसं हलकंफुलकं बोलले.

तिथून निघणं तिच्या स्वत:च्याही जिवावर आल्याचं दिसत होतं, पण अखेरीस त्यापुढे थांबणंच शक्य नव्हतं असं दिसल्यावर तिथून ती निग्रहानं निघाली. तिची कार बाहेर पडण्याच्या प्रवेशद्वारातून बाहेर जाईपर्यंत जॉश तिकडे पाहत राहिला. ती आणखी जास्त वेळ राहिली असती तर त्याला ते आवडलं असतं. कदाचित तो तिच्याबरोबर एखादं पेय प्यायला असता. कदाचित त्याच्या खोलीत गेला असता... होय, तिच्याबरोबर खोलीत जाणं ही गोष्ट खूपच मोठी ठरली असती.

तो आत गेला त्या वेळी त्याने स्वत:शीच स्मित केलं. प्रथमदर्शनी प्रेमात पडण्याची कल्पना त्याने उपहासानं उडवून लावली, पण त्याने स्वत:शीच हे मान्य केलं की काहीतरी घडत होतं. तिला बॉयफ्रेंड आहे का, याची टॉमकडून खात्री करून घेतली पाहिजे असं त्याने ठरवलं.

१८

आपलं संशोधन लगेच सुरू करावं, असं जॉशनं ठरवलं. त्याच्या हातात असलेल्या सगळ्या माहितीवर प्रक्रिया करण्याआधी त्याच्या डोक्यातले सगळे विचार त्याने झटकून टाकले.

झटपट कपडे बदलून तो तलावात उतरला आणि थोडा वेळ पाण्याखालून पोहत काही फेऱ्या मारल्या. त्याच्याभोवती उन्हानं गरम झालेलं पाणी होतं. आपल्या मनातले आणि बाहेरचे आवाज त्यात बुडवून टाकण्यासाठी त्याने पाण्यावर जोरदार फटके मारत या फेऱ्या मारल्या.

तेवढा व्यायाम झाल्यानंतर तो पूल बारकडे गेला. तिथे ती आदल्या दिवशीची अमेरिकन महिला ड्रिंक घेत बसली होती.

मेरी यूआय आर्किटेक्ट होती. सॅन जोसमधून ती काम करत होती. ती तंत्रज्ञानात निष्णात होती. त्यांनी व्हॅलीवॅगमधल्या अलीकडच्या गोष्टींवर चर्चा केली. कंपन्यांच्या संपादनाविषयी आणि किमतींविषयी अंदाज बांधले आणि सिलिकॉन व्हॅलीतल्या अगदी अलीकडच्या घटनांवर चर्चा केली. आपण एका व्यावसायिक ट्रीपवर इथे आल्याचं त्याने सांगितलं आणि त्यासाठी पटण्याजोगं एक कारण सांगण्यासाठी तो खोटंही बोलला. भारतात तो सुट्टी घालवण्यासाठी आला होता, असं सांगणं विचित्र वाटलं असतं असं त्याला वाटलं.

एका गोपनीय स्टार्ट-अप कंपनीला सल्ला देण्यासाठी आपण इथे आल्याचं त्याने ठोकून दिलं आणि तिला ते पटल्याचंही दिसलं. त्यावर स्टार्ट-अपमध्ये पैशाचा प्रवाह कसा वाहतोय त्यावर तिने प्रतिक्रिया व्यक्त केली. बेंगळुरूमधल्या वातावरणातल्या चैतन्याविषयीचे तिचे दृष्टिकोन तिने व्यक्त केले. त्या तुलनेत चेन्नई अगदीच मंद असल्याचं सांगून तिने उसासा सोडला. त्या आठवडाअखेरीला

काय करायचं ते त्यानं ठरवलं आहे का, असं तिने त्याला विचारलं, पण त्याच्या सहकाऱ्यांबरोबर तो काहीतरी करणार असल्याचं संदिग्ध उत्तर देऊन त्याने तो प्रश्न परतवून लावला. गंमत म्हणजे, त्याबद्दल त्याला थोडंसंही वाईट वाटलं नाही.

तो खोलीत जात असताना त्याने त्याविषयी विद्याला संदेश पाठवला.

'केवढी मादक डेट!' तिने त्याला उत्तर पाठवलं.

'इतकी मादक की मी थेट थंड पाण्याचा शॉवर घ्यायलाच गेलो,' त्याने तिला पुन्हा संदेश पाठवला. खोलीत जाणं, शॉवर घेणं, कपडे बदलणं ही कामं करता करता तो तिला याच धर्तीचे संदेश एकापाठोपाठ पाठवत राहिला. त्या दिवशी काय काय घडलं होतं याची माहिती देण्यासाठी त्याने टॉमला फोन केला, त्या वेळी तो स्वत:शीच हसत असल्याचं त्याच्या लक्षात आलं. टॉमचा नंबर व्यस्त होता.

त्याने कोकचा कॅन उघडला, टीव्ही सुरू केला आणि टॉमच्या फोनची वाट बघता, बघता भारतीय वृत्तवाहिन्या पाहत राहिला. पुन्हा एकदा तीव्र उष्णतेची लाट येण्याची आणि मॉन्सूनचा पाऊस लांबण्याची शक्यता असल्याची बातमी त्याला दिसली. यामुळे दुष्काळ पडण्याची शक्यता व्यक्त करण्यात आली होती. आदल्या वर्षीची स्थितीही फारशी चांगली नसावी, कारण त्यादरम्यान झालेल्या आत्महत्यांची माहिती देणारी माहिती टीव्हीच्या पडद्यावर दिसत होती.

टॉमनं त्याला फोन केला.

''आयएसनं पामिरावर ताबा मिळवलाय आणि त्यांनी प्राचीन अवशेषांना जमीनदोस्त केल्याचा अंदाज आहे,'' टॉमनं बोलण्याची सुरुवात करताना उसासा टाकत म्हटलं. पण त्याच विषयावर विचार करत बसणं निरर्थक असल्याप्रमाणे त्याने पुन्हा एकदा उसासा सोडला. नंतर तो म्हणाला, ''मग? तुझा दिवस कसा गेला आणि आता तुला विद्याविषयी काय वाटतंय?''

''दिवस चांगला गेला आणि विद्या खूपच मादक (हॉट) आहे!''

''काय?'' टॉमचा बुचकळ्यात पडल्यासारखा आवाज ऐकून जॉशच्या लक्षात आलं की, हे ऐकायला मिळेल अशी टॉमची अपेक्षाच नव्हती. ''मला वाटलं होतं की, तू म्हणशील की दिवस उकाड्याचा, उष्ण होता (हॉट) आणि विद्या चांगली आहे.'' टॉम जोरात हसला.

जॉशही तसाच खिदळल्यासारखा हसला.

''मी आत्ताच विद्याबरोबर गप्पा मारल्या. त्यातून मला असं दिसतंय की, तू काही प्रमाणात प्रगती केलीयस.''

''टॉम, मला वाटतंय की आमच्या शोधाचा तू अकारणच माग काढत राहिलायस,'' जॉश टॉमला चिडवत म्हणाला. त्याने टीव्ही बंद केला आणि तो खिडकीजवळ गेला. त्याने खिडकीचे पारदर्शक पडदेही पूर्णपणे दूर सारले.

"पहिली गोष्ट म्हणजे, मी तिला फोन केला, म्हणजे नेहमीप्रमाणे आम्ही चॅट केलं. दुसरी गोष्ट म्हणजे, त्यातून तू तिच्यावर तुझा प्रभाव निर्माण केल्याचं मला जाणवलं."

"अस्सं! म्हणजे ती असं काय म्हणाली?"

"आपल्याला खूपच उत्सुकता, जिज्ञासा वाटतेय, होय ना महाशय?"

"आता तू फारच ताणतोयस, अतिशयोक्ती करतोयस होय ना?"

"अर्थातच. तुझे विचार इतक्या लवकर एवढे विषयासक्ततेकडे वळतील, असं मला वाटलं नव्हतं."

"लवकर? आता चांगले दोन दिवस झालेत. मी किती रुबाबदार, आकर्षक आणि हुशार आहे, असं काही ती म्हणाली का?"

"तुझं वय काय? तेरा वर्षं? आपण कृपा करून माझ्या समस्येविषयी बोलू या का?" टॉमच्या आवाजातून हसू डोकावत होतं.

"तू एवढा आत्मकेंद्री कसा काय असू शकतोस? एखाद्या मुलीला माझ्याविषयी काय वाटतं याहून तुझं काम आणि प्रतिष्ठा अधिक महत्त्वाची आहे का?"

"अशा वागण्यानं तुरुंगात जाण्याची शक्यता आहे, हे वेगळं सांगण्याची गरजच नाही."

जॉश हसला, पण एकीकडे त्याला खरोखरच विद्याचं त्याच्याविषयीचं मत जाणून घेण्याची इच्छा होती. त्याला टॉमला थोडं जास्त विचारून त्याच्याकडून ते काढून घ्यायचं होतं आणि तिला बॉयफ्रेंड होता का त्याबद्दलही जाणून घ्यायचं होतं.

त्याने खिडकीतून बाहेर डोकावून पाहिलं. बाहेरचा प्रकाश मंदावत चालला होता. दिवसाच्या प्रखर, कठोर प्रकाशानंतर संधिप्रकाशाच्या छटा प्रसन्न वाटत होत्या. करड्या पटलावरून जाणारे ढग तरंगत होते आणि पौर्वात्य आकाशात भल्या मोठ्या चांदीच्या तबकडीसारखा दिसणारा चंद्र उगवला होता. त्या दृश्यात एक दशांशही अचूक प्रमाणबद्धता नव्हती किंवा त्याच्या स्क्रीन सेव्हर्सच्या सौंदर्याइतकं सौंदर्यही नव्हतं. पण तरीही त्याच्या डोक्यात पुन:पुन्हा रोमँटिक - अद्भुतरम्य हा शब्द पुन:पुन्हा का बरं उसळी मारून वर येत होता?

आपण काहीतरी मूर्खासारखं बोलून जाऊ नये यासाठी त्याने कोकचा एक मोठा घुटका घेतला. त्याला असं वाटलं की, टॉमचं म्हणणं योग्यच होतं. तो तेरा वर्षांच्या मुलासारखाच वागत होता. डोक्यातले विचार काढून टाकण्यासाठी त्याने मान हलवली. तो तिथून बाजूला झाला आणि त्याने टॉमला दिवसभर घडलेल्या घटना सांगायला सुरुवात केली.

टॉम हा टॉमच असल्यामुळे स्रोताविषयी सापडणारा नवीन मार्ग हा भाग, वस्तुसंग्रहालयाच्या भेटीसमोर फिका पडला होता. मात्र, जॉशनं लगेच 'सारथी'कडून

डाउनलोड केलेल्या माहितीवर नजर टाकावी असं त्याला नक्कीच वाटत होतं, पण तरीही त्याने ते अगदी सहज सांगितल्याप्रमाणे त्याला सांगितलं होतं. पण वस्तुसंग्रहालयाच्या भेटीसंदर्भात मात्र त्याने जॉशची उलटतपासणी घेतली. त्याविषयीचं त्याचं मत खूपच प्रोत्साहनपर होतं. त्याच्या आवाजातून त्याला वाटत असलेला उत्साह अगदी सहज जाणवण्याजोगा होता. टॉमच्या मनात खोलवर दडलेल्या भावनांचा अंदाज आल्यामुळे जॉशला त्याच्याविषयी सहानुभूती वाटली.

त्याला पूर्ण पाच मिनिटं पिळून घेतल्यावर टॉमनं तो विषय संपवला आणि समाधानाचा नि:श्वास सोडला. ''वस्तुसंग्रहालय सातत्याचं, अखंडत्वाचं प्रतिनिधित्व करतं, शाश्वत अध्ययनाचं प्रतिनिधित्व करतं. तुमच्या पंचेंद्रियांच्या सगळ्या जाणिवांसह प्रदर्शनार्थ मांडलेल्या वस्तूंची जाणीव करून घेणं ही केवढी मोठी गोष्ट असते!''

जॉश त्याचं बोलणं कौतुकानं ऐकत राहिला. पण तरीही मध्येच बोलण्यापासून तो स्वत:ला रोखू शकला नाही. ''आहाहा! जणू काही ते मला लाखो डॉलर्सच्या किमतीच्या मूर्तींना स्पर्श करण्याची परवानगी देत होते. आता, व्ही.आर. सिस्टिम.''

''पुरे, पुरे,'' टॉम हसत म्हणाला. ''तुला माझी तिथे आठवण झाली असणार. निदान ते तरी मान्य कर.'' तो क्षणभर थांबून नाटकीपणानं म्हणाला, ''तुझ्या तत्त्वज्ञानानं ज्यांची स्वप्नं बघितली गेली आहेत, त्याहून कितीतरी अधिक गोष्टी पृथ्वीवर आणि स्वर्गात आहेत होरॅशिओ. कदाचित ते तंत्रज्ञान असू शकेल. हे कोणी म्हटलं होतं ते तुला माहिती आहे का?''

''होरॅशिओच्या अतिशय हुशार भावानं.''

''होय. बरोबर. जॉश, जी कला खरी आणि शुद्ध असते तिच्याबाबतीत राष्ट्रीय सीमा विरघळून जातात. फक्त मानवता शिल्लक राहते. आपल्या वैविध्यामध्येही एक एकता अधोरेखित झालेली आहे याची आठवण करून देण्यासाठी आपल्याला वस्तुसंग्रहालयांची गरज असते आणि पूर्णपणे वेगळा विचार करून आणि अलगीकरण करून त्यांचा अनुभव घेण्यानं त्यांच्यामागचा सगळा हेतूच मार खातो.''

जॉशला त्या सभागृहात फिरत असतानाची विद्याची आणि त्याची नजर एकदम आठवली.

आता तो विषय बदलला पाहिजे, असं त्याला वाटलं. तो म्हणाला, ''ऐक, हॅम्लेट, हे सगळं चांगलंच आहे. पण तू जो शोध घेतोयस त्यात कितपत प्रगती झालेय?''

''वॉव! शोध! हं?''

जॉशनं लगेच विव्हळल्यासारखा आवाज काढला. आपण केलेल्या शब्दांच्या निवडीबद्दल त्याला खंत वाटत होती.

''फार काही नाही. मी वकिलाबरोबर त्या कागदपत्रांचा आढावा घेतला आणि मूर्तीच्या उगमस्थानाविषयीचा भाग त्या कागदपत्रांतही निश्चितपणे तसाच नोंदवला असल्याची खात्री करून घेतली. मला पीआयकडून अजून कसलीच माहिती समजलेली नाही. अजूनही मी पत्रक जाहीर करणं आणि पैसे देणं या गोष्टी रोखून धरल्यात.''

''ठीक आहे, याचा अर्थ फक्त ते दुकान हाच आता महत्त्वाचा भाग आहे तर!''

''बरोबर. त्याचा आणखी थोडा जास्त माग काढू या. त्या बॉक्समध्ये काय होतं ते आपल्याला अद्याप माहीत नाही.''

''ठीक आहे.'' टॉमचं मन पालटेल की काय असा विचार त्याच्या मनात पुन्हा एकदा आला होता. दोन्ही दिवशी त्यांना काय सापडलं होतं त्याविषयी अधिकाधिक कमी बोलण्याकडे त्याचा कल झुकला होता आणि मूर्तीचं संपादन थांबवण्याखेरीज त्याने काहीही केलं नव्हतं. आता आपण काळजीपूर्वक वाटचाल केली पाहिजे आणि तटस्थपणे वागलं पाहिजे, असं जॉशला वाटलं. त्याने याच विचाराला प्रोत्साहन दिलं असतं आणि तो काळजीपूर्वक काम करतोय असं दाखवलं असतं, तर फक्त तेवढ्यासाठीसुद्धा टॉमनं त्याचा हट्ट कदाचित मागे घेतला असता, असं त्याला वाटलं.

''आपल्याकडे फारसा वेळ नाही. त्यामुळे वरचेवर नवीन माहिती देण्यासाठी मला फोन करत राहा.''

''अरे अरे, ...कॅप्टन ते सगळं करेल,'' कोकचा कॅन हातात घेऊनच सॅल्यूट ठोकत जॉश म्हणाला.

''मी पुन्हा एकदा सगळ्या नोंदी तपासणार आहे. जर मला काही सापडलंच तर मी तुला कॉल करेन.''

खोली थंड होती आणि आता अंधारही पडत चालला होता. एअर कंडिशनरचा आवाज अगदी स्पष्टपणे वेगळा ओळखू येत होता. जॉशनं हात-पाय ताणले. लॅपटॉप बाहेर काढून तो खिडकीजवळच्या खुर्चीवर बसला आणि समोरच्या टेबलावर पाय पसरले.

त्याच्या प्ले-लिस्टवर त्याने क्लिक केलं आणि सिनत्रा ज्युनिअरचं 'क्राय मी अ रिव्हर' तो ऐकू लागला. त्याला संगणकाच्या परिचित पडद्यावर काहीतरी नवीनच असल्याचं लक्षात आलं. त्याचा लॅपटॉप, त्याचे फोन आणि त्याचे टॅब्लेट या सगळ्या गोष्टी अगदी मोठ्या प्रमाणात आणि सूक्ष्म प्रमाणातही त्याच्या वैयक्तिक आवडीनुसार त्याने सेट केले होते. त्याच्या ई-बुक्सना, त्याच्या फोटोंना आणि संगीतालाही त्याच्या आवडीचे टॅग त्याने दिले होते. पार्श्वभूमीच्या चित्रांच्या बाबतीतही त्याच्या विशिष्ट आवडीनिवडी होत्या. त्याला वाटलं होतं तेवढा तो स्वत:च्या मर्जीनुसार वागायला मोकळा नव्हता. त्याने फक्त डिजिटल होममध्ये पाया खणायला

सुरुवात केली होती, हे त्याच्या झटकन लक्षात आलं.

टॉम चुकला होता. कला ही सर्वांना समान पातळीवर आणणारी महान गोष्ट नव्हती; डिजिटायझेशन ही ती महान गोष्ट होती. चोला कांस्य मूर्तींविषयीची आणि मॉन्सूनविषयीची तीच माहिती तुम्ही कुठेही असलात, कोणीही असलात तरी तुमच्यासाठी उपलब्ध होती. हुशार व्ही.आर. सिस्टिम खरोखरच त्याला ती लाखो डॉलर किमतीची मूर्ती दाखवू शकत होती. त्या दृश्यात्मक स्पर्शातून त्या धातूचा गुळगुळीत थंडगारपणा त्याला जाणवू शकत होता.

एक हळुवार उसासा सोडून तो पुन्हा त्याच्या तपासकामाला लागला. आर्थिक माहितीत सुमारे अर्धा तास त्याने लुडबुड केली, पण त्याच्या हाती काहीच लागलं नव्हतं. तिथेच त्याचा मार्ग खुंटला होता. तिथे झुरिकच्या गॅलरीचा उल्लेखही नव्हता. कदाचित ही चांगलीच बातमी होती.

तो उठून उभा राहिला आणि त्याने हाताची बोटं मोडली आणि हात ताणून आळस दिला. खोलीतून फेऱ्या मारत मारत त्याने मिनीबारच्या घटकांवर नजर टाकली. त्याच वेळी सुक्यामेव्याचा छोटा डबा उघडून त्याने तोंडात थोडा सुकामेवा टाकला आणि तो सखोल विचारात गढून गेला.

अचानकच त्याच्या मनात एक वेगळाच विचार आला. लंडनमध्ये असताना आयशेनडॉर्फचा संदर्भ शोधण्यासाठी त्याने सर्च केलं होतं. त्या वेळी त्याच्या संदर्भातली भली मोठी दस्तऐवजांची जंत्री त्याच्या हाती लागली होती. त्या वेळी लक्ष वेधून घेईल असं त्यात काहीही नव्हतं. अचानकच अंत:प्रेरणेनं तो पुढे झुकला. त्याने खांदे उडवले आणि त्याच्या सर्चमध्ये सुधारणा करून 'नटराज' या नावाऐवजी तो 'नटेशा' या नावानं सर्च करू लागला. त्याने नुकत्याच वस्तुसंग्रहालयाला दिलेल्या भेटीत त्याला तो अधिक शुद्ध शब्द असल्याचं समजलं होतं. बाकीचे सगळे निकष त्याने तसेच ठेवले, फक्त हा शब्द तेवढाच बदलला.

काही क्षणांतच रिझल्ट भराभरा समोर येऊ लागले. जॉश स्तब्ध झाला. एका संदर्भामुळे त्याची मर्मदृष्टी एकदम तणावग्रस्त झाली.

त्याच्या कपाळावर खोल आठी पडली. त्याने लगेच ते डॉक्युमेंट उघडलं. गेलं शतक उलटण्याच्या दरम्यान एका जर्मन स्त्रीनं एका नियतकालिकात लिहिलेला तो लेख होता. आयशेनडॉर्फच्या घरात झालेल्या रात्रीच्या जेवणाच्या वेळच्या पार्टीविषयी तिने लिहिलं असावं, असा त्याचा अंदाज होता. तिने लिहिलं होतं.

'फ्राऊ आयशेनडॉर्फनं त्यांच्याकडच्या चोला कांस्य मूर्तीविषयी मोठ्या अभिमानानं सांगितलं आणि आम्हाला अगदी प्रचंड कंटाळा येईपर्यंत ती त्याविषयी बोलत राहिली. अखेरीस तिने मला ती पाहण्याची परवानगी दिली, त्या वेळी सर्वसामान्य साइड टेबलवर ठेवलेली ती नटेशा देवाची मूर्ती माझ्या अंदाजाप्रमाणे एखाद्या

आखीव तावाच्या उंचीहून थोडीशीच अधिक उंचीची असावी. तरीही जवळून निरीक्षण केल्यानंतर त्या नटेशाभोवती गूढ वलय असावं असं मला वाटलं. ते नर्तन करणाऱ्या नटेशाचं स्वरूप एकाच वेळी भयानक आणि मोहकही वाटत होतं. आम्ही सगळ्यांनीच अगदी कर्तव्य म्हणून काही मिनिटं त्याच्याकडे एकटक पाहिलं. तिने तिची ती कंटाळवाणी बडबड आता तरी थांबवावी, असं आम्हाला वाटत होतं.''

जॉश हळूहळू खाली बसला. ते शब्द त्याच्या डोक्यात पुन:पुन्हा घुमत राहिले होते. आता त्याचा निष्कर्ष निश्चित झाला होता.

''जेमतेम एखाद्या आखीव तावाच्या उंचीहून थोडीशीच अधिक उंचीची.'' हाच तो महत्त्वाचा मुद्दा होता. ती सात फुटी महाकाय उंचीची महान मूर्ती नव्हती. याचा अर्थ आयशेनडॉर्फकडे असलेला नटेशा हा वस्तुसंग्रहालयाच्या तळघरात असलेला नटेशा नव्हता, हे यावरून नि:संशयपणे सिद्ध होत होतं.

खरं सांगायचं तर जॉशला मनात कुठेतरी पेचप्रसंगाची, कोंडीची, संदिग्धपणाची अपेक्षा होती. त्याला संशय दूर करणाऱ्या ठाम उत्तराची अपेक्षा नव्हती आणि एवढ्या ठाम उत्तराची अपेक्षा तर नव्हतीच नव्हती. त्याने वाचाळपणे शिव्याशाप दिले. हा फटका पूर्णपणे अनपेक्षित नसला, तरीही तो जोरात बसला होता. तो उठून उभा राहिला आणि येरझाऱ्या घालू लागला.

एखादा ठाम पुरावा मिळाला नसता, तर टॉमला माघार घ्यायला लावणं आणि तो व्यवहार पूर्ण करायला लावणं सहजशक्य होतं. जॉशला त्याची खात्रीच होती. यात विद्याचाच काय तो प्रश्न होता, पण जर ठाम पुरावाच मिळाला नसता, तर तिनेही ती संपादन प्रक्रिया बहुधा थांबवलीच नसती. एखाद्या खासगी संग्राहकापेक्षा एखाद्या वस्तुसंग्रहालयात अशी मूर्ती असणं अधिक योग्य ठरलं असतं.

एक-दोन मिनिटं गेल्यावर हळूहळू तो भानावर आला. त्या जर्नलचं अलीकडेच डिजिटायझेशन करण्यात आलं होतं. त्या गॅलरीचा मालक असलेल्या बॅनरला त्याची माहितीच नसावी. बॉट्सला (सॉफ्टवेअरचा भाग) कदाचित भक्कम संपर्क निर्माण करता आला नसता. 'नटेशा'च्या संदर्भाचे आभार मानावेत तेवढे थोडेच होते. अगदी नंतर कधीतरी भविष्यात क्वचित कोणाला ते सापडलंच असतं तरीही त्याचा संबंध ते वस्तुसंग्रहालयातल्या मूर्तीशी थोडाच जोडणार होते? शिवाय काहीही झालं तरी टॉमशिवाय त्या मूर्तीवर संशोधन करण्यात किती लोकांना रुची होती?

टॉमला त्याच्या आयुष्यात एक चांगली संधी मिळायलाच हवी होती. त्याने टॉमला हे सांगण्याची गरज नव्हती, नव्हे, त्याने त्याला हे बिलकूल सांगायलाच नको होतं. दुसरीकडे टॉमला जर हे समजलं असतं, तर त्याने जॉशला कधीच माफ केलं नसतं. त्याहूनही महत्त्वाची गोष्ट म्हणजे, असं करणं योग्य होतं का?

जॉशनं हताशपणे लॅपटॉप बंद केला. आताशी कुठे रात्रीला सुरुवात होत होती. त्याला आपल्या पुढच्या पवित्र्याचं मूल्यमापन करण्याची गरज होती. सगळ्यात पहिल्यांदा सध्या त्याला तिथून उठण्याची गरज होती आणि त्याहूनही महत्त्वाची गोष्ट म्हणजे, त्याला तेव्हा भरपूर ड्रिंक घेण्याची गरज होती.

११

जीन्स आणि टी-शर्ट घातलेला जॉश जिन्यावरून खाली उतरला.

आदल्या दिवशी त्याने पाहिलेल्या डामडौलाच्या बारमध्ये फॅशनेबल कपडे घातलेल्या दोन भपकेबाज तरुणी उभ्या होत्या. त्यांच्याकडे जाताना त्याने आपल्या कपड्यांकडे साशंकतेनं पाहिलं. पण दरवाजावरच्या काळ्या सुटातल्या बाउन्सरनं त्याला आत जाण्याचा इशारा केला.

जॉश खरं तर नेहमीच बिअर घेणारा माणूस होता. पण आज त्याला आणखी कडक पेय हवं होतं. जाडजूड लेदरच्या कोचाकडे दुर्लक्ष करून तो काउंटरकडे गेला आणि तिथल्या बारच्या स्टुलावर बसला.

जॉशनं व्होडका मार्टिनी हे पहिलं ड्रिंक संपवलं. खरोखरच ते तो झटकन प्यायला होता आणि नंतर चिप्सचा वाडगा त्याच्यासमोर ठेवण्यात येण्याच्या आधी तो ऑलिव्ह चघळत बसला होता.

तिथे अगदी तुरळक गर्दी होती. बहुधा ती आठवडाअखेर असल्यामुळे गर्दी कमी असावी.

प्रकाशयोजनाही सौम्य होती. स्फटिकांवर आणि आरशांवर पडून उसळणारा प्रकाश चमचमत होता. संगीतही फारसं भडक नव्हतं आणि त्याच्या मनात नसली तरी फ्लोरिडामध्ये चांगली भावना होती. पायऱ्या संपत होत्या तिथेच गुहेसारखा खोलगट आकाराचा डान्स फ्लोअर होता.

त्याने डोळे चोळले आणि विचार गोळा करण्याचा प्रयत्न करत मेन्यूचा आढावा घेतला. भारतीय कॉकटेल घेऊन बघावं, असा विचार करून त्याने बारमधल्या माणसाला इशारा केला आणि त्याला समोरच्या मेन्यूकार्डवरची वेगळ्या प्रकारची व्होडका कॉकटेल आणायला सांगितली.

मद्यपानाची ही दुसरी फेरी होती. तो पहिल्या वेळच्या तुलनेत हळूहळू घोट घेत मद्यपान करत बसला होता. त्यातल्या मसाल्याच्या पदार्थांतून मिळणाऱ्या किकची मजा तो घेत होता. इतर लोकांकडेही तो अधूनमधून बघत होता, पण जास्त वेळ तो आपल्या पेयाकडेच रिक्त नजरेनं बघत होता. तो निर्णय घेण्यापासून कोणीतरी त्याला वाचवावं, असं त्याला सारखं वाटत होतं.

लंडनमध्ये असतानाच त्याने टॉमला तो व्यवहार पूर्ण करायला सुचवण्याचे जोरदार प्रयत्न करायला हवे होते. त्याच्याकडे ती संधी होती. पण तो अगदीच मूर्ख होता. इतक्या दूरवर आल्याबद्दल तो स्वत:लाच कमी लेखत बसला होता. टॉमच्या दृष्टीनं मूर्ती किती मूल्यवान होत्या, हे त्याला माहीत होतं आणि टॉमचं आयुष्य किती अवघड होतं हेही त्याला माहीत होतं. त्यामुळेच त्यानंतर नक्कीच होणाऱ्या हृदयभंगापासून त्याने टॉमला वाचवायला हवंच होतं.

काही मिनिटं गेली तसे लोक पांगू लागले. पाश्चात्त्य कपडे घातलेला आणि पाश्चात्त्य पद्धतीनं वागणारा एक तरुण आणि काही स्त्रिया मद्यपान करत, बोलत आणि हसत बसल्या होत्या. जॉशनं एक प्रकारचं सेव्हरी भारतीय मिक्स थोडं थोडं करत संपवलं. त्याने दुसऱ्यांदा घेतलेल्या मद्याबरोबर ते देण्यात आलं होतं. त्यानंतर त्याने आणखी एका मार्टिनीची ऑर्डर दिली.

एक भारतीय तरुण आत आला. तो तिथे नियमितपणे येत असावा हे त्याच्या हालचालींवरून स्पष्ट दिसत होतं. त्याच्याबरोबर त्याचे मित्र होते. तो सगळा घोळका जॉशपासून फारसा लांब बसला नव्हता आणि त्यांचा दंगा सुरू होता. त्या मुलाचे कपडे, चश्मा आणि घड्याळ हे सगळं उच्च युरोपियन डिझाइनचं होतं.

जॉश बसला होता त्या जागेवरून त्या ग्रुपकडे सहजपणे पाहता येत होतं. त्यांच्या त्वचेचा रंग हा त्यांच्याकडे त्या मूर्तीच्या मालकीचे हक्क असल्याचं आणि तिच्याशी त्यांचीच अधिक जवळीक असल्याचं दाखवणारा होता का? त्याच्यापेक्षाही कांस्य मूर्तींची त्यांनाच अधिक काळजी होती यावर त्याने का विश्वास ठेवायला हवा होता?

बारमधल्या त्या वेटरनं त्याच्यासमोर मद्याचा आणखी एक ग्लास ठेवला आणि त्याला तिथलं मद्य आवडत होतं ना, याची चौकशी केली. जॉशनं खिन्नपणे स्मित केलं. आता त्याच्या मद्याबरोबर भाजलेल्या शेंगदाण्यांचा वाडगा आला होता.

टॉमनं मालकीविषयी अशी कट्टर भूमिका कधीच घेतली नसती हे जॉशला माहीत होतं. कला आणि कलात्मक वस्तू त्यांच्या उगमस्थानाच्या बाहेर असण्याविषयीचा त्याचा दृष्टिकोन किंचित वेगळ्या प्रकारचा होता. पण व्होडकानं जॉशच्या मनात निर्माण केलेल्या संतापामुळे जॉश किरकोळ युक्तिवादाची काळजी करण्याच्याही पलीकडे पोहोचला होता. त्याच्या मनात असा विचार आला होता की, चोला कलेची

प्रशंसा करणाऱ्या, त्याविषयी मनात पूज्य भाव आणि आदर असलेल्या टॉमकडेच ती मूर्ती असणं अधिक योग्य होतं.

त्या घोळक्याकडे पाहत असतानाच त्याने मद्यपानाची आणखी एक फेरी पूर्ण केली आणि आणखी एका बाटलीची ऑर्डर दिली.

त्या तरुण भारतीयानं बारमधल्या वेटरला काहीतरी सांगितलं आणि काही मिनिटांतच बारमधला दुसरा माणूस तिथे आला. त्याबरोबर तो घोळका जोरजोरात ओरडत आणि आरोळ्या देत राहिला. त्या माणसानं त्यांना अभिवादन केलं आणि शूटर्सची आणि डायक्विरिजची त्यांची मद्यं मिसळायला त्याने सुरुवात केली आणि नंतर रिकाम्या बाटल्या उडवून झेलायला सुरुवात केली. त्याबरोबर ते कौतुकानं आरोळ्या ठोकू लागले. अखेरीस आत आग पेटवलेल्या बाटल्यांच्या अशाच प्रकारच्या दीर्घ प्रयोगानं त्याने त्याचं ते काम संपवलं.

"हं! *या मुलांपेक्षा टॉमच जास्त भारतीय आहे,"* जॉशनं स्वत:लाच संतप्तपणे, भांडखोरपणे सांगितलं. अर्थातच अल्कोहोलचा तो प्रभाव होता. या संपादनामुळे टॉमच्या करिअरमध्ये चांगलीच प्रगती झाली असती आणि तिला तो पात्र होता. चोलाकालीन कांस्य मूर्तींचा तो उत्तम व्यवस्थापक बनला असता आणि चोलाकालीन मूर्तीवर इतर कोणत्याही वस्तुसंग्रहालयापेक्षा त्याचाच उत्तम अधिकारही होता. त्या तरुण भारतीयानं बिलावर सही केली. त्यानंतर बारमनकडे पैशांचं एक जाडजूड बंडल फेकलं आणि त्याच्या टोळक्यासह तो तिथून निघून गेला. आता तिथे फक्त संगीताचा आवाज आणि दूरवरून येणारे काही आवाज आणि थोडाफार गोंगाट ऐकू येत होता.

'आयुष्य किती अन्यायकारक आहे,' जॉशनं विचार केला. त्याने आणखी एक मद्याचा पेला संपवला होता त्या वेळी तो आणखी अंधूक, अस्पष्ट दु:खात आणखी खोलवर बुडाला होता. आपला हा विचार त्याने त्या बारमनला सांगितला आणि त्यानेही त्यावर सहानुभूतीनं मान डोलावली.

बारमननं त्याच्या समोर पाण्याचा नवीन ग्लास ठेवला आणि जॉशनं हॉटेलमधल्या भारतीय रेस्टॉरंटमध्ये जेवणाचा अनुभव घेतला होता का, असं त्यानं विचारलं.

जॉशनं मान हलवली.

"ही टॉमची पद्धत आहे. त्याला भारत आवडतो. पहिल्यांदा त्याला त्याचे पाय गमवावे लागले आणि नंतर चार वर्षांनी त्याच्या नालायक बॉयफ्रेंडनं ....म्हणजे चार वर्षांच्या... नाही, खरं तर ती त्याची चांगली सुटका झाली. पण मला खरोखरच काहीच वाटलं नव्हतं... म्हणजे मला असं म्हणायचंय की, मी त्या वेळी अधिक सहानुभूतीनं वागू शकलो असतो."

बारटेंडरनं सांगितलं की, तो जे म्हणत होता ते तो पूर्णपणे समजू शकत होता.

"मी त्याला मुळीच सांगणार नाही," जॉशनं जाहीर करून टाकलं.

थोड्या वेळानं आपण बारमध्ये बराच वेळ घालवल्याचं त्याच्या स्वत:च्याच कसंबसं लक्षात आलं आणि तो खोलीकडे निघाला. कॉरिडॉरमध्ये उभा असलेला दणकट शरीरयष्टीचा रेस्टॉरंटचा साहाय्यक लगबगीनं पुढे आला आणि लिफ्टची बटणं दाबण्यासाठी त्याने त्याला साहाय्य केलं. जॉशला वाटलं की, त्याने एवढं मर्यादशीलपणे वागण्याची गरजच नाही. त्याने त्याला सांगितलं की, तो लोकशाहीत राहतो, वसाहतवादी राजवटीत नाही.

"अर्थातच सर," त्या माणसानं त्याच्या म्हणण्याला संमती दर्शवली आणि लिफ्ट सुरू होण्यासाठी त्याच्या कार्डाचा वापर केला.

दरवाजांवरचे क्रमांक बारकाईनं न्याहाळत जॉश त्याच्या खोलीजवळ पोहोचला. प्रकाश खरोखरच मंद होता आणि कॉरिडॉर अतिशय शांत होता. की-कार्ड सरकवण्यासाठी तो धडपडत असताना त्याला सारखं वाटत होतं की, तो निर्णय पूर्णपणे चुकीचा होता. त्याने तसं टॉमला लगेच सांगायला हवं होतं. त्याला लगेच सांगून त्याने ते सगळं संपवून टाकायला हवं होतं. खोलीचा दरवाजा उघडण्याची धडपड करत असतानाच त्याने फोन बाहेर काढला आणि टॉमला फोन लावला. तो पहिल्यांदा क्षमा मागणार होता आणि नंतर ते सांगणार होता.

त्याच्या मनातलं दुःख तीव्र आणि त्याला विदीर्ण करणारं होतं.

"मला माफ कर टॉम, मला माफ कर," टॉमचा आवाज ऐकल्याबरोबर तो रडत रडत बरळत बोलला. "मी इथे आहे आणि तू तिथे आहेस. तू पुरुष आहेस, हिरो आहेस... मला माफ कर, त्या जर्मन बोलणाऱ्या स्त्रीला ती मूर्ती आवडली नाही, नटा... नटरेसा... तू तिथे चाकाच्या खुर्चीत बसलेला आहेस आणि मी इथे आहे आणि ते सगळे डिझायनर कपडे घालतायत आणि डिझायनर शूजही वापरतायत. तुला हे करता आलं नाही, त्याचं मला वाईट वाटतंय. मला त्याबद्दल खरंच वाईट वाटतंय."

अखेरीस तो खोलीत शिरला. धोक्याची सूचना देणारा टॉमचा आवाज अर्धवट ऐकू येत असतानाच तो कसाबसा पलंगावर धाडदिशी कोसळला आणि लगेच गाढ झोपी गेला.

२०

विद्याला तातडीनं कार्यालयात येण्याचा आदेश मिळाल्यामुळे तिला टॉमबरोबरचं बोलणं अगदी थोडक्यात आवरतं घ्यावं लागलं होतं. त्यांनी वस्तुसंग्रहालयाला दिलेल्या भेटीमुळे टॉम रोमांचित झाला होता. संभाषण घाईघाईत होत असलं तरीही किंचितशा चिंतेनंच तिच्या जॉशविषयीच्या मतात थोडासा तरी बदल झाला होता का, असं त्याने तिला नेमकेपणानं विचारलं होतं.

तिच्या मतात फक्त बदलच झाला नव्हता, तर आणखीही बरंच काही घडलं होतं, असा तिने अस्वस्थपणे विचार केला. त्यांच्यातलं शत्रुत्व केव्हाच संपलं होतं आणि शत्रुत्वापासूनच्या विनम्र मैत्रीपर्यंतच्या प्रवास त्यांनी केला होता. तेवढ्या अल्पशा काळातच सहजपणे एकमेकांची थट्टामस्करी करण्यापर्यंत ते पोहोचलेही होते. प्रणयाराधन ही आता यापुढची अटळ पायरी असल्यासारखं वाटत होतं.

ती घरी परतेपर्यंत आधीच सात वाजले होते. कार आणि दुचाकी पुन्हा त्यांच्या जागी उभ्या होत्या. रस्त्याच्या भिंतीजवळ आणि झाडांखाली नेहमीप्रमाणेच त्या लावण्यात आल्या होत्या. शेजारपाजारचे क्रिकेट क्लबचे सदस्य आता आपापल्या घरी गृहपाठ करण्यासाठी गेले होते आणि अन्नाच्या शोधात भटकत दूरवर गेलेला तो संकरित कुत्राही आता परतला होता. शेजारच्या घरांमधून टीव्हीवरच्या वेगवेगळ्या कार्यक्रमांचे मोठमोठे, कर्कश आवाज ऐकू येत होते.

झटकन थंड पाण्याचा शॉवर घेऊन तिने उरलेलं सांबार गरम केलं. ताजी भाजी केली. बीटरूट कापल्यामुळे तिची बोटं लाल रंगात रंगून गेली होती. तिने थोडासा भातही केला. एखादा गोड पदार्थ असावा म्हणून पेरू आणि केळी कापून ठेवली. तिच्या आईनं तिच्यामध्ये आरोग्यपूर्ण आहाराची पद्धत रुजवली होती. त्यामुळे चौरस आहार नसेल, तर तिला स्वत:लाच अतिशय अपराधीपणा जाणवत असे आणि

शारीरिकदृष्ट्या आजारी असल्यासारखंही वाटत असे. तिच्या आईला घर एवढं नीटनेटकं आणि स्वच्छ ठेवणं, चविष्ट स्वयंपाक करणं आणि त्याच वेळी करिअरही सांभाळणं या गोष्टी कशा काय जमत होत्या याविषयी नेहमीप्रमाणेच तिला आश्चर्य वाटलं.

तिने टेबलावर जेवणासाठी तयारी केली आणि आपल्या वहीत काहीतरी लिहिण्यात गुंतून गेलेल्या आरएसटींना जेवणाची वेळ झाल्याची आठवण केली. त्यांच्या बेडरूममध्ये तिने त्यांच्यासाठी डेस्कटॉपची व्यवस्था करून घेतली होती, पण तरीही त्यांनी अतिशय काळजीपूर्वक जपून ठेवलेल्या त्यांच्या जुन्या पद्धतीच्या शाईच्या पेनानं लांबट वहीत लिहायलाच त्यांना आवडत असे. त्यांनी त्यांची पुस्तकं आणि वह्या नीट बाजूला ठेवल्या आणि नंतर हात-पाय धुऊन ते जेवायला आले.

"तुझा तो अमेरिकन मित्र काय म्हणतोय?" जेवायला बसण्यासाठी खुर्ची बाहेर ओढताना त्यांनी विचारलं.

"तो म्हणजे अगदी नमुनाच आहे. तो हुशार आहे आणि बिलकूल घमेंडखोर नाही. अगदी गमतीजमती करणाराही आहे. काल माझं त्याच्याबद्दल झालेलं मत पूर्ण चुकीचं होतं आणि..." आरएसटींच्या चेहऱ्यावर उमटलेलं आश्चर्य बघून ती बोलता-बोलता थबकली. आपल्या आवाजात नको इतका उत्साह असल्याचं त्यांना जाणवलं असावं, असं वाटून क्षणभर विद्याचे शब्द ओठांवरच अडखळल्यासारखे झाले. ती स्तब्ध झाली. तिच्या चेहऱ्यावर अस्वस्थतेचे भाव पसरले.

आरएसटींनी तिच्यात केवढा मोठा बदल झाला होता ते बरोबर ओळखलं होतं आणि त्याच्याविषयीचं तिचं मतही किती बदललं होतं आणि तिच्या वागण्यात किती चमक आली होती तेही त्यांच्या लक्षात आलं होतं. आणखी वेंधळेपणानं दिलेल्या स्पष्टीकरणातून त्यांना आणखी काहीतरी समजलं असतं. त्यांनी विचारलं, "तू संपूर्ण दिवसभर काय केलंस?"

तिने अगदी शांतपणानं उत्तर देण्याचा प्रयत्न केला आणि वस्तुसंग्रहालयातल्या भेटीविषयी तपशिलानं सांगितलं.

"अप्पा, त्या मूर्ती अगदी स्तंभित करणाऱ्या आहेत. आपण तिथे आधी कधीच कसे काय गेलो नव्हतो?"

त्यांनी भातावर सांबार ओतून घेतलं आणि नंतर ते म्हणाले, "तू लहान असताना आपण तिथे नेहमीच जात होतो. उन्हाळ्याच्या सुट्टीत आपण तिथल्या ग्रंथालयात आणि काही वेळा वस्तुसंग्रहालयातही जात होतो. तुला ते आठवत नाही का? आपण तिथल्या पायऱ्यांवर बसून कैऱ्यांच्या आणि अननसाच्या फोडी खात असू. तू त्या फळांच्या फोडींवर मसाला भुरभुरवून खाण्याचा हट्ट धरायचीस आणि नंतर ते खूपच तिखट आहे, असं ओरडत आजूबाजूला धावत सुटायचीस."

त्यांच्या आवाजातला लडिवाळपणा पाहून ती आश्चर्यचकित झाली आणि एवढ्या तपशीलवारपणे त्यांना ते सगळं आठवत होतं, याचा अर्थ त्या त्यांच्या आवडत्या आठवणी होत्या हेही तिच्या लक्षात आलं. "आपण ग्रंथालयात गेल्याचं मला अगदी अंधूक आठवतं, पण वस्तुसंग्रहालयात गेल्याचं अजिबातच आठवत नाही. तुम्ही धार्मिक गोष्टी किंवा उतरती कळा लागलेल्या बूर्झ्वा गोष्टी म्हणून त्या मूर्तींना बहुधा तातडीनं दूर केलं असावं, असं मला वाटलं होतं," ती भुवया उंचावत म्हणाली.

"आणि मी त्यांची विल्हेवाट लावण्याचा सल्ला दिला होता, असंही तुला वाटलं होतं का?" त्यांच्या आवाजातून किंचित थट्टेचा सूर डोकावत होता.

"नाही. एवढंही टोकाचं नव्हतं वाटलं मला."

"चोलाकालीन कांस्य मूर्ती कुणी तयार केल्या ते सांगता येत नाही किंवा त्या तिथे कुणी आणल्या तेही सांगता येत नाही. त्यामागे समूहाच्या मालकीची भावना जागृत करण्याचा हेतूच असला पाहिजे. इथे आपण ज्याला समूह म्हणतो, त्या शब्दाची नेमकी व्याख्या करणं कठीण आहे, हे मला मान्य करावंच लागेल; परंतु तरीही मला ते आकर्षक वाटतं. सुमारे वीस वर्षांपूर्वी मी मंदिरांच्या आणि धार्मिक कलांच्या व्यापारीकरणाच्या प्रक्रियेवर एक लेख लिहिला होता. त्यात मी त्यांच्या विरोधात खंबीर भूमिका घेतली होती. पण आता कालौघात..." त्यांच्या डोळ्यांत विचारमग्नतेचा भाव होता. "आपण असं म्हणू या की सौंदर्यशास्त्र आणि धार्मिक कला यांच्याविषयीचे माझे दृष्टिकोन विकसित झाले आहेत." त्यानंतर त्यांनी एंजेल्सचा उल्लेख केला आणि स्वाभाविकपणेच त्यापाठोपाठ मार्क्सचाही उल्लेख आलाच.

त्यांना अशा गोष्टींविषयी बोलताना अनेक वर्षं ऐकूनही ते नेमकं काय सांगण्याचा प्रयत्न करत होते ते तिला कधीच समजलं नव्हतं. त्यामुळे आणि वस्तुसंग्रहालय पाहायला गेल्याचं तिला आठवत नव्हतं, त्यामुळेही विद्या अस्वस्थ झाली, गडबडून गेली.

त्यांनी तिच्याकडे बघून प्रश्नार्थकपणे भुवया उंचावल्या.

"व्यक्ती म्हणून मी तुम्हाला पूर्णपणे समजू शकलेय असं मला वाटत नाही, अप्पा," तिने मान्य केलं. ते चकित झाल्यासारखे वाटले, पण हात हलवून त्यांनी तिचं म्हणणं उडवून लावलं.

"काहीही असो, मला एवढंच म्हणायचंय की, सगळ्याच जुन्या गोष्टी पूज्य नसतात. शिवाय धार्मिक गोष्टींच्या पलीकडे इतरत्र धातुशास्त्राचा एवढा स्पष्ट आविष्कार झाल्याचं दिसत नाही, ही गोष्टही मला कीव करण्याजोगी वाटते. पण ते जाऊ दे, मला सांग त्याला हवी होती तशी मूर्ती मिळाली का? अखेर त्याने

एखादी मूर्ती विकत घेतली का?''

आपलं उत्तर सहज आणि दुष्परिणाम न करणारंच असावं, असं वाटल्यामुळे काय उत्तर द्यावं, या विचारानं क्षणभरासाठी विद्या गोंधळली. नंतर ती म्हणाली, ''नाही. अजून तरी नाही. पण लवकरच एक मूर्ती बनवून घेण्यासाठी तो ऑर्डर देण्याच्या बेतात आहे.''

''त्याच्याविषयीच्या तुझ्या मतात चांगलीच सुधारणा झाल्याची दिसतेय,'' ते म्हणाले आणि क्षणभर थबकून त्यात भर टाकत ते म्हणाले, ''त्याने स्वत:च्या वागण्यात नेत्रदीपक सुधारणा केल्याचं दिसतंय.''

''असेलही, पण तुम्ही म्हणाला होतात, त्याप्रमाणे मी त्याचं चुकीचं मूल्यमापन केलं असेल,'' ती पुटपुटली.

''हं...'' तिच्या वडिलांनी विचारमग्न होत तिच्याकडे पाहिलं आणि नंतर क्षणभर थांबून त्यांनी तो विषय बदलला. कृषी विधेयकावर त्यांनी लिहिलेल्या लेखाबद्दल ते बोलू लागले.

तिच्या वडिलांच्या परिचित आवाजामुळे दिलासा वाटल्यानं विद्या शांत झाली. नेहमीप्रमाणेच त्यांच्या आवाजात ठाम निश्चय आणि खंबीरपणा होता, त्याच सुरात ते मोठमोठ्या विषयांवर बोलत राहिले.

त्यानंतर थोड्या वेळानं तिला त्यांच्याबद्दल वाईट वाटलं, कारण त्यांचं उभं आयुष्य त्यांनी काही उद्दिष्टांसाठी वाया घालवलं होतं आणि लोकांनी त्या बदल्यात त्यांना काहीही दिलं नव्हतं. त्यांच्या आवतीभोवती सगळीकडे त्यांचा आयुष्यभराचा विश्वास, श्रद्धा यांचा पराभव होत असल्याचं पाहताना त्यांना प्रचंड वेदना होत असतील, असा विचार तिच्या मनात आला. तिच्या आईनं त्यांचं एकारलेपण, हेकटपणा कसा सहन केला असेल, असं नेहमीच तिला वाटत असे. पण त्या वेळी पहिल्यांदाच त्यांनी हे सगळं कसं सहन केलं असेल, असा विचार तिच्या मनात आला होता.

त्या दोघांनी टेबल आणि स्वयंपाकघर आवरल्यानंतर ते टीव्हीवरचा प्राइम टाइम वादविवाद पाहायला गेले आणि ती अंथरुणावर पडली. तिचं मन जॉशबरोबर घालवलेल्या त्या दिवसाच्या आठवणीत रमलं. तिला त्याच्याबरोबरची संभाषणं आणि घटना आठवू लागल्या. तिने त्याविषयी स्मित केलं आणि तो नेमका कसा होता याचं आश्चर्य तिच्या मनात दाटून आलं.

तिलाही बॉयफ्रेंड होता, असं तिने जोशला कशामुळे सांगितलं होतं याचंही तिला आश्चर्य वाटत होतं. तिच्याविषयीची सगळीच माहिती तो शोधू शकला नव्हता, असं त्याला वाटावं यासाठी तिने ते अंशत: केलं होतं. पण तिला असंही वाटलं की, बहुधा तिने त्याद्वारे स्वत:भोवती एक संरक्षक भिंत उभी केली होती.

तिने एसी सुरू केला आणि पलंगावर आडवी होऊन तिच्या दुसऱ्या भावानं तिला दिलेला तिचा लॅपटॉप सुरू केला. तो चांगला चालत होता. बहुतेक घरांप्रमाणेच त्यांच्या घरातही फक्त त्यांच्या बेडरूमनाच एअर कंडिशनिंग होतं.

तिने 'नॉस्टॅल्जिया बाय थायक्कुडम ब्रिज' या म्युझिक बँडची स्वतःला सोबत म्हणून निवड केली.

त्यानंतर ती शोध घ्यायला सुरुवात करणारच होती, तेवढ्यात तिच्या चुलतभावाचा फोन आला. त्यानेच तिला त्या अधिकाऱ्याची ओळख करून देण्यास मदत केली होती. त्यांनी सुरुवातीला काही जुजबी बोलणं केलं आणि नंतर त्याने केलेल्या मदतीबद्दल तिने त्याचे आभार मानले.

"ऐक, आज सकाळी मी कामावर होतो. त्यामुळे तुझ्याबरोबर जास्त वेळ बोलता आलं नाही. तू जी चौकशी केलीस त्याबद्दल काकांना काळजी वाटत होती."

"खरंच त्यांना काळजी वाटत होती?" तिने जाणीवपूर्वक आवाज सहज ठेवत विचारलं.

"ते त्रासून गेले होते आणि खरं म्हणजे त्यांना खूपच चिंता वाटत होती."

"का?"

"कारण तू ज्या दुकान मालकाची चौकशी करत होतीस, तो एक बडं प्रस्थ आहे, त्याची वरपर्यंत ओळख आहे. खूपच प्रभावशाली लोक त्याचे मित्र आहेत."

"हं, पण मी त्यांचं नाव कुठेही उघड करणार नाही, याची तू त्यांना खात्री दिलीच असशील ना?"

"नाही, विद्या, तुझ्या लक्षात आलेलं नाही, त्यांना तुझी काळजी वाटत होती."

विद्यानं आवंढा गिळला. त्याच्या गंभीर आवाजानं ती अस्वस्थ झाली. त्याला वाटणारी चिंता हलकी करण्याचा तिने प्रयत्न केला, पण तिने अडखळत कशीबशी केलेली स्पष्टीकरणं तुटपुंजी होती हे तिलाही माहिती होतं.

त्याने उसासा टाकला. "तुला समजतंय का, आम्हाला सगळ्यांना तुझी काळजी वाटतेय. अशा प्रकारच्या लोकांच्या वाकड्यात शिरणं धोकादायक असतं, विद्या," तो म्हणाला. त्याने दिलेला सल्ला सर्वसामान्य होता, पण गंभीर होता आणि अगदी कडक, कठोर होता. "ते काहीही करायला मागेपुढे पाहणार नाहीत."

त्याने चिंतायुक्त आवाजात तिला त्या माणसाच्या राजकीय लागेबांध्यांची, त्याच्या मालकीच्या व्यवसायांची लांबलचक यादीच दिली. तिने याविषयीच्या अगदी क्षुल्लक गोष्टीतही अडकू नये, असं त्याने तिला सांगितलं.

ती काहीही करणार नाही, याची तिने त्याला हमी दिली. थोड्या वेळानं तो फोन संपला आणि त्या गंभीर सूचनेचं काय करावं, याचा विचार करत विद्या तशीच बसून राहिली. तिला अस्वस्थपणा वाटत होता आणि थोडीशी भीतीही वाटत होती. त्या

अधिकाऱ्याला तिच्या चुलतभावाला हे सगळे तपशील सांगण्याची गरज का भासली होती? त्या अधिकाऱ्यानंही तिला सावधगिरीचा इशारा देण्याचा प्रयत्न केला होता हे तिला आठवलं.

तिने जॉशला याविषयी संदेश पाठवला. पण त्याच्याकडून कसलंच उत्तर आलं नव्हतं. त्याने काही वेळापूर्वीच संदेश पाठवणं बंद केलं होतं. कदाचित त्याला संदेश पाठवण्याचा अतिरेक करायचा नसावा किंवा कदाचित त्याची ती मादक डेट ऐन मध्यावर आली असेल, असा तिने विचार केला आणि अकारणच तिला निराश झाल्यासारखं वाटलं. त्याच्याप्रमाणे तिला तिचा मूल्यवान वेळ असा क्षणाक्षणानं वाया घालवायचा नव्हता. तिने स्वतःलाच ते बजावून सांगितलं आणि तिच्या संशोधनाला सुरुवात केली.

तिच्या फोनवर बीपचा आवाज झाला. त्यामुळे तिला संदेश आल्याचं समजलं. तिने झटकन फोनवर झडप घातली, कारण जॉशकडून संदेश येण्याची तिला अपेक्षा होती.

"सगळं ठीक आहे ना?" टॉमनं संदेश पाठवला होता.

'म्हणजे काय?' तिने उत्तरादाखल पाठवलेल्या संदेशात विचारलं.

तो तिला फोन करू शकेल का, असं त्याने विचारलं आणि तिने संमती दिल्यावर त्याने तिला फोन केला.

"जॉशनं मला फोन केला होता. पण त्याचा आवाज... त्याचा आवाज अगदी दारू पिऊन बरळल्यासारखा, अतिशय त्रास होत असल्यासारखा होता. याआधी कधीही अशा प्रकारे तो पिऊन झिंगल्याचं मी पाहिलेलं किंवा ऐकलेलंही नाही." तो म्हणाला.

विद्याच्या कपाळावर आठ्या पडल्या. "मी त्याला सोडून आले त्या वेळी तर तो चांगला होता," ती म्हणाली.

"काळजी करू नकोस. त्याला नक्कीच कंटाळा आला असेल आणि त्याची पावलं बारकडे वळली असतील," टॉमनं ते हसून उडवून लावण्याचा प्रयत्न केला, पण त्याची काळजी जाणवण्याइतपत स्पष्ट होती.

"मी यात काही करावं असं तुला वाटतंय का?"

"अर्थातच नाही! मला फक्त बोलावंसं वाटलं. पण तू एवढ्या उशिरापर्यंत कशामुळे जागी आहेस?"

"मला थोडा वेळ कामावर जावंच लागलं आणि त्यामुळे जेवणही उशिरा झालं. ते कसं असतं ते तुला माहितीच आहे, एका गोष्टीतून दुसरी गोष्ट निघत राहते."

त्याचा आवाज हळुवार झाला. "अगं विद्या, तू देत असलेल्या पाठबळाबद्दल

मी खरोखरच तुझ्याशी कृतज्ञ आहे. अशी निरपेक्ष मैत्री ही दुर्मीळ भेट आहे.'' त्याच्या आवाजात काहीसं आर्जव होतं.

''टॉम गप्प बस.''

''ठीक आहे.''

''तुला माहीत आहे का, टॉम, त्या वस्तुसंग्रहालयात एवढ्या सगळ्या कांस्य मूर्ती पाहिल्यावर मला एकाच वेळी अभिमान आणि लाजही वाटली. म्हणजे मला असं म्हणायचंय की, मी कधीही त्यांचा खरोखरच अभ्यास करण्याचा विचारही केला नव्हता.''

''होय. आपल्याला जी गोष्ट सहज उपलब्ध असते तिच्याकडे आपण दुर्लक्ष करतो. म्हणतात ना, पिकतं तिथे विकत नाही.''

शिवाय तिला आणि जॉशला त्या वस्तुसंग्रहालयात वेळ घालवता आला होता आणि टॉमला ते जमलं नव्हतं ही गोष्टही किती अन्याय्य होती. नंतर तिला वाटलं की, बहुधा हाच विचार जॉशच्याही मनात आला असेल आणि त्यातूनच तो नशेच्या आहारी गेला असावा.

ते पहिल्यांदाच याविषयी बोलत असल्यानं टॉमनं त्याच्या ताब्यात असलेल्या मूर्तीची माहिती दिली आणि नंतर त्यांचा विषय वस्तुसंग्रहालयाच्या भेटीकडे वळला.

''त्या वस्तुसंग्रहालयात फारशी सुरक्षाव्यवस्था असल्यासारखं वाटत नव्हतं.''

''चोला कांस्य मूर्ती भरीव असतात. त्या पोकळ नसतात. त्यांचं वजन भरमसाट असतं. त्यांना उचलून नेणं ही सोपी गोष्ट नसते. दुसरी गोष्ट म्हणजे, त्यांच्यावर उत्तम प्रकारे ओळखण्याच्या खुणा असतात.''

''म्हणजे काय? कसल्या ओळखीच्या खुणा?''

''प्रत्येक मूर्तीचं वर्णन करणारे घटक असतात. उच्च दर्जाचे डिजिटल फोटो, रासायनिक रचनेचे तपशील, अगदी छिद्रांचं वर्णन - म्हणजे धातू घन होत असताना त्यात अडकलेल्या बुडबुड्यांची माहितीही असते. या सगळ्या गोष्टी रेडिओग्राफीच्या साहाय्यानं शोधलेल्या असतात. कोणत्याही प्रतिष्ठित संग्राहकाला तुम्ही त्या विकू शकत नाही. जर पकडलं गेलं तर मूळ देशात ती मूर्ती पाठवून देणं अगदी सहजशक्य असतं.''

''टॉम?''

''बोल?'' टॉमला तिच्या पुढच्या प्रश्नाचा अंदाज आला असावा. तो खिदळल्यासारखा हसला.

''तू... अं... म्हणजे आपल्या मूर्तीची तुलना...?''

''हो तर. मी ती केलीच आणि तिचं वर्णन कोणत्याही ज्ञात मूर्तीच्या वर्णनाशी जुळत नाही. मुळात तिची उंचीच अद्वितीय आहे.'' नंतर तो थोडा थांबला आणि

हळुवार आवाजात पुढे बोलू लागला, ''सध्या मंदिरांमध्ये पूजा केल्या जाणाऱ्या पूर्वीच्या मूर्तींवर अशी माहिती नोंदवलेली नसते, हे लक्षात ठेव.''

याचा अर्थ त्यांच्या मूर्तीची एखाद्या मंदिरातून चोरी झाल्याची शक्यता होती. त्या घटनेचं खरं गांभीर्य समोर आल्यामुळे ती मुळापासून हादरली.

टॉम कथाकथनात पटाईत होता. त्या रात्री त्याने तिला मूर्तीचोरीच्या दोन प्रसिद्ध गोष्टी सांगितल्या होत्या. ती राहत होती त्या ठिकाणांपासून फक्त रात्रभरात त्या दोन्ही ठिकाणी पोहोचणं सहज शक्य होतं. पहिल्या कथेत मूळ मूर्तीच्या जागी तिची प्रतिकृती ठेवून मूळ मूर्ती पळवून तिची तस्करी करण्यात आली होती. दुसरी कथा थोडीशी अधिक गुंतागुंतीची होती. तिच्यात कोणीतरी विहिरीसाठी जमीन खणत असताना त्याला मूर्ती सापडली होती. मूर्ती सापडल्याचं सरकारदरबारी कळवण्याऐवजी त्या माणसानं ती बेकायदेशीरपणे विकली आणि अखेरीस ती मूर्ती देशाबाहेर पाठवली गेली.

''आपली ही मूर्तीही अशीच गाडली गेलेली मूर्ती असेल का?'' तिने नकळतपणे वापरलेला 'आपली' हा शब्द बरंच काही सांगून जात होता, हे तिच्या लक्षात आलं. तिने कसं कोण जाणे, पण त्या मूर्तीच्या संदर्भात टॉमसह स्वत:चाही समावेश करून टाकला होता. जणू काही ती मूर्ती त्यांची होती.

''शक्य आहे. पण त्या मूर्तीवर थोडासा हिरवट-काळपट रंग चढल्यासारखा दिसतोय. त्यामुळे मातीत गाडल्या गेलेल्या एखाद्या गोष्टीत ती चपखलपणे बसत नाही. स्थिरपणे एखाद्या अंतर्भागात अनेक वर्षं ती उघड्यावर असावी, असं तिच्यावर चढलेल्या हिरवट-काळपट थरामुळे स्पष्ट होतं.''

''हा हिरवट-काळपट थर म्हणजे काय?''

''तू काळवंडणं हा शब्द ऐकलायस का?''

''होय.''

''हा थर तसाच वाटतो. गंज चढल्यासारखा हा थर दिसतो. काही धातू आणि त्यातही विशेषत: तांब्यासारखे काही धातू वातावरणाशी प्रक्रिया करतात आणि त्यांचा पृष्ठभागाचा रंग उडाल्यासारखा दिसतो. त्यामुळे काही मूर्तींवर सुंदर काळपट झाक येते. तू स्वातंत्र्यदेवतेच्या पुतळ्याची चित्रं पाहिली आहेस का? तिच्यावर दिसणारा हिरवट रंग म्हणजे ही अशी तकाकी किंवा थर आहे. पण काही पुतळे एवढे नशीबवान नसतात. त्यांच्यावर अगदी खराब, घाणेरड्या रेघा आणि सखोल डाग निर्माण होतात.''

ती शांतपणे, अगदी तळमळीनं, सुज्ञपणे आणि मैत्रीपूर्ण दृष्टिकोनातून टॉमचं बोलणं ऐकत होती.

''कांस्य हे सर्वांत आधीचं संयुग आहे. तांब्याची सगळीच संयुगं एकसारखी

नसतात. ग्रीक कांस्य मूर्तींमध्ये चोलाकालीन कांस्य मूर्तींच्या तुलनेत वेगळे घटक असतात. पण तुम्हाला तांबं घ्यावंच लागतं आणि मग त्यात कथील किंवा शिसं यांसारखे निवडलेले धातू योग्य प्रमाणात तुम्ही मिसळता. त्यानंतर जे कांस्य तयार होतं, त्याचे गुणधर्म मूळ धातूंच्या तुलनेत अधिक इष्ट आणि उपयुक्त असतात. यातून एक तात्त्विक संदेश दिला जातो, असं तुला वाटत नाही का?''

"मला बहुतेक तसंच वाटतंय,'' तिने स्मित केलं. कला आणि इतिहास, तसंच मंदिरांच्या समृद्धीवरून होणारी युद्धं आणि धर्म यांविषयी टॉम बोलू लागल्यावर विद्या नेहमीप्रमाणेच अगदी कौतुकानं ऐकत होती. पण लवकरच त्यांनी एकमेकांचा निरोप घेतला.

फोन ठेवल्यानंतर लगेच झोपण्याची इच्छा नसल्यामुळे विद्यानं आणखी थोडा गृहपाठ करावा, असं ठरवलं. त्या मूर्तीचा इतिहास काय होता? ती कोणी तयार केली होती? ती खरोखरच काही महिन्यांपूर्वी जहाजावरून तिकडे पाठवण्यात आली होती? या प्रश्नांनी तिचा पिच्छा पुरवला होता.

ती तमिळ आणि इंग्रजी वृत्तपत्रांतल्या बातम्यांचा बारकाईनं धांडोळा घेऊ लागली. जॉशनं सांगितलेल्या कालावधीत एखाद्या कांस्य मूर्तीविषयी एखादी बातमी किंवा माहिती एखाद्या नियतकालिकात किंवा वेबसाइटवर आहे का, ते ती पाहत होती.

ग्रामीण परिसरात कित्येक शतकं जुनी असलेली मंदिरं प्रचंड प्रमाणात पसरलेली होती आणि तिथे सातत्यानं भक्तांच्या लागणाऱ्या भल्या मोठ्या रांगांमध्ये वाढच होत चालली होती. तिने वाचलेल्या सगळ्या बातम्या वेगवेगळ्या प्रकारच्या महोत्सवांच्या, खास प्रार्थनांच्या, चमत्कारांच्या आणि जीर्णोद्धारांच्या होत्या. त्यात तिला काहीही वेगळं आढळलं नाही. म्हणजे नक्कीच घरफोडीसारखं काहीही आढळलं नाही.

पण पुरातन मूर्ती आणि त्यांच्यावरचा हिरवट-काळपट थर यावर लिहिलेला एक विद्वत्तापूर्ण लेख तिला आढळला. तो कुतूहल चाळवणारा होता म्हणून तिने त्याचं प्रिंट काढून घेतलं. तो कितपत महत्त्वाचा असेल ते तिला माहिती नव्हतं, पण अंत:प्रेरणेनंच तिला असं वाटत होतं की, ती ज्या गोष्टीच्या शोधात होती त्या संदर्भात तपासण्याजोगी एखादी गोष्ट त्या लेखात आढळेल. भारतीय प्राचीन कलात्मक वस्तू परदेशात जहाजावरून पाठवण्यासंदर्भातील कायद्याविषयीच्या काही रुचिपूर्ण गोष्टी आणि नियमही तिला सापडले. त्या बॉक्समध्ये काय होतं ते शोधण्याचा मार्ग तिला सापडला होता, हे तिच्या लक्षात आलं.

दुसऱ्या दिवशी याविषयी जॉशबरोबर बोलावं, असं तिनं मनातल्या मनात निश्चित करून टाकलं.

थोड्याच वेळात लॅपटॉप बंद करून तिने झोपण्याची तयारी केली.

ती पलंगावर झोपली त्या वेळी जॉश नेमका काय करत होता, असा विचार तिच्या मनात आला. जॉश उत्कट प्रेमानं एका स्त्रीचं चुंबन घेत असल्याचं दृश्य तिच्या नजरेसमोर आलं. पण तिने ते झटकन नजरेसमोरून घालवून दिलं. अर्थातच त्या स्त्रीचा चेहरा तिला दिसला नव्हता. तिने जबरदस्तीनं इतर गोष्टींचा विचार करायला सुरुवात केली. तरीही तिला गाढ झोप लागायला तसा बऱ्यापैकी वेळ लागला होता.

* * *

सहा महिन्यांपूर्वी...

विमानातून पाहणाऱ्या निरीक्षकाला स्टारलाइनचं 'द कॉपर प्रिन्सेस' हे मालवाहू जहाज कदाचित तांबड्या समुद्रातून थोडंसंच वेगानं निघाल्यासारखं वाटलं असतं. प्रत्यक्षात मात्र ते जहाज जीवघेण्या, बेफाम वेगानं निघालं होतं. दक्षिण चिनी समुद्रातून हिंद महासागरात पोहोचल्यानंतर ते चेन्नईला थांबलं होतं आणि आता ते जेनोआच्या दिशेनं उत्तरेकडच्या मार्गावरून निघालं होतं.

जहाजाची झाडलोट, नांगर टाकणं, सामानाची ने-आण, अशी कामं करणारा खलाशी नेहमीप्रमाणंच कामं आटोपल्यानंतर जहाजावरून खाली झुकून फेसाळ लाटा पाहत होता आणि ताज्या हवेचा आनंद घेत होता. या सुमारास असं बाहेर थांबणं त्याला आवडत असे. तो संध्याकाळचं आकाश पाहत असे. परिचित नक्षत्रं हळूहळू उगवताना पाहायला त्याला आवडत असे. भिंतीचा गंज काढून भिंत गुळगुळीत करून आणि तिला रंग देऊनही झालं होतं. त्या दिवसाचं त्याचं काम संपलं होतं. लवकरच त्याच्या छोट्याशा खोलीत तो झोपायला जाणार होता.

दक्षिण व्हिएतनाममधील त्याच्या छोट्याशा घरात त्याच्या तिघा भावांसोबत एका खोलीत तो राहत होता, त्या वेळी त्याच्या वाट्याला येणाऱ्या जागेहून ही छोटीशी केबिन मोठी होती. त्याचं एका मुलीवर प्रेम होतं. तिचा विचार त्याच्या मनात आला. खूप वर्षांपूर्वीच त्याने तिला गमावलं होतं. ती सुखी, आनंदी असेल ना, असा विचार त्याच्या मनात आला.

त्याला मालवाहतूक करणाऱ्या जहाजावर काम करायला आवडत होतं. त्या पथकात डझनभराहून कमी लोक होते. ते एकमेकांशी विनम्रपणे वागत होते, शांतपणे त्यांची कामं करत होते आणि अशा प्रकारे त्यांचे दिवस शांततेत चालले होते. एकदा वादळ झालं होतं आणि एकदा त्यांना चाचेगिरीलाही तोंड द्यावं लागलं होतं. पण त्यांच्या ३०,००० टनी जहाजानं बहुतांश वेळा पौर्वात्य आणि पाश्चिमात्य देशांच्या फेऱ्या शांततेनंच पार पाडल्या होत्या. त्याने किती बंदरांना भेटी दिल्या होत्या आणि किती सूर्यास्त पाहिले होते त्याची गणतीच नव्हती. त्याच्या छोट्याशा

वहीत नंतर त्याने एखादी कविता लिहिली असती.

त्याने तिथल्या बॉक्सवर नजर टाकत थोडीशी आजूबाजूला फेरी मारली. सगळेच बॉक्स सारख्या लांबी-रुंदीचे आणि उंचीचे होते. त्या बॉक्समुळे वेगवेगळ्या करड्या रंगाच्या छटा तिथे पसरल्यासारखं वाटत होतं. दिवसा मात्र याच छटा लाल, निळ्या, मंद करड्या, क्रीम रंगात चमकू लागत. एकसारख्या आकारामुळे ते बॉक्स चढवणं-उतरवणं आणि जहाज बंदरात थांबवल्यावर ठेवणंही सोपं जात होतं.

क्षणभरासाठी त्या सगळ्या बॉक्सचा आकार अनियमित असल्यासारखं आणि त्यांच्यात काय भरलेलं आहे त्याचा सुगावा मिळत असल्यासारखं त्याला वाटलं. ते सगळे सर्वसामान्य वर्गवारीत मोडत होते. त्यामुळे त्यांच्यामध्ये बहुधा कार, ऐशआरामी फर्निचर असावं आणि कदाचित काही फर्निचरच्या कुशनआड अगदी तस्करीची शस्त्रंही दडवली गेली असावीत, असा विचारही त्याने केला. त्याच्या कल्पना नेहमीच अगदी स्पष्ट असत.

वर पसरलेल्या विशाल आकाशाकडे त्याने पाहिलं. त्याचा हात एका बॉक्सच्या कडेवर होता.

एखाद्या दिवशी आपल्यालाही घरी जाता येईल, आपणही एखादं लहानसं घर बांधू आणि शेतांमध्ये मिरी किंवा भात पिकवू, असं त्याच्या मनात आलं. त्याला वाटलं की, मग आपण लिस्बनपासून सिंगापूरपर्यंत आणि ॲडेलेडपासून सॅन फ्रान्सिस्कोपर्यंतच्या दूरवरच्या बंदरांपर्यंत सर्वत्र दिलेल्या भेटींच्या गोष्टी सांगत राहू, कदाचित कवितांचं पुस्तक प्रसिद्ध करू आणि कदाचित शिकवूही.

त्याने विचारमग्न होत खंतावल्यासारखा उसासा सोडला आणि मग तो आपल्या केबिनमध्ये गेला.

२१

रात्री उशिरापर्यंत जागरण झालं असलं तरीही शुक्रवारी सकाळी विद्या नेहमीप्रमाणेच पक्ष्यांच्या मंद किलबिलाटाच्या आवाजानं आणि खिडक्यांच्या काचांमधून आत येणाऱ्या सूर्यप्रकाशाच्या किरणांनी सहाच्या सुमारास जागी झाली.

पहाटेच दूधवाल्यानं आणून दिलेली दुधाची पाकिटं उंबऱ्यावरच्या पिशवीत होती. त्या पाकिटांच्या पृष्ठभागावर पाण्याचे सूक्ष्म थेंब गोठून गेले होते. तिने त्या पिशव्या फ्रीजमध्ये ठेवल्या आणि ट्रॅक पँट व टी-शर्ट घालून ती तयार झाली. त्या हवेशी सुसंगत असलेल्या ट्रॅक पँट आणि टी-शर्टमध्ये तिला पाहण्याची तिच्या शेजाऱ्यांच्या मनाची तयारी मात्र झाली नव्हती. बोट क्लब रोडवरून सकाळी धावायला जाण्यासाठी लवकरच ती बाहेर पडली.

आठवडाअखेरीला ती नेहमीच समुद्रकिनारी जात असे आणि दीपगृहापासून ट्रायम्फ ऑफ लेबर पुतळ्यापर्यंत आणि तिथून पुन्हा परत दीपगृहापर्यंत, अशी ती त्या पट्ट्यात धावत असे. रस्त्यांवर वाहतुकीची कोंडी होण्यापूर्वी सूर्योदयाच्या सुमारास खरोखरच ॲथलीटमध्ये काहीतरी करण्याची इच्छा असलेल्या आणि झोपाळूपणे फिरायला आलेल्या लोकांमध्ये तिला तिथे जायला आवडत असे. रपेटीच्या रुंद प्रशस्त रस्त्याच्या कडेला ओळीनं उभारण्यात आलेल्या कवींच्या आणि राजनीतिज्ञांच्या पुतळ्यांमुळे भव्यतेच्या आणि इतिहासाच्या पलीकडे जाऊन आपण कालातीत असल्याचा भास होत असे. किनाऱ्यांवर फुटणाऱ्या लाटा आणि कित्येक एकरांत पसरलेली वाळूची पुळण, गडद निळ्या सागरी पाण्यात मिसळून जाणारं निळं आकाश आणि झपाट्यानं आकाशात उंच चढणाऱ्या भयचकित करणाऱ्या ज्वाळांचा केशरी गोळा यांमुळे तिला ऊर्जाभारित झाल्यासारखं, उत्साही वाटत असे.

त्या दिवसासारख्या आठवड्यातल्या इतर दिवशी ती बोट क्लब रोडवर जात असे. त्या प्रशस्त, स्वच्छ आणि दुतर्फा झाडं असलेल्या रस्त्यावर दोन्ही बाजूला अनेक कोट्यधीशांचे बंगले होते आणि तो रस्ता तिच्या घरापासून जास्त जवळही होता. फिरायला आलेल्या इतर लोकांमुळे रस्त्यावर चांगलीच वर्दळ होती. सकाळ झाली होती आणि सूर्यप्रकाश पसरला होता. त्याबरोबरच उष्णताही निर्माण झाली होती. मात्र, तरीही तोपर्यंत तिथे नैर्ऋत्येकडून येणाऱ्या वाऱ्याच्या झुळकांमुळे झाडं सळसळत होती.

ती परत येईपर्यंत तिला चांगलंच उकडत होतं आणि तिचं अंग चिकट झालं होतं. आता पुढच्या दिवसाची हाताळणी करण्यासाठी ती सज्ज झाली होती. तिने आरएसटींसाठी आणि स्वत:साठी कॉफी तयार केली आणि ते दोघंही सकाळच्या कॉफीचा आनंद घेण्यासाठी वृत्तपत्रांचं वाचन करत आणि त्यातल्या महत्त्वाच्या बातम्यांवर चर्चा करत अंगणात बसले.

दडपून ठेवलेल्या, रोमांचित करणाऱ्या उत्साहानं तिने झटकन स्वयंपाक केला. सायकलींच्या घंटींचे आवाज आणि घरीच विसरून गेलेले जेवणाचे डबे देण्यासाठी अखेरच्या क्षणी सुरू असलेल्या धावाधावी यावरून शेजारची मुलं शाळेत निघाल्याचं तिला समजलं.

नाश्त्यासाठी तयार होऊन तिने थेवरम सुरू केलं. ते नर्तन करणाऱ्या देवाचं वर्णन करणारं सुंदर गीत होतं. 'त्या जाड भुवया, ते मिश्कील स्मित, त्या केसांच्या वाढलेल्या जटा...'

उपमा आणि चटणी खाण्यासाठी ते बसले असताना तिने वाचलेल्या विविध लेखांचा आणि आदल्या रात्री टॉमशी झालेल्या संभाषणाचा ती विचार करत होती. भारतीय न्यायालयातील विक्षिप्त कायद्यांचा विचार करता नटराज देवाला स्वत:च फिर्यादी बनून त्याच्या स्वत:च्या उगमस्थानाचा शोध घ्यावा लागला असता. नटराज विरुद्ध थॉमस विन्स्लो असा हा दावा चालला असता, असा तिने गंमतीनं विचार केला.

सगळी कामं पूर्ण केल्यानंतर तिने एक जाडसर, हिरवट रंगाचा सुती कुडता घातला. त्याच्यावर हस्तकौशल्यानं भरलेली पांढऱ्या रंगाची वेलबुट्टी होती. तिच्यामुळे तो कुडता आणखी चांगला दिसत होता. केसांवर लालसर चमक दिसू लागेपर्यंत तिने ते नीट विंचरले आणि आरशात स्वत:ला न्याहाळलं. समाधानानं ती लिव्हिंग रूममध्ये पोहोचली. आपली पर्स उचलून तिने आरएसटींचा निरोप घेतला.

"पुन्हा कामावर दांडी का?" त्यांनी विचारलं. त्यांच्या आवाजात तिला किंचित नाराजी आणि मोठ्या प्रमाणात काळजी असल्याचं जाणवलं.

आरएसटी क्वचितच तिच्या कामात हस्तक्षेप करत असत. तिची सुरक्षितता

त्यांना नेहमीच महत्त्वाची वाटत असे. पण त्याही पलीकडे जाऊन तिच्या मित्रांविषयी किंवा कामाविषयी, कार्यक्रमाविषयी ते क्वचितच प्रश्न विचारत. तिचं लग्न करून देण्याबद्दल कसलीच रुची दाखवत नसल्यामुळे आणि त्यांच्या मुक्त आचार-विचारांच्या वागण्यामुळे त्यांच्या नातेवाइकांकडून त्यांच्यावर चांगल्या अर्थानं किंवा वेगळ्या अर्थानं, पण नेहमीच टीका होत होती हे तिला माहीत होतं. पण ते तसेच निर्विकार, स्थिर राहिले होते. त्यामुळे चेहऱ्यावर कडक भाव आणून आणि चेहरा वर उचलून ते तिच्याकडून उत्तराच्या अपेक्षेत होते ही गोष्ट तिला नवीनच होती.

"मी... मी त्याला मदत करेन... असं मी जॉशला वचन दिलंय," शक्य तितका नेहमीसारखाच आवाज ठेवण्याचा प्रयत्न करत ती म्हणाली.

"अस्सं, मला वाटलं होतं की, त्याच्या भेटवस्तूची त्याने आधीच ऑर्डर दिली असेल," त्यांच्या स्वराला धार चढली होती आणि काही प्रमाणात आरोप केल्याचाही भाव होता.

तिने ओठ चावले. "मी त्याला जवळपासच्या काही गोष्टी दाखवायला चाललेय."

तिथे काही क्षण शांतता पसरली. ते भिंतीवर नजर रोखून बसले होते. तिचं उत्तर त्यांना नक्कीच पटलेलं नव्हतं. आपण काय बोलावं याचा काळजीपूर्वक विचार करत ते शब्दांची जुळवाजुळव करत होते. त्यानंतर ते वळले आणि शोधक नजरेनं तिच्या चेहऱ्याकडे पाहत म्हणाले,

"मला एक सांग, तू कुठलीही वेड्यासारखी गोष्ट करत नाहीस ना?"

"वेड्यासारखी म्हणजे काय, त्याची नेमकी व्याख्या सांगा," तिने विनोद केला.

त्यांची नजर थेट आणि निग्रही होती. "हे माझ्या प्रश्नाचं उत्तर नाही. विद्या, मी नेहमीच तुला थोडाफार अवकाश, तुझी जागा मिळावी असं पाहिलंय. त्याचा मी आदर राखतो. पण..."

तिनेही त्यांच्याकडे तसंच रोखून पाहिलं. त्यांच्या प्रश्नांमुळे ती त्रासून गेली होती. ती खरं तर बंडखोर वगैरे नव्हती. तिने गंभीरपणे हरकत घेण्याजोगं कधी काही केलंही नव्हतं.

"तुम्ही काळजी करावी असं मी कधी काही केलं आहे का?"

"सध्या हे उत्तर उपयोगाचं नाही," त्यांच्या कपाळावरची आठी आणखी वाढली होती.

"माझ्या मित्राला आजूबाजूचा परिसर दाखवतेय. मी फक्त तेवढीच मजा करतेय. यात काय चुकीचं आहे?"

ते क्षणभर स्तब्ध झाले. तिच्या उत्तराचा ते विचार करत होते हे स्पष्टपणे दिसत

होतं. "तो तुझा मित्र बनलाय हे माझ्या लक्षातच आलं नव्हतं. ठीक आहे... मला यामुळेच अस्वस्थता वाटतेय. तुझी आई जिवंत असायला हवी होती. तिला हे नेहमीच माहिती होतं की... ठीक आहे. सोडून दे." त्यांनी मान हलवली आणि उसासा टाकला.

हा शेरा पचवणं जड गेल्यामुळे तिने तोंड घट्ट मिटून घेतलं. ते तिला लहान मुलासारखं वागवत होते फक्त म्हणूनच तिला राग आला नव्हता. आरएसटी कधीही तिच्या आईच्या सवयींच्या तिच्या वागण्याच्या आठवणींना उजाळा देत नव्हते आणि त्यांनी कधीही त्यांच्या सहजीवनातल्या त्यांच्या आवडत्या आठवणी शांतपणे सांगितल्या नव्हत्या. पहिल्यांदाच ती नसल्याबद्दल त्यांनी दुःख होत असल्याचं सांगितलं होतं आणि तेही अशा गोष्टीसाठी त्यांना तिची आठवण झाली होती. तिच्या मनात राग उफाळून आला.

"फक्त अशा प्रकारचे प्रश्न मला विचारण्याच्या तिच्या क्षमतेसाठी तुम्हाला अम्माची आठवण होतेय का?" तिने विचारलं. तिच्या आवाजातला संताप लपून राहिलेला नव्हता.

तशीच रागारागानं ती वळली आणि घराबाहेर पडली आणि तिने दरवाजा जोरात आपटून बंद केला.

सकाळची पिवळसर छटा सोडून आता प्रखर आणि शुभ्र बनलेल्या प्रकाशात डोळे बारीक करून काही वेळ ती थांबली आणि तिने एक खोल श्वास घेतला.

भाजीच्या गाडीशेजारी उभी राहून भाजीवाल्याबरोबर घासाघीस करणारी तिची शेजारीण निवडलेली भेंडी पिशवीत भरून घेता घेता मध्येच थांबली.

"आज कोणीतरी खूपच सुंदर दिसतंय," ती म्हणाली.

"थँक्स, आंटी," प्रतिसादादाखल तिने बळेबळेच स्मित केलं. आज तिने काय स्वयंपाक केला होता या तिच्या प्रश्नाला तिने जवळजवळ यांत्रिकपणेच उत्तर दिलं.

"तुला माहिती आहे का, विद्या, तू अगदी तुझ्या आईसारखी दिसतेस," ती म्हणाली.

तिचा श्वास घशातच अडकला आणि त्या वेड्यासारख्या भावनाविवश करणाऱ्या क्षणात तिचा राग कुठल्या कुठे पळून गेला. तिचा निरोप घेऊन ती कारपर्यंत गेली. तिच्या त्रस्ततेचा वास आल्यासारखा तो भटका कुत्रा उठून उभा राहिला.

त्यांच्या घरात आरएसटींबरोबर अशा प्रकारे खुलेपणानं भांडण होणं हा क्वचित घडणारा प्रसंग होता. तिला परत जाण्याचा मोह झाला होता, पण तिने स्वतःला रोखलं. काहीही झालं तरी ती परिस्थिती ती कशी काय स्पष्ट करणार होती? त्यांनी त्या सगळ्या परिस्थितीकडे मुक्त बाजारपेठीय अर्थकारणामुळे निर्माण झालेल्या अनिष्ट गोष्टी म्हणून पाहिलं असतं आणि टॉमच्या अवघडलेल्या परिस्थितीची

त्यांनी काडीचीही पर्वा केली नसती.

हॉटेलमध्ये पोहोचेपर्यंत तिची मन:स्थिती खूपच सुधारली असली, तरीही आरएसटींशी समेट करण्याची तीव्र गरज भासल्यामुळे तिने फोन उचलला आणि त्यांना फोन लावला.

''काय झालंय?'' त्यांनी विचारलं. त्यांच्या आवाजात कोणताही विशिष्ट चढउतार नव्हता.

''अप्पा, आज सकाळी...'' ती क्षणभर थांबली आणि तिने स्मित केलं. ''अप्पा, काळजी करू नका. मी जॉशबरोबर पळून जाण्याचा बेत करत नाही,'' ती म्हणाली.

पलीकडे क्षणभर शांतता पसरली आणि नंतर लक्षात येण्याजोग्या विनोदी ढंगानं ते म्हणाले, ''मला माहीत आहे मी तुला चांगलं वाढवलंय. तू पळून जाणार नाहीस हे मला माहीत आहे.''

''भांडवलवाद्याबरोबर किंवा साम्राज्यवाद्याबरोबर,'' त्या दोघांनीही एकदमच म्हटलं.

''जगाची स्थिती दुर्दैवी आहे, त्यामुळे तुझ्याकडे निवडीला फारशी जागा राहणार नाही,'' त्यांनी तिला चिडवलं.

ते दोघंही हसले आणि तिला खूपच दिलासा मिळाल्यासारखं बरं वाटलं. आता तिचा मूळचा उत्साह पुन्हा परतला होता. तिच्या संतापाबद्दल तिने त्यांची माफी मागितली आणि त्यांनी ते लगेच उडवून लावलं. मग पुन्हा एकदा त्यांना 'गुड बाय' म्हणून तिने फोन बंद केला. काही वेळा फेऱ्या मारल्यावरही तिला हॉटेलमध्ये गाडी उभी करण्यास जागा उपलब्ध असल्याचं दिसलं नाही. तिला अखेरीस रस्त्यावर एके ठिकाणी जागा दिसली. कारच्या आरशात तिने स्वत:चा चेहरा पाहिला आणि स्मित करत ती गाडीतून बाहेर पडली. त्यानंतर हॉटेलच्या पायऱ्या झपाझप चढून ती वर गेली.

आता अतिशय परिचित झालेल्या हॉटेलच्या लॉबीत पाऊल ठेवल्यावर ती थोडीशी थबकली. घोळक्या-घोळक्यांनी उभ्या राहिलेल्या आणि वेगवेगळ्या प्रकारचे छान कपडे घातलेल्या स्त्री-पुरुषांनी आणि मुलांनी लॉबी भरून गेली होती. मूठभर पुरुष काळ्या सूटमध्ये होते आणि इतर काही जण भरपूर जरीकाम असलेल्या कुर्त्यांमध्ये होते. इतर अनेकांनी शुभ्र, सुंदर शर्ट आणि जरीकाम असलेल्या वेत्ती घातल्या होत्या. महिला शेंदरी रंगाच्या आणि कॉपर सल्फेटच्या रंगाच्या व पोपटी रंगाच्या साड्या नेसल्या होत्या. त्यांच्या साड्यांवर वेगवेगळ्या रुंदीचं आणि प्रकारचं जरीकाम केलेलं होतं. काही साड्या कडक वाटत होत्या. काही चमकत आणि चकाकत होत्या. ब्लाउजनुसार त्यांची पाठ कमी-जास्त प्रमाणात उघडी होती. त्यांनी

गळ्यात आणि कानांत पाचूंचे, मोत्यांचे आणि हिऱ्यांचे दागिने घातले होते. त्यामुळे लॉबीतलं सौम्य वातावरण एकदम चमकत्या, भपकेबाज समृद्धीत रूपांतरित झालं होतं. तमिळ आणि इंग्रजीतल्या आनंदी संभाषणानं लॉबी भरून गेली होती आणि ठिकठिकाणी हास्याचे फवारे उडत होते.

तिला लाउंजमध्ये जॉश आधीच उभा असल्याचं दिसलं. तो एका कोपऱ्यात वर्तमानपत्र वाचत बसला होता. जणू काही ती आत आल्याचं समजल्याप्रमाणे त्याने वर्तमानपत्र खाली केलं आणि तिला पाहून दमल्यासारखं स्मित केलं. तिने त्याला 'गुड मॉर्निंग' म्हणून अभिवादन केलं आणि त्याने खूण करून दाखवलेल्या त्याच्या शेजारच्या दुसऱ्या सोफ्यावर बसली.

"खूपच गर्दी आहे, लग्नाची पार्टी दिसतेय!" मान गर्दीच्या दिशेनं वळवत ती म्हणाली.

"भारत हा गरीब देश आहे?" त्याने हात हलवत विचारलं. त्याच्या चेहऱ्यावर अविश्वास दिसत होता.

त्याच्या बोलण्यात जर उपहास असता, तर तिने अनेक प्रकारे त्यावर त्याला प्रतिटोले हाणले असते. पण त्याने ज्या प्रकारे तो प्रश्न विचारला होता, त्यात त्याच्या मनाचा प्रामाणिकपणे गोंधळ उडाल्याचं दिसत होतं आणि तिच्यापेक्षाही त्याने तो प्रश्न स्वत:लाच विचारल्यासारखं वाटत होतं. त्यामुळे फक्त खांदे उडवून तो प्रश्न तिने दूर सारला.

त्याचे डोळे रक्तासारखे लाल झाले होते आणि तो नेहमीच्या तुलनेत वाईट दिसत होता. त्याच्या बाबतीत काहीतरी वेगळं झालं होतं. तो बेचैन झाला होता. त्याने जबडे घट्ट बंद करून घेतले होते आणि त्याच्या डोळ्यांशेजारी खिन्न, उदास भासणाऱ्या चुण्या पडल्या होत्या.

ती शांतपणे बसली आणि तिने हवेविषयी व त्या लग्नाच्या पार्टीविषयी काही सर्वसामान्य शेरे मारले. तिच्या प्रश्नांना त्याने त्रोटक उत्तरं दिली आणि तितकीच सर्वसामान्य निरीक्षणं त्यानेही नोंदवली. त्याच्या मुग्धतेमुळे ती थोडीशी बिचकली, गोंधळली. पण तिच्या मनातील उत्साह ती जास्त काळ दडवून ठेवू शकली नाही. तिने अतिशय दक्षतेनं लिहून काढलेले काही मुद्दे असलेली वही बाहेर काढली.

"आता हे ऐक. मी काल थोडंसं संशोधन केलं आणि खरोखरच थोड्याफार खरोखरच्या स्वारस्यपूर्ण वाटण्याजोग्या गोष्टी मला सापडल्या."

जॉशनं छताकडे लावलेली नजर तिच्याकडे वळवली.

"अस्सं?" त्याने विचारलं. कुतूहलापेक्षाही त्याने ते औपचारिक विनयशीलतेतूनच विचारलं होतं.

क्षणभरासाठी गोंधळल्यामुळे तिच्या कपाळावर आठ्या पडल्या. ती विचारमग्न

झाली. पण लगेच ती त्याला स्पष्टीकरण देऊ लागली. "१९७०च्या दशकात भारत सरकारनं पुरातन कलात्मक वस्तूंविषयीचे कायदे संमत गेले. विशेषतः त्या देशातच राहाव्यात यासाठी हे कायदे करण्यात आले होते. उदाहरणार्थ, या कायद्यानुसार जर एखादी कलात्मक वस्तू कायदेशीररीत्या वारसा हक्कानं मला मिळाली असली, तरीही मला तिची नोंद करावीच लागेल आणि तिची विक्री करायची असेल, तर ती मी देशाबाहेर करू शकणार नाही."

"होय, मला ते माहीत आहे," त्याने कंटाळा आल्यासारखा प्रतिसाद दिला. तो पुढे झुकला आणि त्याची कोपरं गुडघ्यांवर टेकवून तो कपाळ चोळू लागला.

त्याला थकवा आल्याचं स्पष्टपणे दिसत होतं. त्यामुळे ती क्षणभर थांबली आणि नंतर न अडखळता पुढे सांगू लागली, "बेकायदेशीर निर्यात थांबवण्यासाठी हा कायदा असंही सांगतो की, ज्या वेळी एखादी व्यक्ती वारशाशी संबंधित असू शकणारी एखादी संभाव्य गोष्ट विकत असेल तर त्यांना त्यासाठी आर्किऑलॉजिकल सर्व्हे ऑफ इंडियाकडून एनओसी मिळवावीच लागते. "ती वस्तू आधुनिक आहे आणि पुरातन नाही", असं त्या ना हरकत प्रमाणपत्रात एएसआयनं स्पष्टपणे म्हटलेलं असावं लागतं.

"निर्यातीला परवानगी देणारा विशिष्ट अर्ज. होय. मी त्याविषयी कुठेतरी वाचलं होतं," त्याने ताठ बसत मान्य केलं. पण तरीही त्याने त्यात कसलीच रुची दाखवली नव्हती.

तिने वाट पाहिली. त्या पार्टीसाठी आलेल्यांपैकी कोणीतरी मोठ्यानं हसलं. नवीन आलेल्या व्यक्तीचं जोरदारपणे गोंगाट करून स्वागत केलं गेलं आणि एका आईनं तिच्या मुलाला पळू नकोस असं बजावलं. तो काहीच बोलला नाही, म्हणून तीच बोलली. "मग सारथीला एएसआयकडून असं प्रमाणपत्र घ्यावंच लागलं असेल."

"मलाही तसंच वाटतंय. एएसआयमधील कुणीही चोलाकालीन कांस्य मूर्तीच्या निर्यातीसाठी कशी काय परवानगी देऊ शकेल?"

"मला माहीत नाही. दुर्लक्ष, लाचखोरी..."

"होय. कदाचित, पण त्याने काय फरक पडतो?"

विद्यानं त्याच्याकडे शोधक नजरेनं बघितलं. तिने जे म्हटलं होतं त्यातलं महत्त्व त्याच्या लक्षात आलं नव्हतं, याचं तिला आश्चर्य वाटलं. त्या मादक डेटच्या वेळी तो कुठलं मद्य प्यायला होता?

"जॉश, तुझ्या लक्षात माझा मुद्दा आलेला नाही. ते प्रमाणपत्र. जर ते असेल तर आपल्याला त्या बॉक्समध्ये काय होतं ते स्पष्टपणे समजू शकेल."

"विद्या," त्याने चमत्कारिक आवाजात तिला मध्येच थांबवलं. आपल्या

केसांतून बोटं फिरवत तो म्हणाला, "ऐक... मला... मला माहीत नाही... कदाचित मी टॉमला हे आधीही सांगितलं असेल... पण मी हे त्याला सांगावं का... हं!" तो बोलायचा थांबला. सोफ्यावरून घसरण्याचा खेळ करणाऱ्या एखाद्या लहान मुलासारखा हाताची घडी घालून तो सोफ्यावर थोडा आणखी खाली सरकून बसला.

"काय झालंय?" त्याने हे बोलताना अनपेक्षितपणे अपशब्द उच्चारल्यामुळे सावध झालेल्या विद्यानं त्याला विचारलं, "जॉश, काय बिनसलंय?"

"एक घडामोड झालेय," त्याने जवळजवळ पुटपुटत्या आवाजात सांगितलं. त्याचा आवाज त्या सगळ्या गोंगाटात कुठल्या कुठे विरून गेला.

"कसली घडामोड?"

काही सेकंद बिलकूल हालचाल न करता, स्थिरपणानं त्या लग्नाच्या पार्टीच्या रंगीबेरंगी अस्पष्ट गोष्टींकडे बघत तो तसाच बसून राहिला. त्याच्या द्विधा मन:स्थितीशी तो झुंजत होता, हे स्पष्ट दिसत होतं. त्यानंतर त्याने उसासा टाकला. तो पुढे झुकला आणि त्याच्या बॅगेतून त्याने लॅपटॉप बाहेर काढला.

ती बुचकळ्यात पडून बघत असताना त्याने लॅपटॉप सुरू केला आणि झटकन क्लिक केलं. त्यानंतर त्याने लॅपटॉपचा पडदा तिच्याकडे वळवला आणि मूकपणे निर्देश करत तो म्हणाला, "तू हे वाचलं पाहिजेस."

पडदा नीट दिसावा म्हणून विद्या पुढे झुकली. तिथे एक कागद उघडण्यात आला होता आणि त्यातला एक भाग अधोरेखित करून ठेवला गेला होता. आयशेनडॉर्फकडच्या मूर्तीविषयी त्या जर्नलमध्ये लिहिलेला तो लेख होता. तो परिच्छेद भराभर वाचल्यावर तिच्या ते लक्षात आलं.

आणखी पाहुणे आल्यामुळे त्या पार्टीतल्या लोकांचा आवाज जास्तच वाढला होता आणि त्यांच्याभोवती त्याचे प्रतिध्वनी उमटत होते. ते बसलेल्या कोपऱ्यात मात्र कमालीची शांतता पसरली होती.

२२

गेल्या चोवीस तासांमध्ये विद्याला त्या मूर्तीच्या मूळ स्थानाविषयी सखोल विचार करण्यास वेळ मिळाला नव्हता. एकूणच सगळ्या बाजूंनी विजयी ठराव्यात अशा पद्धतीनं प्रश्न सोडवण्याच्या अपेक्षेनं ती सगळा खटाटोप करत होती. पण मिळालेल्या एवढ्या मोठ्या खात्रीशीर पुराव्यामुळे ती हबकून गेली.

''तावाच्या आकाराएवढी,'' तिने स्तंभित होत एवढेच शब्द उच्चारले.

''होय.''

तिने वर बघितलं. जॉश शून्य नजरेनं छताकडे पाहत बसला होता.

''यातून नि:संशयपणे हे सिद्ध होतं की, टॉमच्या मूर्तीचं उगमस्थान अज्ञात आहे.''

''होय.''

''मग 'सारथी'कडून जहाजावर लादून पाठवला गेलेला माल...''

''होय, होय, होय.'' दोन्ही हातांत डोकं गच्च धरून तो पुन्हा एकदा पुढे झुकला.

तिने त्याच्याकडे सहानुभूतीनं पाहिलं. ''म्हणून तू दारू प्यायलास का?''

''तू हे माझ्यापासून आणि टॉमपासून लपवून ठेवण्याचा विचार करत होतास का?''

त्याने हुंकार भरला आणि त्या विचाराच्या निष्फळतेची जाणीव झाल्याचा आविर्भावही केला. तो मागे सरकून बसला आणि त्याने पुन्हा एकदा हातांची घडी घातली.

''टॉम तुला मागे फिरायला सांगेल.''

''मला ते माहिती आहे आणि त्याचाच मला मोह पडलाय,'' त्याने चेहऱ्यावर बळेबळेच हसू आणलं होतं.

तिनेही थोडंसं स्मित केलं.

पूर्ण निराशेनं भरलेली त्याची नजर तिच्यावर स्थिरावली. "मी ठीक आहे ना, असं विचारण्यासाठी काल रात्रीपासून आतापर्यंत त्याने मला शेकडो संदेश पाठवले. आज सकाळी मी त्याला बरा आहे आणि त्याच्याशी आठच्या सुमारास बोलेन, असा संदेश पाठवला. मला आठवत नाही, कदाचित मी त्याला याविषयी आधीच सांगितलंही असेन. मी त्याच्याशी काय बोललो ते मला नीटसं आठवतसुद्धा नाही."

विद्यानं थोडा वेळ वाट बघितली. "नाही. अजूनपर्यंत तरी तू त्याला काहीही सांगितलेलं नाहीस. काल रात्रीच तो माझ्याशी बोलला."

"तू माझ्या खांद्यावर डोकं ठेवून रडशील आणि ही गोष्ट त्याला सांगू नकोस अशी याचना करशील अशी काही शक्यता आहे का?"

"बिलकूल नाही."

"म्हणजे दोन्ही गोष्टींच्या बाबतीत?"

तिने स्मित केलं.

"मीसुद्धा असा विचार केलाच नव्हता," तो तक्रारीच्या सुरात म्हणाला.

"असं करून मी टॉमचा किंवा त्याच्या लवचीकपणाचाही अपमान करणार नाही," तिने हळुवारपणे म्हटलं.

उपहास केल्यासारखा आवाज काढण्यापलीकडे त्याने कोणताही प्रतिसाद दिला नाही.

"तू फक्त इथे असाच बसून राहणार आहेस का?" काही क्षणांच्या शांततेनंतर तिने विचारलं.

"मग आणखी करण्यासारखं काय उरलंय?"

"आयशेनडॉर्फकडे असलेला नटराज हा टॉमकडे असलेला नटराज नाही. आतापर्यंत फक्त हेच सिद्ध झालंय. आपण या नटराजाच्या उगमस्थानाचा शोध घ्यायला हवा की नाही?"

"माझ्या मनातली याविषयीची खरी प्रेरणा, उमेद निघून गेलेय."

"असं कसं काय? टॉमला तू अजूनही याचा शोध घ्यावा असंच वाटेल."

"टॉमला काय वाटतंय याची मला फिकीर नाही. मला फक्त माझ्या छानशा सुट्टीवर जाण्याची इच्छा होती. ते तर आता होणारच नाही. तो पोलिसांकडे जाऊ शकतो. त्याला काय हवं ते करू शकतो. मी आता त्याची फिकीर करू शकत नाही."

त्याने सोफ्याच्या मागच्या बाजूला हात टाकले. लॉबीतून लग्नाच्या सभागृहाकडे लोक चालले होते. लॉबीतून ओसरणाऱ्या पाहुण्यांच्या गर्दीकडे तो पाहत बसला. त्याच्या वागण्यात अलिप्तता होती आणि त्यात थोडीशी हट्टीपणाची झलकही होती.

पण हा हट्टीपणा असा विचित्र होता की, तो मनाला न रुचणाराही नव्हता.

तिने काही क्षण वाट बघितली. शांतपणे त्याचं निरीक्षण केलं.

''काय?'' तिच्या नजरेला नजर न भिडवता त्याने त्रासिकपणे विचारलं.

''ऐक, तुला वाईट वाटतंय हे मला माहिती आहे. पण निदान आजच्या दिवसात तरी तुझा हा चिडखोरपणाचा झटका, हा हट्ट कमी होईल का?''

तिने हे म्हटलं आणि मग एकदम भीतीनं ओठ चावला. टॉमशी तिची दृढ मैत्री होती म्हणून किंवा अगदी हलक्याफुलक्या आवाजात ती बोलली होती म्हणूनही अखेरीस तिने काढलेली ही खरडपट्टी समर्थनीय ठरत नव्हती.

त्याने तिच्याकडे नजर वळवली आणि दोघांचीही काही सेकंद नजरानजर झाली. त्यानंतर तो हळूहळू ताठ बसला. त्याने लॅपटॉपवर तबला वाजवल्यासारखी बोटं आपटली आणि नंतर हळूहळू तो पुटपुटला, ''सॉरी, तुझं बरोबर आहे. मला लाजच वाटली पाहिजे. त्या महान योग्यानं म्हटलंच आहे की, कुठलीही गोष्ट पूर्णपणे संपल्याखेरीज खरोखरची संपत नाही.''

''कुणी?''

''त्याची काळजी करू नकोस,'' तो पुढे झुकला. ''तू अतिशय रोमांचित झाली होतीस त्या एएसआय प्रमाणपत्राबद्दल बोलू या.''

त्याने केसांतून बोटं फिरवली आणि खोल श्वास घेतला. त्या क्षणीच तिच्या लक्षात आलं की, तिला तो खरोखरच आवडला होता. त्याच्या प्रेरणा, त्याच्या कृती, त्याचा पश्चात्ताप, त्याचं पुन्हा पूर्वस्थितीत येणं या सगळ्या गोष्टी तिच्या मनात रुंजी घालत होत्या आणि त्या सगळ्या गोष्टी एकत्र केल्या तर सौम्यपणानं सांगायचं झालं तर तिचं त्याच्याविषयीचं मत सकारात्मक बनलं होतं.

त्याने तिच्या चेहऱ्याकडे बघितलं आणि भुवया उंचावून विचारलं, ''काय?''

''काहीही नाही,'' ती पुटपुटली आणि त्याच वेळी तिच्या चेहऱ्यावरून अस्वागतार्ह लज्जेचा भाव तरळून गेला.

''असं तू म्हणतेयस,'' त्याच्या ओठांच्या कोपऱ्यातून स्मित बाहेर पडलं आणि त्याच्या डोळ्यात मिश्कील भाव निर्माण झाले. त्या अगदीच पोरकट स्मितानं तिचं हृदय उचंबळून आलं.

तो बाजूला सरकला आणि सोफ्यावर जागा करून त्याने तिला त्याच्या शेजारी बसण्याची खूण केली आणि तीही तिथे जाऊन बसली.

''ऐक ना, तुझा टॉमवर एवढा विश्वास आहे, त्याचं मला कौतुक वाटतं. मला अजूनही असं वाटतं की... पण ते जाऊ दे,'' लॅपटॉप उघडून त्याने पुन्हा बोलायला सुरुवात केली. ''काल मी सारथीच्या जवळजवळ वर्षभराच्या विक्रीच्या माहितीवर नजर टाकली. मला त्यात काहीही महत्त्वाचं आढळलं नाही. ''

"मग चित्रं, छायाचित्रं बघ. एएसआय प्रमाणपत्राची स्कॅन केलेली प्रत असू शकते."

त्याची बोटं की-बोर्डवरून फिरू लागली आणि काही मिनिटांतच त्याने वर बघून गंभीरपणे मान डोलावली. पडद्यावर स्कॅन करण्यात आलेले आणि अधिकृत दिसणारे फॉर्म दिसत होते. एएसआयने मान्यता दिलेल्या फॉर्ममध्ये झुरिकला पाठवल्या गेलेल्या फक्त तीनच वस्तूंची नोंद दिसत होती. त्यात दोन उंच पितळी दिव्यांचा आणि सारथीसाठी काम करणाऱ्या कारागिरांनी बनवलेल्या सात फुटी नटराजाच्या मूर्तीचा समावेश होता. या कारागिरांचा पत्ता स्वामीमलाईतील होता आणि त्यांच्यापैकी एक जण चेन्नईत राहत होता.

तिच्यासाठी पत्ता तपासत असताना त्या बंदर अधिकाऱ्यानं हे प्रमाणपत्र पाहिलं होतं का, असं विद्याच्या मनात आल्यावाचून राहिलं नाही. त्यात पंचलोहा नटराज मूर्तीची निर्यात करण्यात आल्याचा फक्त किरकोळ उल्लेख होता. ती मूर्ती आधुनिक होती की नाही याविषयी कोणालाही गंभीर चिंता वाटण्याजोगी परिस्थिती होती आणि त्यामागची भयग्रस्तताही स्पष्ट होत होती. तिने काळजीनं ओठ चावले. तो आणखी कोणाशी याविषयी बोलला असेल का?

जॉशनं डोळे चोळले आणि कपाळही चोळलं. "ती मूर्ती म्हणजे मूळ गूर्तीची आधुनिक प्रतिकृती आहे, असं सांगून त्यांनी प्रमाणपत्र मिळवलंय. एखादी पुरातन वस्तू नवीन आहे असं सांगून देशाबाहेर काढण्यासाठीचं हे एक नमुनेदार तंत्र दिसतंय."

तिला आश्चर्य वाटलं नव्हतं, पण झपाट्यानं होत चाललेल्या उकलीमुळे तिचं डोकं गरगरत होतं. ती हादरून गेली होती. जॉशच्या चेहऱ्यावरही तसेच दिङ्मूढ झाल्यासारखे भाव होते, त्यामुळे त्यालाही तसंच वाटत असावं, असा निष्कर्ष तिने काढला होता.

टॉमच्या नटराजाला सारथीच्या माध्यमातून झुरिकमधल्या गॅलरी डी कोहिनूरमध्ये तस्करी करून पाठवण्यात आलं होतं. उष्णकटिबंधीय प्रदेशातल्या दिवसाच्या उजेडाइतकंच हे प्रखर, झगझगीत सत्य होतं.

तिच्या हातातल्या वहीची पानं उलटत, त्या मूर्तीच्या उगमस्थानाचा विचार करत ती तशीच बसून राहिली. त्यानंतर आदल्या रात्रीचा विचार करून तिच्या मनात झपाट्यानं एक विचार आला.

"जॉश..."

त्याने तिच्याकडे बघितलं आणि तिच्या आवाजात काहीतरी वेगळं होतं हे त्याच्या लक्षात आलं. "काय?"

"जॉश, तुला दोन गोष्टी सांगायच्या आहेत असं मी तुला म्हटलं होतं."

"पुढे बोल."

"काल रात्री मी बरीच वृत्तपत्रं, लेख, वेबसाइट यांच्यावरून भरपूर माहिती गोळा केली. सर्चची सुविधा तितकीशी चांगली नव्हती. त्यामुळे मला अनेक तमिळ वृत्तपत्रांवरून वरच्या वर नजर फिरवावी लागली. तू दिलेल्या सुमारे तीन महिन्यांच्या कालावधीत एखाद्या चोला मूर्तीचा संदर्भ सापडतो का, हे पाहण्यासाठी मी शोध घेतला."

"पण तिथे आढावा घेण्यासाठी खूपच गोष्टी आहेत."

"होय, पण तुला खरं सांगायचं तर मी त्या सगळ्यातून झपाट्यानं गेले."

"आणि तुला काहीतरी सापडलं."

ती थोडी गोंधळली. तिने ओठ चावला आणि ती म्हणाली, "मला माहिती नाही, कदाचित त्यात काहीच नसेल... कदाचित ते समर्पक असेलही. म्हणजे मला असं म्हणायचंय की, ज्या वेळी मी ते पाहिलं त्या वेळी... मी कदाचित खूपच लवकर निष्कर्ष काढला असेन..."

"निदान आजच्या दिवसात तू मला ते सांगणार आहेस का?" त्याच्या चेहऱ्यावर मिश्कील हास्य होतं. तिला स्वत:च्या शोधाविषयी शंका वाटत होती, हे स्पष्टपणे लक्षात आल्यावर त्या दिवशी आधी ती त्याला म्हणाली होती, त्याच वाक्याची त्याने नक्कल केली होती.

तिने त्याच्याकडे बघून तोंड मुरडलं आणि आदल्या रात्री तिने प्रिंट केलेल्या कागदाची गुंडाळी बाहेर काढली. "जवळजवळ सहा महिन्यांपूर्वी, म्हणजे ज्या वेळी त्या नटराजाला जहाजावर चढवण्यात आलं होतं सर्वसामान्यपणे त्याच वेळी, या के. रामनाथन नावाच्या माणसानं तमिळ वर्तमानपत्रात हा लेख लिहिला होता. तो नवोदित इतिहासतज्ज्ञ आहे. त्याच्या नावाबरोबर देण्यात आलेल्या माहितीत तो सार्वजनिक क्षेत्रातला विमा कंपनीचा अधिकारी आहे, असं म्हटलं होतं," तिने सांगितलं.

जॉशनं तिच्या हातातून ते कागद घेतले. स्थानिक वृत्तपत्रात तमिळमध्ये लिहिलेल्या लेखाचं ते कात्रण होतं. जॉशला तो लेख वाचता येत नव्हता आणि त्या कांस्य मूर्तीत लक्षवेधक असंही काहीच नव्हतं, पण तरीही तो तिच्याकडे एकटक पाहत राहिला. त्या लेखासोबत चोलाकालीन कांस्य मूर्तीचं खरबरीत दिसणारं कृष्ण-धवल छायाचित्र होतं.

"ही वेगळी मूर्ती आहे. त्या वर्तमानपत्राकडे आधीपासून असलेल्या छायाचित्रांच्या संचातून वापरलेला हा फोटो असावा."

"हा लेख वाचल्यानंतर मी टॉमला संदेश पाठवून त्याला त्या लेखकाची काही माहिती आहे का ते विचारलं. टॉमनं सांगितलं की, तो तज्ज्ञ नाही, पण थोडासा

अहंमन्य आहे. मात्र, तो सर्वसामान्यपणे विश्वासार्ह आहे, कारण त्याच्या शोधनिबंधांमधून पारंपरिक विद्वत्ताच पुन्हा एकदा नव्यानं मांडली जाते.''

''अच्छा, त्या लेखाचं काय?'' त्या कागदावरून विचारमग्नपणे बोटं फिरवत त्याने विचारलं. ''त्यात काय म्हटलंय?''

विद्यानं नि:श्वास सोडला. ''या लेखात एका प्रक्रियेविषयी सांगितलं गेलंय किंवा एका तंत्राविषयी सांगितलं गेलंय असं म्हण. वाईट आहे, पण एखाद्या कांस्य मूर्तीला संपूर्ण मूर्तीभर हिरवट किंवा काळपट तपकिरी मुलामा चढवण्याची ती प्रक्रिया आहे. त्यामुळे ती मूर्ती प्राचीन असल्याचा आभास निर्माण करणं शक्य होतं.''

''अरे बाप रे, खरंच?''

जॉशनं आश्चर्यानं वर बघितलं. त्याचं महत्त्व त्याच्या लक्षात आल्याचं पाहून विद्यानं मान डोलावली. त्या प्रिंट-आउटकडे तो एकटक पाहत राहिला. त्याने ओठ मुडपले. त्याच्या कपाळावर आठी पडली होती. त्याचं लक्ष विचलित झाल्याचं दिसत होतं.

''तुला यात स्वारस्य का वाटलं? फक्त आपल्या कालमर्यादेच्या दरम्यानच ते आलंय म्हणून?''

''नाही. फक्त तेवढ्याचसाठी नाही. टॉमनं योगायोगानं काल मला मूर्तीवर चढणाऱ्या या हिरवट-काळपट रंगाविषयी सांगितलं आणि नंतर... या लेखातलं वाक्य ऐक. यात म्हटलंय की, एखादा नटराज प्रचंड सात फुटी उंचीचा असो किंवा कमी उंचीचा असो, जो नटराज प्राचीन कलात्मक वस्तूसारखा दिसतो, त्याच्याविषयी नवीन आणि चकाकत्या दिसणाऱ्या नटराजाच्या तुलनेत देवत्वाची अधिक प्रभावशाली भावना जागृत होते.''

त्या दोघांनी एकमेकांकडे रोखून पाहिलं. लग्नासाठी आलेले लोक सभागृहात गेले होते आणि आता त्या लॉबीत पसरलेली शांतता जीवघेणी वाटत होती.

''मी पैजेवर सांगतो की, त्याने तो नटराज बघितलेला असणार.''

तिने आवाज हळू केला. ''चोलाकालीन कांस्य मूर्तींविषयीचे विद्वत्तापूर्ण लेख स्थानिक दैनिकांमध्ये रोजच्या रोज छापले जात नाहीत. खरं तर काही बातम्या वगळता गेल्या वर्षी छापला गेलेला हा एकमेव लेख आहे आणि लेखावरची तारीख वाच. तो नटराज जहाजावर चढवला गेल्यानंतर सुमारे आठवडाभरानं तो लिहिला गेला आहे.''

''मग तुला काय वाटतंय? आपण तस्करांचा नव्हे, तर लोकांना फसवून लुबाडणाऱ्या भामट्यांचा शोध घेत आहोत का? आणि ती मूर्ती खरोखरच आधुनिक आहे?''

विद्या अडखळल्यासारखी बोलू लागली. तिच्या मनात आलेला संशय आणि डोक्यात अस्पष्टपणे तयार झालेली कल्पनाच जॉशनं स्पष्टपणे बोलून दाखवली होती. आता त्याने नक्कीच तो पाठपुरावा सोडून दिला असता. ''मला... मला काहीच खात्रीनं सांगता येत नाही.''

तो गाढ विचारात गढून गेला होता आणि त्याने जबडा घट्ट आवळून धरला होता. तो तिच्याकडे एकटक पाहत होता. या नवीन कलाटणीचं वजन त्याच्या आवाजात निर्माण झालं होतं. तो म्हणाला, ''ही तर अगदीच अनपेक्षित आणि आश्चर्यजनक गोष्ट आहे.''

''मला माहीत आहे. मला त्याचा जो अर्थ वाटतोय, तोच त्यातून व्यक्त झाला असेल तर खरंच तसं आहे. एखाद्या आधुनिक मूर्तीला पुरातन मूर्ती समजण्याची चूक टॉम कसा काय करू शकेल ते मला समजत नाही. ते कार्बन डेटिंग किंवा त्यासारखं काहीतरी करत नसतील का?'' तिने विचारलं.

''कार्बन डेटिंगसाठी तुमच्याकडे एखादं सेंद्रिय द्रव्य किंवा पदार्थ असावा लागतो. मूर्ती धातूची आहे. कांस्य मूर्तीचं वय ठरवण्याच्या पद्धती या नेहमीच कारागिरी आणि मूर्तीवर चढलेली काळपट-हिरवट तकाकी तपासणं यांसारख्या अप्रत्यक्ष असतात.''

''लंडनमध्ये आता संध्याकाळचे सहा वाजले असतील. आपण टॉमला फोन करू या का? याविषयी त्याला अधिक माहिती असेल. बरोबर?''

जॉशनं अस्वस्थपणे त्याच्या हनुवटीवर हळुवारपणे हळूहळू मूठ आपटली. ''नको. जरा थांब. एखादी व्यक्ती एवढ्या तपशिलानं एखाद्याला फसवून अशी गोष्ट करायला का प्रवृत्त होईल?''

''पैशासाठी?''

''ते मी समजू शकतो. पण मग ते त्याला ती मूर्ती का दाखवतील? काय बरं त्याचं नाव... तो...''

''रामनाथन.''

या ताज्या घटनांचा विचार करत त्याने तिच्याकडे रोखून बघितलं. त्याच्या कपाळावरची आठी खोलवर गेली होती आणि त्याचे जबडे अधिक निग्रहाने त्याने घट्ट दाबून धरले होते. काही क्षणांनंतर त्या नावाचा उच्चार करण्याचा नेटानं प्रयत्न करत त्याने विचारलं, ''आपल्याला त्याच्याविषयी आणखी काही माहिती सापडतेय का ते पाहू या. हा राम-ना-थन... कुठे राहतो ते बघू या.''

''हा लेख वृत्तपत्राच्या शहर विभागात छापून आलाय. त्यामुळे तो इथेच शहरात राहत असण्याची दाट शक्यता आहे.''

''टॉमला त्याची माहिती आहे, याचा अर्थ तो माणूस इंटरनेटवर असला

पाहिजे,'' तो म्हणाला आणि नवीन जोमानं कामाला लागला.

विद्या थोडीशी आरामशीरपणे मागे रेलून बसली आणि आकर्षक वाटण्याएवढ्या प्रचंड वेगानं तो टाइप आणि क्लिक करत असल्याचं बघतानाच सोफ्याच्या हात टेकवण्याच्या बाजूला किंचितशी सरकली. तो सारखा पुटपुटल्यासारखा, धावतं समालोचन करत तिला जवळजवळ तो करत असलेल्या प्रत्येक गोष्टीचं वर्णन सांगत होता. त्याला रामनाथनचं फेसबुक पेज सापडलं होतं आणि तो त्याच्या पोस्टमधून सखोल शोध घेत होता.

''जिओटॅगसाठी परमेश्वराचे आभारच मानले पाहिजेत,'' त्याने थोड्याच वेळात विजयी स्वरात घोषणा केली. कोणाचा तरी सत्कार करण्यात आला असावा अशा प्रकारचा एक फोटो दिसल्यामुळे विद्यानं थोडंसं झुकून पाहिलं. एक उंच, सडपातळ माणूस एका बुटक्या, जाडसर माणसाच्या खांद्यांभोवती शाल गुंडाळत होता. तिथे असलेला लोकांचा घोळका त्या सत्कारानं भारावून जाऊन तो प्रसंग पाहत होता. त्यांच्यापैकी रामनाथन कोण होता याविषयी तिची खात्री पटत नव्हती. त्या कार्यालयाचं ठिकाण शोधण्यासाठी जॉश एकदम मॅप ॲपकडे झेपावल्याचं तिला दिसलं. ते त्या वेळी जिथे होते तिथून फार दूरवर नसलेलं ते सार्वजनिक क्षेत्रातल्या विमा कंपनीचं कार्यालय होतं.

रामनाथन खरोखरच त्या शहरात राहत होता.

''आपण त्याला भेटण्याची युक्ती शोधली पाहिजे.''

''बरोबर.''

''त्या मूर्तीशी त्याचा काय संबंध आहे ते मला जाणून घ्यायचं आहे. त्याला ती मूर्ती बघायला का मिळाली? सारथीची यातली भूमिका काय आहे? आपण टॉमला उठवू तोपर्यंत मी शक्य तितकी जास्तीत जास्त माहिती मिळवतो.''

''ठीक आहे,'' तिने ओठ चावत संमती दर्शवली. ''त्याचं कार्यालय इथून सुमारे तासाच्या अंतरावर आहे. आपण सुरुवात करायला काय हरकत आहे? दरम्यानच्या काळात मी आपल्याला दोघांनाही ओळखणारी व्यक्ती शोधून काढते.''

''चुलतभावाच्या चुलतभावाकडून,'' त्याने स्मित केलं. ''चल, हे करू याच.''

त्याने लॅपटॉप बॅगेत ठेवला आणि ते वर्तमानपत्र उचललं आणि उठून उभा राहिला. त्याने आळोखेपिळोखे दिले आणि हॉटेलच्या लॉबीतून ते बाहेर पडले आणि प्रखर सूर्यप्रकाशातून तिने रस्त्यावर उभ्या केलेल्या कारकडे निघाले. जॉश घाईघाईनं डोळ्यांवर त्याचा गॉगल चढवत असताना ती त्याच्या त्या घाईची गंमत वाटल्यासारखी त्याच्याकडे बघत होती. मात्र, रस्त्यावरून तो आरामशीरपणे चालत असल्याचं तिने आश्चर्यानं टिपलं.

''मग? एवढा कुठल्या बातमीत गुंग झाला होतास? मी आत आले त्या वेळी

तू अगदी काळजीपूर्वक वर्तमानपत्र वाचत होतास ते मी पाहिलं,'' त्याने गुंडाळी करून हातात धरलेल्या वर्तमानपत्राकडे पाहत तिने विचारलं.

''ते होय! मी उष्णतेच्या लाटेची बातमी वाचत होतो. सुमारे शंभर लोक मरण पावले आहेत.''

विद्यानं सुस्कारा टाकला. ''होय,'' ती म्हणाली.

''हे भयानक आहे.'' ते तसेच रस्त्यावरून चालत निघाले होते. पाठीमागून येणाऱ्या वाहतुकीनुसार ते काही वेळा जोडीनं चालत होते, तर काही वेळा एका पाठोपाठ चालत होते. ते एकत्रितपणे चालत असताना तो नेहमीच तिच्या आणि वाहतुकीच्या मध्ये स्वत:ला ठेवत तिच्या बाहेरच्या बाजूला राहत होता, हे विद्यानं मंत्रमुग्ध झाल्यासारखं टिपलं.

तो पुढे म्हणाला, ''मी बरेच दिवस प्रत्यक्ष वर्तमानपत्र वाचलंच नव्हतं. इंटरनेटवरचे विशिष्ट विषयांवरचे लेख आणि डिजिटल आवृत्त्याच वाचल्या होत्या. माझ्या हातात एक मोठं वर्तमानपत्र धरणं ही खरोखरच वेगळी आणि अवघडल्यासारखं वाटायला लावणारी गोष्ट होती.''

त्याला आणखी काहीतरी सांगायचं असावं अशा प्रकारे त्याने तिच्याकडे बघितलं, त्यामुळे विद्या काहीच बोलली नाही. त्याच्या आवाजात पूर्वीच्या आठवणीत रमल्याची झाक होती. त्यामुळे तिचं कुतूहल मात्र चाळवलं गेलं.

''आम्ही लहान असताना आमच्याकडे स्वयंपाकघरात लाकडी टेबल आणि त्याच्याशी न जुळणाऱ्या खुर्च्या होत्या. तिथेच बसून दिवसाची सगळी जेवणं आम्ही करत असू. आमचं घर अगदी स्वस्त, हलक्या दिखाऊ वस्तूंनी भरलेलं होतं. पण तिथे मायेचा उबदारपणा आणि आपलेपणा होता. रविवारी माझे डॅड नाश्ता तयार करायचे आणि माझ्या पालकांकडे वर्तमानपत्रं असायची. रविवारच्या आवृत्त्या जाडजूड, भरपूर पानांच्या असत. टेबलावर त्या पसरलेल्या असत आणि माझे आईवडील कला, राजकारण आणि विज्ञान यांवर अगदी तळमळीनं चर्चा करत.''

त्याच्या चेहऱ्यावर जुन्या आठवणीत दंग झाल्यामुळे स्मित झळकलं. कारजवळ पोहोचल्यामुळे संभाषणाचा ओघ खंडित झाला आणि विद्या त्यामुळे नाराज झाली.

ते कारमध्ये बसले. कार चालवत असताना विद्यानं तिच्या भावाच्या मेहुणीला फोन केला. तीही त्याच विमा कंपनीत काम करत होती. तिने तिला रामनाथनला भेटण्यात रुची असल्याचं सांगितलं. तिला माहिती असलेल्या एका अमेरिकन व्यक्तीला कांस्य मूर्ती विकत घेण्यासंदर्भात रामनाथनचा सल्ला हवा होता, असं तिने तिला सांगितलं. ती त्याची ओळख करून देऊ शकली असती का, असं तिने तिला विचारलं.

त्या फोनने काम झालं होतं. त्यानंतर त्यांनी त्यांचं संभाषण पुढे सुरू ठेवलं.

त्याने कुतूहलानं विचारलं की, "मॉन्सूनच्या पावसाला उशीर होणं ही खूप मोठी गोष्ट असते का? ते मुख्य बातम्यांचे विषय आहेत."

"होय. गेल्या वर्षी मॉन्सूनचा पाऊस खूपच कमी झाला होता. लागोपाठ दुसरं वर्ष तशीच परिस्थिती निर्माण झाली, तर नद्यांची पात्रं कोरडी ठणठणीत पडतील आणि दुष्काळ पडेल. सगळीकडे अस्वस्थता पसरेल."

"अस्सं! आणि पाऊस मोसमी असतो?"

"होय."

"क्षार काढून टाकण्याची काही नवीन तंत्रं विकसित केली जात आहेत. माझ्या एका महाविद्यालयीन मित्रानं पाणी वाया जाण्यावर देखरेख ठेवण्यासाठी एक स्टार्टअप सुरू केलंय," तो म्हणाला. त्यानंतर त्याने अत्यंत उत्साहानं त्या दोन्ही प्रकल्पांचं वर्णन केलं. त्या दोन्ही भावांची हळू आवाजात बोलण्याची आणि आवाजातल्या चढ-उतारांची पद्धत निश्चितपणे भिन्न असली, तरीही त्यांचा आवाज एकसारखाच जड, भारदस्त आणि आकर्षक होता. जॉशला अत्यंत तळमळ वाटत असलेल्या विषयांवर तो बोलू लागला की, त्या दोघांमधली साम्यं आणि फरक या दोन्ही गोष्टी तिच्या लक्षात येत होत्या.

थोडा वेळ संभाषण तसंच सुरू राहिलं. त्यानंतर विद्यानं रेडिओवर पॉप संगीताची वाहिनी सुरू केली आणि जॉश खिडकीतून बाहेर बघू लागला. कोल्डप्लेच्या 'अ स्काय फुल ऑफ स्टार्स'वर तो हलक्या आवाजात गुणगुणत होता आणि बाहेर दिसणारी सगळी दृश्यं आणि आवाज टिपून ठेवत होता.

तो छान होता, असा तिने हेतुपुरस्सर संयत विचार केला. तो परत गेल्यावरही ते एकमेकांच्या संपर्कात राहिले असते का? या विचारानं होणाऱ्या तीव्र वेदना निग्रहानं बाजूला सारून तिने स्वत:ला घाईघाईनं आणि ठामपणे सांगितलं की, "ते फारसं महत्त्वाचं नाही."

त्यांनी कुउम नदी ओलांडली. त्या वेळी जॉश तिथे पडलेल्या प्लॅस्टिकच्या कचऱ्याकडे आणि गलिच्छ, गढूळ पाण्याकडे टक लावून पाहत असल्याचं तिला आढळलं. पण त्याने त्यावर अवमानकारक किंवा इतर कोणत्याही प्रकारचं मत व्यक्त केलं नाही.

तिच्या त्या नातेवाईक मुलीनं तिला फोन करून रामनाथन त्यांच्याशी बोलण्यास तयार असल्याचं कळवलं. त्याच्याबरोबरचा वेळ कितीही हसत-खिदळत, मजेत गेला तरीही त्याने एकदा त्याचा लाडका प्रकल्प सुरू केला की, नंतर ती त्याच्यापासून दूर होणार होती, हे तिने स्वत:लाच बजावून सांगितलं.

त्या परिस्थितीत एखादा बडबड्या, गोष्टीवेल्हाळ पुरुष सोबत असणं ही चांगली गोष्ट होती.

तिने कारचा वेग आणखी वाढवला आणि रस्त्यावर लक्ष केंद्रित केलं. त्या मूर्तीविषयी रामनाथन काय उघड करू शकेल याविषयी तिच्या मनात मोठंच आकर्षण निर्माण झालं होतं. आता तिचे विचार त्यावरच केंद्रित झाले होते.

२३

ते रामनाथनच्या कार्यालयात पोहोचले त्या वेळी सकाळ जवळजवळ उलटून चालली होती. त्या बैठकीतून नेमकं काय काढून घेण्याची गरज होती यावर विचार करत असतानाच जॉशनं त्या परिसराचं उत्स्फूर्तपणे निरीक्षण केलं.

ती एक लांबट आकाराची तीन मजली इमारत होती. इमारतीच्या पुढच्या सपाट भागाला लावण्यात आलेला अस्पष्ट दुधाळ रंग आणि इमारतीला असलेल्या गजांच्या खिडक्यांची रांग दिसत होती. उष्मा कमालीचा वाढलेला होता आणि समोर लावण्यात आलेली झाडंझुडपं वाऱ्याच्या झुळकीअभावी स्तब्ध उभी होती. त्यांची बिलकूल सळसळ होत नव्हती. नारळाची झाडंही स्तब्ध आणि स्थितप्रज्ञासारखी उभी होती.

जवळच लहानशा हॉटेलसारख्या दिसणाऱ्या भागात काही कर्मचारी चालले होते. पदपथावर उभे राहून काही जण धूम्रपान करत होते. ते सगळे पुरुषच होते. काही जणांनी तर उघडउघड कुतूहलानं त्यांच्याकडे वळून बघितलं. दोन स्त्रिया त्यांच्या जवळून चालत पुढे गेल्या. त्या हातवारे करत मोठमोठ्यानं बोलत निघाल्या होत्या. त्याला पाहिल्यानंतर त्यांच्या संभाषणाची गाडी घसरल्यासारखी झाली.

जॉश विद्याच्या पाठोपाठ चालला होता. बहुतेक पुरुषांनी मिशा राखल्या होत्या आणि त्यांच्यापैकी बहुतेकांनी कपाळावर लाल, पिवळ्या किंवा पांढऱ्या रंगाचे पट्टे ओढले होते किंवा ठिपके लावले होते हे त्याच्या लक्षात आलं. मध्यमवयीन महिलांनी कपाळावर लाल रंगाचे ठिपके लावले होते. त्यांनी गजऱ्यांनी वेण्या सजवल्या होत्या आणि बहुतेक जणी साड्या नेसल्या होत्या. छाती आणि पोट यांच्या मधला भाग उघडा टाकण्यात आला होता आणि काही जणींनी तर अगदी

औदार्यानं त्याचं प्रदर्शन केलं होतं. त्याने या सगळ्याचा सांस्कृतिक संदर्भात विचार केला.

विद्या साडी नेसली असती तर कशी दिसली असती, असा विचार त्याने केला.

"आता तरुण मुली साड्या नेसत नाहीत का?" त्याने विचारलं. त्यानंतर आपण आता थेट प्रश्न विचारण्याएवढे जवळ आलो आहोत असं वाटून त्याने प्रश्नाचा रोख बदलला आणि तिला थेटच विचारलं, "तू नेसतेस?"

"आम्ही नेसतो. मी नेसते." ती काहीशी अडखळत म्हणाली. त्यामुळे त्याला हसू आलं. "आम्ही रोज साड्या नेसत नाही. लग्नासारख्या समारंभांना नेसतो."

विद्यानं कोणाला तरी रामनाथनकडे जाण्याचा रस्ता विचारला. त्यानंतर लवकरच ते एका लांब सभागृहात पोहोचले. जॉशनं त्याच्या कपाळावर हलक्या हातानं स्पर्श केला.

त्या सभागृहात एका ओळीत डेस्क मांडले गेले होते आणि प्रत्येक जण आपापल्या डेस्कवर बसून काम करत होता. जवळजवळ प्रत्येक डेस्कवरच कागदी फायलींचा ढीग साचला होता. मग तरीही त्यांच्या संगणकावर ते काय काम करत होते याचं जॉशला आश्चर्य वाटलं. हळू आवाजात सुरू असलेल्या संभाषणाचा कोलाहल आणि छताला टांगलेल्या पंख्याच्या गरगरण्याचा आवाजही ऐकू येत होता.

"तुझे मनापासून आभार. प्रत्येक जण आपल्याकडेच बघतोय," ती पुटपुटली.

"स्वत:ला कमी लेखू नकोस," त्याने टोमणा मारला.

ती थोडंसं हसली, पण तशीच समोर बघत राहिली.

"तू हे खरंच बोलली होतीस का? तुझा बॉयफ्रेंड तुझी तारीफ करत नाही का?" त्याने तो विषय तसाच पुढे रेटला.

"तर, तो करतोच की. सतत करत असतो," ती हे बोलताना थोडीशीही अडखळली नव्हती. त्यामुळे त्याला तिला कुठेच पकडता आलं नाही.

"मी पैजेवर सांगेन की विशेषत: तू साडी नेसल्यावर तो प्रशंसा करत असेलच," तो पुटपुटला.

तिने ओठ चावला आणि हसू दाबलं.

सभागृहाच्या टोकाला असलेल्या रामनाथनच्या कार्यालयापर्यंत ते पोहोचले. दरवाजावर हळुवारपणे टकटक करून ते आत गेले. रामनाथन हा उंच, मध्यम शरीरयष्टीचा माणूस होता. त्याने केस विंचरून उलटे फिरवले होते. त्याच्या मिशा करड्या रंगाच्या होत्या आणि त्याने चश्मा लावला होता. तो उभा राहिला त्या वेळी त्याने चश्मा काढून ठेवला. त्याने गडद जांभळ्या रंगाचा हाफशर्ट घातला होता आणि काळ्या पँटवर तो सोडून दिला होता. त्याच्या कपाळाच्या बहुतांश भागावर

त्याने पांढरे ठिपके काढले होते. त्यामागे एखादी धार्मिक महत्त्वाची बाब असावी असं जॉशला वाटलं. ते काय होतं ते टॉमला माहिती असणार, असा विचारही त्याने केला. आपल्या भल्या मोठ्या डेस्कच्या मागून रामनाथननं हात पुढे केला.

विद्यानं स्वत:ची आणि जॉशची रामनाथनशी ओळख करून दिली. तिने त्याचं आडनाव सांगितलं नव्हतं, कारण कदाचित रामनाथननं त्यावरून त्याच्यातला आणि टॉममधला संबंध ओळखला असता.

"जॉशुआ...?" रामनाथननं प्रश्न विचारला होता. त्याला बहुधा त्याचं आडनाव ऐकायचं होतं असं सुरुवातीला वाटलं तरी ते तसं नव्हतं, हे तो पुढे बोलू लागल्यावर जॉशच्या लक्षात आलं. "खूपच छान नाव. बायबलमधलं. मोझेसचा भाऊ. माझ्या एका शालेय वर्गमित्राचं नावही जॉशुआ होतं."

"अं..." जॉशनं त्याचं चुकीचं विधान दुरुस्त करण्याऐवजी फक्त एवढंच म्हटलं. पण तो काहीसा चकित झाला होता. अशा प्रकारचा शेरा बाहेर पडावा एवढं जॉश हे नाव सर्वसामान्यही नव्हतं.

त्या कार्यालयाच्या दरवाजाच्या वरच्या अर्ध्या भागाला काचा लावलेल्या होत्या. त्यावर कोणत्या ना कोणत्या जाहिरातीची पत्रकं चिकटवलेली होती. पत्रकांच्या मधल्या रिकाम्या जागांमधून त्याला काही लोक तिथून जाता येता चौकसपणे आत दृष्टिक्षेप टाकत असल्याचं दिसलं. रामनाथनच्या डेस्कवरचं काचेचं आवरण आणि टेबलाचा वरचा भाग यांमध्ये कॅलेंडरचं एक पान दाबून ठेवलेलं होतं. त्यावर नटराजाच्या कांस्य मूर्तीचं चित्र होतं. त्याशिवाय आणखीही काही चित्रं होती आणि ती बहुधा संतांची व काही देव-देवतांची असावीत, असा जॉशनं अंदाज बांधला. त्यांच्या बाजूला अगदी व्यूहरचना केल्याप्रमाणे त्यांच्याकडे तोंड करून विम्याशी संबंधित विविध ब्रोशर्स मांडण्यात आली होती.

रामनाथन आत्मप्रौढी मिरवणारा होता, हे अगदी स्पष्टपणे दिसत होतं, कारण कार्यालयीन कामकाजाच्या वेळात तो पाहुण्यांना कधीही भेटत नसून फक्त जबाबदारीच्या जाणिवेपोटी तो त्यांच्याशी बोलत होता हे त्याने बिलकूल स्मित न करता स्पष्ट केलं. जॉश एवढ्या लांबून आल्यामुळे त्याने त्या दिवशी तो अपवाद केला होता, असंही त्याने सांगितलं. जॉशने स्वत:ची ओळख करून देताना तो चोलाकालीन कांस्य मूर्तींचा चाहता असून, त्याच्या एका ग्राहकासाठी त्याला तशी एखादी मूर्ती विकत घ्यायची होती, असं रामनाथनला सांगितलं. त्यातही त्याला नटराजाची मूर्ती घ्यायची होती, असं त्याने स्पष्ट केलं. जॉशच्या ओळखीशी रामनाथनला फारसं काहीच देणं-घेणं नव्हतं आणि स्वत:ची ओळख अधिक ठळकपणे करून देण्यात त्याला अधिक आनंद होत होता.

त्याने भारतीय संस्कृती आणि इतिहास याविषयीच्या लांबलचक माहितीनं

संभाषणाची सुरुवात केली. भारताच्या आध्यात्मिक महानतेविषयी आणि प्राचीन लष्करी पराक्रमाविषयी बोलताना त्यात व्याख्यान दिल्यासारखी झाक आली होती. हजारो वर्षांपूर्वी अणुयुद्ध झाल्याचे पुरावे होते, अशी माहितीही त्याने जॉशला दिली. त्या सगळ्यावरून जॉशच्या एवढंच लक्षात आलं की, दिल्लीच्या सुलतानांनी आणि त्यानंतर ब्रिटिशांनी भारताचं सगळं वैभव नष्ट केलं होतं. विद्या अस्वस्थपणे चुळबुळ करत असल्याचं पाहून जॉशला गंमत वाटली.

"असो, ते जाऊ दे..." थोड्या वेळानं तो बोलायचा थांबला आणि त्याने टेबलावरची जुन्या पद्धतीची घंटी दाबली. त्याबरोबर एक माणूस आत आला.

"तुम्ही काय घेणार?" त्याने उत्सुकतेनं विचारलं.

त्यांनी कॉफी घेणार असल्याचं सांगितल्यावर तो माणूस निघून गेला.

"श्री. रामनाथन, आम्ही इथे आलो आहोत ते..." विद्या बोलू लागली. जॉशनं टेबलाखालून तिचा हात दाबला. तशी अपेक्षाच नसल्यामुळे ती क्षणभर भांबावली. तिने बोलायला सुरुवात केली होती, पण लगेच त्याचा हेतू लक्षात आल्यावर ती मध्येच बोलता बोलता थांबली.

जॉशनं स्वत:कडे संभाषणाची सूत्रं घेतली. "मी तुमचे लेख आणि फेसबुकवरच्या पोस्ट वाचल्या आणि माझ्या लक्षात आलं की, कांस्य मूर्ती विकत घ्यायची असेल तर सल्ला घेण्यासाठी तुम्हीच योग्य व्यक्ती आहात."

"हा तुमचा मोठेपणा आहे," रामनाथननं त्यापाठोपाठ हात उडवून त्याची प्रशंसा उडवून लावल्याचा आविर्भाव केला. पण त्याला खूपच समाधान वाटलं होतं यात शंकाच नव्हती. त्याच्या विद्वत्ताप्रचुर कामांविषयी त्याने माहिती सांगितली. त्यापैकी बहुतेकांचा संबंध सांस्कृतिक आणि आध्यात्मिक दृष्टिकोनांशी होता. त्यामुळे ही भेट खरोखरच उपयुक्त ठरेल का याविषयी जॉशला काळजी वाटू लागली.

"कांस्य मूर्तींच्या जुन्या होण्याच्या प्रक्रियेविषयी तुम्ही अलीकडेच लिहिलेला एक लेख त्या प्रक्रियेवर प्रकाश टाकणारा आहे."

रामनाथननं त्यावर लांबलचक उत्तर दिलं, पण ते सगळं त्या प्रक्रियेची माहिती देणारंच होतं. विशिष्ट प्रमाणातल्या रासायनिक मिश्रणांमध्ये ती मूर्ती बुडवण्याचा त्यात समावेश होता. "अमोनियम क्लोराइड आणि त्यासारखी रसायनं त्यासाठी वापरली जातात," तो आपल्या हुशारीच्या कैफात म्हणाला. त्याने स्वत: ती प्रक्रिया प्रत्यक्ष पाहिलेली नव्हती. फक्त तिचे परिणाम त्याने पाहिले होते.

विद्यानं झटकन त्याच्याकडे एक दृष्टिक्षेप टाकला. त्यावरून जॉशच्या लक्षात आलं की, या गोष्टीचं महत्त्व तिच्याही लक्षात आलं होतं.

"सारथीमधले कारागीर हे करण्यात खरोखरच वाकबगार आहेत, असं मी

ऐकलंय,'' जॉश अगदी ठाम निश्चयी आवाजात म्हणाला. त्यामुळे सारथीविषयीच्या त्याच्या माहितीविषयी शंका घेण्यास जागाच नव्हती. ''आम्ही तिथे काल गेलो होतो. पण माझ्या नजरेत भरण्याजोगं मला तिथे काहीच आढळलं नाही. खरोखरच ते तंत्रज्ञान प्रभावीपणे दिसून येईल अशा प्रकारचं तिथे काहीच नव्हतं.''

विद्यानं क्षणभर आश्चर्यचकित होत त्याच्याकडे अभावितपणे बघितलं, पण नंतर लगेच चेहऱ्यावर फक्त जिज्ञासेचे भाव आणले.

''त्यांच्याकडे काही चांगल्या तयार मूर्ती आहेत. पण तुम्ही मला विचाराल तर त्यापेक्षा ऑर्डर देऊन तशी एखादी मूर्ती तयार करून घेणं अधिक चांगलं ठरेल.'' रामनाथननं सारथीशी असलेल्या त्याच्या संबंधांची स्पष्ट खात्री पटवून दिली होती.

''होय. मी काळपट रंगाची चकाकी चढलेली एखादी मूर्ती घ्यावी, असा विचार करतोय. मला असं समजलंय की, त्या दुकानाचं स्वामीमलाईत एक वर्कशॉप आहे.''

''होय. किंमत कदाचित जास्त असू शकेल, पण त्यांचं काम उत्तम असेल, याची मी तुम्हाला खात्री देऊ शकतो. काही महिन्यांपूर्वीच मी नटराजाची एक मूर्ती बघितली होती. ती जवळजवळ सात फूट उंचीची होती आणि तिच्यावर चढवण्यात आलेला काळपट मुलामा अगदी प्रेक्षणीय होता.''

एवढी स्पष्ट खात्री पटल्यावर त्याच्या सर्वांगातून आनंदाची लहर दौडत गेली. विद्या ताठरल्यासारखी बसली होती आणि रामनाथन हा सूक्ष्म निरीक्षण करणारी व्यक्ती असता, तर त्याला तिच्या चेहऱ्यावरचा तणाव नक्कीच दिसला असता. तिला नाटकी निर्विकार भाव चेहऱ्यावर आणता येत नव्हता, हा विचार मनात आल्यामुळे जॉशनं मनातल्या मनातच स्मित केलं.

तेवढ्यात चिकणमातीच्या कपातून कॉफी आणली गेल्यामुळे ते संभाषण थोड्या वेळापुरतं थांबलं. रामनाथनच्या त्या साहाय्यकानं प्रत्येकासमोर एकेक कप ठेवला. रामनाथननं त्याला हात हलवून इशारा केल्यावर तो तिथून निघून गेला आणि बाहेर पडता पडता त्याने हळुवारपणे दरवाजाही लावून घेतला.

''पैशाचा काहीच प्रश्न नाही. माझा ग्राहक अतिशय बारकाईनं सगळ्या गोष्टी बघतो. त्याला सौंदर्यपूर्ण पद्धतीनं जुनी झालेली मूर्ती हवी आहे. प्राचीन मूर्तीहून ती भिन्न आहे, असं कुणालाही सांगता येऊ नये अशा प्रकारची मूर्ती त्याला हवी आहे.''

रामनाथन उपहासानं हसला. ''एखादा तज्ज्ञ ते नेहमीच सांगू शकतो.''

''असं आहे का, सर?'' विद्यानं आवश्यक तितके डोळे विस्फारत विचारलं. तिच्या मनात निर्माण झालेल्या निरागस चौकसपणातून तो प्रतिसाद निर्माण झाला होता. जॉशनं त्यासाठी तिचं चुंबनच घेतलं असतं.

जॉशनं कॉफीचा एक घोट घेतला आणि नंतर तोंड किंचित वेडवाकडं करत

त्याने तो निग्रहानं तसाच टेबलावर ठेवून दिला. त्या साखर, दूध घातलेल्या पेयाला कॉफी म्हणणं हा गुन्हाच ठरला असता.

"हो तर, नक्कीच! काही महिन्यांपूर्वीच मी एक कृत्रिमरीत्या प्राचीन बनवण्यात आलेली मूर्ती सारथीमध्ये बघितली होती. प्रथमदर्शनी ती मूर्ती दहाव्या शतकातली सेम्बियन मडेवी शैलीची असावी असं वाटत होतं. पण आपण एक गोष्ट लक्षात घेतलीच पाहिजे, ती म्हणजे— कांस्य धातूचं ओतीव काम करण्याची तेव्हा नुकतीच कुठे सुरुवात झाली होती आणि ते प्रायोगिक अवस्थेत होतं. शिल्पकार वेगवेगळे प्रयोग करून पाहत होते. त्यामुळे त्यांनी एवढ्या महाकाय मूर्ती बनवल्या नसत्या. त्याशिवाय मी नटराजाच्या मूर्ती असलेली सर्व पवित्र स्थळं पाहिली आहेत. चेन्नई, तंजावुर आणि पाँडिचेरी इथल्या वस्तुसंग्रहालयांसारखी बरीच वस्तुसंग्रहालयं आणि तिथल्या मूर्ती मी पाहिल्या आहेत. त्यांच्या छबी माझ्या डोक्यात आहेत. ही मूर्ती त्यांच्यापैकी एकाही मूर्तीसारखी नव्हती." रामनाथननं थांबून कॉफीचा एक छोटासा घोट घेतला. "शिवाय इतरही काही सुगावे मला सापडले. चौथरा सपाट असला पाहिजे. त्या कालावधीत असा अलंकारिक, सुशोभित चौथरा असणं शक्यच नाही. नटराजाच्या कमरेभोवतीच्या शेल्याची गाठ ज्या पद्धतीची आहे, ती पद्धत त्या काळाशी मिळतीजुळती नाही. शिवाय उर्छ्वा मूर्ती (उत्सव मूर्ती) म्हणजे काय हे तुम्हाला माहिती आहे का?" त्याने विद्याकडे वळून विचारलं.

"होय," विद्यानं कठोरपणानं म्हटलं. त्याने तो प्रश्न तिला विचारल्याचं तिला आवडलं नव्हतं, हे जॉश सांगू शकला असता. "मूळावतार हा सहसा दगडात घडवला जातो आणि तो फक्त गाभाऱ्यात ठेवला जातो आणि उर्छ्वा (उत्सव) आणि विशेषतः पंचलोह मूर्ती या सणांच्या दरम्यान बाहेर काढल्या जातात आणि त्यांची मिरवणूक काढली जाते. त्यामुळे लोक स्वतःच्या घरात राहूनच त्यांचं दर्शन घेऊन त्यांची प्रार्थना करू शकतात."

"छान," रामनाथन प्रोत्साहनात्मक स्वरात म्हणाला. "अलीकडच्या काळात बहुतेक तरुण-तरुणींना आपल्या संस्कृतीविषयी काहीही माहिती नसतं. ते सगळेच जण तुमच्या संस्कृतीची नक्कल करण्याचा प्रयत्न करतात." त्याने जॉशला तुच्छ लेखत उपहासानं म्हटलं.

"पण तरीही मी इथे आलोय ना," जॉशनं उपरोधानं हसत म्हटलं. त्यामुळे त्या माणसाला अत्यानंद झाला.

रामनाथननं कॉफीचा आणखी एक घोट घेतला. त्या वेळी त्याचं लक्ष आपल्याकडे नाही, असं बघून जॉशनं विद्याकडे बघून डोळे मिचकावले. तिने स्मित केलं आणि थोडीशी सैलावली.

रामनाथननं घसा खाकरला आणि नीरसपणे पुढे बोलू लागला. "कांस्य मूर्तींना

आणि त्यातही विशेषत: उर्छ्वा (उत्सव) कांस्य मूर्तींना आताच तुम्ही म्हणालात त्याप्रमाणे तळाशी भोकं असतात. त्या भोकांमधून दांडा आरपार जाऊ शकतो. हे दांडे हातात धरून भक्त त्या देवतांना मिरवणुकीच्या वेळी त्यांच्या खांद्यांवरून नेतात. या मूर्तीच्या तळाशी अशी भोकं नव्हती. याचा अर्थ एकूणच ती मूर्ती आधुनिक आहे हे स्पष्टपणे दिसून येत होतं.''

''हं...'' जॉशनं त्याच्या आवाजात किंचित जिज्ञासा आणली होती. त्या वेळी टॉमनं कधीतरी अशा प्रकारच्या विसंगतींचा उल्लेख केला होता का हे तो अगदी तळमळीनं आठवण्याचा प्रयत्न करत होता.

''तरीही तुम्ही अशा प्रकारची कारागिरी अलीकडच्या दिवसांत पाहू शकणार नाही. मला असं सांगण्यात आलं होतं की, ही विशिष्ट मूर्ती तयार केलेला *स्तापती* वृद्ध आहे आणि त्याच्या घराण्यात पिढ्यान्‌पिढ्या शिल्पकला चालत आली आहे.''

जॉश थोडासा घुटमळला. तसंच रेटून पुढे नेऊन आणखी काही विचारणं अस्वाभाविक वाटेल असं त्याला वाटलं.

नशिबानं विद्यानंही आणखी काही विचारलं नाही. ''म्हणजे तुम्ही असं सुचवत होतात की आम्ही ऑर्डर देऊन अशी मूर्ती तयार करून घेतली पाहिजे. त्याच *स्तापती*कडून आम्हाला ती मूर्ती घडवून घेता येईल का?''

''मला त्याविषयी खात्रीनं सांगता येणार नाही. मला असं समजलंय की, त्या शिल्पकाराचा मृत्यू झालाय किंवा तो अंध झालाय किंवा त्याच्या बाबतीत असंच काहीतरी घडलंय.'' रामनाथननं तो विषय उडवून लावला. एक तर त्याला त्यात फारशी रुची नव्हती किंवा त्याच्याकडे त्याहून अधिक माहिती नव्हती.

त्याला त्या मूर्तीच्या फक्त धार्मिक किंवा आध्यात्मिक पैलूंमध्येच स्वारस्य होतं. त्यामुळे जॉशनं त्याला कमी लेखलं नव्हतं, पण रामनाथननं धार्मिक उत्साहातून भरपूर प्रमाणात मध्ययुगीन दुर्बोध श्लोक आणि मंत्र सांगितले, त्यांच्याकडे जॉशचं अर्धवटच लक्ष होतं.

पार्श्वभूमीवर एअर कंडिशनरचा आवाज येत होता आणि थंड होत चाललेल्या कॉफीवर सायीचे थर जमा होत होते.

रामनाथननं ती मूर्ती जन्म-मृत्यूच्या वैश्विक चक्राचं प्रतिनिधित्व करत असल्याचं सांगितलं. ''परमानंदाचं नृत्य, उन्मादाचं नृत्य, त्यांच्यात अशी आत्म्यांना जागृत करण्याची शक्ती आहे,'' त्याने एका विशिष्ट स्वरात हे म्हटलं. ती मध्यवर्ती कल्पना खिन्न, उदास वाटली. स्वत:विषयीच्या तीव्र तिटकाऱ्यातून आलेली ईश्वरनिष्ठा आणि मृत्यूनंतरच्या जीवनाच्या संदर्भानं ती भरलेली होती.

रामनाथन कंटाळवाणेपणानं एकसुरी माहिती देत होता किंवा त्याने जाणूनबुजून बेपर्वाईही दाखवली होती. मात्र, या कशामुळेही जॉशच्या वडिलांप्रमाणेच एखाद्यावर

या मूर्तीचा किती प्रचंड प्रभाव असू शकतो, असा विचार करण्यापासून जॉश स्वत:ला रोखू शकला नव्हता. तोपर्यंत त्याला त्या मूर्तीचे जितके सौंदर्यशास्त्रविषयक किंवा वैज्ञानिक दृष्टिकोन समजले होते त्यपलीकडेही पावित्र्याच्या दृष्टीनं तिला किती महत्त्व आहे ते त्याच्या लक्षात आलं.

तत्त्वज्ञान आणि अध्यात्म यांविषयीचं त्याच्या वडिलांचं बोलणं ऐकण्याचे कष्ट त्याने घेतले असते तर किती बरं झालं असतं, असं अचानक त्याच्या मनात आलं. खरं तर त्याने त्याआधी कधीच असा विचार केला नव्हता.

आपल्या मनात पुन्हा एकदा पुरेशा प्रमाणात अदब निर्माण झाल्याचं लक्षात आल्यावर जॉशनं हळुवारपणानं चुळबुळ केली आणि तो म्हणाला, ''आम्हाला आता निघालं पाहिजे. आम्ही तुमचा बराच वेळ घेतला.''

''होय, मलाही पुन्हा कामाला सुरुवात करावीच लागेल,'' रामनाथननं असं म्हटलं असलं, तरीही आपलं बोलणं तसंच सुरू ठेवण्याची इच्छा असल्याप्रमाणे तो म्हणाला, ''तुम्ही इथेच असाल तर या रविवारी तुम्ही माझ्या व्याख्यानाला येऊ शकता,'' त्यानंतर बॅगेत थोडीशी शोधाशोध करून त्याने जॉशला एक पत्रक दिलं.

ते उठून उभे राहिले आणि जॉशनं रामनाथनशी हस्तांदोलन करून त्याचे आभार मानले. रामनाथनचा चेहरा आनंदानं उजळून निघाला होता.

त्याच्या मनात अचानकच विचार आल्याप्रमाणे तो म्हणाला, ''थांबा, शिवराजकडे मी तुमच्यासाठी शब्द टाकतो. सारथीचा तो मालक आहे आणि माझा चांगला मित्र आहे.'' त्याने त्याचा फोन बाहेर काढला आणि त्यावरून काही नंबर फिरवले. ''मि. जोशुआ, मी त्याला तुम्हाला चांगल्या किमतीत मूर्ती द्यायला सांगतो.''

यातून काय निष्पन्न होईल याचा अंदाज न आल्यानं जॉश असाहाय्यपणे त्याच्याकडे बघत राहिला. पण त्या माणसानं आधीच संदेश पाठवूनही दिला होता. त्यामुळे आता पुन्हा एकदा त्याचे आभार मानण्याखेरीज जॉशच्या हातात काहीच उरलं नव्हतं.

त्या सभागृहातून ते आलेल्या मार्गानंच परत चालले होते. विद्या खूपच शांत असल्याचं लक्षात आल्यावर काही क्षणांनंतर जॉशनं वळून विद्याकडे बघितलं, त्यावेळी ती अतिशय दु:खी आणि अस्वस्थ असल्याचं त्याला दिसलं.

''तू ठीक आहेस ना?'' त्याने तिला काळजीनं विचारलं आणि त्याचा चालण्याचा वेग कमी केला.

तिने मान डोलावली. पण ती आपल्या डोळ्यांतले अश्रू थोपवून मागे परतवण्याचा प्रयत्न करत असल्याचं बघून त्याला धक्काच बसला.

''ते श्लोक माझ्या आईचे आवडते होते,'' तिने उत्तर दिलं. तिचा आवाज पोकळ झाला होता.

जॉश चालता-चालता थांबला, पण तेवढ्या काही क्षणांतच तिने स्वतःला सावरलं आणि त्याला तसंच झपाट्यानं पुढे चालण्याची खूण केली. ''चल, जाऊ या,'' ती म्हणाली.

ही गोष्ट उत्तमच झाली होती, कारण आजूबाजूला काय किंवा कोण आहे याची पर्वा न करता किंवा दखल न घेता जॉश जवळजवळ तिला जवळ घेण्याच्या बेतात होता, हे लक्षात आल्यामुळे तो स्वतःच स्तंभित झाला होता.

२४

त्या इमारतीतून ते बाहेर पडले त्या वेळी तो शांतच राहिला होता. त्याच्या मनात उसळून आलेल्या त्या वेगळ्याच, अनियमित भावनांमुळे तो गोंधळून गेला होता. आता बाहेर फारसे लोक नव्हते आणि वाहतूकही तुरळक होती. सूर्य डोक्यावर आला होता आणि आता महाऊर्जेचा पांढरा गोलक दिसत होता. त्याच्याकडे कोणीही डोळे वर करून पाहू शकत नव्हतं. थोड्या ढगांचा पुंजका इकडून तिकडे झेपावला की, आकाशाच्या अथांग संपृक्त निळ्या रंगाचा तोचतोचपणा नाहीसा होत होता. हवेत अगदी त्रासदायक दमटपणा भरून राहिला होता.

मला टॉमला फोन करावाच लागेल, जॉशनं विचार केला. पण त्यांच्या संभाषणाचा पुन्हा विचार केल्यावर आपण टॉमला नेमकं काय सांगण्याची गरज आहे, याचा तर्कसंगत विचार करताना तो थोडासा घुटमळला.

"माझ्या तोंडातली ही गोड गोड साखरेची चव घालवण्यासाठी मला ब्लॅक कॉफी घ्यावीच लागेल," त्याने तोंड वेंगाडत म्हटलं. "तू मद्रास कॉफी असं जिला म्हणतेस, ती ही असलीच कॉफी तू पितेस का?"

विद्याने काहीसं क्षीण स्मित केलं. "मला अगदी कडक कॉफी हवी आहे. कॉफी शॉपमध्ये जाऊ या. कारण काहीही झालं तरी आपल्याला कुठेतरी बसून बोलण्याची गरज आहेच. आपण आत आलो त्या वेळी मला जवळपासच तसं एक कॉफी शॉप दिसलं होतं."

ते कारमध्ये बसले. थोड्या अंतरावर गेल्यावर तिने एका शांत गल्लीत झाडाच्या सावलीत कार उभी केली. ते खाली उतरले आणि कॅफेकडे गेले. व्यायामशाळेच्या कोपऱ्याच्या शेजारीच कॉफी शॉप होतं. व्यायामशाळेच्या फलकावर आपल्या स्नायूंचं प्रदर्शन करणाऱ्या तरुण अर्नोल्ड श्वॉर्झनेजरचं छायाचित्र होतं.

धूळभरल्या आणि प्लास्टरचे पोपडे निघालेल्या काँक्रिटच्या इमारतीच्या दुसऱ्या मजल्यावर व्यायामशाळा होती. पण त्याच्या अगदी शेजारीच असलेलं हे कॅफे मात्र चकचकीत काचांनी आणि स्टीलनं चमचमत होतं. आयुष्याच्या प्रत्येक पैलूत विरुद्ध वृत्तींचं साहचर्य दिसून येत होतं.

कॅफे रिकामं आणि शांत होतं. ती जवळजवळ दुपारच्या जेवणाची वेळ होती, त्यामुळे मांडून ठेवलेल्या कपकेक आणि पेस्ट्रीकडे एक नजर टाकल्यावर त्यांनी तिच्यासाठी क्वास्साँ, रॅप्स, लाटे आणि त्याच्यासाठी एस्प्रेसो घ्यायचं ठरवलं. त्यांनी ऑर्डर दिलेले आपापले पदार्थ घेतले आणि कॅफेच्या काउंटरपासून दूर खिडकीजवळ जाऊन बसले.

"मग रामनाथनबद्दल तुला काय वाटतं आणि तो यात कितपत गुंतलेला असू शकेल असं तुझं मतं आहे?" तिने विचारलं.

"नक्कीच काहीतरी चुकलंय असं मला वाटतंय, ते काय चुकलंय ते मी तुला सांगतो. त्याचा असा ठाम विश्वास आहे की, ती प्राचीन मूर्ती नाही, तर समकालीन मूर्तीच आहे."

तसं असणं अगदीच शक्य होतं. टॉमनं चूक करण्याची अगदी पुसट शक्यता असली, तरी ती शक्यता होती, असं त्याला वाटलं. टॉमची त्या मूर्तीत भावनिक गुंतवणूक झाली होती ही बाब कुठेतरी लक्षात घेणं आवश्यकच होतं. त्याच्या आविर्भावातून आणि आवाजातून त्याने ते पाहिलं आणि ऐकलंही होतं.

"आता टॉमला झोपेतून उठवण्याची वेळ आली आहे," त्याने उसासा टाकत म्हटलं.

'आपण आठ वाजता बोलू या,' असं जॉशनं टॉमला सुचवल्यावर त्याने कठोरपणे फक्त 'ठीक आहे' एवढंच म्हटलं. लंडनमध्ये आता आठ वाजायला आलेच होते.

काही वेळ फोन वाजत राहिला. त्यानंतर टॉमनं तो उचलला. नुकत्याच झोपेतून उठलेल्या माणसाच्या आवाजातल्या चिडखोर घोगरेपणासारखा त्याच्या आवाजात चिडखोर घोगरेपणा होता.

"हाय, एवढ्यात आठ वाजलेसुद्धा?" त्याने झोपाळू आवाजात विचारलं.

"जवळजवळ वाजलेतच."

"हं, ठीक आहे. तू काल कुठे होतास?"

"टॉम, तुला एकदम असं सगळं सांगावं लागतंय, त्याबद्दल मला वाईट वाटतंय, पण ती एक वाईट बातमी आहे असं मला वाटतंय."

क्षणभर तिथे शांतता पसरली.

"काल रात्रीच्या नाटकानंतर मला त्याची अपेक्षा होतीच," टॉमनं शांत आवाजात

म्हटलं. तो संकटाला तोंड देण्यासाठी सज्ज झाला होता हे स्पष्टच होतं. त्याच्या आवाजात सावधपणा होता. जॉशला पार्श्वभूमीवर संगीतही ऐकू येत नव्हतं, पण टॉम त्याच्या पलंगावर आळोखेपिळोखे देत असावा याची त्याला कल्पना होती.

जॉशनं त्याला झटपट त्या जर्नलविषयी आणि एएसआय प्रमाणपत्राविषयी सांगितलं.

त्यानंतर तिथे क्षणभरासाठी पसरलेली शांतता बोलकी होती.

''अस्सं!''

त्याच्या भावानं आपल्या आवाजात बेफिकिरी आणण्याचा कितीही प्रयत्न केल्याचं स्पष्टपणे दिसत असलं, तरीही त्याच्या आवाजातला बदल जॉशला जाणवला होता.

टॉमनं घसा खाकरला. ''अस्सं!'' तो पुन्हा एकदा म्हणाला. ''एएसआयनं आधुनिक मूर्ती म्हणून तिला प्रशस्तिपत्र दिलंय तर. छे, किती लाजिरवाणा प्रकार आहे!''

''टॉम, पण हे असंच आहे,'' आपला आवेग आवरून धरण्याचा प्रयत्न करत जॉश कसाबसा घाईघाईनं म्हणाला. ''पण कदाचित ती मूर्ती आधुनिकही असू शकेल.''

''मूर्खासारखं बोलू नकोस,'' टॉमनं लगेच उपेक्षा केल्यासारखा प्रतिसाद दिला होता. ''त्यांनी त्याची अशीच यादीत नोंद केलेली असणार. त्याशिवाय ते ती जहाजावर लादूच शकले नसते.''

''टॉम, माझं ऐक,'' जॉशनं बोलायला सुरुवात केली आणि त्याच वेळी त्यांच्यात काय संभाषण सुरू आहे, याचा अंदाज घेण्यासाठी विद्या त्याच्याकडे बारकाईनं पाहत असल्याचं त्याच्या लक्षात आलं.

जॉशनं झटकन त्या परिसराचं निरीक्षण केलं. ते एका कोपऱ्यात होते आणि काउंटरवरची महिला फोनवरून हलक्या आवाजात बोलत, तिच्या विश्वातच दंग झाली होती.

''मी फोन स्पीकरवर टाकतोय. माझ्यासोबत विद्याही आहे,'' जॉश म्हणाला.

जॉशनं लगेच फोन स्पीकरवर ठेवला. आवाज कमी केला आणि ती दोघंही फोनवर झुकली. त्यानंतर विद्यानं वर्तमानपत्रातल्या त्या लेखाबद्दल टॉमला सांगितलं आणि त्याबरोबरच रामनाथनबरोबरच्या बैठकीविषयीही सांगितलं.

त्या दिवशी सकाळी त्यांना काय काय समजलं होतं ते सांगण्यात ती दंग होऊन गेली होती आणि तिची नजर फोनवर खिळून राहिली होती. त्या परिस्थितीत तिच्या चेहऱ्याकडे निरखून पाहत राहण्यापासून जॉश स्वत:ला रोखू शकला नव्हता. तो तिच्याकडे टक लावून पाहत होता आणि खरं तर तसं करण्याची ती वेळ नव्हती

हे त्याला माहीत होतं, पण तरीही तो स्वत:ला त्यापासून परावृत्त करू शकला नव्हता. लक्ष केंद्रित करण्यामुळे तिच्या कपाळावर किंचितशी पडलेली आठी, तिच्या गालांवर रुळणारी केसांची बट, उत्तम प्रकारे निगा घेऊन नीटनेटके ठेवलेले हात आणि श्वासांची हळुवार लयबद्ध हालचाल... तो तिच्याकडे तसाच पाहत राहिला.

"हा सगळा मूर्खपणा आहे रे बाबांनो," टॉमनं ते सगळं धुडकावून लावलं होतं. "ती बनावट मूर्ती नाही. मी स्वत:, माझ्या या डोळ्यांनी तिला पुन्हा एकदा कालच बघितलंय."

विद्यानं रामनाथनचं म्हणणं सांगितलं.

टॉमनं उपहासात्मक आवाज काढला. "एवढ्या मोठ्या आकाराच्या मूर्तीला सळई घालण्यासाठी भोकांचा अभाव असणं ही आंतरराष्ट्रीय बाब आहे. त्यांनी ती मूर्ती मिरवणुकीसाठी ठेवलेलीच नसावी, ती मुख्य मूर्ती म्हणून तिची प्रतिष्ठापना करण्यात आली असावी. गाठींविषयीचं त्याचं म्हणणं तर पूर्ण चुकीचं आहे. त्या काळातल्या इतर काही मूर्तींमध्येही अशाच प्रकारच्या गाठी दिसतात. अर्थातच त्या मूर्ती अल्प प्रमाणात आहेत. चौथऱ्याविषयीचं त्याचं म्हणणं बरोबर आहे, पण त्याने त्यावरून काढलेला निष्कर्ष चुकीचा आहे. मला वाटतं, नंतर बहुधा बाराव्या शतकात त्या मूर्तीत त्या चौथऱ्याची भर घालण्यात आली असावी. तिच्या छोट्याशा पायासह असलेली ती मूर्ती दहाव्या शतकातली आहे. मी कशाविषयी बोलतोय ते मला पक्कं माहीत आहे."

जॉशची नजर शांतपणे विद्याच्या नजरेला भिडली. टॉम तशी एखादी शक्यता असेल हे नाकारत होता आणि तो बराचसा दुराग्रही बनल्यासारखा वाटत होता. टॉम फाजील आत्मविश्वासूपणानं वागत होता की तो खूपच व्याकूळ बनला होता, हे जॉशला नेमकं सांगता येत नव्हतं. विद्यालाही तसंच वाटलं असावं अशी त्याला शंका आली होती, पण दोघांपैकी एकानंही आपलं मत व्यक्त केलं नाही.

जॉशनं उसासा टाकला. "टॉम, आता मी काय करावं असं तुला वाटतंय?"

टॉम मूक होता. "मला याबद्दल आणखी थोडा विचार करावा लागेल. पुढे काय पावलं उचलायची हे ठरवण्यापूर्वी आधी मी अंथरुणातून बाहेर पडतो आणि तयार होतो. तुला मी नंतर फोन करतो. चालेल?" असं त्याने थोडंसं तोडून टाकल्यासारखं म्हटलं आणि नंतर तो पुढे म्हणाला, "पण मी सांगितल्याशिवाय यापुढे आणखी काहीही करू नकोस."

जॉशला वाटलं की, त्या ट्रीपवर जाण्याचा वाईट सल्ला दिल्याबद्दल अखेरीस टॉमला पश्चात्ताप तर होत नसेल ना? पण आता दुर्लक्ष करण्यास खूपच उशीर झाला होता हे टॉमच्या लक्षात आलंच असणार. त्याला प्रसारमाध्यमांकडे पाठवायचं

पत्रक थांबवावंच लागणार होतं आणि तरीही तो गोंधळला होता.

त्यांनी फोन बंद केला आणि जॉशनं तोंडात टाकण्यासाठी क्वास्साँ उचलला. त्या वेळी लगेच त्या संभाषणाची पुनरुक्ती करण्याची त्याची तयारी नव्हती. त्याने तसं काहीही म्हटलं नसलं, तरीही त्याची गप्प राहण्याची ती गरज ओळखून विद्याही शांतपणे खाऊ लागली.

ती अजूनही खिन्न आणि दु:खी दिसत होती.

"तू ठीक आहेस ना?" काही मिनिटं तशीच शांततेत गेल्यावर जॉशनं विचारलं.

"होय. मी ठीक आहे. फक्त... फक्त मला अगदीच अनपेक्षितपणे आता तिची खूप आठवण येतेय," त्याचा प्रश्न ओळखून ती शांत आवाजात बोलली. "तो विशिष्ट श्लोक. तो हजारो वर्षांपूर्वीचा आहे. तो महान आहे, तो सूक्ष्म आहे, तो काव्यात्मक आहे... त्याच्या उच्चारणातून तो त्याच्यावर अन्याय करत होता. माझी मॉम थिरुवासगमचा जप करत असे त्या वेळी ...त्या वेळी तो काहीसा वेगळाच भासत असे."

तिच्या मातृभाषेतून तिने त्याला तो म्हणून दाखवला. त्याला अजूनही ते शब्द अज्ञात होते, पण या वेळी त्यातली लय आणि पुनरुक्ती घुमल्यासारखी, झंकारल्यासारखी आणि समृद्ध वाटत होती.

"याचा काय अर्थ आहे?"

"तो मी चांगल्या प्रकारे सांगू शकेन असं मला वाटत नाही. पण त्याचं अगदी वरवरचं भाषांतर सांगायचं झालं तर ते असं असेल : माझ्या प्रभूचा जय असो. त्याच्या पदपावलांचा जय असो, सतत माझ्या हृदयात वसणाऱ्या त्याचा जयजयकार असो, अशा प्रकारचंच बरंचसं काही."

तिला अशा प्रकारे दु:खी अवस्थेत बघणं त्याला सहन होत नसल्यानं तिची मन:स्थिती हलकी करावी यासाठी त्याने विनोद केला, "तू मला म्हणाली नव्हतीस का, की तुझे डॅड हे देव न मानणारे साम्यवादी आहेत? मग तुझ्या आईशी त्यांचं कसं काय पटलं आणि हे शक्य झालं?"

तिने किंचित स्मित केलं. पण त्याला वाटलं होतं तसं गंमत वाटून तिने ते केलं नव्हतं. बहुधा त्याने तिच्या वर्मावरच बोट ठेवलं होतं.

"ए, मला माफ कर," तो हळुवारपणे म्हणाला. तिने टेबलावर ठेवलेल्या हातावर त्याने त्याचा हात ठेवला, तेव्हा तिच्या डोळ्यांत पुन्हा एकदा अश्रू आले, पण तिने ते मागे परतवले आणि मान डोलावली.

तिथल्या कर्मचाऱ्यानं त्यांना कॉफी आणून दिली. दुधाच्या फेसावर हृदयाचं चित्र असलेली तिची लाटे कॉफी आली होती. मग त्याने नाइलाजानं तिच्या

हातावरचा आपला हात मागे घेतला.

"पण ती मूर्ती प्राचीनच असेल तर?" त्यांनी कॉफीचा घोट घेतल्यावर विद्यानं विचारलं.

"ठीक आहे. असं समजू या की, ती कुणीतरी चोरली होती किंवा त्याला ती कुठेतरी सापडली आणि त्याने ती त्या दुकानाच्या मालकाला...काय बरं त्याचं नाव... तर त्याच्याकडे ती आणली. छोट्या प्रमाणात अशा गोष्टी करणाऱ्याला विक्रीची सगळी यंत्रणा आणि जाळं असलेल्या त्याच्यासारख्या कुणाची तरी गरज होती."

"होय. सरळसरळ तो म्हणजे एक बडं प्रस्थ आहे असं दिसतंय."

"कोण?"

"शिवराज, तो मालक," त्या अधिकाऱ्यानं तिला जे सांगितलं होतं ते तिला आठवलं. "मी त्याविषयी तुला संदेश पाठवला नव्हता का?"

जॉशला आदल्या रात्री त्याने फारसं लक्ष न दिलेला तो संदेश पुसटसा आठवत होता. त्या सावधगिरीच्या सूचनेमुळे संभाव्य धोका लक्षात आला आणि तो त्रस्त झाला. या सगळ्या संकटात विद्याला ओढून तो बेजबाबदारपणानं वागत होता का?

"मग या सगळ्यात रामनाथन कुठे बसतो?" तिने चौकसपणे विचारलं.

"मी आता त्याचाच विचार करत होतो. असं समज की, शिवराज या चोरीमागचा मुख्य सूत्रधार नसेल आणि दुसऱ्याच कुणीतरी ती मूर्ती त्याच्याकडे आणली असेल. त्याला कदाचित आणखी एखाद्याचं म्हणजे रामनाथनसारख्या अधिकारी माणसाचं मत घ्यावं असं वाटलं असेल."

विद्यानं त्याच्याकडे रोखून बघितलं आणि भुवया उंचावल्या.

"पण रामनाथननं तर असं काहीच सांगितलं नाही."

"मला असा संशय येतो की, रामनाथनच्या सुरुवातीच्या प्रतिक्रियेवरून शिवराजला हवी असलेली खात्री मिळाली असावी. त्यानंतर त्याने रामनाथनला त्या उकळत्या द्रव्यांची प्रक्रिया, अंध शिल्पकार आणि अशाच इतर गोष्टी सांगून गोंधळवून टाकलं असणार. ती मूर्ती प्राचीन असण्याची शक्यता नसल्यामुळे रामनाथनच्या जागी असलेल्या कुणीही ते स्पष्टीकरण खरं आहे असं मानलं असतं."

विद्यानं विचारमग्न होत स्वत:चे ओठ चावले.

जॉश मागे रेलून कॅफेच्या फ्रेंच विंडोमधून बाहेर बघत राहिला. बस आणि दुचाकी सुरळीतपणे जा-ये करत होत्या आणि काही पादचारी तर अगदी आश्चर्यकारकपणे उन्हापासून संरक्षणासाठी डोक्यावर काहीही न घालता चालत निघाले होते. वाहतुकीचे आवाज अधूनमधून आत येत होते.

"मला यात युक्तिवाद दिसतोय, पण त्याचं आपण काय करणार आहोत?"

ती थोड्या वेळानं म्हणाली.

आता यापुढे ते काय करणार होते? या एएसआय प्रमाणपत्राखेरीज त्यांच्याकडे त्या मूर्तीची इतर थोडीशीही माहिती नव्हती. एकदा त्याच्या मनात असं आलं की, रामनाथनच्या संदेशाचा वापर करून त्या दुकानाच्या मालकाला आपण प्रत्यक्ष भेटूनच बघावं. कदाचित त्यातून काही बाहेर पडलं असतं का?

त्याने तिला तसं सुचवलं आणि काहीही न करण्यापेक्षा ते अधिक चांगलं होईल, असं विद्यानंही मान्य केलं. तिने लगेच तिच्या फोनवरून त्या विक्रेत्याचा नंबर फिरवायला सुरुवात केली. पण तिच्या कृतीला विरोध केल्यासारखं एकदम तिच्याकडे बघून त्याने तिला त्याचा फोन दिला. ''त्याच्याकडे तुझा फोन नंबर असावा असं मला वाटत नाही,'' तो म्हणाला.

तिने खांदे उडवले, पण फोन करण्यासाठी त्याचा फोन घेतला.

थोडक्यात संभाषण झाल्यानंतर तिने फोन बंद केला. ''त्याने त्याच्या वरिष्ठांबरोबर बोलून पुन्हा फोन करतो, असं सांगितलं.''

त्यानंतर पाच मिनिटांनी त्यांनी त्यांची कॉफी संपवली होती आणि त्याच वेळी त्यांना भेट निश्चित झाल्याचं समजलं.

''शिवराज तासभर दुकानात असेल, पण आपल्याला फक्त तो काही मिनिटंच देईल. चल जाऊ या. आपल्या मार्गात फक्त वाहतुकीचा अडथळा येऊ नये, म्हणजे झालं,'' ती उठून उभी राहिली आणि म्हणाली.

जॉशनंही तसंच केलं आणि ते घाईघाईनं दरवाजाकडे गेले. दोघंही एकाच वेळी दरवाजाजवळ पोहोचले. दरवाजाच्या हँडलवर दोघांच्या हातांचा एकमेकांना स्पर्श झाला. त्याला एकदम विजेचा धक्का बसल्याप्रमाणे सनसनाटीपणा जाणवला आणि तिलाही तसंच वाटलं होतं हे तिच्या प्रतिक्रियेवरून त्याच्या लक्षात आलं.

त्याने तिचा दंड थोडासाच, पण घट्ट पकडला आणि तिच्या प्रश्नार्थक नजरेकडे पाहत त्याने दिलासा मिळाल्याचा अतिशयोक्तीपूर्ण आविर्भाव करत म्हटलं, ''तुला स्पर्श केल्यानंतर दर वेळी तसंच घडू नये असं वाटलं होतं म्हणून फक्त तपासून पाहत होतो.''

तिने त्याच्याकडे लटक्या रागानं पाहिलं आणि त्याच्या दंडाला चिमटा काढला. ''स्पर्श करण्याची ही शेवटची वेळ हं मिस्टर,'' ती म्हणाली.

तिच्या चेहऱ्यावर स्मित परतल्याचं पाहून जॉशला अतिशय आनंद झाला.

त्याने फोनवर बोटं फिरवली आणि ते कारमध्ये बसल्यावर ते जाणार होते तिथला पत्ता टाइप केला. त्यानंतर तो एकदम मोठ्यानं म्हणाला, ''गुगल आणि वेझ या दोन्हींवरही त्या मार्गावर प्रचंड वाहतूक असल्याचं दाखवलं जातंय आणि प्रवासाला तासभर लागेल असा अंदाजही व्यक्त केला गेलाय.''

"त्यांना काय कळतंय?" विद्या त्याचं बोलणं उडवून लावत म्हणाली.

"ती फक्त माहिती आहे, आव्हान नाही," तिने इंजीन सुरू करून वेग वाढवल्यावर जीव मुठीत धरून बसत तो पुटपुटला.

२५

आता रस्ते रुंद झाले होते आणि पदपथांचं बांधकाम चांगलं दिसत होतं. याचा अर्थ ते 'सारथी' असलेल्या अत्यंत आलिशान भागात पोचले होते. ते तासाच्या आतच तिथे पोहोचले होते आणि त्याचं श्रेय अर्थातच तिनं वेड्यासारखी सुसाट वेगानं अरुंद गल्लीबोळांतून, बांधकामांनी भरलेल्या रस्त्यांवरून आणि सतत अगदी सिग्नल लागेपर्यंत अखेरच्या क्षणापर्यंत कार दामटली होती, त्याला होतं. पदपथ आणि मोठ्या बसगाड्या यांच्या मधल्या अतिशय छोट्या जागांमधून कार जाणं अगदी अशक्य आहे असं वाटत असतानाही तिने बेधडकपणे त्या जागांमधून कार घुसवून बाहेर काढली होती.

रक्तदाब वाढवणाऱ्या गर्दीतून जॉशनं मन एकाग्र केलं आणि त्याची योजना तो आखू लागला. कलात्मक वस्तूच्या एका मोठ्या चोरीचा प्रमुख सूत्रधार असण्याची शक्यता असलेल्या एका व्यक्तीला ते समोरासमोर भेटणार होते. पण स्वत:च्या सुरक्षिततेची काळजी, त्याबरोबरच अपराधीपणा आणि अपरिहार्यतेची अपरिचित जाणीव या गोष्टींचा त्याच्या लक्ष एकवटण्यात व्यत्यय येत होता.

त्या इवल्याशा जागेत त्याने आपलं अख्खं शरीर विद्याच्या दिशेनं वळवलं.

"ऐक, मला हे करायचं नाही... म्हणजे तू या बैठकीत सहभागी व्हावं असं मला वाटत नाही. रामनाथननं फक्त माझंच नाव त्याच्या संदेशात लिहिलंय. आपण काहीतरी मूर्खासारखं करून बसायला नको," तो भावनाशीलतेनं म्हणाला.

"मूर्खासारखं म्हणजे काय ते स्पष्ट कर," ती खिदळल्यासारखी म्हणाली.

"विद्या!"

"ठीक आहे, जाऊ दे. शिवराजला एवढंच माहीत आहे की, तुला कांस्य मूर्ती विकत घ्यायची आहे. मग मी का येऊ नको?"

"का? कारण तू इथेच राहतेस! तू मला सांगितलंस की, त्याचे हात खूप वरपर्यंत पोहोचलेत. ते धोकादायक आहे. यामुळे तू किती दुखावली जाशील त्याची मला पर्वा नाही, पण मी तुला धोक्यात टाकू इच्छित नाही."

त्याच्या तणावपूर्ण शब्दांतून हवा तो परिणाम साधला गेला नाही आणि ते बोलणं उद्धट वाटून निष्फळ ठरलं. त्याच्या डोक्यात काळजीनं भरलेले विचार घुमत होते. त्या बैठकीला तो गेलाच नाही तर? तिने येऊ नये म्हणून त्याने आणखी काही वेळा परोपरीनं सांगून पाहिलं, पण तिला ते बिलकूल पटल्यासारखं दिसलं नाही.

"तू कारमध्येच का बसून राहत नाहीस?" दुकान दिसू लागल्यावर त्याने पुन्हा एकदा प्रयत्न केला. त्याच्या चढलेल्या आवाजात त्याला स्वत:लाच त्याचा संताप जाणवला होता.

जणू काही त्याला संतापायला भागच पाडायचं असं ठरवल्यासारखी तिने सरळ कार उभी केली आणि आनंदानं तिथल्या द्वारपालाला अभिवादन केलं. त्यामुळे त्याच्या संतापात भर पडली. शिवाय दुर्दैवानं गेल्या दोन दिवसांपासून ते लोक त्या दोघांनाही ओळखत होते.

"असं बघ की, काहीही झालं तरी मी यात गुंतलेयच. अगदी इथला कर्मचारीही मला ओळखतोय," तिच्या आवाजात समजूतदारपणा होता, निदान त्याची काळजी तिला समजल्याचं दिसत होतं.

पण ते पुरेसं नव्हतं. जॉशनं निराशेनं कण्हल्यासारखा आवाज काढला. "आता माझं ऐक, ती गोष्ट वेगळी आहे-" तो सांगू लागला, पण तो आणखी काही सांगण्याच्या आतच तिने त्याला तोंडावर बोट ठेवून गप्प राहण्याचा इशारा केला. अचानकच तिच्या चेहऱ्यावर सावध भाव पसरले होते. तिला आरशातून काहीतरी दिसलं होतं.

जॉशनं वळून बघितलं. पदपथाच्या दगडी कडेजवळ एक ऑडी येऊन उभी राहिली होती. त्यामुळे मागच्या बाजूची वाहतूक खोळंबत होती आणि त्यांना बाजूनं पुढे जाणं भाग पडत होतं हे त्या कारचालकाच्या खिजगणतीतही नव्हतं. महागड्या कापडाचा लांब बाह्यांचा शर्ट आणि पँट घातलेला एक मध्यमवयीन, उंच आणि मिशीवाला माणूस गाडीतून बाहेर पडला आणि दुकानाच्या दिशेनं झपाझप चालत येऊ लागला. त्याचे मॅचिंग शूज आणि गॉगल या दोन्ही गोष्टी नक्कीच अतिशय महागड्या होत्या आणि त्यामुळे त्याची श्रीमंती नजरेत भरत होती. त्याच्या नजरेतून ती उभी असलेली कार सुटली नव्हती. त्याची नजर विद्यावर पडली. त्यानंतर त्याने पलीकडे बघितलं आणि त्याला जॉश दिसला. त्याच्याकडे त्याने त्याला जोखत असल्यासारखं पाहिलं आणि नंतर तो वळून दुकानात गेला.

कर्मचारी झटकन उठून उभा राहिला आणि त्याने त्याला आदरानं सलाम करून

दरवाजा उघडला. त्या उघड्या दरवाजातून तो माणूस आत दिसेनासा झाला.

''तो नक्की शिवरामच असला पाहिजे. आता त्याने मला पाहिलंय, त्यामुळे मीही बहुधा आत येऊ शकेन.''

ती खाली उतरली. जॉश तिच्याकडे जळजळीत दृष्टिक्षेप टाकत तिच्या पाठोपाठ निघाला. तिने चेहऱ्यावरचं हसू दाबलं. त्यामुळे त्याला आणखी राग आला.

ते आत गेले. त्यांना थोडा वेळ थांबण्यास सांगण्यात आलं. त्यानंतर तो विक्रेता त्यांच्याकडे आला आणि 'सर तुम्हाला भेटायला तयार आहेत,' असा निरोप त्याने दिला.

एक अखेरची संधी मिळाली तर बघावी, म्हणून तो वळला आणि त्याने तिला औपचारिक कडक आवाजात विचारलं, ''तू कृपा करून इथेच थांबशील का?''

तिने त्याच्याकडे बघितलं. तिचे डोळे बारीक झाले होते. ओठ किंचित आवळले गेले. त्याने श्वास रोखून धरला होता. त्यांची नजरानजर झाली आणि तिच्या चेहऱ्यावरचे भाव सौम्य झाले.

''ठीक आहे. मी इथेच थांबते,'' ती शांतपणे म्हणाली आणि त्याने दिलासा मिळाल्यासारखं वाटलं असलं तरी सुटकेचा निःश्वास टाकला नाही.

जॉश लहानशा स्वागतकक्षातून मध्यम आकाराच्या खोलीत गेला. तिथे आलिशान फर्निचर होतं. काळपट लालसर आणि सोनेरी रंगाच्या सुती कापडापासून तयार करण्यात आलेला एक 'एल' आकाराचा कोच आणि एक बरंच मोठं, भक्कम कॉफी टेबल होतं. भल्या मोठ्या खिडक्यांवर अर्धपारदर्शक पडदे सोडण्यात आले होते आणि ते बंद होते. त्यामुळे त्यामधून अगदी गोपनीयतेची नसली तरी खासगीपणाची जाणीव नक्कीच निर्माण होत होती. गडद हिरव्या आणि विटेसारख्या लाल रंगाच्या अशा दोन भारतीय शैलीतल्या चित्रांनी भिंत सजवण्यात आली होती. त्या चित्रांमधली दृश्यं आणि त्यांचं महत्त्व जॉशला समजू शकलं नव्हतं. एका कोपऱ्यात मिनी बार होता आणि दुसऱ्या कोपऱ्यात एकमेकांना भावनातिशयानं आलिंगन दिलेल्या नग्न दांपत्याचं दगडात कोरलेलं शिल्प होतं. त्यातल्या उघड तपशिलानं तो काहीसा दचकला.

''खजुराहोतल्या शिल्पाची पुनर्निर्मिती,'' त्याच्या नजरेचा अदमास घेत शिवराज म्हणाला. तो उठून उभा राहिला आणि त्याने जॉशबरोबर हस्तांदोलन केलं आणि त्याला कोचवर बसण्याचा हातानंच इशारा केला. त्याने दरवाजात उभ्या असलेल्या विक्रेत्याला हाताच्या इशाऱ्यानं त्याच्याकडे बोलावलं.

''कोकचे दोन कॅन पाठवून दे. तुम्ही थोडा कोक घेणार का?'' त्याने जॉशकडे वळून विचारलं.

"चालेल."

त्या बारमधून त्याला काही द्यावं एवढा जॉश नक्कीच महत्त्वाचा नव्हता.

शिवराज खाली बसला. कोचाच्या मागच्या बाजूला त्याने त्याचे हात टाकले होते आणि पाय किंचित एकमेकांपासून विलग होते. त्याने भरपूर जागा व्यापली होती. त्याच्या एकूणच बसण्याच्या पद्धतीतून स्पष्टपणे मालकीची आणि सत्तेची जाणीव प्रतीत होत होती. त्याच्या नजरेत सौम्यपणा, सुसंस्कृतपणा होता आणि त्याचे उच्चार उच्चभ्रू ब्रिटिशांची आठवण करून देणारे होते. त्याचा कडा नसलेला गॉगल आणि स्मार्ट फोन त्याने टेबलावर टाकून दिला होता. त्याच्या बोटातल्या प्लॅटिनमच्या अंगठीतून आणि मनगटावरच्या रोलेक्स घड्याळातून त्याच्या संपत्तीचं आणि त्याबरोबरच त्याच्या डामडौल दाखवणाऱ्या मिजासखोर वृत्तीचं प्रदर्शन होत होतं.

त्या माणसाच्या प्रत्येक हावभावातून आणि आविर्भावातून व्यक्त होत असलेल्या त्याच्याभोवतीची अजेयपणाच्या आणि भरभराटीच्या मिजासखोरीच्या हवेसाठी मात्र तो अपात्र आहे, असं वाटत होतं आणि साहजिकच जॉशला त्याच्याविषयी लगेच प्रचंड नावड उत्पन्न झाली.

भारतातल्या वाहतुकीची स्थिती पाहता ऑडीची कामगिरी कशी आहे याविषयी जॉशनं संभाषण सुरू केलं. त्याबरोबरच इतर ऐशआरामी कारची तुलना करणारं बोलणंही त्यांच्यात झालं. त्यानंतर त्याने रामनाथनबरोबर तो जसं बोलला होता, तसंच सगळं संभाषण करून संपन्न अभिरुची असलेल्या ग्राहकाच्या वतीनं तो तिथे आल्याचं स्पष्ट केलं.

"या वेळी माझ्या ग्राहकाविषयीचे तपशील स्पष्ट करणं मला आवडणार नाही. मला वाटतं की, ते तुम्हीही समजू शकाल," तो म्हणाला.

शिवराजनं त्यामुळे त्याला काहीही फरक पडत नसल्याचं सांगून त्याला मदत करायला आनंदच वाटेल, असं सांगितलं. आपल्या स्मार्ट फोनवर येणारा संदेश शिवराजनं पाहिला, त्याबरोबर जॉशनं अत्याधुनिक मॉडेलमधलं त्याचं स्वारस्य व्यक्त करण्याची संधी घेतली. त्या माणसानं अभिमानानं जॉशला त्याचा फोन दाखवला आणि पाहण्यासाठी त्याच्या हातात दिला. जॉशनं तो त्याच्या हातात तोलून धरला आणि एकूणच तो फोन कसा दिसतो आणि हाताला कसा वाटतो त्याचा अंदाज घेतला. स्मार्ट घड्याळांच्या आणि स्मार्ट फोनच्या पुढच्या मॉडेलविषयी त्यांनी एकमेकांना आपापले दृष्टिकोन सांगितले.

तेवढ्यात थोडीशी टकटक करून थंडगार कोकचा कॅन आणि ग्लास असलेला ट्रे घेऊन तो विक्रेता तिथे परतला. त्याने ते कॅन उघडले आणि कोक ओतली. आपला ग्लास उचलण्याआधी त्या विक्रेत्याशी शिवराज मातृभाषेतून बोलला. तो

त्याची खरडपट्टी काढत होता हे स्पष्ट होतं. अनेकदा दु:खानं मान डोलावल्यानंतर तो विक्रेता निघून गेल्याचं जॉशनं तिरप्या नजरेनं पाहिलं.

त्याने काळजीपूर्वक फोन खाली ठेवला. "तुमच्याकडे उत्तम अभिरुची आणि रत्नपारख्याची मर्मग्राही नजर आहे," तो म्हणाला.

शिवराजनं खांदे उडवले, पण जॉशला त्याच्या डोळ्यात गर्विष्ठपणाची झाक दिसली. "माझ्या ग्राहकाकडेही अशीच उच्च अभिरुची आणि मर्मग्राही नजर आहे. एखाद्या अब्जाधीशाच्या घरात शोभून दिसेल अशी दिमाखदार आणि प्रभावशाली कांस्य मूर्ती मला हवी आहे."

शिवराजनं याला सावकाशपणे संथ प्रतिसाद दिला.

"आमच्या शोरूममध्ये थोड्या मूर्ती आहेत. तुम्ही त्या पाहिल्या आहेत का?"

"त्या ठीक आहेत, पण मला एखादी अभिजात आणि खरोखरच्या प्राचीन मूर्तीसारखी वाटणारी मूर्ती हवी आहे," जॉश म्हणाला.

"नाही, ते ठीक आहे. पण तुम्हाला भारतातून प्राचीन मूर्ती मिळणार नाहीत. सरकारी धोरणांमधून हे स्पष्ट करण्यात आलंय आणि निर्यात रोखणारे कायदेही आहेत," शिवराजनं उत्तर दिलं. त्याचा आवाज अलिप्त होता, पण त्याच्या नजरेतून त्याला ती धोरणं आवडत नसल्याचा राग स्पष्टपणे दिसत होता. माझ्या विक्रेत्यानं मला असं सांगितलंय की, तुम्हाला तशी एक मूर्ती बनवून घ्यायची आहे. पण अशी ऑर्डरनुसार मूर्ती बनवण्यासाठी खूप वेळ आणि पैसा लागतो. तुम्हाला त्या मार्गानं जायचं आहे याविषयी तुमची खात्री आहे का?" त्याने विचारलं.

"मला असं वाटतंय की, मि. रामनाथननी तुम्हाला याविषयी सांगितलंच असेल. तुमच्या गॅलरीत पाहिलेल्या त्या लक्षणीय मूर्तीविषयी ते बोलले होते."

"होय, त्याने मला तुमच्या स्वारस्याविषयी संदेश पाठवला होता," शिवराज म्हणाला. त्याचा स्वर हळुवार होता, पण त्याच्या चेहऱ्यावरच्या भावांमध्ये बदल झाला होता. त्याने जबडा काहीसा घट्ट आवळून धरला होता आणि डोळे बारीक करून तो पाहत होता. त्यावरून त्याला त्या उल्लेखाचा फारसा आनंद झाला नसल्याचं दिसत होतं. जॉशला त्या विशिष्ट मूर्तीची माहिती होती, हे त्याला आवडलं नव्हतं, हे जॉशला समजलं होतं.

"तुम्ही आग्रहच धरला तर तुमच्या गरजेनुसार आम्ही ती बनवू शकतो, तुम्हाला इतरत्र कुठेही आढळणार नाहीत एवढे आमच्याकडचे शिल्पकार तज्ज्ञ आहेत."

थोडा वेळ त्यांनी किमतीविषयी थोडीशी घासाघीस केली. जॉश शिवराजला जोखू पाहत होता, त्याप्रमाणेच शिवराजही जॉश किती पाण्यात आहे त्याचा अंदाज घेत होता, हे जॉशच्या लक्षात आलं. तोपर्यंत तरी त्यांच्यापैकी कोणीही एकमेकांना

कसलाच सुगावा लागू दिला नव्हता.

"रामनाथनने मला ज्या नटराजाविषयी सांगितलं होतं, तोच नटराज देता येणार नाही का?" जॉशनं विचारलं. तो धिटाईनं चाल खेळला होता.

शिवराजला या प्रश्नाचं काहीच आश्चर्य वाटल्याचं दिसलं नाही. त्याला त्या प्रश्नाची नक्कीच अपेक्षा होती आणि तो उत्तर देण्याच्या तयारीतच होता.

"दुर्दैवानं ती आधीच विकली गेलेय."

"नफा मिळाला तर तो ग्राहक तिची पुनर्विक्री करेल का? त्याला तसं विचारण्यासाठी मी त्याला भेटू शकतो का?"

"नाही. तो ग्राहक इथे नाही," शिवराज म्हणाला. "तुम्हाला त्याचा अंदाज असेलच ना?" त्याने सहज शेरा मारल्यासारखं दाखवून त्याला आश्चर्यचकित केलं.

त्याचं ते विधान अगदी निरुपद्रवी, सहज केलेलं होतं, की पोर्ट ऑथॉरिटी ऑफ इंडियाकडची माहिती चाचपडून पाहण्याचा त्यांनी केलेला प्रयत्न त्याला माहिती होता? शिवराजनं अगदी तोलूनमापून कोकचा एक घोट घेतला, त्या वेळी ग्लासाच्या वरच्या भागातून त्याची नजर जॉशवरच खिळलेली होती. त्याच्या डोळ्यांत कसला तरी कावेबाजपणा दिसत होता. त्यामुळे जॉशच्या मनात त्याच्याविषयी तिरस्कार निर्माण झाला. आपल्या कर्मचाऱ्यावर शिवराजनं गाजवलेली हुकमतही जॉशच्या समतावादी दृष्टिकोनात बसत नव्हती.

जॉशनं चेहरा निर्विकार ठेवला होता आणि आपलं डोकं शांत ठेवण्याचं तो स्वत:लाच बजावत राहिला.

त्याने त्या प्रश्नाकडे दुर्लक्ष केलं. "त्या मूर्तीसारखीच दुसरी मूर्ती बनवायला किती खर्च येईल?"

तिथे थोडा जास्तच काळ अनिश्चितता पसरली आणि त्यानंतर शिवराज बोलला. त्यामुळे त्याला नेमकं काय उत्तर द्यावं याविषयी ठाम निर्णय घेता येत नसल्याची जॉशला शंका आली. कारण काहीही झालं तरी जॉश एखादा प्रामाणिक ग्राहक असू शकत होता. "मला ते तपासावं लागेल. ते अनेक घटकांवर अवलंबून आहे."

"मला वाटतं की तुम्ही त्याच गुणवत्तेची दुसरी मूर्ती बनवू शकालच," जॉशनं त्याच्या आवाजात होणारा किंचित चढउतार तसाच राहू दिला आणि आधीच्या वाक्याचीच पुनरुक्ती केली.

शिवराजच्या चेहऱ्यावरचं स्मित काहीसं खिन्न होतं.

"प्रत्येक कांस्य मूर्ती एकमेवाद्वितीय असते. पण अर्थात आमच्या सगळ्या उत्पादनाचा दर्जा अव्वलच असतो."

जॉशनं त्याला किमतीचे आणि मूर्ती कधीपर्यंत तिकडे पोहोचेल याविषयीचे तपशील विचारले. पण शिवराजनं एखाद्या अव्यावसायिकाप्रमाणे त्याला सांगितलं

की, 'मला आणखी तपशील मिळाले की मी तुमच्याशी संपर्क साधेन.'

त्यानंतर त्याने झटपट संभाषण संपवलं. शिवराजच्या मनात त्याच्याविषयी काय मत निर्माण झालं होतं त्याची जॉशला पूर्ण खात्री नव्हती. फक्त शिवराजनं त्यानंतर काय करायचं हे मनातल्या मनात निश्चितपणे ठरवलं होतं, असं मात्र जॉशला नक्कीच वाटत होतं.

जॉशनं त्याचा निरोप घेतला आणि शिवराजनं उठून उभा राहत त्याच्याशी हस्तांदोलन केलं.

''तुमच्याबरोबर आणखीही कुणीतरी होतं ना?'' शिवराजनं त्याच्याबरोबरच बाहेर पडत म्हटलं. दूरवरच्या कोपऱ्यात उभ्या असलेल्या विद्यावर त्याची नजर खिळून राहिली. तिच्या चेहऱ्यावर कंटाळल्याचे भाव होते.

जॉशनं झटकन विचार केला आणि आपण तिच्याविषयी बेफिकिरीनं बोलत असल्याचं दाखवून ती अगदीच किरकोळ व्यक्ती असल्याचं काळजीपूर्वक स्पष्ट करत तो म्हणाला, ''ती ना, ऑनलाइन एजन्सीकडून मला मिळालेली माझी अर्धवेळ सहायिका आहे.'' शिवाय त्याने त्यावर खांदेही उडवले. त्याआधी दोन वेळा त्यांनी त्या दुकानाला दिलेल्या भेटींच्या वेळी त्यांच्या वर्तनातून त्याच्या विधानाशी विसंगत असं काहीच त्यांना दिसून आलं नव्हतं.

ती त्याच्याकडे वळली त्या वेळी त्याचं हृदय धडधडत होतं. तिने त्याच्या बरोबर चालत येण्याचा आणि बोलण्याचा प्रयत्न करू नये, असं त्याला अगदी मनापासून वाटत होतं.

शिवराजनं तिला उघडउघड घाणेरड्या प्रशंसेच्या नजरेनं नखशिखान्त न्याहाळलं. त्यामुळे जॉशला त्याच्या चेहऱ्यावर एक जोरदार बुक्का मारावा असं वाटलं. जॉशच्या लक्षात आलं की, त्याच्या भावना अगदी तीव्रतेनं बॉयफ्रेंडसारख्या होत्या, संरक्षक भावनेपासून स्वामित्व भावनेपर्यंत त्यांनी झपाट्यानं प्रवास केला होता.

त्याने झटकन त्याचा निरोप घेतला आणि तिला शिष्टपणे निघण्याची खूण करून तो दरवाजाच्या दिशेनं निघाला. तीही त्याच्या पाठोपाठ निघाल्याबरोबर त्याला हायसं वाटलं. ती खरोखरच विलक्षण होती असं त्याला वाटलं.

तिला नक्कीच काहीतरी समजलं होतं किंवा त्याच्याप्रमाणेच शिवराज त्यांचं निरीक्षण करत असावा, हे तिच्याही लक्षात आलं होतं, कारण ते कारमध्ये बसल्यापासून आणि तिने कार बाहेर काढेपर्यंत तीही त्या संपूर्ण मार्गावर अलिप्तपणे वागत होती.

मात्र त्या मार्गावरून ते दूर आल्यावर ती त्याच्याकडे वळली आणि तिने त्याला अनिश्चिततेनं, रागानं विचारलं, ''काय झालं?''

''मॅम, नजर रस्त्यावर असू द्या,'' रस्त्याच्या दिशेने निर्देश करत तो म्हणाला.

"जॉश!" काय झालं होतं ते न कळल्यामुळे निर्माण झालेल्या आपल्या नैराश्याला तिने वाट करून दिली. "तुला काय समजलं? यापुढे आपण कुठल्या दिशेनं जाणार आहोत?"

"माझ्या हॉटेलच्या दिशेनं," त्याने जाणीवपूर्वक तिच्या प्रश्नाचा रोख समजूनही न समजल्यासारखं उत्तर दिलं.

"हा अलंकारिक प्रश्न होता, जॉश," तिने ओठ खालच्या बाजूला वळवले. रागानं डोळे वटारण्यासारखंच हे होतं हे त्याच्या लक्षात आलं.

जॉशनं स्मित केलं, पण तिच्या सहनशक्तीचा अंत बघायला नको, असं वाटल्यानं त्याने नंतर तिला झटकन सगळी माहिती दिली. त्यांच्या संभाषणातला जवळजवळ शब्दन् शब्द त्याने तिला सांगितला.

"म्हणजे हे असं आहे? इथे असा मार्गच खुंटलाय का?" ती अतिशय हताश, उद्विग्न झाल्यासारखी वाटली. "आणि तुला असंही वाटलं की तो आपल्याला मारून टाकेल."

जॉशनं खांदे उडवले आणि बाहेर बघितलं. त्यानंतर तिथे थोडा वेळ शांतता पसरली. सायकलवरून चाललेल्या एका छोट्याशा मुलानं त्यांच्याकडे रोखून बघितलं. त्याचा चेहरा अगदी काही इंच अंतरावरच होता.

"आपण आता आणखी काय करू शकतो?" तिने विचारमग्नतेनं कपाळाला आठ्या घालत म्हटलं.

त्या प्रश्नातून तिचा त्याच्यावर अढळ विश्वास असल्याचं आणि तिच्या भावना त्याच्या भावनांशी तंतोतंत जुळत असल्याचंही दिसून येत होतं. तिच्याविषयी विषयासक्तता वाटणं ही एक गोष्ट होती आणि ती आवडणं, तिच्यावर विश्वास ठेवणं ही अगदी भिन्न असलेली दुसरी गोष्ट होती. त्याने डोकं हलवून विचार झटकून टाकले. परिस्थिती वेगळी असती तर कदाचित यातून काहीतरी निष्पन्न होऊ शकलं असतं. पण त्या वेळी तरी त्याला त्यांच्या हातात असलेल्या समस्येवर लक्ष केंद्रित करणं भागच होतं.

पुढचं पाऊल काय उचलावं याविषयीचा निर्णय त्याने घेतला आणि तो तिच्याकडे वळला.

"मी एखादी बेकायदेशीर गोष्ट केली तर तू त्याबद्दल तक्रार करशील का?"

"हे मीच बोलतेय यावर माझा विश्वास बसत नाही, पण तू काय करणार आहेस त्यावर ते अवलंबून असेल."

"मी जर एखाद्याचा फोन हॅक केला तर?"

"तू त्याच्या फोनमध्ये घुसू शकतोस?"

जॉशनं तिच्याकडे तिरपा कटाक्ष टाकत स्मित केलं

"तू आधीच तो हॅक केलायस?" ती अधीर उत्सुकतेनं त्याच्याकडे वळली. तिच्या विस्फारलेल्या डोळ्यात रोमहर्षक उत्सुकता दिसत होती.

"होय. त्याने लॉक न केलेला फोन माझ्या हातात दिला त्या वेळी त्याच्या पेयाबद्दल आणि तापमानाबद्दल त्याला काहीच वाटलं नसतं, तर असं झालं नसतं हे मी तुला सांगतो. तो त्याच्या साहाय्यकाबरोबर बोलत असताना मी ते केलं. आता माझे काही स्पायवेअर त्याच्या फोनमध्ये काम करतायत."

"ते काय करतात?"

"तुला त्यांनी काय करण्याची गरज आहे?"

"तू खरंच धोकादायक माणूस आहेस!" ती उद्गारली. "आता हे रहस्य पुरे झालं. तुला काय सापडलंय?"

"नाही, मलाही आतापर्यंत नक्की कांहीच समजलेलं नाही. आपण हॉटेलमध्ये गेलो तर? मला काही गोष्टी व्यवस्थित लावायच्या आहेत."

"होय, चल जाऊ या. आता लगेच!"

पुढे भरपूर वाहतूक असल्याचं दिसल्यावर तिने गाडी लहानशा गल्लीत वळवली. तो कार नेण्याचा मार्ग नव्हता, हे त्याने शपथेवर सांगितलं असतं. ते दुसऱ्या बाजूनं सुखरूप बाहेर पडले आणि रुंद रस्त्यावरच्या गर्दीत मिसळून गेले.

काही क्षण असेच शांततेत गेल्यावर ती त्याच्याकडे वळली. तिचे डोळे विस्फारले होते.

"तुझं ते स्पायवेअर तू माझ्या फोनमध्ये तर बसवलं नाहीस ना?"

"नाही," तो मोठ्यानं हसला. "का? तुझ्याकडे लपवण्यासारखं काही आहे का? कदाचित काही स्वारस्यपूर्ण सेल्फी?"

"अर्थातच आहेत! काही नग्न फोटो आहेत -" ती क्षणभर थांबली आणि नंतर म्हणाली "- माझ्या बॉयफ्रेंडचे. तू ते पाहू शकतोस."

त्या उत्तरावर तो विचार करू लागण्याआधीच, स्पष्टपणे तो विषय बदलण्यासाठी तिने झटकन गंभीर आवाजात म्हटलं, "आपल्याकडे एकत्रितपणे पुढे जाण्यासाठी काहीतरी आहे याचा मला आनंद होतोय. तुझं ते स्पायवेअर तू व्यवस्थित सुरू करण्याची मी वाट पाहू शकत नाही."

"त्यासाठी फार वेळ लागणार नाही."

"आपल्याला शिवराजच्या फोनमधून काय काय मिळेल याची मला उत्सुकता लागून राहिलेय."

"निदान त्याचे नग्न फोटो तरी आपल्याला मिळू नयेत म्हणजे झालं," तो गमतीनं म्हणाला.

२६

ते हॉटेलमध्ये पोहोचले तोपर्यंत अखेरीस सूर्य पश्चिमेकडे कलू लागला होता आणि क्षितिजावर पसरलेल्या ढगांच्या कडा किंचित केशरी होत चालल्या होत्या. लॉबीत जवळजवळ कोणीही नव्हतं आणि लाउंजमध्ये कॉफी पीत सखोल चर्चेत बुडून गेलेले व्यावसायिक दिसत होते. जॉशनं त्या दृश्याचा स्वत:शीच विचार केला आणि तिथे पुरेसा खासगीपणा नसल्याचं ठरवलं. त्याने तिला वर येण्याचं आमंत्रण दिलं आणि तिच्या नजरेतून क्षणभरासाठी जाणवलेल्या द्विधा मन:स्थितीची त्याने स्वारस्यानं नोंद घेतली. त्यानंतर मोठ्या औदार्यानं तिने त्याच्या म्हणण्याला होकार दिला. त्यांच्यात व्यावसायिक अंतर राखण्याचं थोडंसं जास्तच नाटक ती करत होती हे स्पष्ट होतं.

लिफ्टजवळच्या तरुणानं त्याच्याबरोबर स्मित केलं आणि त्यांना अभिवादन केलं. त्याच्या मजल्यावर जाण्यासाठी त्याने की कार्ड स्वाइप केल्यावर आदल्या रात्री तो मूर्खासारखा वागला होता की काय, अशी चोरटी शंका त्याच्या मनात आली. थंड, अंधूक प्रकाश असलेल्या कॉरिडॉरमधून त्याच्या खोलीकडे त्याच्याबरोबर चालत जात असताना विद्या स्पष्टपणे अस्वस्थ झाल्यासारखी दिसत होती. ती तिची एखादी खासगी गोष्ट असावी, असं त्याला वाटलं.

''कसली अडचण आहे का?'' त्याने विचारलं.

तिने नकार देण्यासाठी मान हलवायला सुरुवात केली होती, पण नंतर अधिक चांगला विचार केला आणि ती म्हणाली, ''माझा बॉयफ्रेंड मत्सरी स्वभावाचा आहे.''

''आपल्या संभाषणात सतत मध्ये मध्ये डोकावत राहतो तोच ना तो?''

''होय, तोच, फक्त एकटाच. तोंड वेंगाडू नकोस. तो तुला खूप मारेल.''

“अरे बाप रे! भीतीनं माझे हात-पायच लटपटू लागलेत.”

“गरीब बिच्चाऱ्या जॉश, तू काय खरोखरचा जेम्स बाँड नाहीस, होय ना?”

“पण मी प्रस्थापित चालीरितींविरुद्ध वागणाऱ्या दोन व्यक्तींचा मुलगा आहे, समजलं? मी युद्ध नव्हे, तर प्रेम करा या तत्त्वाला मानतो.”

ती हसत असतानाच त्याने तिला आत येण्याची खूण केली.

त्या खोलीत सहन होण्याएवढं तापमान होतं आणि एसीचा आवाज घुमत होता. त्यामुळे लवकरच ती खोली थंड होईल असा त्याला दिलासा मिळाला. हॉटेलच्या कर्मचाऱ्यांनी ती खोली छान स्वच्छ करून सुसज्ज ठेवली होती आणि आता तिथे सुखद सुगंध दरवळत होता. त्याच्या बॅगा आणि कपडे तिथे कुठेच दिसत नव्हत्या. बहुधा त्याचे कपडे कपाटात हँगरला टांगून ठेवलेले असावेत.

ती काहीशी साशंकतेनं बिचकतच त्याच्या खोलीत शिरली आणि गोलाकार टेबलाभोवतीच्या एका खुर्चीच्या कडेवर बसली.

“ही छान जागा आहे, टॉमनं या हॉटेलची निवड केली,” तो म्हणाला आणि त्याच्या पाठीवरची बॅग त्याने टेबलावर ठेवून दिली. तिच्या समोरच्याच खुर्चीवर तो बसला.

त्यांच्या मध्ये असलेलं ते टेबल जेमतेम काही फुटांचंच होतं आणि त्याला तिचा चेहरा जवळून दिसत होता. तो तिच्याकडे एकटक पाहत राहिला. तिचे गडद तपकिरी डोळे संध्याकाळच्या सूर्यकिरणांनी उजळून निघाले होते आणि आता त्यांचा रंग तपकिरी पिवळसर दिसत होता. तिचे केसही पिंगट सोनसळी दिसत होते.

खरं तर ती नेहमीपेक्षा त्याच्या अधिक जवळ नव्हती, पण ते अगदी जवळून एकमेकांकडे पाहू शकत असल्यानं अधिक जवळ असल्यासारखे वाटत होते. वातावरणात कसली तरी ऊर्जा भरून राहिल्यासारखं वाटत होतं, पण ते फक्त त्यालाच वाटत होतं की, तिच्याही डोक्यात तसंच काही सुरू होतं हे त्याला माहिती नव्हतं.

तिला बहुधा बॉयफ्रेंड असणं शक्यच नव्हतं, असं त्याने स्वतःलाच पुन्हा एकदा सांगितलं. त्याने मनातल्या मनात स्वतःला या विचारातून बाहेर काढलं. त्याचा लॅपटॉप उघडला आणि तो काम करू लागला.

विद्या ओठ चावत खुर्चीच्या कडेवर बसून वाट पाहत होती. ती मध्ये मध्ये साशंकतेनं दरवाजाकडे पाहत होती.

“आरामात बस. मी तुला खाणार नाही,” जॉश म्हणाला.

तिने ओठ मुडपले आणि त्याच्याकडे बघितलं. “तसं नाही! जर इथे पोलीस आले तर काय होईल असं मला वाटतंय,” त्याच्या लॅपटॉपकडे इशारा करत ती म्हणाली.

"शिवराजचे विश्वासू लोक दरवाजात येणं हे अधिक वास्तववादी दृश्य असेल," त्याने गमतीनं म्हटलं.

ती भयभीत आणि चिंतातुर दिसत होती. त्यामुळे तिला लगेच दिलासा देत तो म्हणाला, "मी मागोवा घेता येऊ नये याची अतिशय काळजी घेतो. युरोपमधल्या व्हीपीएनच्या माध्यमातून मी त्याच्याशी जोडला गेलोय. त्याला तो मीच आहे हे सिद्ध करणं शक्य होणार नाही."

"पुरावा मिळण्यासाठी दबा धरून बसणाऱ्या तुझ्यासारख्या कुणाला तो आजपर्यंत भेटला नसेल."

"स्पायवेअर शोधून काढणं त्याच्यासाठी एवढं सोपं असणार नाही. नेमका कशाचा शोध घ्यायचा आहे ते त्याला आधी माहिती असावं लागेल. योग्य अंतर राखून की लॉगिंग आणि अपलोड केलेले आहेत. विजेचा वापरही किमान केला जाईल."

स्पायवेअरनं त्याच्यासाठी गोळा केलेल्या माहितीवर नजर टाकता टाकताच जॉश बोलत होता.

"आपण त्याला अडीचच्या सुमारास भेटलो आणि सव्वातीनच्या सुमारास तिथून बाहेर पडलो. त्यानंतर त्याने कुणाकुणाला फोन केले ते आता बघू या. त्याला दोन कॉल आले आणि त्याने गेल्या तासाभरात तिघांना कॉल केले. आपण बाहेर पडल्यानंतर पाच मिनिटांच्या आतच त्याने प्रभू नावाच्या व्यक्तीला कॉल केला. नंतर घरी फोन केला आणि त्यानंतर थोड्या वेळानं कार्तिक नावाच्या कोणाला तरी फोन केला."

"कार्तिक हे त्या विक्रेत्याचं नाव होतं. कदाचित तोपर्यंत शिवराज तिथून बाहेर पडला असावा आणि त्याने बाहेरून त्याला फोन केला असावा."

जॉशनं दोन दिवसांपूर्वी त्या विक्रेत्याचा नंबर सेव्ह केला होता तो तपासून बघितला. तो त्याच व्यक्तीचा नंबर होता याची त्याने खात्री करून घेतली. "ठीक आहे, याचा अर्थ शिवराजही आपण बाहेर पडल्यानंतर थोड्याच वेळात तिथून बाहेर पडला."

"मग त्या पहिल्या नंबराबद्दल थोडी जास्त माहिती मिळवण्याचा प्रयत्न करू या."

त्या नंबराविषयीचे शक्य तितके सगळे तपशील जॉशनं गोळा केल्यानंतर विद्यानं तिची खुर्ची त्याच्या अधिक जवळ सरकवली.

"तमिळनाडू विभाग नंबर, प्रदेश तन...जा... थंजा...वुर?" त्याला हे नक्कीच माहिती होतं की, तो त्या शब्दाची भयंकर कापाकापी करत होता.

"टॉम ऐकेल त्या वेळी चुकूनसुद्धा असा उच्चार करू नकोस," ती पुढे

झुकली. तिचा चेहरा अगदी चैतन्यानं भारल्यासारखा दिसत होता. "हा माणूस स्वामीमलाईतील असू शकेल. तिथेच या बहुतेक दुकानांची गोदामं आहेत. हे गाव तंजावुरपासून जवळ आहे आणि चोलांची राजधानीही तंजावुरच्या अगदी जवळ होती."

तिच्या मनातील रोमहर्षक, सांसर्गिक उत्साह जॉशला जाणवला. अशा प्रकारच्या छोट्याशा सुगाव्यांवरून एकदम निष्कर्षांवर झेपावण्यातील धोके त्याला अतिपरिचित होते. पण त्याबरोबरच त्याला हेही माहिती होतं की, काही वेळा अगदी किरकोळ अंत:प्रेरणाही प्रकरण सोडवतात.

"असो, तर मग त्याने बहुधा स्वामीमलाईत राहत असलेल्या प्रभू नावाच्या कुणाला तरी फोन केला. आता मी अनेक गोष्टी करू शकतो. पण मी जितक्या जोरदारपणे कृती करेन, तितक्या जास्त प्रमाणात हॅकिंग होत असल्याचं त्याला समजण्याच्या शक्यता वाढतील."

"मग आता आपल्याला अगदी काही कृती करण्याची निकड निर्माण होईपर्यंत आपण काहीही करायला नको," ती म्हणाली. त्याला साहसाच्या कोणत्याही कल्पनांपासून परावृत्त करून तिने शांतपणे वास्तवाचं भान दिलं होतं.

"ते जाऊ दे, नाहीतरी आधीच नुकसान झालेलंच आहे," तो खिदळत म्हणाला. "मला फक्त त्याचे मेल पाहू देत. त्याचे बँकेचे तपशील आणि नंतर त्याने तयार केलेले सगळे पासवर्ड मला समजू देत."

ती पुढे झुकली आणि टेबलावरून मासिक उचलून तिने गमतीनं ते त्याच्या खांद्यावर मारलं. "तू तर कँडीच्या दुकानात गेलेल्या छोट्या मुलासारखा वागतोयस."

"बरं, बरं, विघ्नसंतोषी कुठली. मग तुला काय सुचवायचं आहे?"

"आपण त्या प्रभू नावाच्या माणसालाच फोन केला तर?"

जॉशनं तिच्या कल्पनेवर विचार करत तिच्याकडे बघितलं. "ठीक आहे, पण तू त्याच्याशी काय बोलायचं ते ठरवलंयस का?"

"त्याला वैयक्तिक कर्जाची गरज आहे का, हे मी विचारेन आणि नंतर त्याची शक्य तितकी माहिती काढून घेण्याचा प्रयत्न करेन."

क्षणभरासाठी गंमत वाटून जॉशनं तिच्याकडे रोखून बघितलं आणि नंतर तिच्याकडे फोन दिला. ती खरोखरच खूपच चांगली कल्पना होती.

"माझ्या फोनवरच्या व्हीओआयपीचा उपयोग करू या, जर तो गळाला लागलाच, तर त्याला शक्य तितके तपशील विचारून घे."

तिने प्रभूचा नंबर फिरवला आणि फोन स्पीकरवर टाकला. तिकडून एका पुरुषानं फोन उचलल्याचं आवाजावरून स्पष्ट झाल्यानंतर तिने किणकिणत्या आनंदी आवाजात त्याला अभिवादन केलं. जॉशला पार्श्वभूमीवर बरेचसे वाहतुकीचे

आवाज ऐकू येत होते. तो माणूस तमिळमध्ये बोलत होता. विद्यानं तिची भाषा बदलली आणि मग ती एखाद्या व्यावसायिकासारखी झपाट्यानं बोलू लागली. जॉशला तिच्या शब्दांवरून पंधरा टक्के अर्थ लागल्यासारखं वाटत होतं. त्यावरून त्याला असं वाटलं की, ती आता बहुतेक कर्ज देण्यासाठीची पार्श्वभूमी तयार करत होती. त्याने कार लोन हा शब्द ऐकला आणि त्या संभाषणाचा ओघ लक्षात आल्यामुळे तो खिदळला. विद्यानं त्याच्याकडे बघत रागानंच त्याला गप्प राहण्याची खूण केली.

ते संभाषण थोडा वेळ सुरू राहिलं, पण त्या काळात विद्यानं विक्रेत्या महिलेचा तो आवाज आणि आब चांगलाच राखला होता. त्यानंतर पत्ता विचारण्यासाठी तिने वापरलेला 'अॅड्रेस' हा शब्द त्याला लगेच समजला आणि तिला तो त्याच्याकडून मिळवता येईल का, अशी जिज्ञासा निर्माण झाल्यामुळे जॉश लक्षपूर्वक ऐकू लागला.

विद्यानं अंगठा वर करून जॉशला काम फत्ते झाल्याची खूण केली आणि नंतर नोटपॅडवर काही गोष्टी खरडल्या. तिचं काम संपल्यानंतर त्याला तिच्या डोळ्यांत खूपच उत्साह आणि रोमहर्षकता दिसली. त्याच्या मनात अचानकच तिला जवळ ओढून तिचं चुंबन घेण्याची इच्छा निर्माण झाली.

त्याच्या मनातल्या विचारांची बिलकूल कल्पना नसल्यामुळे तिने हातातला नोटपॅडचा कागद त्याच्याकडे सरकवला.

"त्याने दिलेल्या इतर माहितीविषयी मला माहीत नाही, पण तो स्वामीमलाईत राहतो आणि शिल्पकामाशी संबंधित आहे."

"तुला पार्श्वभूमीवर काही घणघणाट ऐकू आला की नाही?" त्याने तिला चिडवत विचारलं.

"त्याच्या ओतकामाच्या कारखान्याबद्दल त्याने मला बऱ्याच गोष्टी सांगितल्या आणि कारखाना असलेल्या रस्त्याचं नावही सांगितलं. उद्या त्या बँकेच्या अधिकाऱ्याला त्याला कर्जासाठी भेटण्याची इच्छा असल्याचं त्याने मला सांगितलं."

"रस्त्याचं नाव काय आहे?" जॉशन विचारलं. तोपर्यंत त्याने एएसआय प्रमाणपत्र काढलं होतं आणि त्यावरून तो पत्ता तोच आहे का, याची तो खात्री करून घेत होता. ज्या वेळी दोन्हींची नावं जुळली त्या वेळी त्याने विजयोत्सवानं उडीच मारली.

"अतिशय हुशारीनं केलेली सामाजिक अभियांत्रिकी," तो म्हणाला आणि तिला 'हाय फाइव्ह' देण्यासाठी त्याने हात वर उचलला.

"ते काय असतं?" त्याच्या हातावर हळुवारपणे आपला हात आपटत तिने विचारलं.

"अं... मला वाटतं संगणकाशिवाय केलेली बनवाबनवी असा त्याचा अर्थ

असावा.''

विद्या धप्पदिशी खुर्चीत बसली. अजूनही ती अत्यानंदातच होती. त्यानंतर त्या दोघांनी एकमेकांकडे रोखून बघितलं. ती किंचित शांत झाली आणि मग तिच्या नजरेत विचारीपणा आला.

''म्हणजे प्रभू शिवराजसाठी काम करतो. आता पुढे आपण काय करू शकतो?''

''तो स्वामीमलाईत आहे आणि शिवराजनं त्याला आपण तिथून निघाल्यापासून पाचच मिनिटांत फोन केला. प्रभू हाच त्या वृद्ध अंध शिल्पकारापर्यंत आपल्याला नेणारा दुवा आहे, असं मी शपथेवर सांगू शकतो. अर्थातच तसा एखादा वृद्ध कलाकार अस्तित्वात असला तरच! जर तसं नसेल तर तो शिवराजच्या एखाद्या विश्वासू व्यक्तीसारखा आहे, कदाचित चोरही असू शकेल.''

''होय, मलाही तसंच वाटतं.''

''याच्या मुळाशी जाण्यासाठी आपण त्याला शोधून काढलंच पाहिजे. सगळेच रस्ते स्वामीमलाईकडे निर्देश करत आहेत.''

''होय,'' तिनेही त्याच्या हो मध्ये हो मिसळला आणि मान डोलावली. तिच्या कपाळावर विचारांमुळे आठी पडली होती.

त्यानंतर थोडीशी शांतता पसरली, त्यावेळी जॉश खिडकीतून बाहेर पाहत राहिला. समोरच दिसणाऱ्या गुरू किंवा शुक्र यांपैकी कुठल्या तरी ग्रहामुळे निळ्या आकाशाचा बाह्य भाग किंचित करडा दिसत होता आणि त्याच्याकडे रोखून पाहता पाहता जॉश गेल्या दिवसांतील घडामोडींचा विचार करत होता.

''तुला माहिती आहे का, टॉमनं मला भारतात जा, असं सुचवलं होतं त्या वेळी मला ती गोष्ट पूर्णपणे अविवेकीपणाची वाटली होती आणि ही अगदीच निरुपयोगी कल्पना आहे, असं मला वाटलं होतं. माझ्या लॅपटॉपवरून मला शोधता येणार नाही, असं काहीही नाही असं मला वाटत होतं,'' त्याने विचारमग्न होत म्हटलं.

''आणि आता तुला असं वाटतंय की, स्वामीमलाईला जाणं ही उत्तम गोष्ट आहे,'' तिने त्याच्या विचाराचं अखेरचं टोक सांगून हळुवारपणे विचारलं.

त्याने क्षणभर तिच्याकडे शून्य नजरेनं बघितलं आणि नंतर खांदे उडवले. ''असा आधी कुणी विचार केला असता? पण होय, आता मला वाटतंय की मी तिकडे गेलं पाहिजे.''

''तू की आपण?'' ती त्याला विरोध करत असल्यासारखी वाटत नव्हती, फक्त तिच्या प्रश्नात चौकसपणा होता.

जॉशची द्विधा मन:स्थिती झाली. ''तुझी माझ्याबरोबर यायला हरकत नाही, असं तुला खात्रीपूर्वक वाटतंय का?''

"मला वाटतं की मी आलंच पाहिजे. टॉमसाठी मला तुझं संरक्षण केलंच पाहिजे," तिचे डोळे चमकत होते.

"मग तुझ्या त्या मत्सरी बॉयफ्रेंडचं काय?"

"त्याला मत्सर वाटणं ही गोष्ट त्याच्या दृष्टीनं चांगली आहे, असं मला वाटतं," तिने ठाम प्रत्युत्तर दिलं.

"आपण कधी निघू या?"

"आपण उद्या सकाळी आठच्या सुमाराला जायचं ठरवू या का? मला रात्री कार चालवणं तितकंसं आवडत नाही आणि शिवाय मला हे माझ्या डॅडना सांगावं लागेल."

त्याने मान डोलावली. त्याला शिवराजच्या फोनमध्ये शक्य तितक्या सहजपणे लक्षात येणार नाही अशा पद्धतीनं डोकावून आणखी थोडी माहिती गोळा करून चांगली तयारी करायची होती. शिवाय दिवसभर एवढी दगदग झाल्यानंतर रात्री शांत झोप काढायची होती. तसंच त्याला टॉमच्या सदिच्छांचीही गरज होती. त्यामुळे दुसऱ्या दिवशीची सकाळ ही वेळ योग्य होती, असं त्याला वाटलं.

सकाळी केलेल्या कॉलनंतर टॉमनं पुन्हा फोन केला नव्हता आणि तो आश्चर्य वाटावं अशा प्रकारे शांत राहिला होता. यातून काय अर्थ काढावा ते जॉशच्या लक्षात येत नव्हतं.

ती निघण्यासाठी उठून उभी राहिली.

"एवढ्या लवकर आठवडाअखेरीची ट्रीप? आपलं नातं झपाट्यानं पुढे चाललंय मिस," जॉशनं उपरोधानं म्हटलं.

तिने स्मित केलं, पण ती पूर्ण शांत नव्हती हे त्याच्या लक्षात आलं. तिचा चेहरा किंचित आरक्त झाला होता, पण तिने झटपट स्वत:ला सावरलं होतं.

जॉशलाही तिने जाऊ नये असंच वाटत होतं. तिला मिठीत घेऊन तिचं दीर्घ चुंबन घेण्याची इच्छा त्याच्या मनात निर्माण झाली होती. पण त्याऐवजी त्याने सौम्यपणे तिला विचारलं, "तुला काही प्यायचं किंवा थोडंफार खायचं आहे का?"

तिने ठामपणे दिलेल्या नकारामुळे त्याला निराश झाल्यासारखं वाटलं. त्याला वाटलेल्या निराशेमुळे तिच्या नजरेत दिसलेल्या पश्चात्तापामुळेही त्याला दिलासा मिळाला नव्हता.

सहसा त्याला पहिल्यापासूनच तिथून निघण्याची घाई होती आणि घरी परत जायचं होतं. पण आता अख्खा एक दिवस तिच्याबरोबर घालवल्यानंतरही त्याला तिच्याबरोबर आणखी थोडा वेळ घालवण्याची इच्छा होती. त्याने स्वत:ला बजावलं की, तो एका परक्या देशात होता आणि तिथे त्याचा कोणीही मित्र-मैत्रीण नव्हती, म्हणून त्याला असं वाटत होतं.

नंतर त्याने थोडंसं स्मित केलं. त्याच्या बोटांवर असलेल्या जगाचा (संगणकीय जगाचा) आणि त्याच्या सगळ्या मित्र-मैत्रिणींचा तो विचार करत नव्हता किंवा कदाचित टॉमचं म्हणणं बरोबर असावं. डिजिटल व्याप्तीलाही काही निश्चित, ठाम, अविचल मर्यादा असतात.

तो तिला सोडायला खालपर्यंत गेला. त्यानंतर आदल्या दिवसासारखाच काही वेळ तिच्याबरोबर बोलत तिथेच घुटमळत राहिला आणि मग त्याने तो तिच्याबरोबर गाडी उभी केलेल्या ठिकाणापर्यंत येणार असल्याचं तिला सांगितलं. पुन्हा कारजवळही ते थोडा वेळ बोलत थांबले. वेगवेगळ्या विषयांवर त्यांचं संभाषण सुरू होतं. अखेरीस तिला निघावंच लागलं.

या आकर्षणातून आपण लवकरच बाहेर पडू, असं स्वतःला बजावून सांगत तो मागे फिरला. नक्कीच भारतातून तो बाहेर पडला असता की, ते दूर झालं असतं, पण तोपर्यंत ते तसंच राहिलं असतं, हे त्याला माहीत होतं. दरम्यानच्या काळात सगळ्या गोष्टी कुठपर्यंत पोहोचल्या असत्या ते कोणाला माहिती होतं! पण आपला वेळ चांगला घालवणं हा काही गुन्हा नव्हता.

जॉशनं टॉमला फोन करण्याचा प्रयत्न केला, पण त्याने तो कट केला आणि कठोरपणे संदेश पाठवला, *'फोन ठेवून दे. मी तुला थोड्या वेळानं फोन करेन.'*

त्याने तलावात पोहताना ३० फेऱ्या मारल्या. ती गोष्ट आता जवळजवळ नित्याचीच बनली होती. त्यानंतर खोलीतच जेवण मागवण्याऐवजी तो हॉटेलमधल्या एका रेस्टॉरंटमध्ये गेला.

वेटरनं सुचवल्यानुसार त्याने भात आणि माशाची आमटी मागवली. बातम्या, ट्वीट आणि इ-मेल पाहण्याचे त्याचे प्रयत्न आधीच थांबले होते. त्याऐवजी जेवत असताना सतत तो विद्याला प्रणयाराधन करणारे संदेश पाठवत राहिला होता. तिच्या तथाकथित मित्राबद्दल, त्याच्या तथाकथित मादक डेटबद्दल तो तिला संदेश पाठवत होता. खरं तर आदल्या रात्री ज्या स्त्रीशी तो बोलला होता, तिचा विचारही त्याने केला नव्हता. त्यांच्या दुसऱ्या दिवशीच्या ट्रीपबद्दलही त्याने तिला संदेश पाठवले आणि नंतर त्याने तिला शिवराजच्या कार्यालयात त्याने पाहिलेल्या त्या मूर्तीचं छायाचित्र एका संदेशासह पाठवून दिलं.

जेवण अगदी स्वर्गीय होतं. क्वचित कधीतरी अमेरिकेतल्या भारतीय रेस्टॉरंटमध्ये तो जात असे, पण तिथे त्याने आधी कधीही एवढं चविष्ट असं काहीच खाल्लं नव्हतं. मासा ताजा होता, आमटीचा स्वाद अपूर्व होता. ती झणझणीत होती. आल्याच्या, मिरचीच्या वाटणानं आणि खोबऱ्याच्या स्वादानं त्याला झिंग आल्यासारखं झालं. खरोखरच बऱ्याच दिवसांनी त्याने सुरेख चवीचं जेवण केलं होतं. कॉरिडॉरमध्ये उघडणाऱ्या भल्या मोठ्या खिडक्यांमधून त्याला डान्स बारसाठी लांबलचक रांग

लागल्याचं दिसलं. बरोबरच होतं ते, कारण ती शुक्रवारची संध्याकाळ होती. आदल्या संध्याकाळी आलेला तो भारतीय तरुण एखाद्या आक्रमक रॉकस्टारसारखा आपल्या जवळच्या मित्रांना घेऊन तिथे आला होता. त्याने त्याच्याकडे बघून हात केला. जॉशनं त्याच्या हातातलं सॉव्हिग्नॉन ब्लँकचं ग्लास उंचावून त्याला प्रतिसाद दिला.

त्या रेस्टॉरंटमध्ये त्या तरुणाला, त्याच्या भोवतीच्या उत्तम पोशाख केलेल्या त्याच्या मित्रांच्या घोळक्याला पाहून आणि त्या समृद्ध जेवणाचा स्वाद घेऊन तो विचित्रपणे गोंधळून गेला होता. त्याला वाटलं होतं त्याहूनही यशस्वी, तरुण व्यावसायिकांची तिथे भरपूर गर्दी उसळली होती.

२७

हॉटेलच्या बाहेर कार काढल्यानंतर विद्यानं थोडा किराणा माल विकत घ्यायचं ठरवलं. फ्रीजमध्ये भरपूर धान्य, भाज्या असाव्यात आणि वडिलांना पुरेशा प्रमाणात आहार मिळेल, याची तिला खात्री करून घ्यायची होती.

तेवढ्यात त्या छोट्या गल्ल्यांमधून कार नेली, तर ती उभी करण्यासाठी जागा मिळू शकणार नाही, असं तिला वाटलं. तिच्याकडे स्कूटी असती तर त्या लहानशा गल्ल्यांमधून बाहेर पडून कुठेतरी ती उभी करण्यासाठी तिला जास्त सहजपणे जागा सापडली असती. वाहतूक कमी झालेल्या माडा रस्त्यावरून कशीबशी वळणं घेत तिने कार पुढे आणली. पार्किंगजवळ असलेल्या माणसाच्या हातात वीस रुपयांची नोट सरकवून तिने तिथे डबल पार्किंगसाठी जागा मिळवली. तिथल्याच कोपऱ्यावरच्या दुकानातून ती माल घेणार होती. जॉशला हा सगळा प्रकार बघितल्यावर भोवळच आली असती, असा विचार तिने स्मित करत केला. ती मेटाकुटीनं दुकानात गेली होती. शिवाय तिने त्या वाहतुकीतून कशीबशी वाहतुकीला बगल देत कार चालवली होती. हे सगळं त्याला कधीच समजलं आणि जमलंही नसतं. हॉर्नचे आणि लोकांच्या बोलण्याचे कर्कश आवाज आणि एका मंदिरातून बाहेर पडणारा भक्तिसंगीताचा आवाज या सगळ्यामुळे त्याला घेरी आल्यासारखंच झालं असतं.

घाईघाईनं दुकानात गेल्यावर तिने *थोक्कू* आणि *पोडी* खरेदी केले. त्याबरोबरच लोणची आणि *अप्पलमही* खरेदी केलं आणि नंतर रस्त्यावरच्या बाजाराकडे झपाट्यानं जाऊन तिथे तिनं थोड्या भाज्यांचीही खरेदी केली. त्या सगळ्या काळात आरएसटींना हे सगळं कसं पटवून द्यावं, याचा ती विचार करत होती. थोड्याशा चिंतेनंच त्यांचं सकाळचं संभाषण तिने आठवून बघितलं.

आता तिला स्वयंपाक करण्याची इच्छा नव्हती. आरएसटींच्या आवडत्या

हॉटेलमधून पराठे विकत घेण्याचा तिने विचार केला होता, पण त्यासाठी तिला बरंच अंतर चालावं लागलं असतं हे लक्षात आल्यावर तिने त्याऐवजी एका घरगुती खानावळीतून जेवण घ्यायचं ठरवलं. जर तिने जाणीवपूर्वक अतिशय अनारोग्यपूर्ण पदार्थ नेला असता, तर त्यांनी त्याच्याकडे नको त्या खाद्यपदार्थांचा ती भडिमार करत असल्यासारखं पाहिलं असतं.

ती कारमध्ये बसली आणि पुढे गेली, पण तरीही तिथे पोहोचल्यावर तिला जेवण व्यवस्थित बॉक्समध्ये घालून मिळेपर्यंत थांबावं लागलं. तिथे तिला एका लठ्ठ महिलेनं अभिवादन केलं. ती त्यांच्या शेजारी बऱ्याच दिवसांपासून राहत होती आणि नेहमीप्रमाणेच शेजाऱ्यापाजाऱ्यांविषयी गप्पा मारण्यात तिने तिचा भरपूर वेळ घेतला.

अखेरीस ती घरी निघाली. अजूनही संध्याकाळीसुद्धा उष्ण हवा होती, पण त्याबरोबरच वाऱ्याची चांगली झुळूकसुद्धा येत होती. त्यामुळे तिला दिलासा मिळत होता. त्या मधल्या दोन तासांत ती सतत जॉशबरोबर संदेशांची देवाणघेवाण करत होती. दर वेळी उत्तर पाठवण्यासाठी ती मुद्दामच काही मिनिटांचा अवधी घेत होती आणि तोही तसंच करत असल्याचं तिच्या लक्षात आलं होतं. याचा अर्थ जणू काही त्या दोघांपैकी कोणालाही जास्त गंभीर स्तरावर ते सगळं न्यायचं नव्हतं, पण त्याच वेळी त्यांना ते सगळं निष्फळ ठरलं तर जास्त चांगलं होईल, असंही वाटत होतं. अखेरीस त्याने पाठवलेलं चित्र हे मर्यादांचं परीक्षण करणारं होतं आणि त्याच्याकडे दुर्लक्ष करावं की त्यात गुंतावं अशा द्विधा मन:स्थितीत ती अडकली होती.

कामावरून घरी जाणाऱ्यांच्या गर्दीमुळे मुख्य रस्त्यावर भरपूर वाहतूक होती. विचारात हरवलेली विद्या जवळजवळ प्रतिक्षिप्त क्रिया असावी तशी गाडी चालवत निघाली होती आणि हळूहळू पुढे सरकत होती. तिने पाठीमागचं दृश्य दाखवणाऱ्या कारच्या आरशात बघितल्यावर तिला दुचाकीवर तिच्या कारच्या मागे असलेला एक माणूस दिसला. तिच्या जवळून आपल्याला सहज पुढे जाता येईल असा विचार करून तो पुढे जाऊ शकला असता. पण तो शांतपणे मागे थांबला होता. त्याने हेल्मेटही घातलं होतं.

जॉशबरोबर स्वामीमलाईला जाण्याची कल्पना रोमहर्षक होती, पण त्यामागची सगळी कारणं चुकीची होती. त्याच्याबरोबर आणखी एक अख्खा दिवस घालवण्याची उत्सुकता त्यामागे होती.

त्याला गर्लफ्रेंड होती का? तो प्रेमात बुडून जाणारा रसिक वृत्तीचा होता का? तळमळीनं प्रेम करणारा प्रेमवीर होता का?

तिला जॉशविषयी कोणाबरोबर तरी बोलायचं होतं. फक्त बोलून घ्यायचं होतं. तिला अनेक चुलत-मामे-मावसभाऊ होते, परिचित लोक होते, पण त्यांच्यापैकी टॉमबरोबर ती अशा प्रकारच्या गोष्टी बोलू शकत होती. एवढी तातडीची परिस्थिती

नसती तर तिने टॉमबरोबर या विषयावर चर्चा करण्याचा विचार केला असता.

'शक्य असेल तेव्हा फोन कर,' असा संदेश तिने टॉमला आधीच पाठवला होता, पण त्याने फक्त एक साधं उत्तर पाठवलं होतं, 'एका गोष्टीत अडकलोय. नंतर करतो.' त्या दिवशी सकाळपासून टॉम त्यांच्याशी बोलत नव्हता ही गोष्ट विचित्र होती, असा विचार तिच्या मनात आला. तिने आरएसटींनाही तिला उशीर होणार असल्याचा संदेश पाठवला होता.

त्यानंतर पुन्हा पुढच्या सिग्नलजवळही तिला तो मोटारसायकलवाला दिसला. त्यामुळे तिला काहीशी अस्वस्थता वाटली. या वेळी तो तिच्या बाजूला होता. पण हिरवा सिग्नल मिळाल्यावरही सगळे दुचाकीस्वार करतात त्याप्रमाणे त्याने पहिल्यांदा दुचाकी पुढे नेली नव्हती. तीन वेळा वळणं घेतल्यावर आणि लाल सिग्नल मिळाल्यावर थांबल्यानंतरही तो पुन्हा तिच्या मागेच राहत होता. आपला पाठलाग होत असल्याचं तिच्या लक्षात आलं.

दुकानातून ते बाहेर पडल्यापासूनच तो तिच्या मागावर असला पाहिजे. भीतीमुळे विद्याच्या हृदयाची धडधड वाढली.

आता काय करावं या विचारानं तिने दीर्घ श्वास घेतला. तिने जॉशचा नंबर फिरवला आणि फोन स्पीकरवर ठेवून दिला.

दुसरी रिंग झाल्यावर त्याने फोन उचलला आणि सुरुवातीलाच तिला विचारलं, "मग तुला त्या शिल्पावर चर्चा करायची आहे का?"

या चिडवाचिडवी करणाऱ्या सुरुवातीमुळे ती क्षणभर थांबली. पण त्यावर उत्तर देत बसणं परवडणारं नसल्यानं तिने त्याला माहिती दिल्यासारखं म्हटलं, "जॉश, मला वाटतं की माझा पाठलाग केला जातोय."

तो क्षणभरासाठी एकदम स्तब्ध झाला आणि नंतर एकदम भावविवशतेनं जोरात म्हणाला, "पाठलाग होतोय म्हणजे काय? तुला काय म्हणायचंय? तुला इथून निघून जवळजवळ दोन तास होत आलेत."

त्याच्या आवाजातला तणाव आणि स्पष्टपणे जाणवणारी व्याकूळता ऐकून विद्या चकित झाली. त्यालाही त्याच्या प्रश्नांतल्या स्वराची जाणीव झाली असावी, कारण त्याने ऐकू येण्याजोगा उसासा सोडला. त्यानंतर आपल्या भावनांवर ताबा मिळवण्याचा जोरदार प्रयत्न करत असल्याप्रमाणे तो म्हणाला, "मला माफ कर, तुला तशी खात्री वाटते का?" त्याचा आवाज अजूनही थरथरत होता.

"होय. दुचाकीवरून एक माणूस पाठलाग करतोय. त्याला मला काही इजा करायची असेल, असं मला वाटत नाही. तो फक्त माझा पाठलाग करतोय," ती म्हणाली. तिच्या आशावादी विधानावर त्याने उपहास केल्यासारखा आवाज काढला.

"मला मिनिटभर दे, पण फोन बंद करू नकोस," दुसऱ्या फोनवरून तो

कोणाशी तरी बोलत असल्याचं तिला ऐकू येत होतं.

जवळजवळ अर्ध्या मिनिटानंतर तो पुन्हा फोनवर बोलू लागला. त्या वेळी ती गोगलगायीच्या गतीनं गाडी चालवत होती. आणखी दहा मिनिटांत ती घरी पोहोचली असती.

"हे बघ, माझी कुणी चौकशी केली होती का ते तपासून बघण्यासाठी मी रिसेप्शनशी बोललोय. मी रेस्टॉरंटमध्ये असताना माझ्यासाठी कॉल होता."

"कोणाचा होता तो?"

"त्याने त्याचं नाव सांगितलं नव्हतं. शिवराज स्वत:च थोडाफार तपास करत असावा आणि त्याने दुकानापासून आपला पाठलाग केला असणार."

"पण तो असं का करेल?"

"मी तुला कशात ढकलून दिलंय?" त्याच्या आवाजातली भीती चांगलीच जाणवत होती. त्यामुळे तिला एकदम आपलेपणा मिळाल्यासारखं वाटलं. "मी टॉमचं ऐकायलाच नको होतं. तुला यात सहभागी करून घेणं ही कमालीची मूर्खपणाची गोष्ट होती. तो कसला मूर्खासारखा विचार करत होता." तो आणखी थोडा वेळ बोलला आणि नंतर शांत झाला. विद्याच्या नजरेसमोर केसांतून हात फिरवत आणि ओठ चावत बोलत असलेली त्याची अस्पष्ट आकृती आली.

"तुला माहीत आहे का, जॉश, ती मूर्ती आधुनिक आहे. त्यामुळे शिवराजला आपला पाठलाग करण्याची गरज नव्हती. मला वाटतं —"

त्याने तिचं बोलणं मध्येच तोडलं. पण आता त्याचा आवाज थोडासा शांत झाला होता. "ऐक. त्या कशाचाच विचार करू नकोस. फक्त घरी जा. तू एकटीच राहत नाहीस ही चांगली गोष्ट आहे. त्याला फक्त तू यात कितपत गुंतलेली आहेस त्याचा अंदाज घ्यायचा आहे. म्हणून फक्त आजची रात्र घरीच राहा आणि उद्या तुझी नियमित दैनंदिन कामं कर."

"आणि तू?" तो यावर काय उत्तर देईल या जिज्ञासेतून तिने त्याला हा प्रश्न विचारला होता. तो त्याच रात्री लंडनला परत जाणार होता का?

"मी ते इथूनच करेन. मी पुढे काय पावलं उचलणार आहे ते तुला माहीत नसणंच उत्तम ठरेल." त्याच्या आवाजात ठाम करारीपणा होता. त्यातून तो तसंच करणार होता हे तिला समजलं होतं, पण त्याचा तो आवाज तिला खरोखरच मादक वाटला.

ती वेळ त्याच्याशी वाद घालण्याची नव्हती हे जाणवल्यामुळे तो जे म्हणाला होता ते तिने गुपचूप मान्य केलं. तो तसाच फोनवर रेंगाळत राहिला होता. तो अस्वस्थ होता हे स्पष्टच होतं. तो माणूस अजूनही पाठलाग करतोय का, हे तो तिला सतत थोड्या थोड्या वेळानं विचारत राहिला होता. शिवाय तिचा रस्ता

कितपत सुरक्षित होता, तिचं घर किती सुरक्षित होतं, तिची कार ती रस्त्यावर उभी करते की, घरातल्या गॅरेजमध्ये, असे प्रश्न त्याने तिला विचारले.

त्या परिस्थितीत असूनही ती स्वत:शीच हसली. जर त्याला परवानगी मिळाली असती, तर ती घरी पोहोचेपर्यंत रस्ताभर तो फोनवरच राहिला असता आणि या सगळ्या प्रक्रियेत त्याने तिला वेडं केलं असतं. फोन बंद करायला तो तावातावानं विरोध करत असला, तरीही घरी पोहोचल्यावर लगेच ती त्याला फोन करेल याची खात्री देऊन, त्याचं मन वळवून तिने फोन बंद केला.

तिने खोल श्वास घेतला आणि त्या परिस्थितीचा शांतपणे विचार केला. त्या वेळी तरी तिला त्या मोटारसायकलवाल्याला थोड्या वेळासाठी तरी गुंगारा देण्याची गरज होती. आधी ठरवल्याप्रमाणे ती तरीही जॉशबरोबर स्वामीमलाईला जाणारच होती. संशय न येण्याजोग्या पद्धतीनं तिने तो पाठलागाचा ससेमिरा चुकवला असता तर दुसऱ्या दिवशी सकाळी हॉटेलमधून तिचा माग काढण्याकडे शिवराज वळला असता आणि तेव्हाच शांत झाला असता. तिच्या कारच्या नोंदणीवरूनही त्याला तिचा पत्ता मिळवणं शक्य होतं, पण एका रात्रीत हे करावंच लागेल असं त्याला वाटलं नसतं.

ती तशीच कार चालवत राहिली आणि घराच्या अधिकाधिक जवळ जात राहिली. तिच्या डोक्यात हळूहळू एक कल्पना तरळली.

एक कृतियोजना तयार करून विद्यानं किंचित मार्ग बदलला आणि तिच्या घराजवळच्या मंदिराच्या दिशेनं ती निघाली. तिची कार तिने नो पार्किंग परिसरात उभी केली. त्या वेळी संध्याकाळ उलटून चालली होती आणि मंदिरात बरीच लगबग होती. ती कारमधून बाहेर पडली. तिची पर्स आणि किल्ल्या तिने हातात घेतल्या आणि जेवणाचं पार्सलही बाहेर काढलं. त्यानंतर क्षणभर विचार करून कारमध्येच सँडल ठेवून ती अनवाणी चालत मंदिराच्या प्रवेशद्वाराकडे निघाली.

आपली कार वाहतूक पोलिसांकडून नेली जावी, अशी तिची इच्छा होती, पण अर्थातच, तसंच घडेल यावर ती पूर्ण अवलंबून राहू शकत नव्हती, हे तिला माहीत होतं. संधिप्रकाश पडला होता आणि लवकरच अंधार पडू लागला असता. त्या माणसानंही त्याची दुचाकी थोडीशी पुढे उभी केली आणि त्याचं हेल्मेट काढलं. तिने त्याच्याकडे ओझरता कटाक्ष टाकला. तो तरुण होता आणि त्याने मिशा राखल्या होत्या, हे तिच्या लक्षात आलं. ती झटकन वळली. ती किराणा मालाच्या दुकानात आणि रेस्टॉरंटमध्ये गेली होतीच, त्या वेळीही तिने अशाच प्रकारे बेफिकिरी दाखवली होती. त्यामुळे यात काही वेगळं नव्हतं. तो मंदिरात आत येऊन तिचा पाठलाग करणार नाही, असं तिला वाटत होतं.

त्यानंतर तिच्या पुढल्या कृतीकडे विद्या वळली. ती प्रवेशद्वाराजवळ बसलेल्या

फूलविक्रेत्याकडे गेली. त्याला, म्हणजेच मुरुगनला ती शाळेत असल्यापासूनच ओळखत होती. तो जवळजवळ तिच्या वडिलांच्याच वयाचा होता. पण तिच्या आईचं अनुकरण करून तीही त्याला मोठा भाऊ या अर्थानं 'अण्णा' म्हणत असे.

त्याच्या पुढ्यात असलेल्या जुन्या लाकडी खोक्यावरच्या केळीच्या पानात जाईचे गजरे, शेवंतीचे हार होते. सगळी फुलं आणि हार गोलाकार मांडलेले होते. तो गुलाबाचा हार तयार करत होता. त्याच्या हातांची लयबद्ध हालचाल होत होती. त्याने स्मित करून तिला अभिवादन केलं.

"बऱ्याच दिवसांनी दिसलीस. आता तू येत होतीस तेव्हा लांबून मला तुझी आईच येत असल्याचा भास झाला. फक्त तू हे तुमचे आधुनिक ड्रेस घालतेस, त्याऐवजी ती सुती साडी नेसायची एवढंच. ती दर शुक्रवारी देवळात यायची. ती गेलीय याच्यावर माझा विश्वासच बसत नाही. तुझे वडील कसे आहेत?"

न सांगताच त्याने जाईचा गजरा उचलला आणि यार्डभर लांबीचा गजरा कापून तिच्या हातात दिला. तिची आई नेहमीच असा गजरा घेत असे.

तिने वडील ठीक असल्याचं सांगितलं आणि त्याच्या कुटुंबाची चौकशी केली. त्याच्या नुकत्याच जन्मलेल्या नातवाबद्दल त्याने तिला सांगितलं आणि त्याच्या मोबाइलवरचा नातवाचा फोटो दाखवला.

तिने डोळ्यांच्या कोपऱ्यातून मागे बघितलं. त्या वेळी तिचा पाठलाग करणारा चहाच्या टपरीजवळ गेल्याचं तिला दिसलं.

"अण्णा, माझी कार बंद पडलीय," ती तमिळमधून म्हणाली. तिच्या आवाजात किंचित चिंता होती.

"अरेरे! मी मेकॅनिकला बोलवू का?"

"नाही. नको. मी रमेशअण्णाला कार घरापर्यंत आणण्यासाठी कुणाला तरी पाठवायला सांगेन. फक्त तुम्ही कारची चावी तुमच्याकडे ठेवून घ्याल का? मी रिक्षानं घरी जाते," ती म्हणाली.

तिचा चुलतभाऊ रमेश मंदिराच्या कार्यक्रमांमध्ये अतिशय सक्रियपणे गुंतलेला होता आणि तिथले विक्रेते त्याला चांगलेच ओळखत होते. तो रोज संध्याकाळी थोडासा उशिरा मंदिरात येत असे. त्याने ते मान्य केल्यावर तिचा पाठलाग करणाऱ्याचं तिच्याकडे लक्ष नसावं, अशी आशा करून तिने फूलवाल्याकडे पैशांसह कारची चावी दिली. तो पाठलाग करणारा दूर होता. त्यांच्यातलं ते अंतर आणि तिन्हीसांज झाल्यामुळे होत चाललेला अंधार यामुळे किल्ली देताना तिला याचा फायदाच झाल्यासारखं वाटलं.

आत गेल्यानंतर ती प्रार्थना आणि भरपूर गर्दीतल्या धक्क्याबुक्क्यांमधून पुढे गेली. पुरुष, स्त्रिया आणि मुलं यांची तोबा गर्दी उसळली होती. आतल्या गाभाऱ्यातल्या

देवाचं दर्शन मिळावं म्हणून ते एकमेकांना धक्काबुक्की करत होते, ढकलत होते. मंत्रोच्चार आणि घंटांचे आवाज तिच्या कानांत भरून राहिले. फुलांचा आणि परफ्युम्सचा सुगंध आणि घामाचा दर्प एकत्र येत असल्यानं वीट आणणारा गंध निर्माण झाला होता. जवळजवळ यांत्रिकपणे तिने *दीपमच्या* ज्योतीवर तिचे हात धरले आणि नंतर तुळशीची पानं आणि तीर्थ घेतलं. तिने तुळशीचं पान चावलं. तिने प्रदक्षिणा घातली, तोपर्यंत त्या पानाची तुरट चव तिच्या जिभेवर रेंगाळत होती.

तिथे आजूबाजूला, जवळपास किंवा बाहेरही तिचा पाठलाग करणारा माणूस तिला दिसला नव्हता. त्या भिंती, ती गर्दी आणि वाढता अंधार यामुळे तिला चांगलाच आडोसा लाभला होता.

त्या संधीचा फायदा घेऊन शेजारच्या भिंतीच्या छोट्याशा दरवाजातून ती बाहेर सटकली आणि पुढच्या रस्त्याजवळ पोहोचली आणि सहजपणे बाहेर पडली. ती झपाझप चालत निघाली होती. तिच्या अनवाणी पायांना होणाऱ्या वेदनांकडे तिचं लक्ष नव्हतं. तिने त्याला छान गुंगारा दिला होता, याचा तिला अत्यानंद होत होता, पण तरीही कोणत्याही क्षणी तिला तो दिसेल अशी भीतीही तिला वाटत होती. बाजूनं चाललेल्या रिकाम्या रिक्षाला तिने हात केला आणि अक्षरश: उडी मारून ती आत बसली. रिक्षा रस्त्यानं पुढे निघाल्यावर हळूहळू तिचा श्वासोच्छ्वास पूर्ववत संथ होत गेला.

तिने तिच्या चुलतभावाला फोन केला आणि कार बंद पडल्याची रचलेली बनावट गोष्ट त्यालाही थोडीफार अडखळत, चाचरत सांगितली.

रिक्षा थांबल्यानंतर रिक्षावाल्याला पैसे दिल्यावर ती घाईघाईनं घराकडे गेली. त्या वेळी रस्त्यावर कचऱ्याच्या ढिगाऱ्यातून अन्न शोधणाऱ्या त्या भटक्या कुत्र्याशिवाय चिटपाखरूही नव्हतं.

आरएसटींनी दरवाजा उघडला. त्यांच्या चेहऱ्यावर असमाधान दिसत होतं, पण त्यांनी त्यांचा असंतोष नियंत्रणात ठेवला होता.

''मला उशीर झालाय, पण मी आधीच जेवण आणलंय. मी आलेच,'' असं म्हणून आपल्या हातातली बॅग टेबलावर ठेवून ती सरळ तिच्या खोलीत गेली.

तिने लगेच जॉशला फोन केला. त्याने पहिली रिंग पूर्ण होण्याआधीच फोन उचलला.

''तू कुठे आहेस?'' त्याच्या आवाजात तीव्र चिंता होती.

''मी अगदी सहीसलामत घरी पोहोचलेय आणि त्याला पद्धतशीरपणे गुंगाराही दिलाय,'' तिच्या आवाजात विजयाची झाक होती.

''ते तुला कसं काय जमलं?'' त्याने विचारलं. ''तू ज्या बेभानपणानं कार चालवतेस त्याचा विचार केला, तर तो दुचाकीवाला तरी वाचेल की नाही, असं

मला वाटलं होतं.''

ती खिदळल्यासारखी हसली आणि मग आपण रचलेला सगळा डाव तिने त्याला सांगितला. पंखा सुरू करून ती पलंगावर बसली आणि आधीच्या अर्ध्या तासातल्या तणावपूर्ण क्षणांनंतर पहिल्यांदाच थोडीफार विसावली.

''छानं केलंस! विद्या, तरीही काळजी घे. घेशील ना? उद्या नेहमीसारखीच वाग. कामावर जा आणि तिथेच राहा.''

तिने केसांचा अंबाडा बांधला आणि मानेवरचा घाम पुसून काढला. तिला झटपट शॉवर घ्यावा लागणार होता आणि नंतर जेवण वाढावं लागणार होतं. आधीच उशीर होत आला होता, पण तरीही तिला न घेताच जॉश स्वामीमलाईला जाणार नाही, याची तिला खात्रीही करून घ्यायची होती.

आरएसटींनी आत डोकावून बघितलं त्या वेळी ती फोनवर बोलत असल्याचं त्यांना दिसलं. त्यांनी दडपलेल्या अस्वस्थपणातून तिच्याकडे एक जळजळीत कटाक्ष टाकला. यावर काहीही न बोलणंच अधिक श्रेयस्कर ठरेल असं ठरवून ते तिथून निघून गेले.

''मला आता जावं लागेल, मी तुला नंतर फोन करते. पण मी कामावर जाणार नाही. मी उद्या तुझ्याबरोबर स्वामीमलाईला येणारच आहे.''

''नाही, ऐक —''

''नको, तू ऐक. मला बरोबर न घेता बाहेर पडण्याची हिंमत केलीस, तर याद राख.''

''ते धोकादायक आहे. जर तुला काही झालं तर —''

''मी स्वामीमलाईला जाणार आहे. तुला बरोबर घेऊन किंवा तुझ्याशिवाय, तुला बरोबर न घेता. समजलं? पण एकूणच, पहिला पर्याय जास्त चांगला आहे.''

''यावर आपण आणखी थोडा विचार करू या,'' त्याने उत्तर दिलं. त्याच्या आवाजात अनिश्चितता होती.

''जॉश, मी यावर ठाम आहे. यावर जास्त विचार करण्यासारखं काहीही नाही.''

त्यानंतर थोड्या वेळानं तो पुटपुटला, ''आणि इथे तर मी दुःखात होतो की आता यापुढे तू मला कधीही दिसणार नाहीस, भेटणार नाहीस.''

तिने स्मित केलं आणि जणू काही तिचा आनंद जाणवल्याप्रमाणे तो पुढे म्हणाला, ''म्हणजे मला असं म्हणायचंय की, माझी तुझ्यापासून एवढ्या सहजासहजी सुटका होणार नाही. होईल का?''

''नाही. आणि आपली आठवडाअखेरची ट्रीप आता सुरू झालेय मिस्टर,'' ती खिदळल्यासारखी हसत म्हणाली. तिचं हृदय उचंबळत होतं. तोपर्यंत त्याचा

आवाज अगदी दु:खी असल्यासारखा ऐकू येत होता.

त्याने त्यानंतर काहीच म्हटलं नाही, पण फक्त एवढंच म्हणाला की, ''मग फक्त त्या नग्न राहणाऱ्याला सांग, की त्याला दिलेला हा धोक्याचा पूर्वइशारा आहे.''

तिला काहीच अर्थबोध झाला नाही. ''काय?''

''तो नग्न राहणारा मत्सरी?'' आता कुठे त्याच्या आवाजात हास्य होतं. ''तुझ्या बॉयफ्रेंडला तू विसरलीस की काय?''

तिने ओठ चावले आणि नंतर खिदळत म्हणाली, ''मी त्याला नक्कीच सांगेन.''

तिने फोन बंद केला आणि ती शॉवर घ्यायला घाईघाईनं गेली आणि कपडेही बदलले, पण तरीही तोपर्यंत ती स्मित करत होती.

२८

अधूनमधून होणाऱ्या भांड्यांचा आवाज वगळता जेवण अगदी कठोर, तणावपूर्ण शांततेत सुरू होतं. आरएसटी तिच्यामुळे अस्वस्थ असल्याचं स्पष्टपणे दिसत होतं. त्यांच्या वागण्यातून उफाळून येणारा तणाव तिला स्पष्ट जाणवत होता. तिच्या ट्रीपविषयी सहजगत्या बोलता यावं असा मार्ग ती शोधत होती, पण जसजसा मिनिटा-मिनिटानं शांततेत काळ पुढे सरकत होता, तसतशी आपण सगळी परिस्थिती स्वत:साठी जास्तच अवघड बनवतोय, हे तिच्या लक्षात आलं.

जेवणातला अखेरचा दही-भात खाण्याचा भाग सुरू झाला होता, त्या वेळी आरएसटींनी अचानकच तिच्याकडे थेट न पाहता तिला विचारलं, "त्या अमेरिकनबरोबर तू पळून जाणार आहेस का?" त्याचा शब्दश: अर्थ घेतला जाऊ नये, अशा पद्धतीनं पुरेशा उपहासानं आणि संतापयुक्त चिथावणीनं हा प्रश्न विचारला गेला होता.

तिला त्यांच्याशी सहजपणे बोलता येईल अशी तिची अपेक्षा होती, कारण सहसा ते नेहमीच कुठलीही गोष्ट शांतपणे ऐकून घेत असत आणि तिला किंचितशी सूट मिळाली असेल तर त्यात ते हस्तक्षेप करत नसत किंवा उसळूनही बोलत नसत. त्यावेळी पहिल्यांदाच ती त्यांची दुसरी वेगळी बाजू पाहत होती.

तिने श्वास घेतला आणि म्हणाली, "नक्कीच नाही!"

आरएसटींनी तणावपूर्ण स्मित करत तिच्यावर नजर रोखली आणि ते म्हणाले, "मला त्याचीच भीती वाटत होती."

"मी पळून जाणार नाही, हे मी तुम्हाला आधीच सांगितलंय, अप्पा!" ती उद्गारली.

"मी ते ऐकलंय. मग त्याहूनही काहीतरी वाईट घडतंय. काय चाललंय?"

विद्यानं स्पष्ट बोलणं अधिक चांगलं ठरेल असं ठरवलं. तिने गेल्या दोन

दिवसांतील सगळ्या घटना त्यांना सांगितल्या. त्या दिवशीच्या दुपारपर्यंतच्या घटना ती सांगू लागेपर्यंत ते अगदी नि:स्तब्ध होते आणि लक्षात येण्याएवढे खूपच शांत होते. ज्या वेळी शिवराजबरोबरच्या बैठकीचं तिने वर्णन केलं, त्या वेळी मात्र त्यांच्या चेहऱ्यावर एकदम सुन्न आणि स्तंभित झाल्याचे भाव निर्माण झाले.

"तिथे तुम्ही दोघंही काय समजून गेला होतात?" त्यांनी प्रक्षुब्ध आवाजात विचारलं. तशा स्फोटक आवाजाचा वापर त्यांनी केल्याचं तिने कधीही ऐकलं नव्हतं. तो आवाज नेहमीपेक्षा खूपच वरच्या पट्टीतला आणि संतापानं भरलेला होता. नेमक्या त्याच क्षणी रमेशनं फोन केला होता, ही आणखी दुर्दैवी बाब होती. तिने मोठ्या चमत्कारिक अवस्थेत ओठ चावत फोन उचलला. तिचा कोणीतरी पाठलाग केला होता आणि त्यासाठी तिने कार बंद पडल्याची क्लृप्ती लढवली होती हे तोपर्यंत तिच्या वडिलांना तिने सांगितलं नव्हतं.

"विद्या, कार सुरू झाली. मला तर ती बंद पडली होती असं दिसलं नाही. मी प्रार्थना संपवून नुकताच आलोय, मी कार घरी आणून सोडतोय," तो म्हणाला.

"नाही, नाही. ते ठीक आहे. तुझ्या घरीच ती तू का नेत नाहीस? मी उद्या तिथूनच ती नेईन," ती पुटपुटली. टेबलापलीकडून आरएसटी कपाळाला आठ्या घालून संतप्तपणे पाहत असल्याचं दिसत होतं.

जितक्या लवकर सहजपणे संभाषण संपवता येईल, तितक्या लवकर तिने ते संपवून फोन बंद केला. रमेशही तिच्या तशा आवाजामुळे बुचकळ्यात पडला असावा, कारण इतर कोणत्याही सर्वसामान्य परिस्थितीत त्याला घरी बोलवायला तिला आनंदच वाटला असता.

"कुणाचा फोन होता?"

"अं... रमेशचा."

"रमेशचा? त्याला काय पाहिजे होतं?"

"काहीही नाही," असं काहीसं ती तोंडातल्या तोंडात पुटपुटली.

"कारला काही अडचण आली होती का? मला वाटतं की, मी रिक्षाबद्दल काहीतरी ऐकलं."

तिचा फोन पुन्हा एकदा वाजला. फोनवर जॉशचा नंबर दिसत होता. तिने कॉल बंद केला आणि थोड्याच वेळात ती त्याला पुन्हा फोन करेल आणि तिची कार उचलून नेली गेलेय, असा संदेश त्याला पाठवला. आरएसटींचा संतप्त चेहरा पाहिल्यामुळे त्या क्षणी जॉशबरोबर बोलणं योग्य ठरणार नाही, हे तिच्या लक्षात आलं होतं. मन शांत करून, मनाचा हिय्या करून तिने त्या संध्याकाळी काय घडलं होतं ते त्यांना सांगितलं.

ते अंतर्बाह्य हादरून गेल्याचं दिसत होतं आणि त्यानंतर पूर्ण मिनिटभर

शांततेत गेल्यावर त्यांनी निरीक्षण नोंदवलं, "म्हणजे रमेशनं तिथून कार नेल्याचं सांगण्यासाठी फोन केला होता का?"

"होय."

त्यांचं जेवण झालं होतं, त्यामुळे त्यानंतर एकही शब्द न बोलता ते उठून उभे राहिले आणि लिव्हिंग रूममध्ये गेले. त्यांची चाल संथ होती आणि क्षणभरासाठी ते आणखी थकल्यासारखे आणि वयस्कर झाल्यासारखे वाटले.

तिने आवाज उदासीन ठेवत स्वामीमलाईच्या ट्रीपविषयी सांगितलं, पण तिचा त्याच्याबरोबर जाण्याचा उद्देश आहे, हे थेट सांगण्याऐवजी ते त्यांच्यापासून लपवून ठेवलं. पण तिच्या मनात काय होतं ते त्यांना समजलं असावं, अशी शंका तिला आली.

कारमध्ये पडून असलेल्या सगळ्या किराणा मालाचा विचार करतच तिने टेबल आणि स्वयंपाकघर स्वच्छ केलं. ती पुन्हा एकदा रमेशबरोबर बोलली आणि त्याने बॉनेट उघडून इंजीन तपासून बघितलं होतं हे समजल्यावर तिला दिलासा मिळाला. त्यामुळे तिचा पाठलाग करणाऱ्याला गाडीत काहीतरी दोष आला होता, असं वाटलं असतं. तोही त्याच्या घरीच निघाला होता, असं त्याने तिला सांगितलं. त्याचा पाठलाग केला जातोय का, असं त्याला विचारता आलं असतं तर बरं झालं असतं, असं विद्याला वाटलं, पण अर्थातच ती ते विचारू शकली नाही. तिने फक्त त्याचे आभार मानले आणि कॉल संपवला.

आपली कामं झटपट आटोपून ती लिव्हिंग रूममध्ये गेली, तेव्हा तिचे वडील फोनवरून कोणाशी तरी गहन संभाषणात गुंतल्याचं तिला दिसलं.

"मी तिला हे करण्यास शक्यतो परवानगी देऊ शकणार नाही, जगदीश," असं ते बोलत होते.

जगदीश काका! त्यांनी जगदीश काकांना फोन केला होता. तिने आर्ततेनं विचार केला. ते तिचे खरे काका नव्हते, पण तिच्या वडिलांचे मित्र होते आणि त्याहूनही महत्त्वाची गोष्ट म्हणजे, ते पोलीस विभागात अधीक्षक होते. तिच्या हृदयाची धडधड मोठ्या प्रमाणात वाढली होती आणि काहीशा अंत:प्रेरणेनंच तिने त्या स्पायवेअरबद्दल तिच्या वडिलांना काहीही सांगितलं नव्हतं, याचा तिला आनंद वाटत होता. पोलीस अधीक्षकांनी ते सहजपणे घेतलं नसतं.

तिने असाहाय्य संतापानं आरएसटींकडे रोखून पाहिलं. पण त्यांनी तिच्याकडे जाणीवपूर्वक दुर्लक्ष केलं आणि त्यांचं फोनवरचं संभाषण शांतपणे संपवलं.

"अप्पा, मला न विचारता तुम्ही जगदीश काकांना फोन केलात!" ती संतापानं उद्गारली.

"होय. मी केला. मी तो का करायला नको होता? कुणीतरी मोठ्या माणसासारखं

वागलंच पाहिजे.''

''कारण... कारण...'' ती अडखळली. ''जर यात पोलीस आले तर शिवराजला... मला नाही माहीत मग तो काय करू शकेल ते!''

स्वत:ला शांत करण्यासाठी तिने दीर्घ श्वास घेतले. जे झालं होतं ते घडून गेलं होतं. पण आता पहिल्यांदा त्यांनी काय करायचं ठरवलं होतं ते तिला समजणं गरजेचं होतं.

''काकांनी काय सुचवलंय?''

आरएसटींनी ओठ घट्ट मिटले आणि मान हलवली. ''दुर्दैवानं तो एका परिषदेसाठी मुंबईत आहे आणि बुधवारपर्यंत इकडे परत येणार नाही. तो फोन करेल असं त्यानं सांगितलंय.''

अगदी थकल्यासारखे दिसणारे आरएसटी खिडकीतून भकास नजरेनं बाहेर बघत तसेच बसून राहिले. त्यांच्यावर झालेल्या शस्त्रक्रियेतून ते नुकतेच बाहेर पडत होते. त्यामुळे त्यांच्यावर ताण आणताच कामा नये हे तिला माहीत होतं, पण ती ते सगळं तसंच सोडून देऊ शकत नव्हती.

''जितके जास्त लोक यात गुंततील, तितकं सत्य शोधून काढणं जास्त कठीण होऊन बसेल.''

''अच्छा, अस्सं. आणि तू आयपीएसची परीक्षा कधी उत्तीर्ण झालीस?''

तिने ओठ आवळले आणि त्यांच्याकडे ती भयग्रस्त नजरेनं पाहू लागली. ते समजून घ्यायला खरंच अवघड बनले होते.

''अप्पा, मला स्वामीमलाईला जावंच लागेल,'' तिने सांगून टाकलं.

''का? तिथे नेमकं काय करायचा तुझा बेत आहे?''

तिने ओठ चावले, कपाळाला आठ्या घातल्या. त्यांच्या योजना संदिग्ध होत्या आणि त्या सांगितल्या गेल्या असत्या, तर फक्त उपहासाला आमंत्रण मिळालं असतं.

''जर शिवराजला कशाचा संशय आला, तर तो अतिशय झपाट्यानं त्याच्या विरोधातले पुरावे नष्ट करून टाकेल. मी कुठेही दिसत नाही असं म्हटल्यावरही तो आधीच तसं करू लागला असेल. त्याच्या मागावर पोलीस आहेत असं त्याने ऐकलं तर - ''

''तुला माहीत आहे की जगदीश हुशार आहे आणि त्याबरोबरच तो प्रामाणिक आणि निष्ठावानही आहे. तो कुणालाही कसलाही सुगावा लागू देणार नाही किंवा तो स्वत:ही गुप्त राहिल्या पाहिजेत अशा गोष्टी बाहेर फोडणार नाही. तुला जे काही माहिती आहे ते त्याला सांगून टाकणं आणि या प्रकरणातून अंग काढून घेणं, ही योग्य गोष्ट आहे.''

"पण त्यांच्या विभागातल्या दुसरं कुणीतरी ते गुपित फोडू शकतं, हे तुम्हालाही माहीत आहे."

"हे बघ, पोलिसांना जी गोष्ट शोधून काढता येणार नाही, अशी कोणतीही गोष्ट तुम्ही शोधून काढू शकणार नाही. समजलं? तंजावुर कुठल्या दिशेला आहे ते तरी तुला माहीत आहे का? तू कधीही एकटीनं चेन्नईच्या बाहेर पाऊलही टाकलेलं नाही."

"हे खरं नाही हे तुम्हालाही माहिती आहे. तुम्ही काय वाटेल ते बोलताय," तिने म्हटलं. पण त्याच वेळी तिच्या हेही लक्षात आलं होतं की, तिने त्यांना एवढ्या मोठ्या आवाजात किंवा एवढ्या तिरस्कारानं बोलताना त्याआधी कधीच ऐकलं नव्हतं. तिनेही कधी त्यांचं म्हणणं अशा प्रकारे धुडकावून लावलं नव्हतं.

"हेच खरं आहे. जास्त ताणू नकोस," ते करड्या आवाजात म्हणाले.

"मला तुमची समस्या काय आहे ते माहीत आहे - एखाद्या पुरुषाबरोबर तुमच्या मुलीला एखाद्या ट्रीपवर पाठवण्याएवढा तुमचा तुमच्या मुलीवर विश्वास नाही. सुधारक विचारांची ही सगळी ढोंगं बोगस आहेत," तिने फटकारल्यासारखं म्हटलं.

स्वत:वर नियंत्रण ठेवण्यासाठी त्यांना त्रास होत असल्याचं स्पष्टपणे दिसत होतं. त्यांनी थोडा वेळ स्वत:ला शांत करण्यासाठी श्वसन केलं. त्यानंतर शांत, पण कडक आवाजात ते म्हणाले, "अशा दुखावलेल्या आवाजात माझ्याबरोबर बोलण्याची हिंमतही करू नकोस. मी काल जन्मलेलं कुक्कुलं बाळ नाही. या मूर्ख मोहिमेवर तुला जायचंय, कारण कुठेतरी तुला त्या टोणग्याबरोबर पूर्ण दिवस घालवण्याची इच्छा आहे. मी या सगळ्याच्या पलीकडे जाऊन विचार करण्याचा प्रयत्न करतोय. अगदी याकडे दुर्लक्ष केलं तरीही ही ट्रीपच मुळात पूर्णपणे निष्काळजीपणानं आखलेली आहे. तुला इतक्या निष्ठुरपणे अशा धोकादायक गोष्टीत गोवणाऱ्या त्या तरुणाला मला एकदा भेटायचंच आहे."

तिने ओठ चावले आणि त्यांच्याकडे रोखून बघितलं. तिने त्यांच्याएवढा आवाज चढवण्याचा आणि आवाजात तसाच चढउतार करण्याचा प्रयत्न केला आणि ती म्हणाली, "मुळात ही त्याची कल्पना नाही. त्याला तुम्ही या सगळ्यातून बाहेरच ठेवा. तुम्हाला मान्य असो वा नसो, मी जाणारच आहे," तिने तिथून निघण्याआधी सांगून टाकलं.

आपल्या झोपण्याच्या खोलीत पळत जाण्याची कल्पना तिने रोखून धरली, पण खोलीत गेल्यावर दरवाजा आपटण्यापासून ती स्वत:ला रोखू शकली नाही.

* * *

जॉशच्या मनाची घालमेल होत असल्यामुळे तो येरझाऱ्या घालत होता. नुकतंच त्याचं जेवण झालं होतं आणि तो खोलीत परतला होता, त्याच वेळी त्याला

विद्याचा फोन आला होता. ते अखेरचे तास चिंताग्रस्ततेचे आणि तणावपूर्ण होते.

त्याने शिवराजच्या कृती तपासल्या होत्या आणि शिवराजनं बॅनरला पाठवलेला इ-मेलही पाहिला. त्यात त्याने बॅनरला अखेरच्या जहाजावरून पाठवलेला माल चांगल्या प्रकारे मिळाला होता का, याची चौकशी केली होती. त्यामुळे तो भयग्रस्त झाला. पण लगेच ही भयग्रस्तता दिलाशात परावर्तित झाली. त्याने तो मेल पाठवला होता, याचा अर्थच असा होता की, नटराज कुठे होता ते शिवराजला माहिती नव्हतं आणि बॅनरनं आपला या गुन्ह्याशी संबंध आहे हे इ-मेलद्वारे दाखवण्याची शक्यता नव्हती. याचा अर्थ शिवराज त्या वेळी सावधगिरी आणि लोभीपणा यांमध्ये विमनस्कपणे हेलकावत राहिला असण्याची शक्यता होती. तरीही तो एक कधीही फुटू शकणारा टाइमबॉम्ब होता.

तो मिनीबारकडे वळला, पण तेवढ्यात त्याचा फोन वाजल्यामुळे त्याने रेफ्रिजरेटरचा दरवाजा पकडण्याऐवजी हात मागे घेतला.

तो टॉमचा फोन होता.

''कुठे होतास तू इतका वेळ?'' जॉशनं विचारलं. त्याच्या आवाजात शीण होता.

''का, काय झालंय?'' टॉमनं त्याच्या आवाजात काहीतरी वेगळंच आहे याचा अंदाज आल्यानं लगेच विचारलं.

जॉश खिडकीजवळ उभा राहून निर्विकारपणे पौर्वात्य आकाशात उगवलेल्या तेजस्वी चंद्राकडे पाहत होता. चंद्राच्या सोनेरी चमकदार प्रकाशात नक्षत्रं न्हाऊन निघाली होती. जॉशनं त्याला थोडक्यात सगळी माहिती सांगितली.

''तू हा कसला मूर्खासारखा विचार करत होतास?'' टॉमच्या रागाचा उद्रेक झाला. टॉम संतप्त झाला होता आणि त्याने जे सांगितलं होतं ते न ऐकता जॉशनं हे सगळं केल्यामुळे तो ओरडून बोलत होता, त्यामुळे जॉशनं फोन कानापासून इंचभर दूरच धरला. जॉशच्या नेहमीच्या स्वभावात हे बसत नव्हतं, पण त्याने विद्याला बेजबाबदारपणानं संभाव्य संकटात टाकल्याबद्दल जॉशला धारेवर धरलं होतं. जवळजवळ एक मिनिटभर तो बोलत असताना जॉश शांत राहिला आणि नंतर अखेरीस टॉम त्याला म्हणाला, ''मी जे काही बोललो त्यामुळे तू आधीच जितकं वाईट केलंयस, त्याहून तुला अधिक वाईट वाटलं नसेल असं मला वाटतंय.''

''होय,'' जॉशनं स्पष्टपणे मान्य केलं.

टॉमनं ऐकू येण्यासारखा उसासा टाकला. ''आपण आज सकाळी बोललो त्या वेळी आता अधिकाऱ्यांशी बोलण्याची वेळ आलेय, असं मी ठरवलं होतं. प्रसारमाध्यमांना द्यायचं पत्रक मी रोखलं आणि मी न्यू स्कॉटलंड यार्डमधल्या कला आणि प्राचीन वस्तूंच्या विभागातल्या गुप्तचर अधिकाऱ्यांची भेट घेण्याचा प्रयत्न केला. त्यातच

माझा सगळा दिवस गेला. त्यांच्याकडे निधीची कमतरता आहे, ही खिन्न करणारी गोष्ट आहे. ते काहीही असलं तरी डिटेक्टिव्ह विलिस अतिशय सक्षम आहे, असं दिसतंय. त्यांना इतर काही प्रकरणांतही बॅनर हवाच आहे. त्याने असं सांगितलं की, तो या प्रकरणात लक्ष घालेल. तू थोडा वेळ वाट पाहू शकला नाहीस का? मी तुला थांबायला सांगितलं होतं.''

''तू पोलिसांकडे गेलास?'' त्याने काहीतरी बोलायचं म्हणून विचारलं.

टॉमला तो माग तसाच दडपून टाकायचा नव्हता. टॉम एखादी अनैतिक गोष्ट करू शकेल असा क्षणभरासाठी तरी विचार केल्याबद्दल आणि त्याच्या प्रामाणिकपणाविषयी शंका घेतल्याबद्दल जॉशला लाज वाटली. ती मूर्ती आयशेनडॉर्फच्या मालकीची नाही, असं तो सतत म्हणत होता आणि त्याविषयीचा पुरावा मिळाल्याक्षणीच तो पोलिसांकडे गेला होता.

''अर्थात. ते मूलस्थान बनावट आहे हे स्पष्टच आहे.''

''ती मूर्ती प्राचीन आहे याबद्दल तुझी खात्री आहे?''

''होय, पूर्णपणे.'' टॉमचं उत्तर नेमकं होतं. त्याने उसासा सोडला. ''मला खूपच भीती वाटतेय. ही सगळी माझी चूक आहे. मी तुम्हा दोघांनाही हे करायला भाग पाडायला नको होतं. पण मला एवढी प्रचंड आकाराची मूर्ती दिसल्यावर माझ्या मनात मानवतेशी त्याचा संबंध आहे, अशी भावना निर्माण झाली. तो कलाकार, त्याचा काळ, त्याचं स्थान, सगळे प्रेक्षक आणि त्या मूर्तीचा त्यांच्यावर होणारा परिणाम या सगळ्याशी मी संबंधित आहे, असं मला वाटू लागलं. का ते मला माहीत नाही, जॉश, पण ते सगळं माझ्या आयुष्याचं मोल देऊन करण्यासारखं आहे, असं मला वाटलं.''

''ठीक आहे, आता शांत हो.''

टॉमच्या आवाजात वेदना होती. ''ठीक आहे, हे खूपच ताणलं गेलंय आणि मला हे मान्य केलंच पाहिजे की, विद्याच्या आयुष्याहून त्या मूर्तीची किंमत जास्त नाही. तिला यात गुंतवणं ही गोष्टच मूर्खपणाची होती.''

''फक्त विद्याच्या?''

''मी तुला एकविसाव्या शतकातल्या कांस्य मूर्तीसाठी सोडून देऊ शकतो.''

''हो तर! आयशेनडॉर्फला याची खबर लागलेय का?''

''अजून तरी नाही. डिटेक्टिव्ह विलिसनं मला सोमवारपर्यंत थांबण्याचा सल्ला दिलाय. त्याला थोडी तयारी करण्याची आणि इंटरपोलशी बोलणी करण्यासारख्या इतर काही गोष्टी करण्याची गरज आहे, असं त्याने मला सांगितलं.''

जॉश खिडकीपासून दूर झाला आणि पलंगावर बसला.

''टॉम,'' त्याच्याकडच्या पर्यायांचा विचार करत तो हळूहळू बोलत होता,

''मला वाटतं की आता पुरावे नष्ट होऊ नयेत, यासाठी हालचाल करण्यासाठी आपल्याकडे फक्त थोडाच वेळ आहे.''

''तू काय म्हणतोयस?''

जॉशनं खोल श्वास घेतला.

''मला आता याच्या मुळाशी जाण्याची इच्छा आहे. पुढच्या दोन दिवसांत मला शक्य असलेले सगळे प्रयत्न मी करणार आहे.''

पलीकडे थोडीशी शांतता पसरली आणि नंतर हळुवारपणे चौकशी केल्यासारखा टॉमचा आवाज आला, ''का?''

''मी शिवराजला भेटलो! त्याने ते नक्कीच केलंय! आपण त्याला यातून सहीसलामत निसटून जाऊ देता कामा नये. तसं झालं तर या सगळ्यात मग न्यायाला जागाच कुठे राहते?''

पलीकडे पुन्हा एकदा शांतता पसरली होती आणि ती सहन करणं जॉशला खूपच जड वाटलं. जॉशचा आवाज जवळजवळ आक्रमक होता. ''मला वाटतं की, तुला मी दांभिक वाटत असेन आणि त्याच्यात आणि माझ्यात फारसा फरक नाही असंही तुला वाटत असेल, कारण फक्त चारच दिवसांपूर्वी मी तुला असं म्हटलं होतं की -''

''जॉश!'' टॉमनं त्याचं बोलणं मध्येच तोडलं. त्याचा आवाज हळुवार होता. ''थांब.''

तो क्षणभर स्तब्ध झाला आणि मग टॉमनं त्याला सरळच म्हटलं, ''तुझ्यात आणि त्याच्यात कसलीच समान गोष्ट नाही.''

''होय, ते ठीक आहे,'' जॉश पुटपुटला.

''या सगळ्याबद्दल विद्याला काय वाटतंय?''

''ती अगदीच मूर्खासारखी वागतेय. स्वामीमलाईला जाण्याचा तिचा आग्रह आहे. माझ्याकडून मी तिने शिवराजबरोबरच्या बैठकीसाठी तिने येऊ नये म्हणून तिला परावृत्त करण्याचा जोरदार प्रयत्न केला होता, पण तिने माझ्या सूचनेचा निदान विचार तरी केला होता का? नाही,'' जॉशनं तक्रार केली.

''होय, ती खूपच तडफदार, बाणेदार आहे,'' टॉमच्या आवाजात आवडण्याजोगा लडिवाळपणा होता.

''होय, बरोबर आहे! तू तिचं कार चालवणं बघायला पाहिजे होतंस, ती पिसाट, वेडी आहे!'' *आणि हुशार आणि गमतीजमती करणारी आणि सुंदर आहे.*

थोड्या वेळच्या शांततेनंतर टॉम हळुवार आवाजात म्हणाला,

''जॉश? विद्या दुखावली जावी असं मला वाटत नाही.''

''अर्थातच नाही. तिला दुखावण्यासाठी कुणालाही माझा मृतदेहच ओलांडावा

लागेल.''

''नाही, मला तसं म्हणायचं नव्हतं. मला असं म्हणायचं होतं की... ती नाही... तुझ्या आवाजातून असं जाणवतंय की, तुला ती आवडू लागलेय आणि मी फक्त काळजी करतोय.''

जॉश घुटमळला. अनवधानानं त्याच्या बाजूला पसरलेली शांतता चांगलीच बोलकी होती.

''टॉम, गप्प बस,'' जॉश डोक्याखाली एक हात घेऊन पलंगावर आडवा होत म्हणाला. त्याच्या कानाजवळ फोन होता आणि त्याला त्या प्रश्नाचं खूप बारकाईनं परीक्षण करायचं नव्हतं.

''वा, वा, तू स्वामीमलाईला चाललायस ना? ते तंजावुरच्या खूपच जवळ आहे,'' टॉमच्या आवाजात दुर्दैवीपणाची, दुर्लक्षितपणाची झाक होती. ''म्हणजे तू तंजावुरला निघालायस,'' त्याने आश्चर्यचकित होत म्हटलं.

''होय,'' जॉश बोलता बोलता थांबला. त्याला एकदम जाणवलं की, इथे संस्कृती आणि इतिहास यांच्याविषयी आदर नसलेला तो एक असंस्कृत माणूस होता आणि टॉम... ज्या ठिकाणाचा टॉमनं अभ्यास केला होता, कल्पना केली होती आणि ज्याच्याविषयी त्याच्या मनात पूज्य भाव होता त्या ठिकाणी त्याला जायला मिळत होतं. टॉम कधीही भारतात आला नव्हता. तंजावुर या ठिकाणाचा टॉम तज्ज्ञ होता. तिथे राहणाऱ्या लोकांपेक्षाही तंजावुरचा इतिहास कदाचित त्याला जास्त चांगला माहीत होता, पण ते ठिकाण त्याच्यासाठी फक्त एक चित्र बनून राहिलं होतं. त्याला आधी कधीही नव्हता एवढा आपल्या अपंगत्वाचा परिणाम त्या वेळी जाणवत असावा.

पहिल्यांदाच जॉशला भाऊ म्हणून आपण अपुरे असल्याचं जाणवलं. त्यांनी नेहमीच त्यांच्या सुट्ट्यांसाठी पश्चिम युरोपमधल्या ठिकाणांची निवड केली होती. चाकाची खुर्ची घेऊन फिरण्याजोग्या जागा त्याने निवडल्या होत्या. तिथे जॉश टॉमला त्याच्या त्या खुर्चीसह सोडत असे आणि आपण मात्र बाहेर टिवल्याबावल्या करण्यासाठी मोकाट फिरत असे. टॉमलाही ते आवडत असे आणि जॉशनं त्याची काळजी घेत सगळे दिवस घालवावेत असं वाटत नसे. पण टॉमच्या स्वतंत्रपणाचा त्याने स्वत:च्या फायद्यासाठी उपयोग करून घेतला होता का? तो आणखी थोडासा जास्त संवेदनशील, उपयोगी बनू शकला नसता का? आपण चांगला भाऊ असल्याची आणि स्वत:चंच कौतुक करणारी त्याची कल्पना त्याला वाकुल्या दाखवत होती.

पलीकडे पसरलेली शांतता त्या कारुण्यपूर्ण क्षणाची निदर्शक होती. जॉशनं घसा खाकरला. ''टॉम, हे सगळं संपलं की या नोव्हेंबरमध्ये मी तुला इकडे घेऊन

येतोय. आपण इथेच थँक्सगिव्हिंग साजरा करू या. चालेल? उत्तरादाखल मी तुझा नकार ऐकून घेणार नाही.'' जर पैशाचा प्रश्न नसला तर टॉमनं भारतात राहून काहीही केलं असतं, असं जॉशला वाटलं.

टॉम सहजतेनं हसल्यासारखा हसला. बहुधा तोही अश्रू दडवत असावा. ते फोनवर बोलत होते ती चांगली गोष्ट होती, असा जॉशनं कोरडेपणानं विचार केला. आपल्या घशात आवंढा आल्याचं त्याला जाणवलं. ''टॉम, मला माफ कर रे.''

''ठीक आहे, जॉश, निदान तुला तरी खरोखरचं तिथे जायला मिळतंय याचाच मला आनंद होतोय. ती काही तितकीशी वाईट गोष्ट नाही, त्याचा त्रास करून घेऊ नकोस.''

फोन ठेवल्यानंतर जॉशनं विद्याला फोन केला. मात्र, त्याला कोणीतरी तो फोन अचानकच बंद केल्यासारखं वाटलं. त्या पाठोपाठ ती लवकरच फोन करेल आणि तिचा चुलतभाऊ कार घेऊन गेला, असा संदेशही त्याला मिळाला.

त्यानंतर तिला टॉम पोलिसांकडे गेल्याचं त्रोटक उत्तर पाठवून तो ऑनलाइन गेला आणि अपेक्षेप्रमाणे ज्या वेळी ती कार नेली गेली होती, त्याच वेळी शिवराजला फोन गेला होता हे त्याला दिसलं. तो कॉल फक्त काही क्षणच करण्यात आला होता. जॉशनं तो नंबर टिपून ठेवला.

त्याने दीर्घ श्वास घेतला आणि आपली पुढची चाल ठरवण्यासाठी ऑनलाइनच राहिला.

२९

तिच्या वडिलांनी घाईघाईनं केलेल्या कृतींचा विचार करत विद्या पलंगावर बसली होती. जॉशनं तिला फोन करण्याचा प्रयत्न केला होता ते आठवल्यावर अगदी काळजीपूर्वक आरएसटींकडे दुर्लक्ष करून त्याचा फोन घेण्यासाठी ती जेवणाच्या खोलीत गेली. ते पुन्हा एकदा फोन करत होते, बहुधा त्यांच्या अधीक्षक मित्रालाच ते फोन करत असावेत. तिने वाढत्या चिंताग्रस्ततेनं जॉशकडून आलेला संदेश वाचला आणि पहिल्यांदा टॉमला फोन केला.

"तूही पोलिसांकडे गेलास!'' त्याने तिची चौकशी केल्यानंतर ती लगेच उद्गारली. "जर त्यांनी काही चौकशा केल्या, तर बॅनर भूमिगत होईल. शिवराजला ते समजलं तर तो सगळा माग, सगळा पुरावा नष्ट करेल.''

"पहिली गोष्ट म्हणजे 'तूसुद्धा' याचा काय अर्थ आहे?''

तिच्या वडिलांनी नुकतंच काय केलं होतं ते तिने सांगितलं.

"वा, खूपच छान! त्यांनी तसं केल्याचा मला खूपच आनंद वाटतोय. शक्य झालं तर तुझ्या वडिलांच्या मित्राशी संपर्क साधायला मी विलिसला सांगेन. मला त्यांचा फोन नंबर आणि इ-मेल पाठव, प्लीज!'' तिला आनंद झाला नसला तरी टॉमला त्यांच्या या कृतीनं अगदी दिलासा वाटल्याचं आणि खरं तर आनंदच झाल्याचं दिसत होतं.

विद्यानं निराशेनं उसासा टाकला. "टॉम, आपण हे सगळं असंच सोडून देऊ शकत नाही, निदान या टप्प्यावर तरी नाही.''

"हा पोरखेळ नाही विद्या, शिवराज -''

"मी तुझी परवानगी मागत नाहीये. तुला आवडो किंवा न आवडो, मी स्वामीमलाईला जाणारच आहे,'' तिने त्याला एका दमात कच न खाता सांगून

टाकलं. तिच्या आवाजात धार होती, पण त्याचा तिने विचारही केला नाही. टॉमबरोबर बोलताना ती नैसर्गिकपणेच बोलत असे आणि तो तिला समजून घेईल, याची तिला खात्रीही असे.

टॉमनं हैराण झाल्यासारखा आवाज काढला. "तू पक्कं ठरवलंयस?"

"होय."

त्याने खोल सुस्कारा टाकला आणि नंतर हळुवार आवाजात विचारलं, "तुला त्याच्याबरोबर जायला आवडेल ना?"

'त्याच्याबरोबर' म्हणजे जॉशबरोबर हे तिला माहिती होतं आणि तो प्रश्न तसा बरंच काही विचारणारा होता. विद्या काही क्षण घुटमळली आणि नंतर म्हणाली,

"हो हो, तो ठीक आहे." तिला स्वत:लाही तिचा आवाज धाप लागल्यासारखा आणि गमतीशीर वाटला.

"म्हणजे... तो तुला आवडतोय?"

"तुझा भाऊ मला का बरं आवडणार नाही?"

"अस्सं... तो तुला एवढा आवडतोय?"

तिने ओठ चावले. त्या प्रश्नावर काय उत्तर द्यावं हे न सुचल्यामुळे ती काहीशी घुटमळली.

टॉमनं थोडा वेळ वाट बघितली आणि मग एक बोलका, सूचक उसासा सोडला. "हे तर मला वाटलं होतं त्याहूनही जास्त वाईट आहे," त्याने कोड्यात पडल्याप्रमाणे शेरा मारला.

त्याने तो विषय तसाच सोडून दिला आणि तिला तिथे जाण्याविषयी शेकडो सूचना दिल्या. त्याबरोबरच पोलिसांचं म्हणणं ऐकण्याविषयी आणि जोखीम न घेण्याविषयीही त्याने सूचना दिल्या. त्याने तिच्या जाण्याला दिलेल्या सूचक संमतीच्या आनंदात तिने त्या सर्व सूचना कसलीही कुरकुर न करता आनंदानं मान्य केल्या.

थोड्या वेळानं हळुवारपणे त्याने 'गुड नाइट' म्हटलं आणि प्रवासासाठी शुभेच्छा देऊन फोन बंद केला.

टॉमला वाटणाऱ्या काळजीचा विचार करत आणि विरोधाभास लक्षात घेता विद्या ओठ चावत बसून राहिली. तिच्या वडिलांना वाटणाऱ्या भीतीपेक्षाही तिला टॉमला वाटणाऱ्या भीतीबद्दल अधिक सहानुभूती वाटत होती. शिवाय तो पोलिसांकडे गेला होता, तसेच तिचे वडील पोलिसांकडे गेले होते. पण त्यासाठी तिने त्याला अधिक लवकर माफ केलं होतं. आरएसटींच्या प्रतिक्रियेविषयीच्या तिच्या प्रतिक्रिया कठोर, अन्याय्य होत्या. तिने खोल उसासा सोडला. तिला त्यांच्याशी बोलावंच लागणार होतं आणि ती शांतपणे त्यांचं मनही वळवणार होती. त्यांनी संमती दिल्याखेरीज त्या वेड्यासारख्या भासणाऱ्या प्रवासाला ती

निघणार नव्हती.

पण तिला जावं तर लागणारच होतं. नटराजाच्या मूर्तीचं मूलस्थान आणि इतिहास जाणून घेण्यासाठी आणि त्यामागे काय दडलं होतं, कशाचं एवढं मोठं सावट भेडसावत राहिलं होतं, हे तिला शोधून काढावंच लागणार होतं. ते शोधून काढल्याखेरीज तिच्या नियमित आयुष्याकडे परतणंही तिला शक्य झालं नसतं.

* * *

जॉशनं त्याची बॅग दाबून छोटी करून टाकली आणि तिच्यात थोडे कपडे भरले. त्याच्या बॅकपॅकमधली कुठलीही वस्तू काढून टाकणं त्याला शक्य नव्हतं. त्या बॅगेत असलेल्या दहा विविध यूएसबी अॅडाप्टरपैकी एखाद्या अॅडाप्टरची कधी आवश्यकता भासली असती हे कोण सांगू शकणार होतं? त्याने रूम सर्व्हिसला फोन केला आणि त्याला रात्रभर आराम मिळण्याची खात्री मिळावी म्हणून त्याने त्यांच्याकडे रात्री झोपण्यापूर्वी घ्यायचं मद्य मागवलं.

त्याने पुन्हा एकदा शिवराजचं लॉग इन तपासलं. ती सावली (विद्याचा पाठलाग करणारा) आणि तो यांच्यादरम्यान आणखी एकदा फोन झाला होता आणि तो चांगला पाच मिनिटं सुरू राहिला होता. रात्री झोपण्यापूर्वी शिवराजनं नक्कीच त्या दिवशीच्या संध्याकाळचे तपशील समजण्यासाठी त्याला प्रश्न विचारले असणार.

तेवढ्यात तिथल्या शांततेचा भंग करत त्याचा हॉटेलमधला फोन वाजला. जॉशनं कठोरपणानं 'हॅलो' म्हणत फोन उचलला. पण फोनवरून कोणीच बोललं नाही आणि नंतर क्षणभरानं फोन बंद करण्यात आला.

जॉशनं स्वत:शीच खिन्नपणे स्मित करत हळूहळू हँडसेट बदलला. त्यानंतर त्याच्या तात्पुरत्या नंबरवर आपोआप फोन पाठवले जावेत यासाठी जॉशनं हॉटेलच्या एक्सटेन्शनला काहीतरी बनावट कारणं सांगण्यात पुढची काही मिनिटं घालवली.

त्याने रात्री साडेनऊपर्यंत वाट बघितली आणि नंतर शॉर्ट आणि हुडी घालून त्याने खांद्यावर त्याची बॅग अडकवली आणि तो सहजपणे फिरायला बाहेर पडल्यासारखा निघाला. लॉबीत उत्तम प्रकारचे संपूर्ण पोशाख केलेले अनेक लोक होते आणि आत येणाऱ्या कार तपासण्यात द्वारपाल आणि इतर कर्मचारी व्यस्त असल्यामुळे कोणाच्याही लक्षात न येता तो तिथून हळूच निसटू शकला. ती शुक्रवारची रात्र होती आणि त्यामुळे बारमध्ये भरपूर वर्दळ होती.

तो सकाळी फिरायला बाहेर पडत असल्यामुळे त्याला थोडीफार माहिती होती, त्याप्रमाणे तो जाणीवपूर्वक बाहेर पडण्याच्या प्रवेशद्वारातून बाहेर पडला. त्याचा कोणीही पाठलाग करत नव्हतं, अगदी एखादा भटका कुत्राही त्याच्या मागोमाग येत नव्हता.

रात्रीही उकाडा होता आणि जॉशला मॉन्सूनला दिरंगाई झाली होती, असं विद्यानं

सांगितल्याचं आठवलं. आकाश निरभ्र होतं आणि येणारी झुळूकही अगदी मंद होती.

तो एका वेगळ्याच हॉटेलच्या दिशेनं झपाट्यानं चालत निघाला. त्या रात्रीसाठी अगोदरच त्याने तिथे खोली घेऊन ठेवली होती. कोपऱ्यावर वळून त्याने डाउनलोड करून घेतलेल्या दिशेला तो वळला, त्या वेळी रात्रीची रहदारी तुरळक बनली होती. त्यामुळे त्याला हायसं वाटलं. रस्ता अंधारला होता. रात्रीचे लाइटही अगदी मंद होते आणि आणि येणाऱ्या-जाणाऱ्या वाहनांच्या दिव्यांखेरीज तिथे कुठलीही प्रकाशाची तिरीप नव्हती. वाहनांच्या दिव्यांच्या प्रकाशामुळे तो थोडासा घुटमळला. मात्र, नंतर त्याने खांदे उडवले आणि तो पुढे निघाला.

लहान दुकानं आणि खाद्यपदार्थ विक्रीच्या टपऱ्या उघड्या होत्या आणि रात्री एवढ्या उशिराही लोक रस्त्यांवर उभे राहून किंवा फिरत फिरत बोलत होते. वाहतुकीचा आवाज कमी झाल्यामुळे आता मोठमोठ्यानं सुरू असलेल्या संभाषणांचे, टीव्हींवरच्या कार्यक्रमांचे, कुत्र्यांच्या भुंकण्याचे आणि खाद्यपदार्थ विक्रीच्या दुकानांतून येणाऱ्या लयबद्ध ध्वनींचे आवाज ऐकू येत होते. पदपथांची झालेली दुर्दशा अगदी गांगरवून टाकणारी होती. जॉश वेळोवेळी पदपथांच्या तुटलेल्या कडांवरून आणि भागांवरून असुरक्षितपणे, अनिश्चिततेनं उड्या मारत निघाला होता. रिक्षा आणि दिवे नसलेली सायकल यांच्या मधून येणाऱ्या गाईच्या तावडीत सापडता सापडता तो थोडक्यात बचावला, पण हाताला चावलेल्या डासापासून त्याची सुटका होऊ शकली नव्हती. साचलेल्या कचऱ्याची, कुजणाऱ्या अन्नाची आणि बहुधा कुजलेल्या उंदराची आणि मानवी विष्ठेची दुर्गंधी यामुळे त्याला गुदमरल्यासारखं झालं.

त्या सगळ्यावर त्याचा पाय पडला होता आणि त्यामधून तो निघाला होता, पण त्यावर पाय पडण्याआधी त्याच्या ते लक्षात आलं नव्हतं. पदपथावरच एक निराश्रित स्त्री तिच्या दोन अर्धनग्न, कपड्यांच्या चिंध्या झालेल्या मुलांसह रस्त्यावरच्या दिव्याखाली ब्लँकेट पसरून बसली होती. त्यापैकी एक मूल तिच्या मांडीवर होतं आणि दुसरी मुलगी त्या गलिच्छ पदपथावर रांगत होती.

त्या रांगणाऱ्या मुलीनं जॉशकडे बघून स्मित केलं आणि नंतर ती किलकिलाट करत हसली. तिची लाळ गळत होती आणि ती कसला तरी आवाज काढत होती. त्या मंद प्रकाशात तिचे काळे डोळे चमकत होते. ती जॉशजवळ पोहोचली आणि तिने त्याचे पाय पकडले. जॉशच्या उघड्या पोटऱ्यांवर तिच्या नरम हातांचा फुलपाखरी स्पर्श झाला.

जॉश धडपडत थांबला. त्या क्षणात त्याच्या सगळ्या जाणिवा लुप्त झाल्यामुळे तो अडखळला होता. त्या अनुभवामुळे त्याला बसलेल्या जोरदार धक्क्यामुळे क्षणभरासाठी तो गर्भगळित झाला आणि तिथेच थांबला.

त्या मुलीची आई तिच्याजवळ पोहोचली आणि तिने मुलीला बाजूला घेऊन

त्याच्या मार्गातून दूर केलं आणि पुन्हा एकदा ठामपणानं तिला पदपथावर ठेवून दिलं. ती त्या मुलीला रागारागानं बोलत असताना तिचे शब्द काय असावेत, हे समजण्यासाठी जॉशला त्या शब्दांचं भाषांतर माहिती असण्याची गरज नव्हती. ती लहान मुलं आणि त्यांची ती थकलेली आई बसली होती तिथून इटालियन अन्न आणि वाइनच्या शेकडो डॉलर किमतीच्या बाटल्या मिळणारं हॉटेल दिसत होतं. नेहमी त्याच्या कारच्या खिडकीच्या अडथळ्यामुळे अविश्वसनीय वाटावा अशा पद्धतीनं फसवेपणानं तोपर्यंत त्याच्यापासून दूर ठेवलेला हा विरोधाभास त्याला आता अगदी जवळून पाहता आला होता. त्याच्या अंत:करणात भावना उचंबळून आल्या.

तो पुढे चालू लागला. करुणा, दु:ख आणि त्याबरोबरच निष्फळतेचे, आपण काहीही करू शकत नसल्याचे- कुचकामीपणाचे आणि त्या सर्वांहूनही जास्त म्हणजे संतप्तपणाचे विचार त्याच्या मनात उसळले होते. त्याला एकूणच स्वत:चा आणि जगाचाच संताप आला होता. भविष्यातील जग शुद्ध, ताजंतवानं आणि चकचकीत स्वच्छतेचं आणि डिजिटल शिस्तबद्धतेचं असेल असं त्याचं ठाम मत होतं, पण त्याच्या त्या कल्पनेचे तुकडे-तुकडे झाले होते आणि तो मुळापासूनच हादरून गेला होता.

तो तसाच चालत पुढे गेला.

त्यापुढे जवळजवळ शंभर यार्डांपर्यंत चालत जाऊन नंतर त्याने पुढे मिळालेली रिक्षा केली आणि रिक्षावाल्याला हॉटेलकडे रिक्षा नेण्यास सांगितलं. त्या माणसानं वीस डॉलर एवढी प्रचंड रक्कम त्याच्याकडे मागितली, पण जॉश मानसिकदृष्ट्या एवढा थकून गेला होता की, त्याच्याशी वाद घालणं तर दूरच, पण त्याविषयी साधा विचार करण्याएवढीही ताकद त्याच्यात उरली नव्हती.

सहा महिन्यांपूर्वी...

नेहमीप्रमाणेच त्याला पॅकिंग करण्याचं काम मिळालं होतं. त्या दुकानात सातहून अधिक वर्षं काम करणारा तो त्यांचा सर्वांत जुना कर्मचारी होता. तो सतत माल पॅक करत होता, चढवत होता आणि उतरवत होता. त्याने स्वच्छ ठेवलेली एक लहान व्हॅन तो चालवत असे आणि ज्या वेळी दुकानात काम नसे, त्या वेळी तो त्याच्या बॉसला किंवा त्याच्या कुटुंबीयांना व्हॅनमधून सोडण्या-आणण्याचं काम करत असे.

लाकडी, धातूच्या, कागदी लगद्यापासून तयार केलेल्या लहान-मोठ्या, जड, काही भाग पुढे आलेल्या आणि सपाट कलात्मक वस्तू जहाजांवर लादून जगाच्या कानाकोपऱ्यांत पाठवण्यासाठी कशा पॅक करायच्या ते त्याला माहीत होतं. जलद

आणि नेमक्या हालचाली करून काम करताना त्याने कधीही साहित्य, जागा किंवा वेळ वाया घालवला नव्हता.

त्या दिवशी त्याला कित्येक लहान शोभिवंत वस्तू पॅक करून शहरभर सर्वत्र पाठवायच्या होत्या आणि त्यामुळे तो दिवस त्याच्यासाठी बराच परिश्रमाचा ठरला होता. त्याच्या बॉसच्या किनाऱ्याजवळच्या मालमत्तेत त्याला बोलावण्यात आलं त्या वेळी तो दुपारी उशिरा जेवण करत होता.

एक सात फुटी नटराज तो पहिल्यांदाच पाहत होता. त्याला पाहणं ही त्याच्या दृष्टीनं स्तिमित करणारी बाब होती. त्याआधी त्याने त्याच्यासारखी दुसरी कुठलीही वस्तू पाहिली नव्हती. तिरुमला इथला विष्णू हे त्यांचं कुलदैवत होतं. तो तीर्थयात्रा करणारा, डोक्याचं मुंडन करणारा आणि प्रत्येक आनंदाच्या प्रसंगी देवाला भोग चढवणारा धार्मिक वृत्तीचा माणूस होता. विष्णू हाच सर्वश्रेष्ठ संरक्षक देव आहे, असं तो मानत होता, पण त्या विशिष्ट नटराजामुळे काही कारणानं तो पूर्ण भारावून गेला होता. तो उभा होता त्या वेळी त्या नटराजाच्या मूर्तीची दृष्टी थेट त्याच्यावरच पडली होती का? त्याच्या चेहऱ्यावरचं ते स्मित मिश्कील होतं का? त्याला ते माहिती नव्हतं. पण त्याला हे माहीत होतं की, ती मूर्ती तो कधीही विसरला नसता.

त्याने पूर्वी कधीही जितक्या भक्तिभावानं एखादी मूर्ती पॅक केली नव्हती, तितक्या भक्तिभावानं तो नटराज पॅक केला. त्याने पॅकिंग करताना आधार देण्यासाठी खूपच जास्त प्रमाणात फोमचा वापर केला होता. त्यानंतर त्याने तो लाकडी बॉक्स अगदी सुरक्षितपणे आणि काळजीपूर्वक खिळे ठोकून बंद केला. तो बॉक्स मालवाहतूक करणाऱ्या जहाजावर लादून परदेशात पाठवण्यात येणार होता, असं त्याला सांगण्यात आलं होतं. कदाचित तो लंडनला किंवा न्यू यॉर्कला पाठवला गेला असता.

त्याच्या मुलाला परीक्षेत चांगले गुण पडले नव्हते आणि वाईट मुलांच्या संगतीत तो रात्री उशिरापर्यंत भटकत राहत होता. त्याला नटराजामुळे आपल्या कुलदेवतेच्या स्थानी तीर्थाटनासाठी जाणं राहून गेल्याची आठवण झाली. क्षणभरासाठी तो थबकला. त्या लाकडी पेटीवर त्याने हात ठेवले आणि त्याच्याप्रमाणेच पॅकिंगचं काम करण्यापेक्षा अधिक चांगलं काम करून, कदाचित डॉक्टर किंवा इंजिनीअर बनून त्याच्या मुलानं आयुष्यात यशस्वी व्हावं, अशी प्रार्थना त्याने केली.

३०

सकाळ झाली होती आणि नुकतेच कुठे सात वाजायला आले होते. चेन्नईतले लोक त्या आठवडाअखेरीलाही नेहमीप्रमाणेच जागे झाले होते आणि नेहमीप्रमाणेच आपापल्या कामात व्यस्त होते.

हॉटेलच्या प्रवेशद्वारातून गाडी आत नेल्याबरोबर लगेच विद्याला जॉश दिसला. त्याने क्रीम रंगाचा टी-शर्ट आणि जीन्स घातली होती आणि हाताची घडी घालून व एक पाय गुडघ्यात दुमडून भिंतीला टेकवून तो खांबाजवळ उभा होता. त्याच्या शेजारीच एक छोटीशी बॅगही होती. त्याने तिला लगेच बघितलं आणि तो पुढे आला. झपाझप चालत तो पटकन कारमध्ये बसला. तिने चिंतातुरपणानं आजूबाजूच्या परिसराचं परीक्षण केलं. तिला तिथे काहीही वेगळं आढळलं नाही. त्याने मोठ्या बॅगा मागच्या सीटवर टाकून दिल्या आणि आरामशीरपणे बसला. त्याला थोडी जास्त ऐसपैस जागा मिळाल्यामुळे नक्कीच बरं वाटलं होतं हे दिसत होतं.

"अरे वा, गॉगल. स्वत:ची ओळख लपवण्यासाठी केलेला छान प्रयत्न आणि तुला तो अगदी शोभून दिसतोय," त्याला अभिवादन केल्यानंतर लगेच ती म्हणाली.

"होय, मला तर माझ्या छातीवर कोणीतरी निशाणा साधल्यासारखं वाटतंय," तो म्हणाला.

"खोली कशी होती?" हॉटेलपासून ते दूर आल्यावर तिने विचारलं.

"हेसुद्धा चांगलं मोठं हॉटेल आहे. खोल्या चांगल्या मोठ्या आणि स्वच्छ आहेत आणि रूम सर्व्हिसही चांगली आहे."

"तू अजूनही तुझी पहिल्या हॉटेलमधली खोली सोडलेली नाहीस. बरोबर आहे ना?"

“बरोबर. माझे काही कपडे अजूनही तिथेच आहेत आणि जणू काही मी चादर डोक्यावर घेऊन झोपलोय असं वाटावं अशा प्रकारे मी पलंगावर चादरी चुरगाळून गुंडाळून ठेवल्यायत. त्यामुळे खोली स्वच्छ करायला येणाऱ्या लोकांना निदान लगेच तरी संशय येणार नाही.”

कार चालवत असताना विद्या त्यांचा कोणी पाठलाग तर करत नाही ना, हे तपासण्यासाठी सतत मागचं दृश्य दिसणाऱ्या आरशात चिंताग्रस्तपणे पाहत होती. मात्र, अगदी दूरवरही त्यांच्यात रुची असलेलं कोणतंही वाहन तिला आढळलं नाही.

“ही तुझी दुसरी कार आहे का?”

“नाही. ती माझ्या एका काकांची कार आहे. माझे वडील त्यांच्याशी बोलले आणि आठवडाअखेरीपुरती वापरायला त्यांनी मला ती तात्पुरती दिलीय. माझ्या चुलतभावाच्या घरातून माझी कार आणायला मी आज सकाळी जाऊ नये, असं त्यांना वाटलं. ते खूपच चिंताग्रस्त होते आणि गाझा कुणीही पाठलाग करत नाही ना, याची खात्री करून घेण्यासाठी आज सकाळी ते माझ्याबरोबर माझ्या काकांकडे आले होते. तंजावुरकडे जाणारी बस त्यांनी पकडली नाही म्हणजे मिळवली,” तिने सुस्कारा सोडला.

“खरंच? ते असंही करू शकतील?”

“मी त्यांना ते सगळं सांगायलाच नको होतं. ते खूपच अस्वस्थ झाले होते. अगदी शेवटच्या क्षणापर्यंत मी जाऊ नये म्हणून मला थांबवण्याचा ते प्रयत्न करत होते. त्यांनी मला जायला मनाई केली आणि त्याचा काहीही उपयोग होणार नाही, असं दिसल्यावर त्यांनी अगदी आर्जवं केली. याआधी त्यांना तसं करताना मी कधीच पाहिलेलं नाही. पण त्याचाही काही उपयोग झाला नाही, मग आता ते यापुढे काय करतील ते कोणी सांगावं!”

“मी ते समजू शकतो,” त्याने भावनाविवशतेनं म्हटलं. तिच्या चेहऱ्यावर स्मित होतं.

जगदीश यांच्याबरोबर रात्रभर अनेकदा झालेल्या चर्चेच्या फेऱ्यांनंतर आरएसटींनी अगदी नाइलाजानं तिच्या स्वामीमलाईला जाण्याच्या कल्पनेशी जुळवून घेतलं होतं. जर गोष्टी बिघडल्याच तर स्वामीमलाईला पोलिसांना पाठवण्याची हमी त्यांनी दिली होती. शिवाय त्या दोघांनी स्वामीमलाईला जाणं ही तितकीशी वाईट कल्पना नव्हती, असंही त्यांनी म्हटलं होतं.

सुरुवातीच्या दक्षतेनंतर आता तिची खात्री पटली होती की, परिस्थिती तितकीशी गंभीर नव्हती. आता त्या दिवसात त्यांच्यासमोर काय वाढून ठेवलंय याची तिला काळजी करावीच लागणार होती, पण तरीही जॉशबरोबर संपूर्ण दिवस घालवण्याच्या रोमहर्षक कल्पनेनं तिला खूप आनंद वाटत होता. तिच्या मनात त्याच्या वागण्याविषयी

कसलीच चिंता किंवा धास्ती नव्हती.

तोपर्यंत ऊन आणि हवेतील उष्णता फारशी वाढलेली नव्हती. अजूनही उष्णता सुसह्य होती आणि झाडांच्या फांद्यामधून प्रसन्न झुळूक येत होती. शहरातल्या रस्त्यांवर आता कुठे थोडीफार वर्दळ सुरू होत होती, तिने तिथून कार पुढे नेली.

"आजचा दिवस खूपच सुंदर असेल असं दिसतंय," त्याने बाहेर बघत शेरा मारला.

"होय," तिनेही संमती दिली.

"तुमच्या गर्लफ्रेंडबरोबर आठवडाअखेरीला काढता-उभारता येणारं छप्पर असलेल्या मोटारीतून ट्रीपला जाण्यासारखा दिवस आहे," तो म्हणाला. त्याचे डोळे चमकत होते.

"होय," तिने संमती दिली आणि स्मित करत पुढे म्हटलं, "आणि त्या तथाकथित गर्लफ्रेंडबरोबर हात-पाय मोडलेल्या अवस्थेत परत येण्याची खात्री देणाराही तो दिवस असेल."

"आता पुन्हा मला कुणाची भीती आहे? शिवराजची की तुझ्या त्या बॉयफ्रेंडची?"

ती खिदळल्यासारखी हसली. "पण हे काय आहे?" त्याच्या मांडीवर त्याने ठेवलेल्या प्लॅस्टिकच्या बॅगेकडे निर्देश करत तिने विचारलं.

"होय," त्याने त्यातून एक बाटली आणि लहान कागदी कप बाहेर काढले.

"तू कॉफी आणलीयस!" ती उद्गारली.

तो हसला. "त्यांच्याकडे बाहेर नेण्यासाठी योग्य प्रकारचे कप नव्हते, मग त्यांनी मला हा थर्मास दिला." आदल्या संध्याकाळी तिने जे जे खाद्यपदार्थ विकत घेतले होते त्या सगळ्यांची तिला आठवण झाली. तिच्या मनात असलेली रोमहर्षकता आणि तिने बांधलेल्या सगळ्या अटकळी तिला आठवल्या आणि त्या त्याला सांगाव्यात असं तिला वाटलं. तो विचारपूर्वक कपात कॉफी ओतत असताना ती मौज वाटून त्याच्याकडे बघत राहिली. त्यानंतर तिचा कप त्याने काळजीपूर्वक होल्डरमध्ये ठेवून दिला.

त्याने त्याचा हात चोळला. तिथे डासानं चावा घेतल्याची खूण असल्याचं तिला दिसलं.

कॉफीचे घोट घेत त्यांनी आदल्या दिवसाबद्दल थोडी चर्चा केली, ते बराच वेळ आनंदानं, सहजतेनं आणि शांतपणे बोलत होते.

शहरातली वाहतूक ओलांडून बाहेर पडल्यानंतर कारनं गती घेतली आणि तिने तंजावुरला जाणाऱ्या राष्ट्रीय महामार्गावर कार आणली.

"आपल्या नटराजानंही याच रस्त्यावरून, पण फक्त विरुद्ध दिशेनं प्रवास केला असावा," जॉशनं निरीक्षण नोंदवलं.

"शक्यता आहे," तिने मान्य केलं. त्यानंतर मूर्ती हलवण्याची तंत्रं आणि आधी करण्यात आलेल्या चोऱ्यांविषयी त्यांनी संभाषण केलं.

"तो पाथुरमधला नटराज पुरलेल्या अवस्थेत कसा काय सापडला होता? मला असं वाटतं की, या मूर्ती तर पवित्र असताना ना, मग मुळातच त्यांना कोणीही पुरून का ठेवेल?"

विद्यानं शाळेत असताना शिकलेला इतिहास आठवण्याचा प्रयत्न केला.

"दिल्लीच्या सुलतानांनी आणि नंतर युरोपियन सत्तांनी केलेल्या आक्रमणांशी त्याचा संबंध आहे."

"याचा अर्थ मी असा घ्यावा की, त्यांना कांस्य मूर्ती आवडत नव्हत्या?"

विद्यानं स्मित केलं. "कोणत्याही मूर्ती. मदुराईच्या मंदिरातला शिवलिंगम हा भला मोठा दगड अर्धा फोडण्यात आला आहे. तो प्रचंड मोठा दगड होता, पण तो मधोमध खोल कापला गेला. खुस्रो खान याचं ते काम होतं, असं सांगितलं जातं. तो फोडण्यासाठी तुमच्या मनात प्रचंड धार्मिक पिसाटपणा असावा लागतो. याशिवाय ही मंदिरं खूप श्रीमंत आणि भरभराटीला आलेली होती. त्यामुळेही ती लुटली जात होती."

जॉशनं दिल्लीच्या सुलतानाची मदुराईसंदर्भातली माहिती काढली आणि त्याने नाट्यमय युद्धांची आणि यापैकी पहिल्या युद्धाच्या दरम्यान १३११च्या खडतर उन्हाळ्यात घातल्या गेलेल्या वेढ्यांची माहिती वाचली. त्याने तिला ती सगळी माहिती कालबद्धतेनुसार जोडून सांगितली. चोला साम्राज्याचा पाडाव आणि पांड्या राजांचा उदय व पाडाव या सगळ्या गोष्टी त्यात होत्या.

महामार्गावरून जाताना वाहतुकीचा तुलनेत शांत, मंद आवाज ऐकू येत होता. जॉशनं अल्लाउद्दीन खिलजीच्या सैन्यात सेनापती बनलेला तृतीयपंथी गुलाम मलिक कफूर आणि त्याच्या विरोधात लढाईला गेलेल्या दोघा पांड्या बंधूंची शोकांतिका वाचली. लूटमार करत फिरणाऱ्या लष्कराच्या मार्गात येणाऱ्या मंदिरांची केली जाणारी लूट आणि लुटीत मिळवल्या गेलेल्या वस्तू, मदुराईच्या मंदिराच्या संरक्षणासाठी करण्यात आलेल्या वाटाघाटी या सगळ्या गोष्टी शेकडो वर्षांनंतरही चांगल्याच तीव्र भासत होत्या. त्या काळातल्या आणि अगदी अठराव्या शतकाच्या अखेरपर्यंतच्या अनेक युद्धांची माहिती त्याने वाचून काढली. त्यानंतर तर मूर्तींना आणखी धोका निर्माण झाला होता.

अखेरीस त्याने फोन बंद केला आणि तो म्हणाला, "सध्यासाठी एवढं पुरेसं आहे."

कारच्या मर्यादेत आळोखेपिळोखे देत त्याने विचारलं, "अद्यापही... या दोन धर्मांमध्ये तितकाच तणाव आहे ना?"

विद्यानं त्याच्याकडे थोडीशी नजर वळवली आणि खांदे उडवत ती म्हणाली, "होय, तसं बघितलं, तर प्रत्येक धर्मात आणि दुसऱ्या धर्मात असा तणाव आहे, असं मला वाटतं. ऐतिहासिक मानहानी आणि श्रेष्ठत्वाच्या स्मृती व भविष्याची भीती यांमधून त्याला आणखी खतपाणी मिळतं."

"टॉम नेहमीच म्हणतो की, जे लोक इतिहास विसरतात त्यांची इतिहासाची पुनरावृत्ती केल्याबद्दल निर्भर्त्सना केली जाते. मला काय वाटतं ते तुला सांगू का? जे लोक इतिहासात बुडून जातात त्यांचीही इतिहासाची पुनरावृत्ती केल्याबद्दल निर्भर्त्सना केली जाते."

तिला त्या विधानाचं कौतुक वाटलं. आता तिच्या मनात जॉश हा जॉश होता, तिचा स्वतःचा माणूस होता, आता तो फक्त टॉमचा भाऊ नव्हता आणि तिला ममल्लापुरमची ट्रीप करायची होती ती फक्त तो पहिल्या शतकातला सागरी किल्ला होता म्हणूनच नव्हे, तर जॉशलाही तिच्याप्रमाणेच लाटा उसळत असताना, जोरदार पाणी वाहत असताना वालुकामय किनारपट्टीवरून वाळूत आपल्या पावलांचे ठसे उमटवत धावत जायला आवडत असेल, असं तिला वाटत होतं.

"या कलाकारांनी कित्येक शतकांपूर्वी जे काय तयार केलं आहे त्याकडे तुझं लक्ष वेधलं जात नाही का?" त्याला अधिक चांगलं समजून घेण्यासाठी तिने विचारलं.

"नाही, यापुढे अशा प्रकारच्या वैयक्तिक कांस्य मूर्तींचं थ्रीडी प्रिंट तुम्हाला मिळण्याचा कालावधी फारसा लांब नाही या गोष्टीकडे माझं लक्ष वेधलं जातं," तो टिचकी वाजवत म्हणाला. "त्याची कल्पना करून बघ."

"या विचारानंच टॉमला धडकी भरेल."

"नक्कीच!"

यावर ते दोघंही हसले.

कारनं बऱ्याच मैलांचा प्रवास पूर्ण केला होता. त्यादरम्यान त्यांनी आपापल्या महत्त्वाकांक्षांविषयी संभाषण केलं. तिला खरं तर अर्थतज्ज्ञ बनायचं होतं, बँकेत काम करायचं नव्हतं हे तिने सांगितलं. भारताविषयीच्या, भारतीय संगीताविषयीच्या त्याच्या मनातल्या कल्पना अव्यवस्थित होत्या, असं त्याच्या मनात आलं. 'तुला जाझ आवडतं का?' आणि 'तू भारतीय संगीत ऐकलंयस का?' अशा प्रश्नांची देवाणघेवाण होत होती आणि त्याबरोबरच सतत त्या मूर्तीविषयीची चर्चा सुरू होती. "आपल्याला काय सापडेल?" हा प्रश्नही होताच.

सकाळचे नऊ वाजत आले होते. तिच्या फोनचा आवाज झाला.

"माझ्या डॅडचा फोन आहे," तिने फोन उचलण्यापूर्वी त्याला सांगितलं.

"सगळं ठीक आहे ना?" आरएसटींच्या आवाजात काळजी भरून राहिली

होती.

"मी अगदी छान आहे. काहीही न घडता आम्ही कारनं पुढे निघालो आहोत आणि तुम्ही कसे आहात?"

"मी ठीक आहे. रमेशनं आताच तुझी कार घरी आणून सोडलीय. तुला ते माहीत असावं असं वाटलं."

"वा, ते फारच छान झालं. गाडीच्या मागच्या बाजूला थोडा किराणा माल आहे. तुम्ही प्लीज तो काढून घ्याल का?"

"जर बाकी सगळं सोडून तुझ्या मनात पहिल्यांदा हीच गोष्ट आली असेल, तर मग मलाही तंजावुरला यावं लागेल," त्यांनी गंभीरपणानं, पण बळेबळेच विनोद केला होता.

"म्हणजे काय? तुम्हाला काय म्हणायचंय?"

"तो येतोय असं रमेशनं मला सांगितल्यानंतर मी खिडकीजवळ उभा राहिलो होतो आणि तुझा पाठलाग करणारा माणूस मला दिसला."

"अस्सं!" ही गोष्ट ती कशी काय विसरली होती?

"मी त्याच्या दुचाकीचा नंबर लिहून ठेवलाय आणि तो जगदीशला दिलाय. पण यातून काही मोठ्या गोष्टी उघड होतील, अशी माझी अपेक्षा नाही."

तिच्या प्रवासाविषयी त्यांनी थोड्या गप्पा मारल्या आणि काही मिनिटांनी त्यांचा फोन संपला. त्यांनी अनेक वेळा 'सुरक्षित राहा' असं तिला अगदी आर्जवी स्वरात सांगितलं. खरं तर ही त्यांची नेहमीची पद्धत किंवा वागणूक नव्हतीच.

तिने जॉशला ती बातमी दिली.

"एक सेकंद थांब! यामुळे मला एक कल्पना सुचलेय."

त्याने आपला कमरेचा पट्टा सैल केला आणि तो पुढे झुकला. त्याने मागच्या सीटकडे त्याचा हात नेला होता. त्याच्या हाताचा जवळजवळ तिच्या खांद्याला स्पर्श होत होता. त्याचा चेहरा तिच्या एवढा जवळ आला होता की, त्याने दाढी केल्यानंतर लावलेल्या लोशनचा वासही तिला येत होता. त्याने मागच्या सीटवर ठेवलेली त्याची बॅग उचलली. तिच्या हृदयाची धडधड वाढली होती.

कनेक्टिव्हिटी मिळवण्यासाठी धडपड करत त्याने लॅपटॉपवर थोडा वेळ काम केलं आणि अखेरीस त्याला जे हवं होतं ते त्याला मिळालं.

"होय! मी हाच विचार केला होता! तुझ्या त्या सावलीनं शिवराजला काही मिनिटांपूर्वीच फोन केला होता आणि त्यानंतर लगेच शिवराजनं दुसऱ्या एका नंबरवर फोन केला." बहुधा त्या माणसाला त्याने जॉशच्या मागावर सोडलेलं असावं. "तुझ्या वडिलांना हे दोन्ही फोन नंबर त्यांच्या संपर्कातल्या पोलिसांना द्यायला सांग," तो म्हणाला.

“मला या स्पायवेअरची माहितीही सांगावीच लागेल,” तो स्वत:चं काम उघड करत होता याची तिने त्याला काळजीपूर्वक आठवण करून दिली.

“ते ठीक आहे,” तो म्हणाला आणि तिला दिलासा देत, तिच्या चिंतातुर नजरेकडे पाहत त्याने हळुवारपणे स्मित केलं. त्यांची क्षणभरासाठी नजरानजर झाली आणि विद्याच्या लक्षात आलं की, त्यांचा एकमेकांवर विश्वास असल्याचं आकलन त्या दोघांनाही आपोआपच झालं होतं.

तिने पुन्हा आरएसटींना फोन केला आणि त्यांच्या मागावर सोडण्यात आलेल्या त्या दोन माणसांचे नंबर त्यांना दिले. ते नंबर टिपून घेण्याआधी अमर्याद जिज्ञासा असलेल्या तिच्या वडिलांनी तिला हॅकिंगबद्दल शेकडो प्रश्न विचारले.

तिने नुकतंच फोनवरचं बोलणं संपवलं होतं, त्याच क्षणी जॉशचा फोन वाजला.

“हा हॉटेलमध्ये आलेला फोन हॉटेलकडून मला तसाच पुढे पाठवला गेलाय.” त्याने तिला एकदम शांत राहण्याची खूण केली आणि अगदी करड्या आवाजात ‘हॅलो’ म्हणून फोन घेतला. विद्यानं श्वास रोखून धरला होता. नशिबानं कुठल्याच वाहनानं हॉर्न वाजवला नव्हता आणि महामार्गावर तशी बऱ्यापैकी शांतता होती.

त्याने फोन खाली घेतला. “जो कोणी होता त्याने माझा आवाज ऐकल्याबरोबर फोन बंद केला. त्यामुळे थोड्या वेळासाठी सगळ्या गोष्टी व्यवस्थित सुरळीत सुरू राहतील.”

सूर्य हळूहळू वर आला होता. फक्त टोल भरण्याचे मार्ग वगळता रहदारी सुरळीतपणे सुरू होती. तिथे ड्रायव्हर नको इतका आक्रमकपणा दाखवत होते. जसजसे ते पुढे निघाले तसतसा महामार्ग रटाळ, नीरस बनत गेला.

मदुराटाकम हा विशाल तलाव ओलांडून ते पुढे आले होते. त्यात कमी पाणी होतं. तोपर्यंत त्यांचा वेळ चांगला गेला होता. नाश्त्यासाठी त्यांनी आधीच कुठेतरी थांबायला हवं होतं, पण ते दोघंही बोलण्यात पूर्ण गुंतून गेले होते आणि आता किती अंतरावर एखादं चांगलं हॉटेल असेल, याची तिला खात्री नव्हती.

“थोडासा चहा घेऊ या का?”

“मला वाटलं होतं की, तू मला हे कधीच विचारणार नाहीस. माझ्या पोटात कावळे ओरडतायत.”

ती हसतच मुख्य रस्त्यावरच्या एका छोट्याशा दुकानात थांबली. ते विटांचं बांधकाम होतं आणि काउंटरवर फक्त लाकडी फळी टाकलेली होती आणि डोक्यावर पत्र्याचं छप्पर होतं. तिथे मोठमोठ्या कढया दिसत होत्या आणि त्यांच्यात पाणी आणि दूध आधीपासूनच उकळत होतं. काउंटरवर मिठाई, चॉकलेट वगैरे भरलेल्या काचेच्या बरण्या होत्या. जॉशनं तिथले थोडे फोटो घेतले आणि चहा

करणाऱ्या माणसाचा व्हिडीओ घेतला. ''टॉमसाठी,'' तिची नजर त्याच्यावरच खिळल्याचं बघून तो म्हणाला.

त्यानंतर थोड्या वेळानं ते चहा पीत आणि गोड बनपाव खात शांतपणे उभे होते. त्याने मान वर करून नीरस दिसणाऱ्या निळ्या आकाशाच्या दिशेनं वर जाणाऱ्या वाफांच्या ढगांकडे बघितलं. त्याच्या चेहऱ्यावर वेगळेच भाव होते.

त्यानंतर तो विद्याकडे वळला आणि त्याने स्मित केलं.

''आमच्या घराबाहेर माझी आई एक लहानशी बेकरी चालवायची. शाळेतून आल्यानंतर खाण्यासाठी म्हणून आमच्यासाठी ती केक तयार करायची. त्याची मला यामुळे आठवण झाली,'' हातातला रोल दाखवत तो म्हणाला. त्यानंतर तो खाऊन एका हातात चहाचा ग्लास धरून दुसऱ्या हातानं फोन धरून त्याने तिला त्याच्या पालकांचे फोटो दाखवले.

एका स्पष्ट फोटोत त्याची गॉम बसस्टॉपवरच्या बाकड्यावर बसल्याचं दिसत होतं. तिने फुलांचं डिझाइन असलेला फ्रॉक घातला होता आणि पांढरे ठिपके असलेला रुमाल कपाळावर बांधला होता. त्याचे वडील तिच्या शेजारच्या खांबाला टेकून उभे होते. त्यांनी जाडजूड मिशा राखल्या होत्या आणि भारतीय प्रिंट असलेला कुर्ता घातला होता. त्यांच्या बाजूला गिटार होती.

''ते हिप्पींसारखे दिसतात,'' तिने प्रतिक्रिया व्यक्त केली. ''तुझी आई खूपच गोड दिसतेय.''

''ते हिप्पीच होते. पण माझा जन्म होईपर्यंत ते तसे कमी वागू लागले होते.'' जॉशनं त्या फोटोंकडे काहीशा उत्सुकतेनं बघितलं.

''टॉमनं मला सांगितलं होतं की, त्याचा जन्म झाला होता त्या वेळी ते कम्युनमध्ये (एकत्र राहून आपापल्या मालमत्ता व जबाबदाऱ्या वाटून घेणाऱ्या लोकांच्या गटात) राहत होते.''

''होय, माझ्या वडिलांना 'धर्म' असं म्हटलं जात होतं असं मला वाटतं,'' ती हसल्यावर त्याने स्मित केलं. ''माझा जन्म होईपर्यंत ते स्थिरस्थावर झाले होते आणि मुक्त प्रेमाच्या आणि मादक द्रव्यांच्या विळख्यातल्या आयुष्याऐवजी रेगन आणि मॅडोनाचं अधिक प्रापंचिक आयुष्य जगत होते.''

''तू तुझ्या मॉमच्या जास्त जवळ होतास का?'' तिच्या आईच्या ती किती निकट होती ते तिला आठवलं.

''खरं तर नाही. तिला टॉम जास्त आवडायचा. ती आम्हाला मोठमोठी पुस्तकं वाचून दाखवायची, इतिहासावर आणि थोड्या प्रमाणात तत्त्वज्ञानावर बोलायची. आम्हाला जबरदस्तीनं वस्तुसंग्रहालयात न्यायची.''

''आणि मला वाटतं की, तुला त्यात बिलकूल रुची नव्हती?''

"अर्थातच नव्हती! मला इंटरनेटवर काम करायला आवडायचं. विशेषत: मोफत बघायला मिळणाऱ्या पोर्न साइट्स मी बघत असे."

"मला वाटतं की, आता तू जास्त शुद्ध बनला असशील, सुधारला असशील," तिने त्याला चिडवलं.

"होय. टॉमनं मला बरंच सुधरवलंय. काहीही झालं तरी त्याचं श्रेय मी त्यालाच दिलं पाहिजे."

त्यातला विनोद लक्षात आल्यामुळे ती हसली. टॉम नेहमीच माहितीवर, कलेवर, संगीतावर आणि पुस्तकांवर खर्च करण्यावर भर देत होता, हे तिला माहिती होतं.

त्याच्याकडून त्याचा रिकामा ग्लास घेऊन आपल्या रिकाम्या ग्लासबरोबरच तिने तो दुकानात नेऊन दिला. त्यांचं संभाषण पुढेही सुरू राहिलं. "मी जन्मलो त्यावेळी माझे आई-वडील खूपच प्रौढ होते. माझी तर खात्रीच आहे की, माझा जन्म हा निव्वळ अपघात असावा. मी त्यांची परिस्थिती खूपच कठीण बनवली असावी, असं मला नेहमीच वाटतं. मला वाटतं की, त्यांची माझ्यामुळे निराशा झाली असावी."

"तू थोडीशी अतिशयोक्ती करतोयस याची मला खात्री आहे. तुझ्या शैक्षणिक कामगिरीचा त्यांना किती अभिमान वाटत होता ते टॉमनं मला सांगितलंय."

जॉशनं खांदे उडवले आणि किंचित स्मित करत चहाचे पैसे दिले.

विद्याला अंत:प्रेरणेनंच हे माहिती होतं की, तो अंतर्मुख स्वभावाचा, खासगीपणा जपणारा माणूस होता आणि अशा प्रकारच्या अगदी मनातल्या भावना तो सहजासहजी व्यक्त करत नव्हता. पण त्याने तिला ते सगळं सांगितलं यात आश्चर्य वाटण्याजोगं काहीच नव्हतं, कारण तीही तसंच करेल हे तिलाही माहीत होतं. तिची टॉमशी मैत्री असण्याशी याचा काहीही संबंध नव्हता, हेही तिला माहिती होतं.

निळं आकाश अगदी स्पष्ट, निरभ्र दिसत होतं आणि सकाळची उष्णता उत्साहवर्धक होती. तिच्या ते कायमच लक्षात राहिलं असतं. तो हिरवाई नसलेला अतिशय घाणेरडा रस्ता, वाकलेलं छप्पर, खरोखरच बराच वेळ लावून चहा तयार करणारा तो दात पुढे आलेला चहावाला आणि भूतकाळातल्या आठवणींत रंगून गेलेला, एखाद्या लहान मुलासारखा चेहऱ्यावर हरवल्याचा भाव असलेला, केसांतून बोटं फिरवणारा जॉश हे सगळं तिच्या आठवणीत घट्ट रुतून बसणार होतं, हे तिला माहीत होतं. तिला खूपच अस्वस्थपणा वाटला.

"चल, निघू या का?" त्याने विचारलं.

ते पुन्हा कारमध्ये बसले आणि पुढच्या काही मैलांच्या प्रवासात काही गोष्टींविषयी त्यांनी एकमेकांना सहमती दर्शवली. काही मुद्द्यांवर वाद घातले आणि एकमेकांची

थट्टामस्करीही केली. त्यांचा वेळ इतका चांगला गेला होता की, याआधी कधीच त्यांचा वेळ एवढा चांगला गेला नव्हता, असं विद्याला अगदी ठामपणानं वाटलं. आपण त्याच्यात जास्तच गुंतून पडू या विचारानं विद्या सतत त्रस्त होत होती.

लवकरच तिचा फोन वाजू लागला आणि पुन्हा एकदा तो आरएसटींचाच फोन होता. त्यांनी ती कुठे होती आणि ठीक होती ना, असं तिला विचारलं. तिने त्यांना दिलासा दिला आणि दर दोन तासांनी त्यांना फोन करायचं आश्वासन देऊन फोन बंद केला.

''मलाही अशीच काळजी वाटली असती. मी ते समजू शकतो,'' तो सहानुभूतीपूर्ण आवाजात म्हणाला. त्याच्या बॅगेतून काढलेल्या सफरचंदाचा घास घेताना त्याने दुसरं सफरचंद तिच्यासमोर धरलं.

''ते नेहमीच त्यांच्या जगात हरवून गेलेले असत. आमची आईच आमच्याशी बोलत असे आणि आमच्यावर नियंत्रण ठेवत असे. माझे पालक खूपच वेगळे आहेत. त्यांचं लग्न ठरवून झालं होतं, पण दोन ध्रुवांवर असलेल्या दोघा व्यक्तींचं ते लग्न होतं.''

''ते आनंदी नव्हते असं तुला वाटतं का?'' त्याने सहजच, घुटमळत्या आवाजात, ती दुखावली जाऊ नये अशा गोडपणानं तो प्रश्न विचारला.

''ते आनंदी नव्हते असं नाही, मला माहीत नाही. मला वाटतं की, त्यांच्यात काही साम्यंही होती. दोघंही अतिशय प्रामाणिक होते आणि सहजासहजी चिडत नव्हते. पण मला काही वेळा असं वाटतं की, माझी आई तिचं आणखी थोडं जास्त कौतुक करणाऱ्या, तिची कदर करणाऱ्या दुसऱ्या एखाद्या माणसाबरोबर जास्त सुखी झाली असती. त्यांनी तिला कधीही एखादा दागिना किंवा फुलं किंवा चॉकलेट आणून दिलं नाही. तिच्याशी कधीही प्रेमाचा एखादा शब्दही बोलले नाहीत.''

''याचा अर्थ तू तसं कधी ऐकलं नाहीस असं तुला म्हणायचंय,'' त्याने हळुवारपणे तिचं वाक्य दुरुस्त केलं. तिने रस्त्यावरची नजर बाजूला करून त्याने केलेल्या टिप्पणीमुळे झटकन त्याच्याकडे एक दृष्टिक्षेप टाकला. ती काहीशी चकित झाली होती. तो जाणीवपूर्वक बेफिकिरी दाखवत सफरचंद खात राहिला होता.

''मला तसंच वाटतं,'' त्याच्या शब्दांवर विचार करत ती म्हणाली. ''तुला माहिती आहे का, त्यांनी इतक्या वर्षांत तिला कुठली भेटवस्तू दिली होती? ते ज्या-ज्या नदीच्या पात्रांना भेट देत तिथून आणलेले दगड - म्हणजे गोटे असं म्हटलं पाहिजे - आमच्याकडे घरी त्या गोट्यांचा संग्रह आहे. त्यानं आमच्याकडची काचेची भांडी भरलेली आहेत. गंगा, यमुना, साम्यवादी ब्लॉकमधल्या व्होल्गा, डन्यूब आणि यांगत्झे या नद्यांच्या पात्रातले ते गोटे आहेत. भेटवस्तू आणि तशा स्वरूपाचं काहीही

देण्याच्या ते विरोधात होते. त्यामुळे अशा प्रकारे दगडगोटे देणं म्हणजे त्या संदर्भात त्यांनी केलेली ती थट्टा किंवा... किंवा त्याविषयीची ती टिप्पणी असावी, ही त्यांची त्याबद्दलची तपशीलवार कल्पना असावी, असं मला वाटतं.''

''ते असं म्हणतात का?'' त्याने चौकसपणानं विचारलं.

''नाही, ते स्पष्टीकरणं देण्याची तसदी घेत नाहीत, पण...'' ती स्तब्ध झाली. काय बोलावं ते तिला सुचत नव्हतं. ती तिच्या वडिलांना ओळखत होती. त्यांचं वर्णन करणं कठीण होतं. त्यांच्याकडे सूक्ष्म संवेदनशीलता नव्हती. ते रूक्ष होते.

''तुझ्या आईनं ते सगळं सांभाळून घेतलं होतं.''

जॉशची नजर तिच्यावर खिळलेली होती हे तिला माहीत होतं आणि त्याला आणखीही काहीतरी बोलायचं होतं, पण त्यापेक्षा त्याने गप्प राहणंच जास्त पसंत केलं होतं, हे तिच्या लक्षात आलं. त्याने ते स्पष्टपणे म्हटलं नव्हतं, पण तिच्या डोक्यात त्याने आधीच तो विषय भरवला होता. लग्नानंतर आनंदी आयुष्य जगणारे लोक कसे दिसले किंवा असले पाहिजेत याविषयीचे तिचे ते बालिश विचार होते का आणि त्यामुळे त्यांची खरी वैवाहिक अवस्था पाहण्यापासून ती परावृत्त होत होती का? त्यांच्यातल्या भिन्नत्वाची व्याप्ती तिनेच स्वत:च्या मनानंच वाढवली होती का? तिच्या डोक्यात त्या प्रश्नाचे प्रतिध्वनी उमटत राहिले, तिला त्रास देत, आव्हान देत राहिले. तिने आवंढा गिळला.

''माझी आई कापडाचे लहानलहान तुकडे गोळा करत असे,'' त्याने शांततेचा भंग करत सांगितलं. पुन्हा एकदा सहजपणे संभाषण सुरू व्हावं यासाठी त्याने बहुधा हा प्रयत्न केला होता.

''हं?'' तिने भुवया उंचावल्या.

''तिला कापड उद्योगाचं आकर्षण होतं. आमच्याकडे मफलरी आणि रुमाल आणि हातानं बनवलेल्या नॅपकिननी भरलेले छोटेछोटे बॉक्स होते. रेशमी, सुती, रेयॉन (कृत्रिम रेशीम) आणि लोकरी अशा सगळ्या प्रकारातल्या या वस्तू होत्या. आमच्याकडे फारसे पैसे नव्हते, पण तो छंद हा तिचा विरंगुळा होता. त्यापासून तिला आनंद मिळत असे!'' त्याने स्मित केलं आणि तिला विचारलं, ''तुला काय छंद आहेत?''

ज्या पद्धतीनं त्याने तो विषय हाताळला होता आणि बदलून वेगळ्याच दिशेला नेला होता ती पद्धत अगदी हळवी, हळुवार होती, असा विचार स्वत:शीच स्मित करत तिने केला.

त्यांनी बोलून दाखवलेलं असो वा नसो, त्या सगळ्याच्या पार्श्वभूमीवर फक्त दिलाशाचाच एक धागा नव्हता, तर जवळिकीचाही धागा त्यात गुंफला गेला होता. ते दीर्घ काळ मर्यादित जागेत आणि निकटच्या जवळिकीच्या अवस्थेत बसले होते

आणि त्यामुळे आता त्यांच्या एकमेकांकडून अपेक्षाही वाढल्या होत्या, ते एकमेकांच्या मनात खोलवर शिरत चालले होते, हे तिला माहीत होतं. तो निघून गेल्यानंतर होणाऱ्या हृदयभंगातून सावरण्यासाठी तिला स्वत:ला सज्ज करण्याची गरज होती. पुढचे दिवस अचानकच उदास, उजाड बनतील असं तिला वाटलं.

आपल्या खिन्न सखोल विचारांतून ती बाहेर पडली आणि पुन्हा एकदा विविध विषयांवर त्यांचं संभाषण सुरू राहिलं, त्या वेळी त्यांच्यासमोर लांबलचक आणि तप्त रस्ता पसरलेला होता.

३१

चौपदरी महामार्गावरची वाहतूक नियंत्रणाखाली होती आणि त्या वेळी ती स्थिरपणे व्यवस्थित गाडी चालवते हे मान्य करावं, असं जॉशला वाटलं. ड्रायव्हर वरचेवर आपला रस्ता सोडून खुणेच्या पलीकडे दुसऱ्या भागात शिरत होते. त्यामुळे त्याला राग येत होता. पण सुदैवानं ती तिच्या रस्त्याच्या एका बाजूच्या मर्यादेत राहूनच कार चालवत होती.

त्या दोघांमध्ये पसरलेली शांतता छान होती, दोघांनाही सुसह्य वाटणारी होती. दोघंही काही वेळानं आपापल्या परीनं बोलत होते आणि ते बोलणं मनावर सुखद फुंकर घालणारं होतं. त्यांनी क्रिकेट आणि बेसबॉल यावरची आपापली मतं सांगितलं आणि जॉशनं त्याने टीव्हीवर बघितलेल्या बॉलीवूडमधल्या काही गीतांविषयी, तर विद्यानं अमेरिकन परिस्थितीजन्य विनोदी कार्यक्रमांविषयी म्हणजेच सिटकॉमविषयी संभ्रम व्यक्त केला.

त्यांनी अधिकृत चर्चेची बंधनं तोडून निर्हेतुकपणे काही वैयक्तिक गोष्टींवरही सखोल चर्चा केली. तिच्या पालकांच्या संदर्भात तिच्या मनात काही सोडवल्या न गेलेल्या शंका, समस्या होत्या हे त्याच्या स्पष्टपणे लक्षात आलं. पण त्याला त्या सगळ्या समजल्या होत्या, असंही नव्हतं. त्याच्या शब्दांमुळे तिच्या मनात काही तीव्र भावना निर्माण झाल्याचंही त्याच्या लक्षात आलं होतं, पण तो जसा अशा भावनांतून झटकन बाहेर पडत होता, तशीच तीही त्यातून लगेच बाहेर पडत होती. त्यांच्यात मतभेद असले, तरीही त्यांच्यातली साम्यंही त्यांना समजली होती आणि त्यामुळेच तो भंडावून गेला होता. तिच्याबरोबर फक्त थोडेच दिवस घालवता येणार होते ही अन्याय्य गोष्ट असल्याचं त्याला वाटत होतं. जर याहून वेगळी परिस्थिती असेल, तर त्याने तिच्याविषयीच्या त्याच्या मनातल्या भावना खूपच झपाट्यानं

वाढीस लागल्याचं किंवा खरं तर त्याचं तिच्यावर प्रेम असल्याचं तिला केव्हाच सांगून टाकलं असतं. तो स्वतःला रोखून धरत होता हे त्यालाही माहीत होतं.

आता सूर्य माथ्यावर आला होता. बाहेरच्या प्रचंड उष्म्याशी गाडीतल्या एअर कंडिशनरनं जोरदार लढा उभारला होता. तिने त्या वेळी सुरू असलेला संगीताचा कार्यक्रम रेडिओवर लावला. ते संगीत स्पष्टपणे आधुनिक आणि लोकप्रिय होतं. तो त्या लयीवर ठेका धरू शकत होता. इंग्लिश संगीत ऐकवणारी कुठलीही वाहिनी नव्हती. तो आता मध्यवर्ती भागात चालला होता, याची त्याला त्यामुळे आठवण झाली.

ते एका माणसांनी गच्च भरलेल्या ट्रकवरून पुढे गेले. त्यांच्यापैकी काही जण उभे राहिलेले होते, काही बसले होते. त्या सगळ्यांनी भडक रंगाचे कपडे घातले होते. सगळे उत्साही दिसत होते आणि तंबाखू खात, हसत, गप्पा मारत निघाले होते. थोडा वेळ ते त्यांच्या मागे होते त्या वेळी जॉशला आश्चर्य वाटलं. त्यांच्या तपकिरी चेहऱ्यांवर ऊन उष्णतेचा मारा करत होतं. त्यांच्या डोळ्यात चमक होती आणि दातही चमकत होते. त्या छोट्याशा जागेत ते अगदी दाटीवाटीनं बसले होते आणि त्यांचा तो प्रवास बहुधा सुखकारकही नव्हता, पण तरीही ते सगळे अगदी उत्साहानं सळसळत असल्यासारखे दिसत होते.

''ते नक्कीच एखाद्या लग्न समारंभावरून किंवा एखाद्या आनंदी कार्यक्रमावरून परतत असावेत,'' तोंडाचा आ वासून तो त्यांच्याकडेच रोखून पाहत असल्याचं दिसल्यावर तिने त्याला सांगितलं.

काही मिनिटांनी ते आणखी एका ट्रकवरून पुढे गेले. त्यात गाई भरलेल्या होत्या. विद्यानं त्याला रूक्षपणे सांगितलं की, त्यांना कत्तलखान्याकडे नेलं जात होतं.

जॉशनं शिवराजच्या कृतींवर नजर टाकली. थ्रीजी कनेक्शन सतत ताणलं गेल्याचं पाहून त्याचा थरकाप उडाला. त्या दोन सावल्यांबरोबर तो आणखी दोनदा बोलला होता, पण प्रभूबरोबर बोलला नव्हता. तो अजूनही बहुधा पुढचा पवित्रा काय घ्यावा यावर विचार करत असावा. तिच्या वडिलांनी तिला फोन केला होता, त्यावरून तिला असं समजलं की, सायबर विभागातले पोलीस त्या दोघांचाही मागोवा घेत होते आणि ते दोघेही तोपर्यंत तरी चेन्नईतच होते. एक हॉटेलजवळ होता आणि दुसरा तिच्या घराजवळ होता. पोलीस अधीक्षक त्यांची ती ट्रीप अर्धवट सोडून दुसऱ्या दिवशीच चेन्नईला परतण्याचा विचार करत होते. तिने जॉशला ते सांगितलं.

भरपूर वेगानं कंटाळवाण्या सपाट प्रदेशातून क्वचित एखाद-दुसऱ्या रोपवाटिकेवरून पुढे जात त्यांनी आणखी काही मैलांचा प्रवास केला. त्यानंतर जॉश म्हणाला,

"तुला सांगू का, ही गोष्ट मजेशीर आहे. माझ्या कल्पनेप्रमाणे हा प्रदेश खडकाळ असायला हवा होता आणि आपल्याला काही जंगलांमधून आणि ओसाड प्रदेशांतून जावं लागायला हवं होतं."

"आणि मग काय काही आदिवासी स्त्री-पुरुषांनी तुला घेऊन जायला हवं होतं आणि हळूहळू शिजणाऱ्या मांसाच्या रश्श्यात टाकायला हवं होतं?" तिने टोमणा मारला. तिच्या संतापामुळे आणि स्वतःच्या अडाणीपणामुळे त्याला हसू आलं.

त्यांनी टॉमलाही थोडं लवकरच उठवून त्याच्याबरोबर दोन मिनिटं संभाषण केलं आणि त्यांच्या प्रवासाची माहिती दिली.

आता साडेअकरा वाजले होते आणि दुपारच्या जेवणाला खरं तर अजून अवकाश होता, पण चहा, रोल आणि सफरचंद एवढ्याच गोष्टींवर त्यांची भूक भागली नव्हती. तिथे थांबण्यासाठीही चांगल्या जागा नव्हत्या आणि आपण रस्त्याच्या कडेच्या हॉटेलमध्ये जाण्याएवढे धाडसी आहोत, असं त्याला वाटत नव्हतं. त्यानंतर पेरांबलुर हे मोठं गाव येणार होतं, पण त्यासाठी आणखी चांगली वीस मिनिटं लागली असती. त्याच्याकडे अजूनही काही खाद्यपदार्थ होते. त्याला महामार्गाला येऊन मिळणारा आणि दुतर्फा अंजिराची झाडं आणि लहानलहान घरं असलेला एक छोटासा रस्ता दिसला. तिथे थोडं थांबू या, असं त्याने तिला सुचवलं. तिने महामार्गावरून गाडी बाजूला घेतली आणि झाडांची सावली असलेल्या एका साध्या इमारतीजवळ थांबवली. त्या झाडांच्या अनेक फांद्या तारेच्या काटेरी कुंपणावर झुकल्या होत्या. अस्पष्ट अक्षरांतून ते स्थानिक ग्रंथालय असल्याचं समजत होतं.

ते कारमधून बाहेर पडले आणि त्याबरोबर जॉशला कपाळावर, नाकावर आणि हातांवर उन्हाचे चटके जाणवले. त्याने आपली बॅग बाहेर काढली. आपण कारचा दरवाजा उघडा टाकून बसावं की, त्याला हवं होतं त्याप्रमाणे छपरावर बसावं असा ते विचार करत असतानाच त्या इमारतीतून एक माणूस बाहेर आला आणि त्याने तिला काहीतरी सांगितलं.

"तो आपल्याला आत टाकलेल्या बाकड्यांवर बसून खायला सांगतोय," ती म्हणाली. त्यानंतर लवकरच पर्णाच्छादित वृक्षाच्या घनदाट सावलीत असलेल्या लाकडी बाकड्यांवर ते बसले होते.

कुठेतरी कावळा ओरडला आणि चिमण्यांचा थवा त्यांच्या जवळूनच चिवचिवाट करत गेला आणि अगदीच अटळपणे एक भटका कुत्राही शेपूट हलवत तिथे आला.

त्यांना पिकनिकला गेल्यासारखं वाटत होतं, अगदी साध्या पिकनिकला गेल्यासारखं. तिने त्याच्या बाजूच्या बाकड्यावर जुनं वर्तमानपत्र पसरलं. ते आतल्या माणसांकडून तिने घेतलं होतं. त्याने जॅमचे छोटे डबे आणि लोणी बाहेर काढलं. ते उन्हामुळे मऊ झालं होतं. याशिवाय त्याने मफिन्स, क्वास्साँ आणि दोन मोठी केळीही आणली

होती.

"हे सगळं तुला कुठे मिळालं?" तिने विचारलं. तिच्यावर त्याचा नक्कीच प्रभाव पडला होता.

"मी उतरलेल्या त्या हॉटेलमधल्या माणसाला सांगितलं की, कॉम्प्लिमेंटरी नाश्त्यातले काही पदार्थ मी बरोबर नेणार आहे. त्यामुळे मला वाटतं की, त्यांना माझी दया आली असावी आणि त्यांनी मला हे आणू दिलं."

त्याने अन्नाचे आणि विद्याचे फोटो काढले आणि ते टॉमला पाठवून दिले. टॉमनं त्याला उत्तर पाठवलं, "भारतात ब्रेड आणि जेली? च्च... च्च... च्च!" त्यांनी ते थोडेसेच असलेले पदार्थ त्या झाडाखाली एकमेकांशेजारी बसून आणि कुठल्या ना कुठल्या विषयावर हसत हळूहळू संपवले. शिवाय थोडंसं अन्न त्या कुत्र्याच्या पुढ्यात टाकलं आणि अगदी थोडंसं अन्न ते अधूनमधून चिमण्यांसाठीही फेकत राहिले. कृत्रिम थंड हवामानात दीर्घकाळ राहिल्यामुळे त्याचं शरीर आता गरम होऊ लागलं होतं, पण तरीही त्या सावलीमुळे सुदैवानं काळजी करण्याइतपत उष्णता जाणवत नव्हती. जाणवण्याइतपत वाऱ्याची झुळूकही अधूनमधून येत होती. त्या झुळकीबरोबरच उष्णकटिबंधीय झाडाझुडपांचा वासही आला. पण त्याला अर्थातच तो कशाचा वास होता ते सांगता आलं नसतं. तो आत होता त्या वेळी त्याला डोकं जड झाल्यासारखं वाटत होतं आणि आपल्याला थंड जागेत जाण्याची अतिशय गरज होती असं त्याला जाणवलं. थोड्याच अंतरावर पसरलेला महामार्ग सूर्याच्या उन्हात चकाकत होता, पण तिथून ये-जा करणाऱ्या वाहनांखेरीज तिथे फारसा कसलाच आवाज येत नव्हता. एकदा खाणं संपल्यावर कुत्रा तिथून दूर निघून गेला आणि चिमण्याही उडून गेल्या.

त्याने आपले पाय लांब केले आणि हात बाकड्याच्या मागच्या भागावर टाकले. "ए, हे काय आहे?" तिच्या हाताला फुलपाखरासारखा मुलायम स्पर्श करत त्याने विचारलं. तिच्या दंडाच्या तपकिरी पिवळसर त्वचेवर आखूड बाह्यांमुळे ती खूण स्पष्टपणे दिसत होती.

"लस टोचल्याची खूण. तुमच्याकडे अशी खूण नसते का?" तिने स्मित करत विचारलं. ती त्याच्याकडे वळली होती. तेवढ्यात आलेल्या वाऱ्याच्या बेबंद झुळकीनं तिचे केस हेलकावले आणि तिच्या बटा तिच्या चेहऱ्याभोवती नृत्य करू लागल्या. तिच्या डोळ्यांत तेजस्वीपणा दिसत होता. त्याच्या मनात तिचं चुंबन घेण्याची जोरदार इच्छा निर्माण झाली आणि बहुधा त्याच्या चेहऱ्यावरून ती दिसून आली असावी, कारण तिच्या चेहऱ्यावरचं हसू हळूहळू कमी झालं आणि मजेचे, आनंदाचे भाव जाऊन त्यांच्या जागी तणावपूर्ण आणि गोंधळल्याचे भाव निर्माण झाले.

“इथे लोक असं सार्वजनिक ठिकाणी चुंबन घेत नाहीत. घेतात का?” त्याने विचारलं.

“नाही. मुळीच नाही!” तिने मान डोलावली आणि आवंढा गिळला आणि नजर दुसरीकडे वळवली. काही क्षणांनंतर त्याच्याकडे स्मित करत बघत ती म्हणाली, “माझा बॉयफ्रेंड अशा प्रकारचं प्रणयाराधन सहजपणे घेणार नाही, समजलं?”

“खरं म्हणतेस?” तिच्या दंडावरची लस टोचल्याची खूण प्रेमानं कुरवाळत त्याने विचारलं. “मी तर आताच कसा भीतीनं थरथरायला लागलोय बघ.”

“आपण आता निघतोय,” ती उठून उभी राहिली आणि अडखळली. जॉश तिच्याजवळ पोहोचला आणि त्याने तिचा उबदार हात पकडला. एका नि:स्तब्ध क्षणी त्यांची नजरानजर झाली. त्यानंतर ओठ चावत तिने चुळबुळ केली, पण हाताला हिसका देऊन त्याच्या हळुवार पकडीतून हात काढून घेतला नाही. त्याने हात सोडून दिला आणि तोही उठून उभा राहिला. त्यांनी टेबल स्वच्छ केलं. त्याच प्लॅस्टिकच्या पिशवीत सगळा कचरा भरला. त्यानंतर आत असलेल्या माणसाचे आभार मानून ते पुन्हा कारकडे गेले. त्यांच्या हातांचा आणि खांद्यांचा एकमेकांना ओझरता स्पर्श होत होता आणि काही वेळा ते एकमेकांवर घासलेही जात होते.

त्याने विचारलेल्या प्रश्नाचा त्याला पश्चात्ताप वाटला नव्हता, पण बहुधा त्याला गमतीखातर आपण असं बोलतोय असं दाखवणं शक्य झालं असतं. मात्र, गंभीर स्वरात विचारल्यामुळे त्यांच्यात त्या विषयीची सनसनाटी जाणीव निर्माण झाली होती.

कारमध्ये जड वातावरण निर्माण झालं होतं आणि बहुधा ते दूर करण्यासाठीच तिने चांगलं संगीत आणलं नसल्याबद्दल वाईट वाटत असल्याचं सांगितलं. “तुला थोडंफार भारतीय संगीत ऐकता आलं असतं तर बरं झालं असतं, असं मला वाटतंय,” ती म्हणाली.

“अरेच्चा, तू डिजिटल व्याप्तीत विचार करत नाहीस,” तो वळला आणि काही कनेक्शन जोडून त्याने काही गाणी डाउनलोड केली.

संजय, कृष्णा आणि नित्याश्री यांच्या कर्नाटकी संगीताच्या साथीत त्यांनी मग पुढे काही मैलांचा प्रवास केला. त्याने निदान टॉमसाठी तरी कलाकारांची नावं उच्चारण्याचा प्रयत्न न करता संगीताची तारीफच करणं योग्य असेल, असं त्याला वाटलं. *मी प्रेमात पडलोय.* त्याने सुरुवातीला थोडासा त्रासिकपणे, कडवटपणे आणि नंतर काहीशा अस्वस्थपणानं विचार केला. त्याला थोडंसं घाबरल्यासारखं झालं आणि त्याच्या मनात शृंगारिक भावना काठोकाठ भरून आल्या.

ते तंजावुरला पोहोचेपर्यंत दुपार उलटून गेली होती आणि जॉशला काहीशा अविचारी उन्मादी भावनेतून तळमळीनं असं वाटत होतं की, हॉटेलमधल्या सगळ्या

खोल्या गेलेल्या असाव्यात आणि त्यांना एकाच खोलीत राहणं भाग पडावं.

"मला माफ करा सर, पण गावात एक परिषद आहे. आमच्याकडे फक्त एकच खोली आहे. तुम्ही केलेल्या आरक्षणाचा आम्ही सन्मान राखू शकत नाही," तिथल्या माणसानं आपल्या कीबोर्डवर टकटक केली आणि संगणकाच्या स्क्रीनकडे तो रोखून पाहत असताना जॉश मनातल्या मनात त्याला *असंच बोल, असंच बोल,* असं तळमळीनं सांगत होता.

पण तेवढं त्याचं नशीब जोरावर नव्हतं. हॉटेल जवळजवळ रिकामंच होतं आणि त्यांना एकाच मजल्यावर स्वतंत्र खोल्या मिळाल्या. काहीही न बोलता लिफ्टमधून ते वरच्या मजल्यावर गेले आणि बाहेर पडल्यावर पहिल्यांदा विद्याची खोली लागली.

कॉरिडॉरमध्ये शांतता होती. ती चावीशी चाळा करत असताना ते तिच्या खोलीसमोर थांबले. त्याने त्या अरुंद कॉरिडॉरमध्ये त्याची बॅग त्याच्या बाजूला फेकली आणि दरवाजासमोर तिला खेटून उभा राहिला.

तिने त्याच्याकडे डोळे विस्फारून पाहिलं. त्या क्षणात कसला तरी विजेचा झटका बसावा तशी, कसली तरी स्तिमित करणारी गोष्ट होती. ती खूपच उत्तेजित करणारी अवस्था होती.

आता ते एकमेकांचं चुंबन घेणार होते आणि एकमेकांना चिकटून तसेच धडपडत खोलीत शिरणार होते, याची त्याला खात्री होती. पण त्याच वेळी "आपण आता पंधरा मिनिटांनी लॉबीत भेटू या," असं चाचरत बोलत ती थेट खोलीत शिरली आणि घाईघाईनं दरवाजा लावून घेत आत दिसेनाशी झाली.

काही क्षण तो तिथे तसाच उभा राहिला. त्याची स्वत:ची खोली शोधून काढेपर्यंत त्याच्या मनात दाटून आलेलं नैराश्य आणि हताशपणा दूर करणं त्याला शक्य झालं नव्हतं. टेबलावर त्याची बॅग फेकून देऊन त्याने आजूबाजूला पाहिलं. ती खोली छान होती, पण चेन्नईतल्या त्या आलिशान पंचतारांकित हॉटेलमधल्या त्याच्या खोलीसारखी नव्हती. भिंतींवर लाकडी तावदानं नव्हती, टीव्ही लहान होता आणि तिथे मिनीबारही नव्हता. जॉश बाथरूमकडे गेला. ते स्वच्छ होतं, पण भपकेबाज नव्हतं. आरशातल्या आपल्या प्रतिबिंबाकडे त्याने रोखून बघितलं. त्याने जे निरीक्षण केलं होतं त्यातून त्याला कल्पना आली होती की, भारतीय संस्कृती उघडपणे मुक्त लैंगिक आचारविचारांना मुभा देणारी नव्हती आणि भयावहपणे त्यांचं दमन करणारीही नव्हती. ती काहीशी त्या दोहोंच्या दरम्यानची होती. पण या संदिग्ध आकलनामुळे आपली पुढची चाल काय असली पाहिजे, याचं तो शोधत असलेलं उत्तर त्याला मिळालं नव्हतं.

तिला तो नको होता का? तिला तो नको असेल असं कसं शक्य होतं?

एक्झॉस्ट पंख्याच्या आवाजामुळे त्याला विचार करण्यासाठी आवश्यक असलेला ध्वनी मिळाला होता.

"हा तू काय मूर्खपणा चालवलायस?" त्याने आरशातल्या आपल्या प्रतिबिंबाला विचारलं.

भारतात तो टॉमला मदत करण्यासाठी, त्या महत्त्वाच्या मूर्तीचा ठावठिकाणा शोधण्यासाठी आला होता, त्याने पहिल्यांदाच पाहिलेल्या मादक स्त्रीचा पाठलाग करण्यासाठी तो इथे आला नव्हता. त्याला थोड्याशा यथार्थदर्शनाची गरज होती. त्याला आपलं डोकं ठिकाणावर ठेवण्याची गरज होती, स्वत:च्या प्रतिबिंबाकडे रोखून पाहणं थांबवण्याची गरज होती.

आता एकदम थंडपणे वागायचं असा निश्चय करून, काही मिनिटांत तयार होऊन तो खाली गेला.

३२

ती खाली आली तेव्हा जॉश तिची वाट पाहत रिसेप्शनच्या भागात आधीच उभा होता. तो उठून उभा राहिला आणि त्याने किंचित स्मित केलं. त्याने पांढऱ्या टी-शर्टवर बटणं न लावलेला शर्ट घातला होता. त्यामुळे तो सुसंस्कृत आणि आत्मविश्वासू वाटत होता.

दुपारचे सूर्यकिरण लाउंजमध्ये किंचित तिरपे पडले होते, त्यामुळे ते प्रसन्न वाटत होते. लाउंज जमिनीपासून कमी उंचीवर होती आणि तिच्या एका कोपऱ्यात छोटीशी बाग होती. त्यामुळे बाहेरचा भाग आत आणल्यासारखं वाटत होतं. पानांवर पडणारा नैसर्गिक प्रकाश परावर्तित होऊन दगडी कारंजातून उसळून पडणाऱ्या पाण्यावर पडत होता. एका मोठ्या फ्रेममधलं 'माखनचोर' कृष्णाच्या सोनेरी वर्खातल्या, खडे जडवलेल्या तंजावुर शैलीतील चित्रानं भिंत सजवण्यात आली होती.

रिसेप्शनवरच्या सूट घातलेल्या मध्यमवयीन माणसानं त्यांच्याकडे पाहून स्मित केलं, विद्याला ती नजर सूचक असल्याचं जाणवली.

''लहान गावं,'' तिने स्वत:शीच विचार केला, पण ज्या वेळी ते एकमेकांकडे गेले आणि एकत्र चालू लागले त्या वेळी तिच्यातलं आणि जॉशमधलं अंतर ते चेन्नईत असताना चालत होते तितकं जास्त नव्हतं, हे विद्याच्या लक्षात आलं. त्यांच्या देहबोलीत सूक्ष्म परिचितपणा आला होता. ती त्याच्यापासून किंचित दूर सरकली आणि तोही तसाच विचार करत असल्याप्रमाणे तिच्यापासून थोडासा दूर झाला.

काहीतरी खावं असा विचार करून ते हॉटेलच्या शुकशुकाट असलेल्या रेस्टॉरंटमध्ये गेले. ती दुपारच्या जेवणानंतरची वेळ होती, पण तरीही डबा उपलब्ध असेल हे तिला माहीत होतं. एका मध्यमवयीन वेटरनं आनंदानं स्मित करत त्यांना

जुन्या काळातील अगत्यशील, आकर्षक पद्धतीनं बोलावलं.

तिने स्वत:साठी डोशाची ऑर्डर दिली, पण जॉशनं चिकन ६५ खाणं पसंत केलं. त्याचा चेहरा गंभीर होता. त्यामुळे ते पहिल्या दिवशी भेटले होते, त्याची तिला विचित्रपणे आठवण झाली.

त्यांच्यासमोर लवकरच खाद्यपदार्थ आले आणि वेटरनं त्यांचे ग्लास पाण्यानं भरले. त्याने स्मित केल्यावर विद्यानंही स्मित करून हवापाण्यावर गप्पा मारत त्याला संभाषणात ओढलं.

त्यालाही एवढ्या उष्म्यामुळे वाईट वाटत होतं. तो म्हणाला, "हे तंजावुर आहे आणि तुम्ही बाहेर बघितलं तर तुम्हाला कोरडा ठणठणीत पडलेला कालवा दिसेल! आपल्याकडे आता चांगला पाऊस झाला पाहिजे, असं मला खरोखरच वाटतंय."

तिलाही तसंच वाटत असल्याचं तिने सांगितलं आणि व्यवसायाची चौकशी केली. "हॉटेलमध्ये शुकशुकाट दिसतोय."

त्याने स्मित केलं. "बरेचसे पाहुणे बाहेर गेलेत. अर्थातच हा काही पाहुण्यांची भरपूर वर्दळ असण्याचा मोसम नाही. शाळा पुन्हा सुरू झाल्यायत आणि परदेशी पर्यटक इथे येतात, त्याला अजून बऱ्याच महिन्यांचा अवकाश आहे," तो म्हणाला. "इथे पर्यटकांचा एक मोठा गट राहतोय. स्वामीमलाईतील प्रात्यक्षिक पाहायला ते नुकतेच बाहेर पडलेत."

विद्याचं लक्ष लगेच तिकडे वेधलं गेलं आणि जॉशनंही चौकसपणानं वर बघितलं.

"कसल्या प्रकारचं प्रात्यक्षिक?"

"कांस्य मूर्ती बनवण्याचं ते प्रात्यक्षिक आहे. ते खरं तर पाहिलंच पाहिजे, असं आहे," त्याने शिफारस केल्यासारखं म्हटलं. त्याचा चेहरा अभिमानानं उजळला होता. "तुम्ही इथून लवकरच निघालात तर तुम्हीही त्यांच्या सोबतच जाऊ शकाल. तिथे पोहोचायला साधारणपणे एक तासभर लागतो."

तिने प्रश्नार्थक नजरेनं बघितल्यावर जॉशनं संमतिदर्शक मान डोलावली आणि त्याबरोबरच खांदेही उडवले. आता तो अगदी ठरवून निश्चलपणानं आणि जवळजवळ अलिप्तपणानं वागत असल्याचं दिसत होतं. तो तसा का वागत होता हे विचारण्यापासून तिने स्वत:ला रोखलं होतं.

त्यांनी जवळजवळ एकही शब्द न बोलता झटपट खाल्लं आणि काही व्यूहरचना ठरवल्यावर लवकरच स्वामीमलाईला जाण्यासाठी कारकडे निघाले.

"हं..." रिसेप्शनिस्टनं त्याला पत्ता लिहून दिलेल्या कागदाकडे बघून जॉश गंभीरपणे विचार करत होता. तिथून जाण्याचा रस्ता समजावा म्हणून त्याने तो मॅप ॲपमध्ये अर्धवट टाइप केला होता.

"काय?"

"सारथीचा ओतकामाचा कारखानाही त्याच रस्त्यावर आहे."

"छान. मग जमलं तर आपल्याला त्यांच्यावरही टेहळणी करता येईल," आपला आवाज तितकाच सरळ ठेवत तिनेही म्हटलं.

छोट्या छोट्या टपऱ्यांचे समूह असलेली लहान गावं आणि त्या मार्गावरच्या लहान खोपट्यांसारख्या झोपड्या मागे टाकत ते पुढे निघाले होते. दोन गावांच्या मध्ये हिरवाईचे लहानसे पुंजके असलेली रिकामी शेतं होती. राज्य महामार्ग हा अविभाजित रस्ता होता. त्यावरून दुचाकी आणि बसगाड्यांची सतत रहदारी सुरू होती. शाळा बंद होत आल्या होत्या आणि आपापल्या गणवेशातली लहान मुलं-मुली दप्तरं सांभाळत, लांबलचक वह्या हातात घट्ट पकडून चालत किंवा सायकलवरून आनंदानं गप्पाटप्पा करत घरी निघाली होती.

विद्या त्याआधी कधीही तंजावुरला गेली नव्हती, पण तिला संस्कृती आणि इतिहास या क्षेत्रांतलं त्या भागाचं महत्त्व माहीत होतं. शेती हाच तिथला मुख्य व्यवसाय असल्यामुळे त्या भागाला धान्याचं कोठार म्हटलं जात होतं; परंतु त्या वेळी तिला तिथे बहुतांश ठिकाणी तपकिरी, कोरडी, दगडधोंड्यांनी भरलेली जमीन दिसत होती. *ते पावसाची वाट पाहत आहेत,* असा तिने विचार केला, मात्र, पावसाळी मोसम जूनमध्येच सुरू झाला होता, याची तिला आठवण झालीच. रंगीबेरंगी ध्वज आणि रंगवलेल्या दगडी कडा यावरून काही शेतजमिनींचं घरांच्या प्लॉटमध्ये रूपांतर करण्यात आलं होतं. त्याआधीही तिने अगदीच अलिप्तपणे टीव्हीवर त्याच्या जाहिरातीही पाहिल्या होत्या.

जॉशनं टॉमशी बोलून त्याला ते सुखरूप पोहोचल्याचं सांगितलं आणि मग तो लॅपटॉपशी काहीतरी चाळा करत बसला. त्याला काहीतरी खटकत होतं हे ती सांगू शकली असती, पण तिने त्याला तसंच सोडून दिलं.

ते स्वामीमलाईला पोहोचले. फिल्टर कॉफीची किंवा प्रार्थनेच्या वस्तू विक्रीची छोटी दुकानं थाटलेल्या रस्त्यावर तिने कार उभी केली. तागाच्या दोरखंडांना टांगलेल्या वृत्तपत्रांच्या कागदांवर ३६ पॉइंट फाँटमधल्या बातम्या झळकत होत्या. साबणाच्या आणि शाम्पूच्या छोट्या पाकिटांच्या माळाही तशाच दोरखंडांवर लटकत होत्या. खांबाखांबावर राजकीय पक्षांचे छोटे झेंडे असलेल्या पताका दिसत होत्या.

निळ्याशार आकाशाखाली दिमाखात उभ्या असलेल्या मंदिराच्या पुढच्या भागावर संध्याकाळच्या सूर्यानं वितळलेल्या सोन्यासारख्या दिसणाऱ्या किरणांची उधळण केली होती.

पिण्याच्या पाण्याची बारीक धार सोडत असलेल्या नळाभोवती महिलांचा घोळका उभा होता. पाणी भरण्याच्या लांबलचक रांगेत त्यांनी चमकदार हिरव्या,

प्रखर पिवळ्या आणि रक्तासारख्या लालभडक रंगाची त्यांची प्लॅस्टिकची भांडी ठेवली होती. तिचे वडील करत असलेल्या स्तंभलेखनाकडे तिने खरोखर लक्ष दिलंच पाहिजे, असा विचार विद्यानं स्वत:शीच गंभीरपणे केला.

मॅप ॲपवरून जॉशनं तिला ओतकामाच्या कारखान्याकडे जाणारा रस्ता सांगितला होता, पण त्यावर पूर्ण विश्वास न ठेवता तिने रस्त्यात एका माणसाला पत्ता विचारला. ते काही मिनिटं चालत गेले. त्यानंतर तिथे पोहोचेपर्यंत तिला आणखी दोघांना पत्ता विचारावा लागला.

तिथे प्रात्यक्षिक सुरू होण्याची वाट पाहणारे तरुण आणि बहुतांश मध्यमवयीन पर्यटक घोळक्यानं फिरताना दिसत होते. त्या प्रत्येकाच्या हातात टॅब्लेट आणि फोन होते. काही जण त्या भाजून काढणाऱ्या उष्म्याबद्दल हळहळत आपापल्या हॅटने वारा घेत होते.

"चार वाजताच प्रात्यक्षिक सुरू होणार होतं," तिला आपादमस्तक न्याहाळत एका माणसानं उपहासात्मक आवाजात म्हटलं. त्या वाक्यातून भारतातली अक्षमता दाखवून देण्याची वृत्ती व्यक्त होत असल्यामुळे विद्याच्या मनात संताप उसळला होता, पण तरीही तिने जाणीवपूर्वक त्या विधानाकडे दुर्लक्ष केलं.

सुरुवातीच्या अभिवादनानंतर जॉशनं काही अनाकलनीय कारणामुळे लगेच एका तरुणीबरोबर मैत्री करण्यात पुढाकार घेतला. तिने विद्याकडे काही चौकस कटाक्ष टाकले आणि नंतर ती बहुधा गाइड असावी, असं तिने ठरवून टाकलं असावं. त्यानंतर ती जॉशमध्ये अधिक रुची घेऊ लागली. ते विनोद करत हसू-खिदळू लागले. विद्यानं त्याच्याकडे वळून पाहणं कटाक्षानं टाळलं आणि त्यांचं हास्य कर्कश व असंबद्ध असल्याचा अनुदार विचार तिच्या मनात आला. दुसऱ्या एका माणसानं संभाषण सुरू करण्याचा प्रयत्न केला, पण ज्या घाणेरड्या नजरेनं तो तिच्याकडे पाहत होता ते तिला आवडलं नाही. त्यामुळे ती शक्य तितक्या सौम्यपणानं तिथून दूर गेली आणि तिच्यासमोर थोड्याच वेळात उलगडण्यात येणाऱ्या प्राचीन कलात्मक वस्तूंच्या प्रात्यक्षिकाकडे तिने निश्चयपूर्वक आपलं लक्ष वळवलं.

त्या धूळभरल्या सभागृहाचं छप्पर उंच होतं आणि त्याला फरशा बसवण्यात आल्या होत्या. त्याची जमीन गडद लाल रंगाची होती आणि शिल्पकामासाठी लागणाऱ्या साधनसामग्रीनं भरलेली गोणपाटाची पोती तिथे पडलेली होती. तिच्या कल्पनेतली ती जागा सहजपणे मध्ययुगीन कारखान्यात रूपांतरित झाली होती. ती जागा सध्या होती त्याहून त्या काळातही बहुधा फारशी वेगळी नसावी. नारळीच्या कोरड्या झावळ्यांनी शाकारलेलं छप्पर, बांबूचे खांब आणि शर्ट न घातलेले आणि फक्त वेत्ती नेसलेले पुरुष असावेत. ते स्थानिक भाषेत बोलत असतील आणि

तिच्यात साहजिकच इंग्रजी भाषेची सरमिसळ नसेल. त्यांच्या भाषेत काही सुधारणा जरूर होत असतील, पण त्या अगदीच किरकोळ असाव्यात. तिने तिथले काही फोटो घेतले. तिला ते टॉमला पाठवायचे होते. तिथला तो अनुभव आपल्या एखाद्या आवडत्या व्यक्तीला सांगण्यासाठी ती आतुर झाली होती.

लवकरच पांढरा शर्ट आणि पांढरी वेत्ती घातलेला एक मध्यमवयीन माणूस, स्थपती तिथे आला. त्याच्या कपाळावर विभूतीचे पट्टे ओढलेले होते. त्याने नामशेष झालेल्या मेणाच्या साच्यांच्या प्रक्रियेची ओळख करून दिली. त्याचे उच्चार जड होते आणि त्यामुळे त्यांना ते समजणं कठीण होतं, पण त्यामुळे तिच्या कल्पनेनं चांगलीच भरारी घेतली होती. त्याने त्यांना एक स्तिमित करणारा नाजूक आणि सुंदर असा देवतेचा साचा दाखवला. तो मधमाश्यांचं मेण आणि राळ व शेंगदाणा तेल यांच्यापासून तयार करण्यात आला होता. तो मेणाचा साचाच मुळात उच्च कलाकृती म्हणण्याच्या पात्रतेचा होता, असं विद्याला वाटलं. स्थपतीच्या साहाय्यकांनी सगळे सुंदर तपशील झाकून टाकत तो साचा पूर्ण भरून जाईल इतकी, मुखवट्याएवढ्या जाडीची *वंडाल* माती त्यात ओतली. त्यानंतर त्यावर आणखी माती लिंपण्यात आली आणि तो साचा तारांच्या साहाय्यानं सुरक्षित बनवण्यात आला.

स्थपती बाहेर पडल्यानंतर त्याच्या पाठोपाठ घामाघूम झालेले आणि अस्वस्थपणे चुळबुळ करणारे प्रेक्षकही हळूहळू बाहेर पडले आणि एका छोट्याशा खुल्या जागेत दाटीवाटीनं उभे राहिले. एक वेगळा, आधीच साच्यावरची माती वाळलेला साचा आता स्थिरपणानं मोठ्या ज्वाळा निघत असलेल्या कोळशाच्या शेगडीवर ठेवण्यात आला. साचाला उष्णता मिळाली आणि आतलं मेण वितळलं. वितळलेलं मेण छोट्या छिद्रातून बाहेर ठिबकत होतं.

तिथे गोळा करण्यात आलेल्या मेणाच्या प्रमाणावरून आतलं मेण पूर्णपणे वितळल्याचं स्थपतीनं सांगितलं. आता पुढची पायरी दाखवण्यात येणार होती.

साहाय्यकानं मुळातच तापून पांढरट झालेली मूस पुढे आणली. तापवण्यासाठी चिमट्यात धरून तिला ज्योतीवर धरण्यात आलं असावं, असं दिसत होतं. तांबं, कथील आणि जस्त या वितळलेल्या धातूंचं आतलं उष्ण संयुग बाहेर पडलं आणि त्याचा तडतड असा आवाज ऐकू आला. तिला समोर केशरी आणि पिवळ्या आणि क्वचित निळसर रेषा दिसल्या. परकी भाषांमधले हळुवार उद्गार ऐकतानाच त्याने चपळाईनं ते द्रवरूप कांस्य अगदी धातूचा छोटासा ओघळ बाहेर पडेपर्यंत मातीच्या साच्याच्या उघड्या भागातून आत ओतलं.

आधीच थंड करण्यात आलेला साचा त्यांनी उचलला आणि हळूहळू, कष्टानं, अतिशय परिश्रमपूर्वक त्यांनी ती माती धुतली आणि तिचे चपटे तुकडे पाडले. मातीचे काळेकुट्ट ढेकळाचे थर बाजूला झाले. त्या संधिप्रकाशात गणेशाची मोठ्या

कानांची आणि दुसऱ्यांपर्यंत झपाट्यानं पसरणारं हास्य असलेली चकाकती कांस्य मूर्ती त्यामधून बाहेर पडली. विद्याला तिच्या शरीरातून एक रोमांचक शिरशिरी दौडत गेल्याचं जाणवलं.

तिने अगदी अभावितपणे जॉशकडे बघितलं आणि क्षणभरासाठी त्यानेही त्याच्या फोनवरून तिच्याकडे बघितलं. त्याच्या चेहऱ्यावर शांत, हळुवार भाव होता. एका शाश्वत क्षणी त्याने तिच्या नजरेत नजर मिसळली, पण नंतर पुन्हा आपली नजर फोनकडे वळवली.

स्थपतीनं थोडंसं खोदकाम केलं आणि काही ठिकाणी तपशील भरले आणि लवकरच डोळे वगळता ती मूर्ती पूर्णपणे तयार झाली. मूर्तीची प्रतिष्ठापना आणि डोळे रेखणं या गोष्टी शुभ काळी केल्या जातात, असं त्यांना सांगितलं गेलं.

प्रात्यक्षिक पूर्ण झालं होतं. आता लोकांची पांगापांग सुरू झाली आणि तिथून निघण्याची वेळ झाली होती. त्या संध्याकाळच्या उशिराच्या वेळी लोक गटागटानं बाहेर पडत होते, पण विद्या एकटीच बाहेर पडली. लोक दुसऱ्या दिवशीच्या कार्यक्रमाबद्दल बोलत होते. इतरत्र काय पाहायला जायचं ते ठरवत होते आणि विद्याकडे त्यांच्यात सहभागी होण्यासाठी त्राण गोळा करण्याची ताकदच उरलेली नसल्यामुळे ती बाजूला उभी राहिली होती. त्या तरुण स्त्रीचं नाव एल्सा होतं, तिने जॉशला रात्रीच्या जेवणाचं निमंत्रण दिलं आणि जॉशनंही अगदी तत्परतेनं तिचं ते निमंत्रण स्वीकारलं.

ते सगळे व्हॅनमधून त्यांना नेण्यासाठी ड्रायव्हरची वाट पाहत उभे असताना तिथे पैसे मागणारी दोन लहान मुलं आली. त्यांनी त्या परदेशी लोकांच्या दंडाला स्पर्श केला. त्या लोकांच्या मागे टुमणं लावून त्यांना त्यांनी भंडावून सोडलं. त्या लोकांना त्या मुलांच्या संपर्कानं त्यांना सगळ्या प्रकारचे मोठमोठे आजार होण्याची भीती वाटत असावी. कारखान्यातला साहाय्यक त्या मुलांवर ओरडला आणि झोडपून काढण्याची धमकी देऊन त्याने त्यांना पिटाळून लावलं. विद्यानं दिलेल्या बिस्किटाच्या पुड्याखेरीज त्या मुलांना काहीही मिळालं नव्हतं.

ती एकटीच उभी राहून तो गट व्हॅनमध्ये बसण्याची वाट पाहत होती, कारण जॉश अजूनही एल्साभोवती पिंगा घालत होता. अखेरीस ती व्हॅन एकदाची हलली आणि त्यानंतर त्यांना निरोपादाखल हात उंचावून दाखवल्यावरच जॉश मागे वळला.

त्यांनी क्षणभर एकमेकांकडे अवघडल्यासारखं बघितलं.

"तुला आता आपण प्रभूला शोधायला जावं असं वाटतंय का?" त्याने विचारलं.

विद्याला अंगातलं त्राण नाहीसं झाल्यासारखं वाटत होतं आणि शिवाय एवढ्या रात्री त्याला शोधायला जाण्यात काही हशील आहे, असंही तिला वाटत नव्हतं. ती

काय विचार करत होती ते लक्षात आल्याप्रमाणे किंवा त्याला रात्रीच्या जेवणाचं निमंत्रण मिळालेलं असल्यामुळे असेल कदाचित, पण त्याने सकाळी त्याला शोधू या का, असं तिला विचारलं.

तिने ते मान्य केलं. तिला एकाकी आणि अस्वस्थ वाटत होतं. ती ट्रीप निष्फळ ठरली होती आणि तिथे येऊन आपण चूक केली, असंही तिला वाटत होतं.

पाण्यासाठी अजूनही वाट पाहत बसलेल्या त्या स्त्रियांच्या रांगेच्या पलीकडे उभ्या केलेल्या त्यांच्या कारकडे ते संथ गतीनं पावलं टाकत गेले.

३३

जूनच्या सुरुवातीच्या दिवसातला सूर्य प्रचंड प्रकाशाचं प्रदर्शन केल्यानंतर अखेरीस मावळला. आणि जॉशला आकाशाच्या पटलावर उगवलेला सप्तर्षीचा तेजस्वी तारा शोधणं शक्य झालं. आता इतर तारेही चमकत होते.

ते परत निघाले होते, त्या वेळी कारमध्ये अस्वस्थ करणारी शांतता पसरली होती. जॉशच्या लक्षात आलं होतं की, त्या प्रात्यक्षिकानं विद्याच्या कल्पकतेला चालना मिळाली होती आणि तिला ते त्याला सांगायचं होतं. अगदी खरं सांगायचं तर तोही त्या प्रात्यक्षिकानं झपाटून गेला होता आणि त्याला तिचा हात पकडायचा होता. पण तो निग्रहानं तिच्यापासून दूर राहिला.

खुल्या खिडकीतून तो उदासीनपणे मागे पडणारी दृश्यं पाहत होता आणि आधुनिक जगाच्या व्यवसायांवर सखोल विचारही करत होता. थ्री-डी प्रिंटिंगमध्ये ती मूर्ती तितकीच जादुई वाटली असती, याची त्याला खात्री वाटत होती. 'सर्जनशील विनाशा'च्या जुन्या युक्तिवादानं त्याने स्वत:ला दिलासा दिला. तरीही त्या कलाकारांचा विचार केल्यावर त्याला अस्वस्थता जाणवली. कदाचित तंत्रज्ञानाकडे त्याचा कल असल्यामुळे त्याच्या मनावर या कलाकारीचं अधिक सखोल प्रतिबिंब उमटलं नव्हतं का किंवा त्याहूनही वाईट म्हणजे अधिक सखोल अनुभूती त्याला मिळाली नव्हती का, असं त्याच्या मनात आलं.

त्याला आलेल्या फोनमुळे त्याची तंद्री भंग पावली. त्याच्या हॉटेलच्या नंबरवरून तो कॉल त्याच्याकडे फॉरवर्ड करण्यात आला होता. तो घ्यावा की घेऊ नये याविषयी जॉश संभ्रमात पडला आणि नंतर त्याने तो न घ्यायचं ठरवलं. त्या फोनचं घणघणणं थांबल्यानंतर त्याने शिवराजच्या कॉल लॉगची तपासणी केली. त्याने दोन्ही सावल्यांना फोन केले होते, पण प्रभूला फोन केला नव्हता. जॉशला ही गोष्ट

चांगली होती असं वाटलं.

बॅनरनं काही प्रतिसाद दिला आहे का, त्याचीही जॉशनं तपासणी केली. त्याच्याकडून एक प्रतिसाद देण्यात आला होता, पण तो सहजपणानं पाठवलेला होता आणि त्यात शिवराजला लवकरच चांगली माहिती कळवण्याची हमी त्याने दिली होती.

त्याने शिवराजची मन:स्थिती कशी असेल त्याचा अंदाज आणि त्याच्या पुढच्या चाली काय असतील, याचं अनुमान बांधण्याचा प्रयत्न केला. दुपारपर्यंत तो सावध असणार, पण त्याला चिंता वाटली नसेल. आता संध्याकाळ झाली होती आणि त्यांची सातत्यपूर्ण अनुपस्थिती त्याला चांगलीच खटकू लागली असणार.

जॉशनं त्याचा अंदाज विद्याला सांगितला.

''त्याने आतापर्यंत माझ्या वडिलांचा आणि आमच्या कुटुंबाचा सहजपणे माग काढला असेल.''

''तू निष्पाप व्यक्ती असून, यात अकारणच अडकली असशील, असं त्याला वाटण्याची चांगलीच शक्यता आहे.''

''आणि त्याला तुझा कशाबद्दल संशय येत असेल, असं तुला वाटतं?''

''एक तर मी फारशी प्रतिष्ठा नसलेला ग्राहक आहे किंवा एखाद्या कायदेशीर अंमलबजावणी विभागाशी संबंधित आहे, असा संशय त्याला आला असेल आणि त्यापैकी नेमकं काय सत्य आहे हे तो शोधून काढत असेल.''

आणखी थोडासा वेळ मिळावा म्हणून काय करता येईल, याचा तो विचार करत होता.

त्याने एक बेत आखला आणि दुकानात त्याला भेटलेल्या विक्रेत्याला फोन केला. जॉशनं नाव सांगितल्याबरोबर त्या माणसानं त्याला ओळखलं.

''मिस्टर शिवराजनी मला ते कळवतील असं सांगितलं होतं. पण अजूनपर्यंत त्यांनी मला काहीच कळवलेलं नाही. मला त्यांचा फोन नंबर मिळेल का?'' त्याने विनम्रपणे विचारलं.

त्याच्या अपेक्षेप्रमाणंच त्या विक्रेत्यानं त्याला मालकाला विचारून कळवतो असं सांगितलं.

जॉशनं फोनच्या देवाणघेवाणीवर लक्ष ठेवलं होतं. त्याला खरोखरच तो विक्रेता आणि शिवराज यांच्यात थोडा वेळ संभाषण झाल्याचं दिसलं. त्यानंतर त्या विक्रेत्यानं जॉशला फोन केला आणि त्या दिवशी संध्याकाळी सरांबरोबर ड्रिंक घ्यायला तो येऊ शकेल का, असं त्यांनी विचारल्याचं त्यानं जॉशला सांगितलं.

काय उत्तर द्यावं हे लक्षात न आल्यामुळे जॉश थोडासा घुटमळला. विक्रेत्याचा फोन त्याने स्पीकरवर टाकला होता आणि जणू काही त्याचं मन वाचल्याप्रमाणे

विद्यानं त्याला लगेच हळहूळू उच्चार करत सांगितलं, 'महाबलिपुरम'.

"मी सध्या महाबलिपुरममध्ये आहे, त्यामुळे आज रात्री येऊ शकणार नाही. पण उद्या रात्री आलो तर चालेल का?" जॉशनं विचारलं.

विक्रेत्यानं त्याला तो संपर्कात राहील, असं सांगून फोन बंद केला.

जॉशनं लॉग इनवर श्वास रोखून लक्ष ठेवलं होतं. पहिल्यांदा विक्रेत्यानं शिवराजला फोन केला. "आता बघू या," तो पुटपुटला. त्यानंतर त्या दोन सावल्यांना दोन फोन केले गेले.

"शिवराजला बहुधा ही बनवाबनवी खरी वाटली असावी आणि त्याने त्या दोन्ही सावल्यांना त्यांच्या कामाची गरज नसल्यानं रोखलं असावं. तुझ्या पोलीसकाकांना थोड्याच वेळात याची खात्री पटवून घेता येईल."

त्याने तिच्याकडे बघून अवघडल्यासारखं स्मित केलं. तो फोनवर बोलत होता त्या वेळी ते पूर्णपणे एकमेकांशी विचारांनी एकरूप होऊन गेले होते. तणाव निवळण्यासाठी तेवढं ठीक आहे, असा त्याने तोंड वेंगाडत विचार केला.

"आज मूर्ती तयार केलेल्या त्या शिल्पकारांना बघितल्यावर असं लक्षात येतं की, अजूनही ते तंत्र जिवंत आहे," त्याने उदासीनपणे मत व्यक्त केलं.

"होय, ती मूर्ती नव्यानं तयार करण्यात आलेली असू शकेल आणि कृत्रिमरीत्या तिला प्राचीनत्व मिळवून दिलं गेलं असेल किंवा ती मूळ मूर्तीही असू शकेल. दोन्ही शक्यता आहेत," तिच्या आवाजात अभ्यासूपणा होता. जणू काही तो एल्साबरोबर करत असलेल्या प्रेमाच्या चाळ्यांची तिला फारशी फिकीरच नव्हती!

तिला खरंच फिकीर होती का? त्याला माहिती करून घेण्याची इच्छा नसायला हवी होती, पण त्याला ती होती.

"मग एकच मूर्ती तयार करून तो का थांबला? तो मूर्तिकार आणखीही मूर्ती बनवू शकला नसता का?"

"मीही तो विचार केला होता," बसमधून उतरणाऱ्या लोकांच्या गर्दीतून कार काळजीपूर्वक पुढे नेत असताना ती म्हणाली. "प्रचंड मोठी मूर्ती तयार करण्यासाठी प्रचंड परिश्रमांची आणि भांडवलाची गरज असणार आणि एवढ्या प्रचंड आकाराच्या मूर्तींना बाजारपेठेत मागणी असेल, असं मला वाटत नाही. शिवाय तो स्थपती अंध झालाय असं ते म्हणतात. त्यातही कदाचित तथ्य असू शकेल."

"होय, पण यात खरोखरच काही विचित्र गोष्टी आहेत, असं तुला वाटत नाही का? एवढ्या चांगल्या प्रकारे तंत्र माहीत असलेली एक वृद्ध व्यक्ती, तो एक मूर्ती तयार करतो आणि नंतर आणखी मूर्ती तयार करू शकत नाही? ही गोष्टच मुळात वेगळी वाटते."

"किंवा सखोलपणे हेलावून टाकणारीही. अखेरची कामगिरी!"

नामशेष झालेल्या त्या मेणाच्या पद्धतीबद्दल, धातूंच्या प्रमाणांबद्दल आणि कलाकारांबद्दल ते वेळोवेळी थोडक्यात अचानक बोलत होते आणि त्यांच्यात पसरलेल्या शांततेचा भंग करत होते.

त्या नवीन प्रेमिकांमधील पहिल्याच भांडणानं निर्माण झालेल्या उद्विग्नतेनं आता त्यांच्यात सहजगत्या निर्माण झालेल्या सलगीची जागा घेतली होती आणि यातली त्याहूनही वाईट गोष्ट अशी होती की, तो चुकीचं वागला होता हे त्याला माहिती होतं. त्याने डोकं हलवलं आणि त्याच्या स्वत:च्या अवस्थेविषयी विचार करून तो उपरोधानं हसला.

रहदारीचा वेग मंदावल्यामुळे समोरून येणाऱ्या एका मिरवणुकीकडे जॉशचं लक्ष वेधलं गेलं. रस्ता अरुंद होता आणि मिरवणुकीला सामावून घेण्यासाठी पुढची वाहनं एका बाजूला ढकलली गेली होती.

शर्ट न घातलेल्या पुरुषांनी खांद्यांवर घेतलेल्या काठ्यांवर मध्यभागी असलेल्या चौथऱ्यावर ठेवलेली एक मूर्ती तोलून धरली होती. ती मूर्ती घेतलेले लोक लयबद्धतेनं पुढे चालले होते आणि धार्मिक लोक प्रार्थनेसाठी आले की मध्ये मध्ये थांबत होते.

त्या मूर्तीला चमकदार पांढरे कपडे घालण्यात आले होते. तिला शेवंतीच्या, आणि पांढऱ्या निशिगंधाच्या ताज्या फुलांचे हार घालण्यात आले होते आणि चमचमणाऱ्या दागिन्यांनी तिला सजवलं गेलं होतं. प्रखर कृत्रिम प्रकाशात ती मूर्ती चमकत होती. वाहतुकीच्या आवाजाहूनही तिथे लावण्यात आलेल्या ध्वनिमुद्रित संगीताचा आवाज जास्त मोठा होता. पुजाऱ्यानं ताम्हणात एक छोटीशी ज्योत पेटवली आणि ती उंच धरून मूर्तीला ओवाळलं.

अगदी चेन्नईच्या वस्तुसंग्रहालयातही तो या अनुभवाला पारखा झाला होता. एखाद्या मूर्तीचा अनुभव घ्यायचा असेल तर तो असा घ्यायला पाहिजे, असं त्याला वाटलं. अजूनही उकाडा रेंगाळत होता आणि त्याच्या त्वचेला क्वचित वाऱ्याची झुळूक आल्याचं जाणवत होतं. घंटानाद, मंत्रोच्चार, गोलाकार फिरवलं जाणारं ताम्हण, त्या धातूची चकाकी, अर्धनग्न पुजारी आणि मार्गावर थांबलेले श्रद्धाळू लोक, असाच मूर्तीचा अनुभव घेतला पाहिजे.

ही मूर्ती कधी तयार करण्यात आली असेल, पुजाऱ्यांच्या किती पिढ्यांनी तिला सजवलं असेल, त्या मूर्तीसमोर किती श्रद्धाळूंनी पुन:पुन्हा प्रार्थना केली असेल. अशा परंपरेचा सांस्कृतिक, आर्थिक किंवा अगदी राजकीय परिणाम काय होता? आपल्याला अखेरीस टॉमला वाटणारी आत्मीयता समजलेय, असं जॉशला वाटलं.

विद्यानं क्षणभर तिचे डोळे मिटल्याचं त्याने पाहिलं. तिची बोटं ती हनुवटीवर हळुवार आपटत होती. त्याला ती तिची प्रतिक्षिप्त क्रिया असावी असं वाटलं.

दुसऱ्या एका माणसानंही त्याची मोटारसायकल थांबवली आणि दोन्ही तळहात जोडून प्रार्थना केली. त्याचे ओठ हलत होते, पण कसलाही आवाज न करता तो मंत्रोच्चार करत होता.

जॉशनं वाढतं वास्तव आणि कृत्रिम वास्तव म्हणून स्मार्ट ग्लासेसचा आणि होलोग्रामचा विचार केला. संदर्भीय संवेदनक्षमतेच्या गरजेवर त्याने चिंतन केलं आणि नंतर उबेर वस्तुसंग्रहालयाचा विचार केला. तिथे तात्पुरत्या स्वरूपात अशा प्रकारची संवेदनक्षमता रुजवून घेण्यास परवानगी दिली गेली असती. अंत:प्रेरणेतून निर्माण झालेल्या त्याच्या प्रतिक्रियेतील विरोधाभास लक्षात आल्यामुळे त्याने स्मित केलं. तंत्रज्ञान अशा प्रकारचे अनुभव नष्ट करत असल्याच्या कल्पनेचं परीक्षण करावं असं तरी त्याच्या कधी मनात आलं होतं का?

मंत्रोच्चाराचे आणि संगीताचे आवाज अधिक वाढत गेले आणि त्यांच्या शेजारून मिरवणूक पुढे गेल्यानंतर त्याला फुलांचा सुगंध आला. मूर्तीच्या देखण्या चेहऱ्यावरचं स्मित गूढ बनलं होतं. मूर्तीला त्या लोकांनी तिथून पुढे नेलं, त्या वेळी तिची कनवाळू नजर बहुधा थेट त्याच्यावरच होती.

लवकरच ते हॉटेलमध्ये पोहोचले आणि शांतपणे आपापल्या खोल्यांच्या दिशेनं निघाले. तिने झटकन 'बाय' म्हटलं, पण तिची देहबोली अलिप्त होती. ती चाव्या शोधत होती त्या वेळी पूर्णपणे त्याच्यापासून दुसरीकडे वळली होती.

"रात्रीच्या जेवणासाठी मी तुला खाली भेटतो," तो म्हणाला आणि लांब लांब पावलं टाकत तोही क्षणभरसुद्धा न थांबता त्याच्या खोलीकडे गेला.

* * *

विद्यानं विचारमग्न होत त्याला तिथून निघून जाताना बघितलं. तो त्रस्त झाला होता हे ती सांगू शकली असती, पण तो का अस्वस्थ होता, कशामुळे त्रस्त होता हे मात्र ती खात्रीपूर्वक सांगू शकली नसती. काही क्षण तशीच कुढत ती तिच्या पलंगावर बसून राहिली.

ती तिथे एका उमद्या, महान हेतूनं आली होती, हे तिनं स्वत:लाच खडसावून सांगितलं. अशा दुबळ्या भावनांमधून तिला बाहेर पडावंच लागणार होतं.

तिने वडिलांना फोन करून ती हॉटेलमध्ये आल्याचं आणि सुरक्षित असल्याचं सांगितलं. ते सावरले होते हे त्यांच्या आवाजावरून तिच्या लक्षात आलं. त्यांचा तो आवाज ऐकल्यावर तिला आनंद झाला.

"जगदीश लवकरच इथे येतोय. त्याने तो मला फोन करेल असं सांगितलंय. शिवराज आणि त्या दोन ठगांच्या फोनसह एकूण तिन्ही सेलफोनचा माग ते काढतायत."

जगदीश काकांना देण्यासाठी म्हणून विद्यानं प्रभूचा फोन नंबरही त्यांना दिला,

कारण आता एवीतेवी जॉशनं स्पायवेअरचा वापर केला होता हे सगळ्यांना माहीतच होतं.

''काय पण या आधुनिक सेल फोनच्या माग काढण्याची गंमत आहे! मूर्तीवर एखादा दृष्टिक्षेप टाकायचा की, लगेच स्टायरलिझनं तिच्या मूळ स्थानाचं गूढ सोडवलंच म्हणून समजा,'' आरएसटींनी गमतीनं म्हटलं. काल्पनिक कथांमधल्या रशियन गुप्तहेराच्या उल्लेखामुळे विद्या हसली. मोठी होत असताना त्यांनी बघितलेल्या प्रत्येक गुप्तहेरपटात त्यांना रशियन गुप्तहेरही बघायला मिळत होताच.

''माझा पाठलाग करणारा तो माणूस पुन्हा दिसला का?''

''मी त्याला दुपारच्या सुमारास एकदा आपल्या घरावरून जाताना बघितलं, पण तो थांबला नाही. बहुतेक तो आजूबाजूला घुटमळत राहिला असेल, पण मी त्याच्यावर काटेकोर नजर ठेवली नाही.''

त्यानंतर थोडा वेळ तिचा पाठलाग करणाऱ्यानं तिच्या ठावठिकाणाविषयी इतर कोणाकडे चौकशी केली असेल का, यावर त्या दोघांनी आपापले अंदाज व्यक्त केले. कदाचित त्या मोबाइलचा मालक, इस्त्रीवाला किंवा जवळपासच्या अपार्टमेंटमधला सुरक्षारक्षकही असू शकत होता. पण तो त्यांच्यापैकी कोणीही असला, तरी त्याने फारसा फरक पडत नाही, असं त्यांनी ठरवलं, कारण काहीही झालं तरी ती कुठे होती हे इतर कोणालाही माहीत नव्हतं.

''अप्पा, तुम्हीही सुरक्षित राहा, ठीक आहे? खात्री करून घेतल्याशिवाय दरवाजा उघडू नका,'' तिला काळजी वाटत होती.

उत्तरादाखल आरएसटी मोठ्यानं हसले.

''अप्पा, मी गंभीरपणानं सांगतेय.''

त्यांनी रात्रीचं जेवण मागवलं होतं याची खात्री करून घेतल्यानंतर लगेच तिने फोन बंद केला, कारण रात्रीच्या जेवणाला उशीर होत होता.

विद्या खाली गेली, त्या वेळी लॉबीत कोणीही नव्हतं. ती रेस्टॉरंटमध्ये गेली, त्या वेळी तिला जॉश आधीच त्या गटात सहभागी झाल्याचं आणि एल्साच्या शेजारी बसल्याचं दिसलं. तो बिअर घेत होता आणि संभाषणात सखोल बुडून गेला होता. त्या पार्टीतल्या काही जणांनी तिला पार्टीत सहभागी होण्यासाठी हातानं इशारा करून बोलावलं. त्यानेही उगाचच मनात नसताना कसाबसा हात वर करून तिला बोलावलं होतं, पण तिने तिकडे साफ दुर्लक्ष केलं.

हे कदाचित भल्यासाठीच झालं असावं, असा तात्त्विक विचार तिने केला. एखाद्या उनाड अडाण्यासारखा तो वागत असल्याचं दिसल्यामुळे कदाचित तिच्या मनात त्याच्याविषयी निर्माण झालेल्या भावना झपाट्यानं संपुष्टात यायला मदतच झाली असती.

त्यांच्याबरोबरच जाऊन बसावं असंही तिला एकदा वाटलं, पण तिथून दूर निघून जाणं हा चांगला शिष्टाचार होता आणि त्यामुळेच तिने स्वत:ला त्यांच्याकडे जाण्यापासून रोखलं. ती एका टोकाला एका प्रौढ स्त्रीच्या शेजारी बसली. ती इंग्रजी बोलत नव्हती आणि तिच्या समोरच बसलेला पुरुष तिला आवडला नाही. त्या माणसानं तिच्याकडे कामुक नजरेनं बघितलं आणि काही शेरे मारले. ते वंशवादाच्या काठावरचे असल्यानं नक्कीच गावंढळ, रासवट होते. ती स्त्री वेळोवेळी सहृदयीपणे स्मित करत होती, पण तिने विद्याशी संभाषण केलं नाही.

ते सगळेच जण भारतीय जेवणाविषयी, हिरव्या मिरचीविषयी आणि साडीच्या सुसंस्कृतपणाविषयी बोलत होते. पण त्या सगळ्यामुळे तिला अकारणच बेजार झाल्यासारखं वाटलं. टेबलापलीकडून एल्सानं तिला विद्याची कुर्ती आवडल्याचं सांगितलं. विद्या कंटाळली आणि चिडलीही होती, पण आपलं वागणं अन्याय्य असल्याचं समजण्याएवढी ती सुज्ञ होती.

जॉशनं एकदा तिच्याकडे नजर वळवली होती, पण नंतर त्याने लगेच ती दुसरीकडे वळवली, नव्हे झटक्यात दुसरीकडे वळवली. ती कृती अतिशय जलद आणि हेतुपूर्वक होती आणि त्यानंतरचा त्याचा अलिप्तपणाही त्यामुळे अगदी स्वाभाविक वाटला.

ती अगदीच अनास्थेनं आपलं अन्न चिवडत होती आणि विस्कळीतपणे संभाषण करत होती. तिचा फोन वाजला आणि त्यावर टॉमचा नंबर झळकला, त्या वेळी तिला तिथून निघण्यासाठी चांगलं कारण मिळाल्यामुळे अगदी सुटका झाल्यासारखं वाटलं. तिथून जावं लागत असल्यामुळे त्या गटाची क्षमा मागून ती रेस्टॉरंटमधून बाहेर पडली.

"ए... जॉशनं माझा फोन उचलला नाही. तुम्ही कुठे होतात?" टॉमनं चौकशी केली.

विद्या पोहण्याच्या तलावाच्या बाजूला गेली आणि तिथल्या प्लॅस्टिकच्या तिरप्या, आरामदायी खुर्चीवर बसली. तिथे आलेल्या वाऱ्याच्या झुळकीनं तिला बरं वाटलं. त्या हॉटेलनं डासांची हकालपट्टी करण्यासाठी थोडी फवारणी केली पाहिजे, असं तिच्या मनात आलं. ती रात्र कुंद, दमट होती आणि तलम, जाळीदार ढग काळ्याभोर आकाशात वेगानं फिरत होते. पण नंतर वारा सुटला. पानांची किंचित सळसळ झाली आणि नारळीची झाडं हळुवारपणे डोलली. तिला दिलासा मिळाल्यासारखं वाटलं.

"जेवण करतोय. जॉश एल्साचं प्रणयाराधन करण्यात गुंग झालाय," तिने म्हटलं आणि अनावश्यक माहिती उघड केल्याबद्दल तिने झटकन ओठ चावले. टॉमचा सांत्वनपर आवाज ऐकल्यावर तिच्या घशात अचानकच आवंढा आला.

"आता तो तिथेच आहे का? आणि ही एल्सा कोण आहे?" टॉमनं दक्षतापूर्वक

आवाजाचा तोलूनमापून वापर करत विचारलं.

''जाऊ दे, त्याचा विचार करू नकोस,'' ती जबरदस्तीनं हसली. ''टॉम, मी पाठवलेली चित्रं पाहिलीस का? तू इथे असायलाच हवा होतास. ती खूपच विलक्षण आहेत. मला तुझी खूपच आठवण येत होती.''

टॉम काही क्षण तसाच शांत राहिला. ''होय. मी ती पाहिली. मलाही मी तिथे असायला हवा होतो असं वाटलं. पण बाळे, अस्वस्थ होऊ नकोस. ठीक आहे?''

''म्हणजे काय? तुला काय म्हणायचंय?'' त्याच्या उत्तरामुळे काहीशी भीती वाटल्यामुळे तिने विचारलं.

''मला काय म्हणायचंय ते मलाही माहिती नाही. पण तुझ्या आवाजात विषादाची, उदासपणाची छटा ऐकायला मला आवडत नाही,'' टॉमनं उत्तर दिलं. त्याचा आवाज हळुवार होता.

''पण तुझ्यासारखा मित्र असताना मी कशाला उदास होईन?''

''होय. तेही खरंच आहे. तू का उदास व्हावंस? मीच वेडा आहे.''

त्यांनी स्वामीमलाईविषयी आणि त्या कलाकारांविषयी गप्पा मारल्या आणि हळूहळू टॉमच्या उत्साही, समजून घेणाऱ्या साथीमुळे तिची मन:स्थिती सुधारली.

टॉमबरोबर संभाषण झाल्यानंतर पुन्हा त्या पार्टीत जाण्याची इच्छा नसल्यानं विद्या रेस्टॉरंटमधून बाहेर पडली आणि तिचं बिल चुकतं करून वरच्या मजल्यावर गेली. तिच्या खोलीत बसून ती रितेपणानं टीव्हीवरच्या बातम्या बघत राहिली. मात्र, तो सगळा वेळ तिच्या मनात जॉशचा आणि एल्साचाच विचार होता.

टॉमबरोबरच्या बोलण्यामुळे तिच्या मनाचा समतोल साधला गेला होता. त्यानंतर ती थोडी शांत झाल्यावर तिच्या मनात जॉश एकदमच असा विचित्र पद्धतीनं का वागत होता आणि तिच्याकडे दुर्लक्ष का करू लागला होता, असा प्रश्न निर्माण झाला. अशा प्रकारे एकदम अनास्थेनं वागण्यासारखं त्यांच्यामध्ये कसलंच भांडण किंवा वाद झाला नव्हता. खरं तर तो दिवस घाईघाईत गेला होता. त्यांनी हॉटेलमध्ये प्रवेश केल्यानंतरचा तो क्षण तर अगदी सकारात्मकपणे मादक होता.

त्याच्या कृती उपमर्दकारक असण्यापेक्षाही हैराण झाल्यासारख्या होत्या. त्यानंतर तिच्या मनात अंत:प्रेरणेनंच एक मर्मदृष्टी निर्माण झाली. तिच्या लक्षात आलं की, तो तिला अयोग्य प्रकारे दूर सारण्याचा प्रयत्न करत होता. याचा अर्थ त्याच्यावर एवढा परिणाम झाला होता?

ती त्याच्या प्रेमात पडली होती, हे तिच्या स्वत:च्याही दृष्टीनं खूपच लवकर नव्हतं का? तिला वाटत असलेली असूया आणि दु:ख हे सगळंच त्या मूलभूत, पायाभूत भावनेतूनच निर्माण झालं नव्हतं का?

कारण काहीही असलं, तरी हा एक चांगला उसंतीचा काळ होता असं तिला

वाटलं. रोजच्या डोकेदुखीच्या घाईगडबडीत थोडा वेळ थांबून कदाचित पुन्हा मागे वळून समजूतदारपणानं वागण्यासाठी तेवढा मधला काळ आवश्यकच होता.

तिला आणखी शांत झाल्यासारखं वाटलं आणि पलंगावर रेलून तिच्या प्ले-लिस्टमधून तिने रेहमानच्या गाण्यांची निवड केली.

३४

एल्साचा निरोप घेऊन जॉशनं निर्धारानं सरकत्या जिन्यावर पाऊल ठेवलं. विद्या निघून गेल्याचं त्याच्या लक्षात आलं होतं, पण तरीही फक्त आकसापोटी आणि दुराग्रहापोटी जेवणानंतर आणखी तासभर तो तिथे तसाच हटवादीपणानं रेंगाळत राहिला. त्या वेळी विद्या काय करत असेल याच विचाराभोवती त्याचं मन पुन:पुन्हा रुंजी घालत राहिल्यामुळे तो निराश झाला होता. त्याच्या गबाळ्या वागण्यानं त्याने सगळ्या गोष्टी जास्तच वाईट करून ठेवल्या होत्या. त्याच्या हेच लक्षात आलं होतं की, खरोखरच सुंदर आणि स्वारस्यपूर्ण मुलगी शेजारी असतानाही त्याचं लक्ष विद्याच्या प्रत्येक हालचालीकडे लागून राहिलं होतं.

दहा वाजायला आले होते आणि सगळीकडे शांतता पसरली होती. तो परत आला त्या वेळी त्याला विद्याच्या खोलीच्या दरवाजाखालून अजूनही प्रकाश बाहेर येत असल्याचं दिसलं. तो क्षणभर गोंधळला, पण अखेरीस तसाच पुढे स्वत:च्या खोलीत गेला.

त्याला टॉमचा फोन आला होता, पण त्याने तो उचलला नव्हता हे दिसल्यावर त्याने त्याला फोन केला आणि तो दिवसभरातल्या गोष्टींविषयी त्याच्याशी बोलला. मूर्तीचं मूळ स्थान शोधून काढता येईल याविषयी टॉमला फारसा आत्मविश्वास नव्हता आणि त्यांना ते कधीतरी समजण्याची शक्यता आहे, असंही त्याला वाटत नव्हतं असं दिसत होतं. आयशेनडॉर्फला सोमवारी नोटीस पाठवली जाणार होती आणि मग सगळ्या गोष्टी उघड होणार होत्या. त्याने असं सांगितलं की, डिटेक्टिव्ह विलिसला भारताच्या केंद्रीय गुन्हे अन्वेषण विभागाकडून उत्तर मिळालं होतं आणि सोमवारी व्हाइट कॉलर विभागाच्या अधिकाऱ्यांची तो एक बैठक घेणार होता.

''मी त्याच्याबरोबर दुपारचं जेवण घेतलं,'' त्याने जाणीवपूर्वक आवाजात

सहजता आणत सांगितलं. विलिस समलिंगी होता आणि त्यामुळे तो टॉमला आवडला असावा, असा जॉशला संशय आला. त्याच्या संरक्षक अंत:प्रेरणा जागृत झाल्या आणि त्याने जे काही विचारलं असतं ते रोखून धरलं.

ते प्रात्यक्षिकाविषयी थोडंफार बोलले. पलंगावर पडून जॉशनं भारताच्या विविध पैलूंविषयीची त्याची निरीक्षणं नोंदवली. शहरी श्रीमंत लोक, शहरी गरीब आणि ग्रामीण कारागीर या सगळ्यांविषयी तो बोलला. टॉम फार काही बोलला नव्हता, पण जॉश हेतुत: ते सगळं ताणत होता आणि जॉशनं स्वत:च निष्कर्ष काढावेत असं त्याला वाटत होतं, हे जॉशच्या लक्षात आलं होतं.

"मी जे पाहतोय, त्यामुळे मी हेलावून गेलोय. पण तुला माहीत आहे का टॉम, मला थोडंसं वेगळंच वाटतंय आणि इथे घर घ्यावं असंही वाटतंय."

"खरं?"

"होय. मला असं म्हणायचंय की, हा देश खूपच घनदाट लोकवस्तीचा, विकसनशील देश आहे. त्यांच्याकडे संसाधनं कमी आहेत. पण आपल्या देशाचेही अनेक पैलू आहेत आणि आपल्याकडेही उत्पन्नातली तफावत आणि गरिबी आहेच की."

"अर्थात. आपल्याकडेही गरीब कारागीर, शिक्षक आणि शेतकरी आहेत."

जॉश विचारात गढून छताकडे बघत पडला असताना तिथे क्षणभर शांतता पसरली.

"हं, हीच तर खरी गोष्ट आहे. काल रस्त्यात मला एक बेघर कुटुंब दिसलं. मी त्यांच्याविषयी विचार करत राहिलो. लोक एवढ्या छोट्याशा बाळाकडे दुर्लक्ष करून आपल्या स्वत:च्या घरात कसे काय जाऊ शकतात? त्यानंतर मी रोजच निष्काळजीपणानं ज्या रस्त्यावरून कार घेऊन घरी परत जातो, त्या रस्त्यावरच्या कोपऱ्यावरच्या त्या बेघर आश्रयस्थानाचा मी विचार केला. त्यानंतर जग स्वार्थ साधण्यासाठी बेपर्वाईचा मार्ग चोखाळतं हे माझ्या लक्षात आलं."

"एक, एक मिनिट. तू कोण आहेस? तुझ्याबरोबर बोलून चांगलं वाटलं. पण कृपा करून फोनवर पुन्हा जॉश परत येईल का?"

जॉश हसला.

त्यांचं हास्य विरल्यानंतर टॉमनं हळुवार आवाजात विचारलं, "खरं तर याच्याशी माझं काहीच देणं-घेणं नाही, पण एल्साबरोबरचा तुझा वेळ चांगला गेला का?"

जॉश बोलू लागला.

"ती काय म्हणाली?"

"एल्सा मला काहीही का सांगेल?"

"एल्सा नव्हे, तुला कोण ते माहीत आहे."

"तिने फक्त एवढंच सांगितलं की, एल्सा नावाच्या एका आनंददायक मुलीबरोबर तू चांगला वेळ घालवत होतास."

"ती अस्वस्थ असल्यासारखी वाटली का?" हे विचारण्यापासून तो स्वत:ला रोखू शकला नाही.

"ती का अस्वस्थ होईल?" टॉमनं आवाजात नको इतका निष्पापपणा आणून विचारलं.

"टॉम, प्लीज, ती अस्वस्थ झाली होती का?" जॉशनं त्याला त्या प्रश्नाच्या उत्तरात स्वारस्य असल्याचं लपवलं नव्हतं. स्वारस्य? तो कोणाची चेष्टा करत होता? ती तीव्र चिंता होती.

"तू किती वर्षांचा आहेस? तेरा?" टॉमनं विचारलं. त्याने आधी प्रश्न विचारला होता त्या वेळी त्याचा आवाज हलुवार असला तरी आता कडक होता.

"सांग ना टॉम, मला ते जाणून घ्यायचंय."

"का? तू कशाशी खेळतोयस?"

"मी कशाशीही खेळत नाही. मी फक्त... आम्ही दोघंही प्रौढ आहोत... ती..."

"जॉश, हे बरोबर नाही..." टॉमचा आवाज करडा झाला होता. "तुला माहीत आहे का? तू माझा भाऊ आहेस आणि माझं तुझ्यावर प्रेम आहे. पण तू तिला दुखावलंस, तर मी तुझं तंगडं तोडीन." अशी गंभीर धमकी देऊन टॉमनं फोन बंद केला.

खोल उसासा टाकत जॉशनं पलंगावर फोन फेकला आणि तो उठून उभा राहिला. त्याने थोड्या येरझाऱ्या घातल्या आणि नंतर अगदी घाईघाईनं लॅपटॉप बाहेर काढला. त्याचे मेल आणि बातम्या यांवर तो जबरदस्तीनं लक्ष केंद्रित करू पाहत होता. सॉफ्टवेअर सुरक्षिततेचं जग पहिल्यांदाच एवढ्या दूरवर असल्यासारखं भासत होतं. त्याला अस्वस्थपणा जाणवला.

आता आणखी दोन दिवसांनी हे सगळं संपून जाईल आणि ती तर टॉमची मैत्रीण होती. त्यामुळे त्याने तिच्याशी नम्रपणानं, विनयशीलतेनं, प्रसन्नपणानं वागायला हवं होतं... पण छे, तो इतर कोणाची नव्हे, तर स्वत:ची फसवणूक करू पाहत होता.

त्याच्या मनात तिच्याबरोबर असण्याची तळमळीची उत्कट इच्छा निर्माण झाली. त्या वेळी आणि कायमच. त्या वेळची काळजी घेण्याचं ठरवून आणि कायमच राहण्याची काळजी नंतर करण्याचं ठरवून त्याने त्याच्या खोलीची चावी घेतली आणि तिच्या खोलीचा दरवाजा ठोठावला.

मंद आवाजात सुरू असलेलं संगीत थांबल्याचं त्याला ऐकू आलं. की-

होलजवळ प्रकाशाची हालचाल झाल्याचं दिसलं आणि नंतर तिने दरवाजा उघडला. अगदी थोडासा आणि त्या उघड्या दरवाजात सगळी जागा अडवून ती उभी राहिली. दरवाजाच्या चौकटीतूनच तो तिच्याकडे झुकला. तिच्या चेहऱ्यावर गंभीर, प्रश्नार्थक भाव होता. ती किंचित मागे सरकली, पण तरीही तिने त्याला आत यायला रस्ता करून दिला नव्हता.

"जॉश?"

"मी झोपू शकलो नाही," तो म्हणाला.

तिने आवंढा गिळला आणि त्याच्याकडे बघितलं. तिचे डोळे विस्फारले होते. त्याच्या मनातली उत्कट इच्छेतून त्याने शक्य तितक्या झटपट आणि पूर्णपणे ती कशी दिसत होती ते बघितलं आणि त्याने जे बघितलं होतं त्यामुळे त्याच्या मनातली इच्छा आणखी भडकली. तिने क्रीम रंगाचा नाइटड्रेस घातला होता आणि तिने तोपर्यंत कधीही घातलेल्या ड्रेसचा गळा जितका खोल नव्हता, तितका या नाइटड्रेसचा गळा खोल होता. त्या ड्रेसमधून तिच्या आकर्षक, तपकिरी त्वचेचं नजर चाळवणारं दृश्य दिसत होतं.

तो पुढे गमतीनं सांगू लागला. "रात्रीचं जेवण झाल्यावर मी परत आलो. टॉमबरोबर बोललो, त्यानंतर माझे मेल बघितले. आणखी काहीही करण्यासारखं नाही. मला झोप येईल असं वाटत नाही."

तिच्या नजरेत अनिश्चिततेचे भाव होते. तिने घसा खाकरला. "तू हॉटेलमध्ये देखभाल विभागाला फोन करून त्यांच्याकडून झोपेची गोळी मागवू शकला असतास," ती म्हणाली.

ती मोहक दिसत होती. ती स्मित करत होती. तिचं ते किंचितसं स्मित मोहक होतं.

तो अजूनही उंबऱ्यावरच उभा असला तरीही आतल्या बाजूला झुकला आणि त्याने झटकन तिचं अगदी हळुवार, हलकंसं चुंबन घेतलं.

"जॉश!" तिने अर्धवट ताकीद दिल्यासारखं आणि अर्धवट त्याला आमंत्रित केल्यासारखं त्याचं नाव उच्चारलं. त्याने पुन्हा एकदा चुंबन घेतलं. या वेळी पूर्ण आक्रमकपणे त्याने ते घेतलं होतं. तिच्या शरीराला एक विशिष्ट गंध होता आणि फुलासारखा सुगंधही येत होता. त्याला तो सुगंध कसला होता ते ओळखता आलं नाही. बहुतेक तो टुथपेस्टचा असावा. तिने त्याच्या दंडाला केलेला फुलपाखरी, मुलायम स्पर्श खरोखरच उत्तेजित करणारा होता.

अजूनही तो खोलीच्या बाहेर कॉरिडॉरमध्येच उभा होता, पण त्याने हातानं दरवाजा आणखी उघडला आणि तिला आपल्या दोन्ही हातात धरलं. त्याने डोकं वर उचललं, त्या वेळी तिच्या नजरेत त्याला गोंधळ दिसला. ती भांबावून गेली होती. त्याला जे वाटत होतं तसंच तिलाही वाटत होतं, हे त्याच्या लक्षात आलं.

“मी आत येऊ का?” त्याने विचारलं.

“नको,” ती म्हणाली. त्या नकारात ठामपणा, कठोरपणा नव्हता, तर तो काहीसा अनिश्चित, घुटमळता आणि विसंगत नकार होता. तिने ओढूनताणून तो नकार दिला होता.

त्याने तिला बाजूला ढकलून आत येण्याचा प्रयत्न केला, पण तिने त्याला आत येऊ दिलं नाही. “जॉश,” तिने पुन्हा एकदा म्हटलं. तिच्या आवाजात या वेळी एक प्रकारची व्याकूळता होती.

“मला आत येऊ दे, विद्या,” तो म्हणाला.

“जॉश, तू संपूर्ण संध्याकाळ तिचं प्रणयाराधन करण्यात घालवलीस...”

तिचं म्हणजे एल्साचं हे त्याला माहिती होतं. त्याने उसासा टाकला आणि केसांतून हात फिरवला.

“आणि आता तुला ते सगळं माझ्या तोंडावर मारून मला शिक्षा करायची आहे का? तुला माहिती आहे की ते सगळं...”

“तू असं का केलंस?” तो आरोप धिक्कार करणारा नव्हता, चौकसही नव्हता, फक्त हळुवार होता.

जॉशनं असाहाय्यपणे फक्त हुंकारल्यासारखा आवाज केला. तो जवळजवळ त्याला स्वत:लाही रागानं गुरगुरल्यासारखा वाटला. “मी तसं केलं, कारण...” तो एकदम थबकला, आपलं वाक्य कसं संपवावं ते त्याच्या लक्षात येत नव्हतं.

“अगदी बरोबर,” ती म्हणाली.

त्याने चकित होत तिच्याकडे बघितलं आणि कसं कोण जाणे, पण अगदी विलक्षणपणे तिला ते समजलं होतं हे त्याच्या लक्षात आलं. त्यामुळे त्यांच्यात व्यवस्थित अंतर राखलं पाहिजे, हे त्यालाही सुज्ञपणानं जाणवलं. तो मूर्खासारखा वागला असला तरीही तिने त्याला समजून घेतलं होतं. तो कमालीचा चकित झाला होता आणि इतर कोणाहीपेक्षा त्याला तीच हवीहवीशी वाटत होती. त्याने पुन्हा एकदा तिला मिठीत घेतलं.

तिने क्षणभर डोळे मिटून घेतले आणि नंतर ती म्हणाली, “मी तुला नाही म्हणू शकत नाही, पण प्लीज. तू मला पुन्हा विचारलंस तर मी तुला नाही म्हणू शकणार नाही, कदाचित मी तुला होय म्हणेन. पण मग मला अगदी कडवटपणानं त्या सगळ्याचा पश्चात्ताप होईल.”

क्षणभरासाठी तो विदीर्ण झाला. खड्ड्यात गेला हिचा पश्चात्ताप. “कडवटपणानं? मी तुझं आता जे चुंबन घेतलं त्यानंतरही तू कडवटपणानं असं म्हणतेस?” त्याने उपरोधानं विचारलं.

ती थरथरत, अनिश्चितपणे हसली.

"ऐक. मला हे सगळं ठरवून केल्यासारखं, कुणीतरी लिहून ठेवल्याप्रमाणे वागल्यासारखं वाटतंय."

"ए, चल, हे बिलकूल ठरवून केलेलं नाही."

"नाही?"

"नाही. जर सगळ्या खोल्या भरलेल्या असत्या आणि एकच खोली शिल्लक असती तर...?"

ती हसली.

तिला तसंच आपल्या हातात घट्ट धरून थोडंसं दूर करून त्याने तिच्या चेहऱ्यावरून शोधक नजर फिरवली. तिच्या केसांची बट आपल्या बोटाभोवती गुंडाळली आणि नंतर ती तिच्या कानांमागे सरकवली.

"असं वाहवत जाणं चांगलं असतं."

"नाही. हृदयभंग ही जर त्याची किंमत असेल तर नक्कीच नाही, बरोबर? मी हे करू शकत नाही. फक्त एका रात्रीपुरता मुक्काम एवढ्यापुरतंच हे ठेवून तुला मला...आपल्याला कमी लेखण्याची इच्छा आहे का?"

तिला न दुखावण्याचे टॉमचे शब्द त्याच्या डोक्यात घुमू लागले. ते शक्य आहे असं त्याला वाटत नव्हतं, पण त्याला स्वत:ला काहीही वाटत असलं, तरी त्याला योग्य गोष्टच करण्याची इच्छा होती.

त्याने पुन्हा एकदा तिला आपल्या जवळ ओढून घेतलं आणि तिच्या ओठांचं दीर्घ चुंबन घेतलं आणि त्यानंतर तो एक पाऊल मागे सरकला. तिच्या हातातून त्याने त्याचे हात काढून घेतले.

"अगदी थंड शॉवर," त्याच्या शब्दातला तिरकसपणा आणि राग, छळवादीपणा त्याच्या शब्दात मावत नव्हता. त्यानंतर तो म्हणाला, "तू लक्षात ठेवावंसं म्हणून सांगतो, आता जर तू माझ्या खोलीचा दरवाजा ठोठावत आलीस तर मी तुला आत घेईन आणि त्याचा मला बिलकूल पश्चात्ताप होणार नाही."

ती खिदळली.

"ठीक आहे. दरवाजा बंद करून घे आणि आधीच कुलूपही लावून टाक," तो उसासा टाकत म्हणाला.

तिने एक खोल श्वास घेतला. त्याच्या जास्त जवळ सरकली आणि हळुवारपणे त्याच्या छातीवर हात ठेवला. ती स्मित करत होती. त्याने तिच्या डोळ्यांत बघितलं त्या वेळी त्याला आपण हिरो असल्यासारखं वाटलं. तसंच स्मित करत तिने हळुवारपणे त्याला दरवाजाच्या चौकटीबाहेर ढकललं आणि त्याच हळुवारपणे दरवाजा लावून घेतला.

जॉश तिथे क्षणभर तसाच घुटमळला. तो वळून पुन्हा दरवाजावर टकटक करू

शकत होता. 'या सगळ्याचा अर्थ आणखी सखोल आहे आणि त्याचं मन बदललंय,' असं तो तिला सांगू शकत होता.

"तुझ्या खोलीत जा, जॉश," तिने दरवाजापलीकडून सांगितलं. आता ती दरवाजा उघडण्याची फारशी शक्यता नव्हतीच. अखेरीस तो त्याच्या खोलीकडे निघाला, पण त्याच वेळी गंमत म्हणजे, त्याला स्मित करावं असंही वाटत होतं.

* * *

१२ महिन्यांपूर्वी...

ते त्याला क्लीनर म्हणत होते. तो किशोरवयीन होता, पण तरीही त्याचं नेमकं वय काय होतं ते त्याला सांगता आलं नसतं. दीर्घ अंतराच्या प्रवासावर जाणाऱ्या ट्रक ड्रायव्हरचा तो साहाय्यक होता. तो वेगवेगळी कामं करत होता. ट्रकची स्वच्छता करण्यापासून ते त्या माणसाला रोज रात्री व्हिस्कीची बाटली आणून देण्यापर्यंत आणि त्याच्या पायांना मालीश करण्यापर्यंतची वेगवेगळी कामं तो करत होता. देशभर ते ग्रॅनाइट दगडाच्या वाहतुकीसारख्या जड वस्तूंची वाहतूक करत होते.

ड्रायव्हर वृद्ध होता. बहुतेक इतर ड्रायव्हरच्या तुलनेत तो दयाळू होता. वाईट दिवसात त्याने त्याला जोरात मारलं होतं किंवा गुद्देही मारले होते. पण त्यापलीकडे इतर चालक करतात तसं असह्य वर्तन त्याने कधीही त्याच्याशी केलं नव्हतं. चांगले दिवस असताना त्या मुलानं वाचायला शिकावं म्हणून त्याने त्याला त्याच्याकडची मासिकं दिली होती. तो मुलगा थोडंसं हिंदी वाचू शकत होता आणि सलमान खान या त्याच्या आवडत्या नटाविषयी वाचायला त्याला आवडत होतं. दक्षिणेकडच्या या दीर्घ प्रवासादरम्यान त्याला फक्त मैलाचे दगड आणि चिन्हं एवढ्याच गोष्टी हिंदीत असल्यामुळे वाचता आल्या होत्या.

त्या ड्रायव्हरला तो 'काका' म्हणत होता, कारण तो त्याचा दूरचा नातेवाईक होता. तो मुलगा कुठेतरी उत्तरेकडच्या भागात भल्या मोठ्या उंचच उंच पर्वतरांगांच्या जवळच्या भागात जन्मला होता. तिथे ते वेगळी भाषा बोलत होते आणि वेगळे पदार्थ खात होते. त्याची आई त्याच्यासाठी तयार करत असलेले जाडजूड आणि गरमगरम पराठे खाण्याची जोरदार इच्छा त्याच्या मनात निर्माण झाली. तो लवकरच घरी जाण्याचा विचार करत होता. एवढ्या दूरवरच्या ट्रीपवर तो पहिल्यांदाच आला होता. त्याला त्याचा भारत देश एवढा मोठा आहे ते माहीत नव्हतं. तो देशाच्या ज्या भागात राहत होता तिथे असलेल्या बर्फाच्छादित पर्वतांसारखे पर्वत या भागात दिसत नव्हते. फक्त अथांग पठारंच दिसत होती.

त्या दिवशी संध्याकाळी ते महामार्गावरून निघाले होते. ड्रायव्हर काकांनी त्याला ते एक खासगी काम करायला चालल्याचं सांगितलं आणि त्याबद्दल त्याने

कोणाशीही बोलू नये, अशी ताकीदही त्यांनी त्याला दिली. लवकरच ते एका छोट्या रस्त्याजवळ थांबले. तिथे त्या मुलाला रस्त्याच्या कडेला एक ट्रॅक्टर थांबल्याचं दिसलं. त्याच्या शेजारी दोन पुरुषही थांबले होते.

ड्रायव्हर काकांनी ट्रकचा मागचा दरवाजा उघडून तो भाग खाली घेतला आणि त्या लोकांनी यारीनं वर उचलून एक अवजड वस्तू आत ठेवली. ती जड वस्तू होती. तिच्या तीक्ष्ण कडा धातूसारख्या पदार्थानं बनलेल्या होत्या; परंतु ते काय होतं ते त्याला माहीत नव्हतं, कारण जाडजूड कागदांमध्ये ते गुंडाळलेलं होतं. त्यांच्याकडे ती वस्तू सहजपणे उचलून आत ठेवण्यासाठीची यंत्रणा असल्यामुळेच त्यांना ते काम मिळालं असावं, असं त्याला वाटलं. ती नक्कीच एखादी महत्त्वाची गोष्ट होती, कारण त्या वस्तूबरोबरच त्यांच्या सोबत प्रभू नावाचा एक माणूस आणि इतरही काही पुरुष ट्रकमध्ये चढले.

रस्त्याच्या कडेला थकल्या-भागल्यासारखा उभा असलेला एक प्रौढ माणूस डोळे बारीक करून आत डोकावून पाहण्याचा प्रयत्न करत होता. त्या तरुण माणसानं झटकन कठोरपणानं हात वर करून त्याचा निरोप घेतला आणि ते सगळे ट्रकमध्ये बसले. तो मुलगा दामटून गेल्यासारखा खिडकीजवळ बसला. मागचं दृश्य दाखवणाऱ्या आरशात त्याला तो प्रौढ माणूस डोळे पुसत असल्याचं आणि दोन्ही हात डोक्यावर घेऊन आकाशाकडे पाहून नमस्कार करत असल्याचं दिसलं. त्याच्या देशात सगळीकडे अशा प्रकारे हात जोडण्याचा एकच अर्थ होत होता. त्याला हवेत 'ओम नम: शिवाय' असे शब्द पुटपुटल्यासारखे ऐकू आले होते का?

पूर्वेकडच्या आकाशात सूर्य उगवला आणि पहाट झाली त्या वेळी कपभर गरम चहा घेण्यासाठी ते चेन्नईत पोहोचले होते. त्या मुलानं पहिल्यांदाच दूरवरच्या क्षितिजाच्या अस्पष्ट रेषेपर्यंत अथांग पसरलेल्या समुद्रावर नजर टाकली होती. जोरदार लाटा पुन:पुन्हा आदळत होत्या आणि मैलोगणती अंतरात वाळू पसरली होती.

लवकरच ती वस्तू पोहोचवण्याची वेळ झाली. तो चित्रपटात पाहत असे तशा दिसणाऱ्या एका प्रशस्त घरासमोर ते थांबले. त्याला त्या घराकडे टक लावून बघायचं होतं. पण आपल्याला समज दिली जाईल या भीतीपोटी त्याने तसं केलं नाही. अखेरीस त्यांनी त्या वस्तूचं पॅकिंग खाली ठेवल्यावर त्या छोट्या मुलाला आपल्याला चांगलं वाचता आलं असतं तर आपणही एखाद्या दिवशी असाच श्रीमंत बनलो असतो आणि आपल्याकडेही असंच स्वत:चं घर असतं, असं वाटलं.

३५

खिडक्यांच्या गुळगुळीत तावदानांवरच्या पडद्यांमधून प्रकाशाचे किरण आत शिरल्यावर रात्रीच्या गाढ झोपेनंतर विद्याला जाग आली. काहीच कामं करायची नसल्यानं ती सावकाश तयार झाली आणि नंतर तिने तिच्या वडिलांना फोन केला. सुरुवातीच्या अभिवादनानंतर त्यांनी नाश्त्याचं काय केलंय, असं तिने विचारलं.

"मी बाहेर जाऊन छान मसाला डोसा खाल्ला," त्यांनी जवळपासच्या एका रेस्टॉरंटचं नाव सांगत कबूल केलं.

"अप्पा!" आपल्या वस्तू गोळा करून बॅगेत भरता भरता तिने त्यांना खडसावल्यासारखं म्हटलं. "ते त्याच्यावर भरपूर तेल ओततात आणि तरीही तुम्ही मसाला डोशाची निवड केली? शिवाय त्यात केवढा बटाटा असतो!"

"तू मला एकट्याला सोडून जायला नको होतंस," त्यांनी म्हटलं. त्यांच्या आवाजातला थट्टेचा सूर तिच्या लक्षात आला. "एक चांगली बातमी अशी आहे की, मला कुणीही आपल्या घराभोवती घुटमळताना किंवा माझा पाठलाग करताना दिसलं नाही."

आरएसटींनी तिला जॉशबद्दल विचारलं. त्यांच्या आवाजात जाणीवपूर्वक आणलेला अलिप्तपणा होता. तिला तो अर्धवट गमतीशीर, अर्धवट प्रेमळ वाटला. ती अजूनही खोलीच्या बाहेर पडलेली नाही, या तिच्या उत्तरानं तर त्यांच्या आवाजात उत्साह संचारल्यासारखं तिला वाटलं.

"तो प्रवास खूप लांबचा होता. त्यामुळे तू काल नक्कीच थकून गेली असशील," त्यांनी म्हटलं, जणू काही त्यांना त्यांनी तो वेळ कसा घालवला होता ते जाणून घ्यायचं होतं.

"आम्ही इकडच्या-तिकडच्या गप्पा मारत आलो, त्यामुळे प्रवास एवढा लांबलचक, कंटाळवाणा वाटला नाही," तिने मिश्कीलपणे उत्तर दिलं.

"हं!"

तिने आणखी स्पष्टीकरण देण्यापूर्वी क्षणभर वाट बघितली, त्यानंतर ती पुढे म्हणाली, "त्याच्या पालकांबद्दल आणि भावाबद्दल तो बोलला."

"आणि तू तुझ्या लहरी, शीघ्रकोपी वडिलांविषयी बोललीस ना?"

विद्याला त्यांच्या या विधानाचं आश्चर्य वाटलं. ती स्वत: त्यांच्यावर आरोप करताना जे शब्द बोलत असे, तेच ते पातळ बुरख्याआड दडलेले शब्द होते. ते वरवर जरी हलकेफुलकेपणानं उच्चारल्यासारखे वाटत असले, तरीही त्यांच्यातून एक हताश उद्विग्नता स्पष्टपणे झळकत होती.

जॉशनं आदल्या दिवशी उच्चारलेले शब्द तिच्या पुन्हा एकदा लक्षात आले. ती क्षणभर गोंधळली.

"नाही. मी त्याला फक्त तुम्ही प्रथमदर्शनीच अम्माच्या प्रेमात कसे पडला होतात ते सांगितलं," ती म्हणाली.

यामागची गोष्ट अशी होती की, तिच्या वडिलांचा लग्न न करण्याचा ठाम निर्धार होता. पण तिच्या आईला पाहताक्षणीच त्यांनी लग्नाला होकार दिला होता. ती जणू काही त्यांची परीक्षा घेत होती, असं तिला वाटलं. जणू काही ते पहिल्यांदाच तिच्या आईला भेटले होते त्या वेळी त्यांना कसं वाटलं होतं ते त्यांनी तिला सांगावं म्हणून ती त्यांना प्रवृत्त करत होती. पण मनात कुठेतरी ते हा विषय बदलतील असंही तिला वाटत होतं.

तिथे थोडीशी शांतता पसरली. मग त्यांनी घसा खाकरला आणि ते म्हणाले, "प्रथमदर्शनीच नाही."

त्यांच्या आवाजात झालेला किंचितसा बदल तिच्या लक्षात आल्यावाचून राहिला नव्हता.

"म्हणजे काय?"

"मी तिला पहिल्यांदा बघितल्यावर लगेच होय म्हटलं नव्हतं. मी तिला दुसऱ्या दिवशी नदीकिनारी भेटायला गेलो. माझ्याशी तिने लग्न केलं तर तिचं आयुष्य दु:खी होईल, त्यामुळे मला माफ कर, असं मी तिला सांगणार होतो."

विद्या जडावल्यासारखी खुर्चीवर बसली. तिने तिचा श्वास जवळजवळ रोखूनच धरला होता.

"आणि मग...?"

"आणि..." ते घुटमळले.

"अप्पा? काय?" ती उतावळेपणानं उद्गारली.

"माझं म्हणणं सांगून मी तिथून निघण्याच्याच बेतात होतो तेवढ्यात तिने..." त्यांनी पुन्हा एकदा घसा खाकरला. "तिने मला सांगितलं की, तिला मी आवडलो होतो. माझा प्रामाणिकपणा, निष्ठा, माझी तत्त्वं हे सगळं तिला आवडत होतं. वृत्तपत्रात आलेले माझे लेख तिला आवडले होते. आम्ही दोघंही मूलभूतपणे समान गोष्टींनाच महत्त्व देत होतो, असं ती म्हणाली. तिने हेही मान्य केलं की, आपल्यात जरूर मतभेद, फरक आहेत, पण आपलं लग्न हा आपल्या आयुष्यातला सर्वांत जास्त समृद्ध अनुभव असेल."

"आणि नंतर...?"

"आणि काय, आणि काहीही नाही," ते हसले. आता त्यांना संकोच वाटत होता हे स्पष्टपणे जाणवत होतं.

विद्या खाली बसली. तिला ही गोष्ट उघड झाल्यामुळे जबरदस्त धक्का बसला होता. तिचा श्वास तिच्या घशातच अडकला होता आणि ती फक्त त्यांना "हं..." एवढंच म्हणू शकली.

"विद्या, ऐक, मला... माझ्या थोडं उशिरा असं लक्षात आलं की, मी तुझ्या आईची पुरेशी कदर केली नव्हती, असं तुला वाटतंय. पण मी ती केलं होतं. मी अजूनही करतो, मला ती आवडत होती आणि अजूनही आवडते. ती म्हणजे माझ्या आयुष्यातलं प्रेम होती. पण तुला ते कसं समजलं नव्हतं हे मला खरोखरच माहिती नाही."

तिचे डोळे अश्रूंनी काठोकाठ भरले होते आणि ते तिच्या गालांवरून वाहत होते.

फोनवर शांतता पसरल्यामुळे त्यांनी तिला पुन:पुन्हा हाका मारून ती ठीक आहे ना, असं विचारलं आणि तिने आवाज स्थिर ठेवण्याचा प्रयत्न करून त्यांना सांगितलं की, त्यांनी नाश्त्यासाठी निवडलेल्या पदार्थामुळे तिला राग आला होता. दुपारी ते भरपूर तेलकट जेवण करणार असल्याचा विनोद त्यांनी केला. त्यांच्या आवाजात सुटका झाल्यासारखी, दिलासा मिळाल्यासारखी भावना होती.

तिने अश्रूंचे डाग पडलेला आपला चेहरा पुसून काढला आणि तिची बॅग व्यवस्थित गच्च भरून कोपऱ्यात ठेवली. त्या वेळी पूर्णवेळ तिच्या आईच्या ड्रेसिंग टेबलावर, लिव्हिंग रूममधल्या कोपऱ्यातल्या टेबलावर, जेवणाच्या टेबलावर आणि तिच्या पलंगाजवळ असलेली दगडगोट्यांनी भरलेली काचेची लहान भांडी तिच्या लक्षात येत होती.

खोलीला कुलूप लावून विद्या कॉरिडॉरमध्ये आली आणि सरकत्या जिन्याची वाट पाहत उभी राहिली. आदल्या दिवशी जॉशनं अगदी मर्मदृष्टी दाखवून केलेलं आश्चर्यजनक विधान तिला आठवत होतं.

तिला पावलांचा हलका आवाज आला आणि मागे वळून पाहण्याआधीच तो आला होता, हे तिला समजलं होतं. त्याच्याविषयीच्या संदिग्ध भावनांमुळे तिचं मन गोंधळून गेलं होतं. कदाचित एकत्रितपणे एक साहसी मोहीम केल्यामुळे हा आभास निर्माण झाला असावा, पण तिच्या हृदयानं तिला सांगितलं की, त्यात नक्कीच त्याहून अधिक काहीतरी होतं.

जॉशनं गडद पाचूच्या रंगाचा टी-शर्ट आणि जीन्स असा पोशाख केला होता. त्याच्या खांद्यावर त्याची पाठीवर टाकायची बॅग होती. हातात गॉगल घेऊन तो तिच्या दिशेनं येत होता. ते दोघंही लिफ्टमध्ये शिरत असताना तिने त्याला प्रसन्नपणे 'गुड मॉर्निंग' म्हटलं.

"मॉर्निंग. झोप चांगली झाली ना?" तिने लॉबीत जाण्यासाठी बटण दाबल्यावर त्याने काहीशा चिडखोरपणानं विचारलं.

विद्या हसली आणि तिच्या मनात भावनांचा कल्लोळ उसळल्यामुळे तिने त्याला मनापासून घट्ट मिठी मारली आणि टाचा उंच करून त्याच्या ओठांचं चुंबन घेतलं. त्याने चकित होऊन तिच्याकडे बघितलं आणि तो काहीही बोलण्याआधीच लिफ्टचा दरवाजा उघडला. त्यामुळे तिला त्याच्यापासून दूर व्हावंच लागलं, कारण एक मोठं कुटुंब लिफ्टमध्ये शिरलं.

त्या छोट्याशा लिफ्टमध्ये ते मागच्या बाजूला ढकलले गेले आणि एकमेकांच्या अगदी निकट उभे राहिले. इतर लोक आल्यामुळे ती एकदम अबोल झाली होती, हे त्याच्या लक्षात आलंच होतं. तो शांत उभा होता आणि छपराकडे पाहत खिदळल्यासारखा हसत होता. त्याचा चिडखोरपणा कुठल्या कुठे पळून गेला होता.

ते बाहेर पडले आणि ते कुटुंबही तिथून गेल्यावर कशाबद्दल तरी मोठ्यानं बोलता बोलता तिच्या चेहऱ्यावर नजर खिळवून तो म्हणाला, "ते मात्र अगदी ठरवून केल्याप्रमाणे, कुणीतरी लिहून दिल्याप्रमाणे नव्हतं."

"आजचा दिवस नवीन आहे," तिने मिश्कीलपणे प्रतिसाद दिला.

"तो तर आहेच."

रेस्टॉरंटमध्ये कोणीच नव्हतं.

"आपले मित्र लवकर गेलेले दिसतायत," तिने जॉशला म्हटलं.

"माझी थोडीशी लाज राख," तो संकोचानं म्हणाला.

त्यावर विद्या खळाळून हसली आणि त्याने तिच्याकडे रागावल्यासारखं बघितलं, "ए, गप्प राहा," तो म्हणाला, पण तोही स्मित करत होता.

"आज तू जास्तच भारतीय असल्यासारखी दिसतेयस," ते खाली बसल्याबरोबर त्याने टिप्पणी केली.

त्याला ती चांगली वाटत होती की नाही, याची खात्री न वाटल्यामुळे तिने

बुजरेपणानं स्वत:कडे बघितलं. ते राज्याच्या मध्यवर्ती भागात असल्यामुळे तिने चुडीदार घालणंच पसंत केलं होतं. टॉपवर तिने गडद तपकिरी रंगाचा दुपट्टा घेतला होता. त्यामुळेच त्याने तसं म्हटलं असावं. तिने खांद्यावरचा दुपट्टा नीट केला आणि नंतर त्याच्याकडे बेफिकिरीनं पाहण्याचा प्रयत्न केला.

तिच्याकडे हळूहळू वरपासून खालपर्यंत बघत असताना त्याच्या मनात ती मादक असल्याविषयी टॉमबरोबर झालेलं त्याचं संभाषण घोळत होतं. ''आता तू जास्तच मादक दिसतेयस. मी तुला अगदी आताच्या आता खाऊन टाकेन,'' त्याच्या डोळ्यात नाचणाऱ्या मिश्कील भावांसह त्याने ते बोलणं संपवलं.

त्याच्या चेहऱ्यावरचं अवखळ स्मित बघून तो एक आकर्षक व्रात्य तरुण होता, असा तिने विचार केला.

''नाश्त्यासाठी तू काय घेणार?'' तिने एखाद्या व्यावसायिकासारख्या आवाजात विचारलं.

''चॉकलेट, मी तुलाच खाऊन टाकेन,'' तो चिकाटीनं तसाच पुढे बोलत म्हणाला आणि नंतर खिदळल्यासारखा हसत त्याने उसासा टाकला. ''योग्य कनवाळू निवड करून आपल्या नवीन दिवसाच्या शक्यता आपण धुंडाळण्याआधी मलाही प्रभूला शोधायला आवडेल.''

आदल्या दुपारी त्यांना भेटलेला तो उत्साही वेटर तिथे आला आणि त्याने त्यांना अभिवादन केलं. तिने दक्षिण भारतीय नाश्त्याची ऑर्डर दिली आणि जॉशनंही इडली आणि डोसा खाऊन बघावा, असा तिने आग्रह केला. तो आता पार अडकला होता असं दाखवत त्याने खांदे उडवले.

''मग या नवीन दिवसाच्या आनंदाचा लाभ मला कशामुळे झालाय?''

''तुझ्या स्वत:च्या वागण्यामुळे.''

''खरंच?''

''मी एल्साचं केलेलं प्रणयाराधन एवढं आवडलं?''

ती हसली.

''मग आजचा आपला काय बेत आहे? आपण ओतकामाच्या कारखान्यात जाऊन प्रभूबरोबर गप्पा मारणार आहोत का?'' त्याने निवांतपणे रेलून बसत आणि खुर्चीच्या मागच्या बाजूला हात टाकत विचारलं.

''मला तसंच वाटतंय. पण मला काहीच सुचत नाही.''

त्यापुढे त्या मूर्तीचा माग काढणं अवघड असल्याचं त्या दोघांनाही मान्य होतं. ते कोणत्या तरी गोष्टीकडे दुर्लक्ष करत होते किंवा अगदी कोणता तरी धोका पत्करत होते अशा प्रकारे तिला वाटत असलेली अस्वस्थता तिने झटकून टाकण्याचा प्रयत्न केला. ती नक्कीच अज्ञाताविषयी वाटणारी स्वाभाविक भीती होती.

इडली पांढरीशुभ्र आणि गुबगुबीत होती आणि तिच्यातून वाफा बाहेर पडत होत्या आणि डोसा कुरकुरीत, कागदासारखा पातळ होता. त्याच्याबरोबर खाण्यासाठी त्यांच्या टेबलावर विविधरंगी खाद्यपदार्थ ठेवण्यात आले होते. जॉशनं इडलीचा छोटासा तुकडा तोंडात टाकला. ती त्याच्याकडे उत्सुकतेनं आणि अपेक्षेनं बघत होती.

"हं..., हे फारसं स्वादिष्ट नाही. कोणीतरी साखर किंवा एखादा फ्लेवर टाकायला विसरलेल्या केकसारखं लागतंय."

"तू ती चटणीत आणि सांबारमध्ये बुडवून खा," ती थोडीशी चिडल्यासारखी बोलली.

"ठीक आहे, ठीक आहे," तो इडलीचा दुसरा तुकडा चटणीत आणि सांबारमध्ये बुडवत म्हणाला. पुन्हा एकदा ते प्रभूला भेटण्याच्या विषयाकडे वळले. माहिती मिळवण्याच्या थोड्या संभाव्य शक्यतांविषयी ते बोलले, पण त्या प्रत्येकानंतर अगदी मोठ्या प्रमाणात प्रणयाराधन नसलं, तरीही ते पुन्हा थट्टामस्करी करण्याकडेच वळले. त्या पदार्थांविषयी त्याच्या बऱ्या-वाईट प्रतिक्रिया असल्या तरीही त्याने ते भरपूर चापले होते. अगदी शेवटी उरलेली टोमॅटो चटणीही त्याने सोडली नव्हती. त्याबरोबरच एक मोठं केळं आणि ग्लासभर संत्र्याचा रस आणि काही टोस्टही खाल्ले.

अखेरीस ते तिच्या कारकडे गेले. त्यानंतर त्यांच्या हॉटेलबद्दल आणि तिथल्या वास्तव्याबद्दल एकमतानं बोलत त्यांनी पुढचा जवळजवळ अर्ध्या तासाचा प्रवास केला. अपेक्षेप्रमाणेच तो उकाड्याचा दिवस होता, पण आकाशात म्हातारीचे केस म्हटल्या जाणाऱ्या साखरेच्या पदार्थासारखे दिसणारे ढग जमा झाले होते आणि पश्चिमेकडून प्रसन्न वारा वाहत होता. त्यांच्या अंगावर जोरदार वारा येत असल्यामुळे स्वामीमलाईला जाताना तिने खिडक्यांच्या काचा अर्ध्या वर चढवल्या.

* * *

मंदिराकडे जाणाऱ्या रस्त्यापर्यंत ते पोहोचेपर्यंत सकाळचे जवळजवळ दहा वाजले होते. खराब फरसबंदी असलेल्या रस्त्यावर सायकली आणि मोटारसायकली उभ्या करण्यात आल्या होत्या आणि विक्रेते आपापल्या कामात बऱ्यापैकी व्यस्त होते. तिने झाडाच्या सावलीत कार उभी केली आणि ती बाहेर पडली.

रस्ता धूळभरला आणि गरम होता. दूरवर जुन्या प्रकारचे पाइप पडलेले होते. त्याबरोबरच वाहनांच्या हॉर्नच्या आवाजाचा गोंगाटही ऐकू येत होता. दरवाजांवरच्या फलकांवर नंबर होते. ते पाहात ते पुढे निघाले आणि अखेरीस सारथीजवळ पोहोचले. मात्र, त्या लहानशा कारखान्याला आश्चर्यकारकपणे कुलूप होतं. तो रविवार होता, त्यामुळे त्या दिवशी अनेक दुकानं आणि कारखाने बंद असणार, असा

विचार विद्यानं खिन्नपणानं केला.

"बहुतेक आपल्याला हे सगळं सोडून परत जा असंच संपूर्ण विश्व सांगतंय," ती हताशपणे म्हणाली.

"चल, आपण त्या विश्वाला सांगू या की, आपण असं हे सगळं सोडून जाणार नाही," तो खिदळला. त्याचं हास्य सांसर्गिक होतं आणि त्यामुळे तिनेही स्मित केलं.

"चल, थोडे पाय मोकळे करू या, आपल्याबरोबर कुणी ना कुणीतरी बोलेलच."

त्या रस्त्यावरून ते चालत पुढे गेले. त्यानंतर ते एका शाकारलेल्या कौलारू दुकानाजवळ पोहोचले. त्याचा लहानसा खिळखिळा झालेला दरवाजा उघडाच होता. काहीही न बोलता त्याच्याकडे पाहून संमतिदर्शक मान डोलावल्यावर विद्या 'आत येऊ का' असं विचारून त्या सभागृहात शिरली आणि तिच्या पाठोपाठ जॉशही आत गेला. ते चौकस पर्यटक असावेत असं समजून तिथल्या मध्यमवयीन लठ्ठ माणसानं त्यांना आत बोलावलं. सभागृहाची जमीन जवळजवळ काळ्या रंगाची असावी. तिच्यावर घाणही साचलेली होती. तिच्या चेहऱ्यावरची अनिश्चितता बघून त्याने त्यांना एका जुनाट, जीर्ण बाकड्याकडे खूण करून बसायला सुचवलं. त्याने पांढरी बंडी आणि वेत्ती घातली होती. तो एका पोत्यावर उकिडवा बसला होता आणि त्याच्या शेजारीच त्याची हत्यारं पडली होती. तो सरस्वतीची कांस्य मूर्ती कोरत होता. ती मूर्ती नाजूक, कलाकुसर केलेली आणि फूटभराहूनही कमी उंचीची होती.

तो काम करता करताच त्यांच्याशी आपलेपणानं गप्पा मारत होता, व्यापाराविषयीच्या आणि कारागिरांविषयीच्या त्यांच्या प्रश्नांना संवेदनशीलतेनं आणि व्यवहारीपणानं उत्तरं देत होता. तिथे निरोप पोहोचवण्यासारखी बहुधा बारीकसारीक कामं करणाऱ्या आणि आदल्या दिवशी त्या गरीब लहान मुलांवर ओरडलेल्या त्याच तरुणानं त्याच्यासाठी ग्लासातून चहा आणला. त्या कारागिरानं अगत्यशीलतेच्या सवयीनं त्यांच्यासाठीही चहा आणण्यासाठी त्याला पिटाळलं.

तो ती मूर्ती विकत देऊ शकतो का, असं विचारून जॉशनं विद्याला आश्चर्यचकित केलं. सुरुवातीला तो शिल्पकार थोडासा घुटमळला. दिल्लीतल्या आर्ट गॅलरीसाठीचं ते काम त्याच्याकडे सोपवण्यात आलं होतं, असं त्याने स्पष्ट केलं. पण जॉशच्या चेहऱ्याकडे बघितल्यावर त्याला ती विकत देण्याचं त्याने मान्य केलं. त्याने दिल्लीतील आर्ट गॅलरीसाठी तशीच दुसरी मूर्ती तयार केली असती, असं तो त्याला स्मित करत म्हणाला.

ते लहान ग्लासातला दूध घातलेला गोड चहा पीत बसले होते.

"इथे प्रभू नावाचा कोणी काम करतो का, मला असं वाटतं की तो त्या रस्त्याच्या खालच्या बाजूला असलेल्या कारखान्यात काम करत असावा," तिने

सहज विचारल्यासारखं म्हटलं.

"तो कडुलिंबाच्या झाडाखालचा?"

"मला तोच असावा असं वाटतंय," तिला ते झाड लक्षातही आलं नव्हतं, पण तिने उत्तर दिलं

"होय, तो बुटका, वाकड्या नाकाचा माणूस ना रे?" तिथेच घुटमळत राहिलेल्या त्याच्या साहाय्यकाला त्याने विचारलं.

"तो एकदम लबाड आणि गळेकापू आहे," तो शिल्पकार म्हणाला. उतावळ्या आणि चौकस दिसणाऱ्या जॉशला तिने ते लगेच भाषांतर करून सांगितलं. तिच्या चेहऱ्यावर सावधगिरीचे भाव होते आणि जॉशनं अलिप्तपणे त्याच्या चेहऱ्यावर उत्साहित झाल्याचे भाव आणले होते, निदान त्याने तसा प्रयत्न तरी केला होता.

"अरेरे, हे खूपच वाईट आहे! चांगल्या मूर्ती विकत घेण्यासाठी चेन्नईतील कुणीतरी त्याचं नाव सुचवलं होतं. हा माणूस -" तिने जॉशकडे निर्देश करत म्हटलं, "काही मूर्तींची ऑर्डर द्यायचा विचार करत होता आणि आम्ही प्रभूकडे जावं असं ठरवलं होतं."

"प्रभू दिवसभर फक्त इकडेतिकडे भटकतो आणि दारू पीत राहतो. त्याचा संशय येत नसलेल्या पर्यटकांना तो सामान्य प्रतीच्या मूर्ती भरमसाट किमतीला विकतो आणि आम्हा सगळ्यांचं नाव खराब करतो," संतापानं मान हलवत तो शिल्पकार म्हणाला. "मला वाटतं की, तो चेन्नईतल्या काही आर्ट गॅलरींनाही मूर्ती विकतो. त्याच्या मनात या व्यवसायाविषयी हवा तितका आदर नाही. तो स्वत: शिल्पकार नाही, फक्त पैशाच्या मागे लागलेला मध्यस्थ आहे." छिन्नीनं कोरीवकाम संपवल्यावर त्याने नरम कपडा आणि तेल घेतलं आणि मूर्तीवर चकाकी दिसावी म्हणून तो ती पुसून काढू लागला.

माफक किमतीला चांगली मूर्ती मिळवण्यासाठी त्यांना मदत करू शकणाऱ्या काही लोकांचे संपर्क क्रमांक त्याने तिला दिले. तसंच तो कोणत्या मूर्ती तयार करू शकतो ते तिला पाहायचं असेल, तर मूर्ती दाखवण्याची तयारीही दर्शवली.

त्याच्या मनात व्यवसायाची खोटी आशा निर्माण करत असल्याबद्दल विद्याला अपराधीपणा वाटला, पण ती तशीच पुढे बोलत राहिली. "आणखी एक वाईट बातमी आहे. प्रभूनं या माणसाच्या मित्राला एक नटराजाची मूर्ती विकल्याचं आम्ही ऐकलं. म्हणूनच आम्ही त्याला शोधत इथपर्यंत आलो. तुम्हाला ती मूर्ती माहिती आहे का - ती बरीच उंच असावी असं ऐकलंय," तिने काहीसा जुगार खेळल्यासारखा हा प्रश्न टाकला होता.

जॉशनं तिचा आविर्भाव आणि सुरू असलेल्या संभाषणाच्या तुलनेत तिने लावलेला विसंवादी सूर ओळखला होता. त्याने त्या शिल्पकाराकडे रोखून बघितलं.

त्या शिल्पकाराच्या शेजारीच बसलेल्या आणि त्याला लागतील तशा वस्तू देऊन मदत करत असलेल्या साहाय्यकाच्या चेहऱ्यावर मात्र वेगळेच भाव निर्माण झाले होते. नटराजाच्या उल्लेखामुळे त्याने अस्वस्थपणे चुळबुळ केली.

''म्हणजे ती सुंदरम स्थपतीनं तयार केलेली? मी त्याला जास्त ओळखत नाही,'' तो शिल्पकार म्हणाला. ''मीही त्या मूर्तीविषयी ऐकलं होतं. पण ती नटराजाची मूर्ती होती हे मला माहीत नाही. मी असं ऐकलंय की, त्या स्थपतीला त्याच्या डोळ्यांच्या गुंतागुंतीच्या शस्त्रक्रियेसाठी तातडीनं पैशांची गरज होती आणि प्रभूनं त्याच्या त्याच परिस्थितीचा गैरफायदा घेतला.''

विद्यानं त्याच्या बोलण्याचं भाषांतर करून जॉशला सांगितलं आणि जॉशनं हलकेच शीळ घातली. याचा अर्थ त्या वृद्ध, अंध स्थपतीची गोष्ट विश्वासार्ह असल्याचं दिसत होतं, असं त्यांच्या लक्षात आलं.

''सुंदरम स्थपती याच गावात राहतो का?''

''नाही. मी आता अलीकडे त्याला बघितलेलं नाही,'' तो माणूस म्हणाला. ''तो नेहमीच आमच्याकडे कुठल्या ना कुठल्या लहान मूर्ती विकायला घेऊन येतो. त्यानेच ती गंधर्वकोट्टाईची मूर्ती बनवलेय ना?'' त्याने साहाय्यकाला विचारलं.

''नाही. मला वाटतं ती मूर्ती पारुथिकुडीची होती.''

''पारुथिकुडी म्हणजे तो दुहेरी मृत्यू झालेलं गावच ना? शेतकरी आत्महत्येचं?''

त्यानंतर त्यांनी एकमेकांमध्ये बोलत काही नावांविषयी अंदाज बांधला, पण नेमक्या नावावर त्यांचं एकमत होत नव्हतं.

''मला जेवढी माहिती आहे, त्यानुसार तरी गेली बरीच वर्षं तो कुठलीही मोठी मूर्ती बनवत नव्हता,'' त्या कारागिरानं त्यांना राज्यात अनेक ठिकाणी शाखा असलेल्या एका सर्वज्ञात रुग्णालयाचं नाव सांगितलं. ''मला वाटतं, मी त्याला आता दिवाळीच्या थोडं आधी म्हणजे, ऑक्टोबरमध्ये शेवटचा भेटलो होतो. त्यानं असं सांगितलं होतं की, तो त्या रुग्णालयात चालला होता, पण त्यानंतर मी त्याला पुन्हा कधीच भेटलो नाही.''

ते संभाषण तसंच पुढे सुरू राहिलं आणि त्यातून त्याला सुंदरमविषयी फारशी माहिती नसल्याचं स्पष्ट झालं.

सरस्वती ही विद्येची देवता आता पूर्ण तयार झाली होती आणि विक्रीसाठी सज्ज होती. मूर्तिकारानं त्याच्या साहाय्यकाला पॅकिंगचं सामान आणायला पाठवलं.

जॉशनं त्याला पैसे दिले आणि बॉक्समध्ये ती मूर्ती घालून तिच्यावर टेप लावेपर्यंत आणि त्याने ती त्याच्या हातात ठेवेपर्यंत त्या शिल्पकाराच्या मनात संशय निर्माण होऊ नये याची काळजी घेत ते इतर गोष्टींविषयी बोलत राहिले.

ते रस्त्यावर परतल्यावर जॉशनं जितक्या आवडीनं तो बॉक्स घट्ट पकडला

होता ते बघून विद्यानं किंचित स्मित केलं. "म्हणजे तू अखेरीस टॉमसाठी कांस्य मूर्ती घेतलीसच ना?" तिने विचारलं.

"ती टॉमसाठी नाही," त्याने जवळजवळ नाइलाजानं मान्य केल्यासारखं म्हटलं, "ती माझ्यासाठी आहे," त्याने वळून तिच्याकडे बघितलं आणि तिच्या लक्षात आलं की, तिच्या नावाचा अर्थ विद्वत्ता असा आहे हे त्याला आठवलं होतं. त्यानंतर त्यांनी एकही शब्द उच्चारला नव्हता, पण त्या क्षणिक कटाक्षातून तिला जाणवलेली भावनांची तीव्रता आणि वाटलेली किंचित लज्जा या दोन्ही गोष्टी एवढ्या स्पष्ट होत्या की, ती सगळीच गोष्ट अतिशय शृंगारिक झाली होती.

ते कारजवळ गेल्यावर विद्याच्या लक्षात आलं की, तो साहाय्यक त्यांच्या पाठोपाठच येत होता. त्यालाही आपल्या संभाषणात ओढण्यासाठी ती त्याच्याशी हवेबद्दल किरकोळ काहीतरी बोलली. त्याने तिला सांगितलं की, तो तिला आनंदानं इतर दुकानांत घेऊन गेला असता. त्यालाही काहीतरी करायची इच्छा होती, हे दिसत होतं. तिने प्रभूशी संबंध ठेवू नये याचा त्यानेही पुनरुच्चार केला. खरं तर त्याने गुप्त गोष्ट सांगत असल्याप्रमाणे हलक्या आवाजात त्यात अशीही भर टाकली की, सुंदरम स्थपतीकडची ती मूर्ती प्रत्यक्षात एका खंदकात सापडलेली मूर्ती होती, असं त्याने कोणाकडून तरी ऐकलं होतं. त्याला फक्त तिला सावध करायचं होतं, असं त्याने तिला सांगितलं. तिला हवं असेल तर त्या स्थपतीला तो शोधून काढू शकला असता, असंही त्याने तिला सांगितलं.

योग्य प्रमाणातल्या रागाखेरीज इतर भावना त्याला दिसू नयेत यासाठी जोरदार प्रयत्न करत विद्या म्हणाली, "तर काय, अशा प्रकारच्या कुणाबरोबर मीही नक्कीच व्यवहार करणार नाही. तू त्याला पोलिसांत दिलं पाहिजेस." ती आवेशानं म्हणाली. त्याने हुंकार भरला आणि अडखळल्यासारखा बोलू लागला. त्यानंतर विद्यानं त्याने तिला सूचना दिल्याबद्दल त्याचे आभार मानले आणि शक्य तितक्या सहजतेनं त्याला तिथून कटवलं.

ते कारमध्ये बसले. तिने त्या ठिकाणाहून आणि त्या साहाय्यकापासून दूर जाण्यासाठी झटकन कार वळवली. त्याने तिला नुकतंच काय सांगितलं होतं ते तिनं जॉशला सांगून ती म्हणाली, "आपण त्याला आपल्याबरोबर मदतीसाठी घेऊ या का? त्याला त्या गावाचं नाव कदाचित माहीत असेल. मला वाटतं की, त्याला पैसे हवे असावेत."

जॉश विचारात गढून गेला. "तो माणूस व्रात्य दिसतोय. पण याचा अर्थ इतरांनीही ती मूर्ती बघितलेली असणार! माझा त्याच्यावर विश्वास नाही. त्याची मदत घेण्याची कल्पना मला आवडलेली नाही. तो आपल्याला अकारणच बराच वेळ निरुपयोगी गोष्टींत गुंतवेल."

''पण आपल्याकडे बरेच पर्याय आहेत असंही नाही,'' तिने निरीक्षण नोंदवलं. ''मी फक्त प्रभूला फोन करावा का, याचा विचार करतेय.''

राज्य महामार्गावर पोहोचल्यावर आता पुढे कुठे जावं याविषयी निश्चित ठरवलेलं नसल्यानं विद्यानं रस्त्याच्या कडेला असलेल्या एका मोठ्या वृक्षाखाली कार थांबवली. तिने एसी सुरू केला, कारमध्ये थंडगार झुळूक आली आणि ते दोघंही त्यांनी नुकतंच जे ऐकलं होतं त्यावर शांतपणे विचार करत बसले.

''सुंदरम स्थपती हा या सगळ्याची गुरुकिल्ली आहे,'' जॉशनं उसासा टाकत म्हटलं. ''या ठिकाणाला भला मोठा इतिहास आहे, ते जवळजवळ इतिहासात बुडून गेलेलं आहे, पण तरीही इथे ओतकामाचे आधुनिक कारखाने आहेत. त्यामुळे सुंदरमनं मूर्ती तयार केली असण्याची शक्यता आहे आणि त्याला ती खंदकात सापडली असण्याचीही तितकीच शक्यता आहे. हं!''

त्यांच्या जवळूनच मोटारसायकल आणि सायकली जात होत्या. बसही खडखडाट करत गेली. ते दोघंही शून्यात नजर लावून त्यांच्याकडच्या पर्यायांवर गहन विचार करण्यात बुडून गेले होते.

''जवळपासच्या शेकडो खेड्यांमध्ये शेकडो सुंदरम असतील. आपल्याला माहीत आहे की तो वृद्ध आहे, पण तुमच्याकडच्या जॉन किंवा डेव्हिड या नावांसारखंच त्याचं नावही अगदीच सर्वसामान्य आहे.''

''आजूबाजूला चौकशी करणं धोकादायक आहे आणि त्याचा किती उपयोग होईल त्याबद्दलही मला खात्री वाटत नाही.''

''होय,'' तिने स्टिअरिंग व्हीलवर तिच्या बोटांनी टकटक केली. ''तुम्ही त्याला नक्कीच फेसबुक पेजवरून शोधू शकत नाही किंवा त्याने आतापर्यंत कुणाला कधीतरी इ-मेल पाठवला असेल, अशी अपेक्षाही ठेवू शकत नाही. तुझी डिजिटल व्याप्ती संपुष्टात येते तिथे आपण आहोत.''

तो क्षणभर स्तब्ध राहिला. ''ही अगदीच गमतीशीर गोष्ट आहे. तुला माहिती आहे का, की तू डिजिटल व्याप्तीचा उल्लेख करेपर्यंत मी त्याचा विचारही केला नव्हता. थँक यू.''

''पण कशासाठी?''

त्याने सीटखाली ठेवलेला लॅपटॉप बाहेर काढला आणि काहीच अर्थबोध न झाल्यामुळे ती त्याच्याकडे पाहत राहिली. तिचा चेहरा विचारमग्न होता.

''आपल्या सुंदरम स्थपतीला दृष्टीविषयीची समस्या आहे,'' त्याने हळुवारपणे म्हटलं.

''डोळ्यांचं रुग्णालय!'' ती उद्गारली.

जॉशनं त्याचा लॅपटॉप सुरू केला. ''पण त्या रुग्णालयाचं नाव काय आहे?''

विद्यानं त्याला ते सांगितलं आणि जास्तच कुतूहलानं त्याला विचारलं, "तू पुन्हा एकदा त्यांच्याही सिस्टिम्स हॅक करणार आहेस का?"

"माझ्याबरोबर तू असताना मी त्या सगळ्याची काळजी कशाला करू?" त्याने म्हटलं आणि तिला सलाम केल्याचा नाटकी आविर्भाव करत त्याने त्याचा फोन तिच्याकडे दिला.

"मी त्यांना काय सांगू?" विद्यानं भुवया उंचावत विचारलं.

त्याने डोकं खाली केलं होतं आणि त्याच्या भुवयांवर किंचित आठ्या पडल्या होत्या. विद्या त्याच्याकडे आकर्षित होऊन पाहत राहिली. साइटवर ब्राउझिंग केल्यानंतर काही मिनिटांनी त्याला त्यांची जवळपासची शाखा सापडली आणि त्याने वर बघितलं. सुदैवानं ती शाखा रविवारी उघडी होती.

"तू चेन्नईच्या मुख्यालयातून फोन करतेस आणि तिथे पुढच्या तपासणीसाठी आलेल्या रुग्णाचे तपशील तुला हवे आहेत. मुख्यालयातल्या वरिष्ठ डॉक्टर डॉ. नीरजला या रुग्णाच्या केस हिस्ट्रीमुळे वैयक्तिकरीत्या त्याच्यात स्वारस्य आहे," तो म्हणाला आणि त्याने तिला झटपट काही सूचना दिल्या.

विद्यानं नंबर फिरवला आणि ज्या वेळी तिकडून प्रतिसाद मिळाला त्या वेळी शक्य तितक्या व्यावसायिक आवाजात बोलत तिने त्यांच्याकडे चौकशी केली.

"मला आयडी नंबर सांगा, मॅडम," तिथल्या रिसेप्शनिस्टनं आदरपूर्वक, पण शीणलेल्या आवाजात म्हटलं. त्याच वेळी मला किती वेळ वाट बघावी लागणार आहे, असं विचारणाऱ्या एका रुग्णामुळे तिचं लक्ष थोडंसं विचलित झालं होतं.

"रुग्ण ते विसरलाय. त्याचं कार्डही त्याने सोबत आणलेलं नाही," विद्यानं उत्तर दिलं. तिच्या शब्दात थोडासा संताप आणत तिने विचारलं, "तिथे भरपूर सुंदरम आहेत का?"

"होय मॅडम," त्या स्त्रीनं काही सेकंदांनंतर म्हटलं, "जवळजवळ पन्नास तरी आहेत."

"एक मिनिट हं," तिने फोन म्यूटवर टाकत झटकन तिने दिलेली माहिती जॉशपर्यंत पोहोचवली.

"आपल्याला आणखी काही माहितीतून हा शोध नियंत्रित करावा लागेल. वय सांगितलं तर त्याच्या आधारावर ती शोधू शकेल का ते विचार." त्याने सुचवलं.

"त्यांचा फोन नंबर काय आहे मॅडम?" पर्यायांवर विचार करत ते थोडीफार चर्चा करत असताना त्या स्त्रीनं विचारलं.

"फोन नंबर," त्याने बोटं वाजवत तिचा प्रश्न समजून घेत त्याच शब्दांचा पुनरुच्चार केला. "तिला प्रभूचा फोन नंबर दे."

त्यांनी काही क्षण वाट बघितली, तो वेळ अगदीच तणावपूर्ण होता. त्यानंतर

त्यांनी काढलेल्या टिपणाविषयी आणि त्यांच्या काही संपर्कांपर्यंत पोहोचण्याविषयी पुटपुटत त्यांनी फोन बंद गेला. सध्या पहिल्यांदा त्यांना ते ठिकाण शोधून काढायचं होतं.

"आपण टॉमलाही विचारू शकतो, पण त्याच्याशी आताच बोलणं हे खूपच लवकर होईल."

"चल, त्याला फोन करू या. अखेर मलाही त्याच्यावर सूड उगवता येईल."

"म्हणजे काय?"

"रविवार चांगल्या प्रकारे घालवण्याची त्याची काय कल्पना आहे ते तुला माहिती आहे का? बागेत जाऊन संपूर्ण सकाळभर पुस्तक वाचत बसायचं. मग गरमगरम, आरोग्यपूर्ण घरगुती जेवण जेवायचं, न्यू यॉर्क टाइम्स, गार्डियन, वॉशिंग्टन पोस्टच्या रविवारच्या आवृत्त्या वाचायच्या आणि नंतर महत्त्वाच्या बातम्यांची वाट बघायची - जॉशला छळायचं. सकाळसकाळी पहिल्यांदा मला त्याचा फोन येतो."

"किती गोड, तो तुला दर रविवारी फोन करतो?"

"गोड, हां, हां बरोबर," त्याने रागानं डोळे वटारले.

थोडा वेळ फोन खणखणला आणि मग त्यांनी टॉमनं झोपाळू आवाजात अभिवादन केल्याचं ऐकलं.

"गुड मॉर्निंग टॉम," जॉश जोरात हसत एकदम वरच्या आवाजात किंचाळला. टॉमविषयी वाईट वाटल्यामुळे तिने तोंड वेंगाडलं.

झोपाळू आवाजात मिनिट-दोन मिनिटं काहीतरी पुटपुटल्यानंतर टॉम पूर्ण जागा झाला. तोपर्यंत त्यांनी दिवसभरच्या सगळ्या घडामोडी सांगितल्या होत्या.

"ती खंदकात सापडली होती!" तो हर्षभरित होत उद्गारला.

"त्याच्या बोलण्याचा हाच तर अर्थ होता!" जॉश विद्याकडे बघत पुटपुटला. "खात्रीशीर स्रोताच्या तोंडून थेट ऐकायला मिळालं असतं तरीही तुझा एखाद्या शिल्पकारानं ती बनवली असेल यावर विश्वासच बसला नसता ना?"

"मला शंभर टक्के माहिती होतं की, कुठलाही स्रोत किंवा याबाबतीत बोलायचं झालं तर कुठलाही शिल्पकार ही माहिती सांगायला जिवंतच असू शकणार नाही. कुठलीही जिवंत व्यक्ती ती या मूर्तीची मूर्तिकार असल्याचा दावाच करू शकणार नाही. या प्रकारे कृत्रिम, खोटं वयोमान सांगितलं गेलं असेल तर सूक्ष्मदर्शकाच्या साहाय्यानं केलेल्या तपासणीतून आपण त्याबद्दलचं अनुमान बांधू शकतो."

"पण तू तसं अनुमान बांधलेलंच नाहीस, हो ना?"

"त्याची गरजच नव्हती."

"ठीक आहे, काही का असेना, आम्हाला एक ठिकाण शोधायचंय. कीलाय-

ना-लुर-''

"अरे देवा! नको, जॉश, पुन्हा त्याचा उच्चार करण्याचा प्रयत्नही करू नकोस. माझ्यावर दया कर,'' टॉम कळवळून म्हणाला आणि ते ऐकून विद्या हसली.

"छान, तू ज्यावरून माझा एवढा उपहास करतोयस, ते गाव तुला तरी माहिती आहे का?''

"हे नाव मी याआधीही ऐकलंय. ते चोला राजवटीच्या हद्दीतच येतं आणि चोलांच्या पाडावानंतर ते पांड्यांच्या राज्यात येत होतं, याची मला ठाम खात्री आहे. त्या गावात शिवाचं मंदिर असावं असाही माझा अंदाज आहे.'' टॉमच्या आवाजात स्पष्ट जाणवण्याएवढी रोमहर्षकता होती. "माझ्या शोधनिबंधांमधून मी जरा पुन्हा एकदा नजर फिरवून माहिती काढतो आणि तुम्हाला फोन करतो,'' तो म्हणाला.

फोनवरचं बोलणं संपल्यावर लवकरच ते हॉटेलमध्ये पोहोचले आणि शुकशुकाट असलेल्या लाउंजमध्ये बसून त्यांनी विविध मॅप ॲप्लिकेशनवरून, सरकारी आणि वृत्तपत्रीय माहितीवरून शोध घेण्याचा प्रयत्न केला. विकिपीडियामध्ये त्या गावाचं नाव शिवाची निवासस्थानं म्हणून देण्यात आलेल्या विस्तृत माहितीत समाविष्ट होतं.

"काहीही झालं तरी खंदक खणण्याच्या कथेत नक्कीच काहीतरी तथ्य असलं पाहिजे,'' जॉश म्हणाला. त्याच्या चेहऱ्यावर गंभीर भाव होते.

काही थोड्याशाच संदिग्ध शब्दांवरून आणि चिन्हांवरून ते गाव पुडुकोट्टाई जिल्ह्याच्या जवळपास असावं, असं सूचित होत होतं. पण कुठे जायचं याची निश्चित दिशा त्यांना सापडत नव्हती. वृत्तपत्रात फक्त त्या गावाच्या नावाचा उल्लेख होता, पण त्याबद्दल अधिक सुसूत्र माहिती नव्हती. काही ठिकाणी चौकशा केल्यानंतर पर्यटकांच्या सगळ्या गोष्टींवर स्पष्टपणे अधिकारवाणीनं बोलणाऱ्या त्या गप्पिष्ट वेटरला त्यांनी सल्ल्यासाठी बोलावलं. त्याने फक्त एवढंच सुचवलं की, त्यांनी गंधर्वकोट्टाईला जावं आणि तिथे आजूबाजूला चौकशी करावी.

त्याचा हा विचार कितपत बरोबर असेल यावर त्यांची थोडीशी चर्चा झाली. तोपर्यंत सारथीच्या विक्रेत्याचा जॉशच्या सेलफोनवर फोन आला होता.

"सर, तुम्ही परत आला आहात का?'' त्याच्या आवाजात मार्दव होतं. "आज दुपारी तुम्ही सरांना भेटू शकाल का?''

"मी परतीच्या वाटेवर आहे,'' त्याने दोन बोटं वर करून विद्याला इशारा केला. "दोन तासांत पोहोचेनच. नक्की येऊन भेटू शकेन.''

"मी तुम्हाला सरांशी बोलून कळवतो, सर,'' त्याने फोन ठेवण्यापूर्वी म्हटलं.

"तू फक्त त्याच्या 'हो'त 'हो' मिसळलायस ना?'' विद्यानं विचारमग्न होत विचारलं.

''मी आणखी काहीही म्हटलं असतं, तरी त्याने त्यावर विश्वास ठेवला नसता. कारण जर दोन दिवसांहून जास्त दिवस मला बाहेर जायचं असतं, तर मी हॉटेलची खोली सोडली असती.''

विद्यानं त्याला होकार दिला, पण तिच्या मनाला संकटाची अशुभ चाहूल लागली होती. काहीतरी अनिष्ट घडणार आहे या शंकेची पाल तिच्या मनात चुकचुकत होती आणि झपाट्यानं अनेक विचार सुरू झाले होते.

पुढे कुठली पावलं उचलावीत याविषयी स्पष्टपणे काहीही न बोलता त्यांनी हलकं जेवण केलं. त्यांच्या मनात रोमहर्षक उत्सुकता मात्र दाटून आली होती. त्यानंतर प्रत्येकानंच त्यांना सुचवलं होतं त्याप्रमाणे ते लगेच गंधर्वकोट्टाईच्या दिशेनं रवाना झाले.

विद्यानं भीतीनं आणि अस्वस्थतेनं खांदे उडवले आणि नंतर ती तिच्या नैसर्गिक मनोवस्थेत परत आली. ती कशाचा विचार करत होती ते जणू काही लक्षात आल्याप्रमाणे जॉशनं तिच्या हातावर आपला हात ठेवला आणि तिला दिलासा देत तिचा हात दाबला. ''आपण नक्कीच या सगळ्याच्या मुळाशी पोहोचू,'' तो म्हणाला.

विद्यानं कार सुरू केली आणि ते हॉटेलच्या बाहेर पडले.

३६

ते रस्ता चुकले होते, याची जॉशला खात्रीच होती. त्या वेळी जवळजवळ दुपारचा एक वाजला होता आणि ते हॉटेलमधून बाहेर पडले होते त्याला जवळजवळ तासभर झाला होता.

ते लहान गावांमधून पुढे गेले होते आणि काही वेळा नागमोडी रस्त्यांच्या दुतर्फा असलेली फक्त सपाट छपरं आणि विटांच्या भिंती असलेली लहानशी घरं त्यांनी मागे टाकली होती. काही वेळा त्यांनी बारीक वाळू पसरलेल्या आणि जवळजवळ कोरड्या पडलेल्या जलस्रोतांच्या पात्रांवरचे पूल ओलांडले होते. चांगला काळ असताना कदाचित त्या पात्रांतून ओढे वाहत असावेत, पण आता क्वचित कुठेतरी फक्त तपकिरी चिखलाच्या पाण्यानं भरलेली डबकी दिसत होती.

अखेरीस विद्याच्या वडिलांना जवळच्या टपाल कार्यालयात जाण्याची अतिशय उत्तम कल्पना सुचवली होती. त्यांनी तिथे चौकशी केल्यावर महामार्गावरून त्या शहरापासून दूरवरच्या प्रदेशात कसं जावं ते त्यांनी विचारून घेतलं होतं. त्यांना त्या खेड्याचं अचूक नावही समजलं होतं. त्याचं शुद्ध नाव होतं किलाईनाल्लम. मॅप ॲपवरून ते गाव सापडलं होतं, पण तिथे दुहेरी ठिपक्यांची रेष दाखवण्यात आली होती. याचा अर्थ तिथे जाण्यासाठी रस्ते नव्हते.

ही गोष्ट खरीच होती. तिथला रस्ता जसजसं पुढे जावं तसतसा अधिकाधिक खराब होत गेला होता आणि अखेरच्या भागात तर एक अरुंद खडबडीत कच्चा रस्ता होता. त्यावरून आणि तिथेच पसरलेल्या कित्येक एकराच्या ओसाड शेतजमिनीतून कार कशीबशी पुढे जाऊ शकत होती.

मध्यान्हीचा सूर्य आग ओकत होता आणि वायूच्या लोटा-लोटांनी फिरणाऱ्या फुगीर ढगांसह भल्या मोठ्या उष्णकटिबंधीय आकाशात अधिक तेजस्वीपणे प्रकाशत

होता. तिथे ओसाडपणाखेरीज काहीही नव्हतं. सगळीकडे सुकलेले तपकिरी वाफे दिसत होते. त्यामुळे भयाण उद्‌ध्वस्ततेची आणि विषण्णतेची भावना निर्माण होत होती. अधूनमधून नारळीच्या बागा दिसत होत्या. तिथे कुठेही आधुनिक शहरीकरणाचा मागमूसही नव्हता. अनेक वाफ्यात नांगरणी करण्यात आली होती आणि पेरणीसाठी ते तयार असल्याचं दिसत होतं, पण तिथे तोपर्यंत पाऊस झाला नव्हता हे स्पष्ट होतं. वाहतुकीचा कसलाच आवाज नव्हता की पक्ष्यांचा किलबिलाट नव्हता. मॅपला या परिसराची कसलीच माहिती नव्हती.

शर्ट न घातलेल्या एका मेंढपाळाचा थोड्याशाच शेळ्या-मेंढ्यांचा कळप त्या कारभोवती आला. त्यांनी कळप पुढे जाईपर्यंत थांबवलेल्या कारकडे तो मेंढपाळ चौकसपणे रोखून पाहत होता. विद्यानं डोकं बाहेर काढलं आणि त्याला त्या गावाकडे जाणारा रस्ता विचारला. त्याने त्यांना हातानंच पुढे जाण्याचा इशारा केला.

"मी काळाच्या प्रवाहात मागे चाललोय असं मला वाटतंय," जॉश म्हणाला. "फक्त माझा सेलफोन वगळून, कारण अजूनही त्याच्यावर मला थोडी थोडी कनेक्टिव्हिटी मिळतेय."

आणखी काही मिनिटं त्यांनी त्या घाणेरड्या रस्त्यावरून तसाच पुढे प्रवास केला. दूरवरच्या जांभळट टेकड्यांजवळ दिसणारं अस्पष्ट क्षितिज, उघडीबोडकी झाडं, अध्येमध्येच दिसणारी लहानशी उपवनं आणि डोक्यावर तळपणारा प्रखर सूर्य याखेरीज तिथे आजूबाजूला काहीच दिसत नव्हतं.

मात्र, लवकरच ते एका मंदिर संकुलाजवळ पोहोचले. जणू काही विरळ हवेतून ते अचानक अवतरलं असावं, असं वाटत होतं आणि बहुधा त्यासाठीच ते तिथपर्यंत पोहोचले असावेत असं त्यांना वाटलं. नुकताच त्यांनी एक छोटासा उतार ओलांडल्यावर लागलेली नारळीची बाग ओलांडून ते पुढे आले होते आणि त्यानंतर त्यामागे लपलेलं ते मंदिर संकुल त्यांना दिसलं होतं.

विद्यानं ब्रेकवर जोरात पाय दाबला आणि त्यांनी एकमेकांकडे रोखून बघितलं. जॉशच्या कपाळावर आठी पडली होती. तो विचार करत होता.

"जॉश," ती शांतपणे म्हणाली. "या मंदिरातून कुणीतरी मूर्ती चोरल्याचा खटला..."

"थांब, एकदम निष्कर्ष काढू नकोस," त्याने तिला शांतपणे सावध केलं, पण त्याचीही जिज्ञासा चाळवल्याखेरीज राहिली नव्हती.

ते खाली उतरले आणि त्यांनी मोडकळीला आलेल्या बाहेरच्या भिंतींकडे बघितलं. त्यांचे दगड निघाले होते आणि त्या कधीही कोसळू शकल्या असत्या. समोरच एक भलं मोठं लाकडी प्रवेशद्वार होतं. ते जुनं आणि लेचंपेचं दिसत होतं. त्यावेळी ते बंद होतं, पण दिंडीदरवाजा अर्धवट उघडा दिसत होता. कळसाचे मनोरे

धुळीनं माखलेले होते, सगळीकडचा रंग उडाला होता आणि थोड्या अंतरावरूनही तिथल्या मूर्ती स्पष्ट दिसत नव्हत्या. भिंतीच्या पलीकडचं मंदिर सूर्यप्रकाशात चमकत होतं.

तिथे थोड्याच भागात उगवलेल्या खुरट्या गवतावर थोड्या शेळ्या चरत होत्या. झाडावरून कपड्यांपासून तयार केलेला झुला लोंबकळत होता आणि काटक्या गोळा करणारी एक स्त्री त्यांच्याकडे रोखून पाहत होती. एक तोकडा शर्ट घातलेलं अर्धनग्न लहान मूल तिथेच फिरत होतं. त्याच्या काळ्या केसांच्या झिपऱ्या कपाळावर पसरल्या होत्या आणि ते गवताची काडी चघळत होतं. त्यांना बघितल्याबरोबर तो मुलगा तिथून धावत गेला आणि त्याच्या आईच्या मागे लपला.

विद्यानं त्या स्त्रीला अभिवादन केलं. खरं तर ती किशोरवयीन मुलगीच होती. विद्यानं तिच्याबरोबर तमिळमध्ये बोलायला सुरुवात केली आणि वेळोवेळी त्यांचं संभाषण ती जॉशला इंग्रजीत भाषांतरित करून सांगत राहिली.

"तुम्ही इथे पूजा करायला आलात का?" त्या मुलीनं विचारलं. "पण मंदिर तर बंद झालंय. इथे क्वचितच कुणीतरी येतं. आता तर आमच्याकडे देवळात पूजा करायला पुजारीही नाही," तिने माहिती सांगितली.

"हे कोणाचं मंदिर आहे?" विद्यानं विचारलं.

"हे शिवाचं मंदिर आहे," त्या तरुणीनं सांगितलं. ती त्यांच्याकडे चौकसपणानं बघत होती.

जॉशनं परिसराचं निरीक्षण केलं. तिथे काही मोठे उष्णकटिबंधीय वृक्ष होते, पण त्याला त्यांची नाव माहिती नव्हती. शिवाय चिखलात उगवलेल्या झाडांचा एक पुंजकाही जवळच होता. थोडीफार शाकारलेली आणि सपाट छपरांची घरं होती. बहुधा तेवढ्याच घरांनी किलाइनाल्लम गाव बनलं होतं. तो मुलगा आईच्या पाठीमागून डोकावून बघत होता आणि जॉशकडे रोखून बघत होता. जॉशनं त्याला हातानं त्याच्याकडे बोलावलं, त्याबरोबर लगेच तो मुलगा आईच्या मागे पूर्ण लपला.

तेवढ्यात त्या गावातून सायकलवरून एक मध्यमवयीन माणूस आला आणि तिथे कार असल्याचं आणि ती दोघं आल्याचं दिसल्यावर तो थांबला. "पत्रकार का?" त्याने विचारलं.

थोड्याशा घुटमळत्या आवाजात विद्यानं त्याला सांगितलं की, ती संशोधन करणारी विद्यार्थिनी होती. त्याबरोबर त्याने तिला लगेच भराभरा, स्वेच्छेनं मंदिराविषयीची माहिती द्यायला सुरुवात केली.

"तो असं म्हणतोय की, हे मंदिर शापित आहे," विद्यानं त्याच्या बोलण्याचं भाषांतर करून सांगितलं. त्या मोठ्या वृक्षाच्या सावलीत थांबून त्या माणसानं अतिशय गांभीर्यानं त्या मंदिराच्या आश्रयदात्यांवर गेली वर्षानुवर्षं जे दुर्दैवी आघात

होत आले होते त्यांची जंत्रीच सांगितली. ही अंधश्रद्धाच त्या मंदिराच्या ऱ्हासाला मोठ्या प्रमाणात कारणीभूत झाली असावी, असा जॉशनं अंदाज बांधला.

विद्यानं त्याला त्या गावाविषयी विचारलं.

"बहुतेक लोक इथून बाहेर पडले असून, ते तंजावुरला, पुडुकोट्टाईला किंवा अन्यत्र गेले आहेत. फक्त थोडेसे वृद्ध लोकच या गावात राहतात. पाऊस न पडल्यामुळे सध्या इथे काहीच रोजगार नाही. मीही फक्त माझी आई आजारी आहे, म्हणून तिला भेटायला इथे आलो होतो." असहाय असल्याचा आविर्भाव करत त्याने सांगितलं. अतिशय हताश स्वरात त्यांच्या कष्टांविषयी बोलल्यानंतर तो पुन्हा सायकलवर बसला आणि जायला निघाला.

"आम्ही मंदिरात जाऊ शकतो का?" जॉशनं विचारलं.

"तुम्ही जाऊ शकता, पण आतला गाभारा बंद आहे. काही कायदेशीर वादामुळे मंदिराला जवळजवळ दोन ते तीन दशकांपासून टाळा लावण्यात आला आहे. दावा केलेले लोक मरण पावलेत आणि आता कुणालाही मंदिराची फिकीर उरलेली नाही," त्याने उत्तर दिलं आणि त्यांचा निरोप घेऊन तो गेला. त्याच्या मनातल्या हताशपणाच्या, नैराश्याच्या भावनेनं जॉश हेलावून गेला आणि विद्याच्या पाठोपाठ मंदिरात शिरल्यावर फक्त खांदे उडवून तो ती घालवून देऊ शकला नाही. ते दिंडी दरवाजाकडे वळले त्या वेळी ती मुलगीही त्यांच्याबरोबर अधूनमधून मनमिळाऊपणे बोलत आत गेली.

विद्यानं तिला स्थपतीविषयी विचारल्यावर जॉशनं तिचा आविर्भाव बघितला आणि विद्यानं शब्दांचं भाषांतर करून सांगण्याआधीच तिला त्या स्थपतीची माहिती होती आणि तिला तो आवडत होता हे जॉशच्या लक्षात आलं.

"होय, मी त्यांना ओळखते. पण ते आता या गावात राहत नाहीत. ते त्या तिकडे राहतात," मंदिरापासून सुमारे पाचशे यार्डावर असलेल्या लहानशा, एकाकी पिवळसर तपकिरी रंगाच्या झोपडीकडे बोट दाखवत ती म्हणाली. एक उताराचा रस्ता त्या झोपडीच्या दिशेनं जात होता आणि त्यापलीकडे तो अदृश्यच होत होता. विद्या भाषांतर करत असताना जॉशनं बारकाईनं तिकडे बघितलं.

"ते खूपच चांगले आहेत, खूपच मदत करणारे आहेत. काही वेळा मी कामाला जाते, त्या वेळी ते माझ्या मुलालाही सांभाळतात. गेल्या आठवड्यात त्याच्यासाठी त्यांनी मातीचा खुळखुळा बनवला होता," तिच्या चेहऱ्यावरच्या आनंदी स्मितामुळे तिचा चेहरा उजळला होता.

त्यांच्या चेहऱ्यांना उन्हाचे चटके बसत होते. जॉशला त्याच्या पाठीवर, हातांवर आणि कपाळावर चिकट घाम तयार होत असल्याचं जाणवलं.

ते आत गेले. त्यांच्याबरोबर शेळ्याही आत शिरल्या. ती मुलगीही आपल्याबरोबर

छोट्या बाळाला घेऊन त्या मुलासह त्यांच्या मागोमाग आत गेली. तो मुलगा त्यांच्या पुढे सावल्या पडलेल्या जागांच्या दिशेनं धावत होता. ती सतत बोलत होती. ती थोडंसं हवामानाविषयी बोलली आणि तिने ते फोटो घेणार आहेत का तेही विचारलं.

बाहेरच्या भिंतींना गेल्या काही दशकांत नवीन रंग दिल्याचं दिसत नव्हतं. त्या भिंती कोरड्या, धूळमाखल्या आणि बऱ्याचशा पडक्या दिसत होत्या.

''गाभारा,'' विद्यानं आतल्या भल्या मोठ्या जागेत असलेल्या एका रचनेकडे बोट केलं. त्या वेळी तो बंद होता. एका चौथऱ्यावर एक साधं शोभिवंत मंदिर दिसत होतं. ते मध्यम आकाराचं होतं. ते फारसं भव्य किंवा प्रभावशाली नव्हतं आणि तिथे काहीही लक्षणीय म्हणावं असंही नव्हतं. खरं तर ते सगळं खूपच नीरस होतं. खुला कॉरिडॉर गोलाकार होता. त्याच्या दगडी छपराची चांगलीच मोडतोड झाली होती आणि त्याच्यावर माजलेलं तण सुकलं होतं, आक्रसलं होतं आणि उन्हात लुकलुकत असल्यासारखं वाटत होतं.

वेगवेगळ्या कोपऱ्यात आणखीही छोटीछोटी मंदिरं होती. पण त्या सगळ्यांना कुलपं लावलेली होती.

''ही स्त्री म्हणतेय की, हे शिवाचं मंदिर आहे, त्यामुळे तिथे आत शिवलिंग असलंच पाहिजे. पण नटराज असणार नाही.'' स्वत:चीच खात्री पटवत असल्याप्रमाणे विद्या म्हणाली.

''पण त्या दुसऱ्या मूर्तीचं काय, म्हणजे ती बाहेर मिरवणुकीसाठी नेली जाते ती?'' जॉशनं विचारलं.

''नाही, आमचा संपूर्ण परिसरच असा आहे की, इथे *उत्सवमूर्ती* असूच शकत नाही. त्या मूर्तीला दांडा सरकवण्यासाठी भोकं नाहीत, ते आठवतंय ना?'' तिने विचारलं.

''तरीही तू तिला विचारतेस का?''

''ते काही खास दिवस साजरे करतात का, मिरवणुका वगैरे काढतात?'' विद्यानं तो प्रश्न अगदी सहज, उदासीनपणे विचारल्यासारखा वाटावा असं काळजीपूर्वक विचारलं.

''नाही. तसलं काहीही इथे नसतं,'' त्या मुलीनं त्याच्या उत्साहावर विरजण घालत सांगितलं. ''या मंदिरात मी कधीही कसलाच समारंभ, उत्सव झाल्याचं बघितलेलं नाही.''

त्यांनी गाभाऱ्याभोवती सावकाश फिरून पाहिलं. तिथल्या कलाकुसरीच्या कमानींकडे आणि भिंतींच्या लांबीएवढ्या खांबांकडे ते निरखून, रोखून पाहत होते.

''आता आम्ही *प्रहरमकडे* जातो,'' विद्यानं स्मित करत म्हटलं. तो एखादा

धार्मिक विधी असावा, असा त्याने अंदाज बांधला.

मागच्या बाजूला त्या भिंतींची स्थिती जास्त चांगली होती, पण त्या मार्गावर सगळीकडे दगडविटांचे तुकडे पडलेले होते. आतल्या भिंतींवर कमानदार भागांमुळे कोनाडे तयार झाले होते. त्यात वेगवेगळी दगडी शिल्पं ठेवण्यात आली होती. पण त्यातला दुःखद भाग असा होता की, ती शिल्पं एकतर तोडफोड झालेली किंवा झिजलेली होती. एके काळी ती इमारत अतिशय शोभिवंत असली पाहिजे; परंतु आता ती अतिशय दुःखदपणे पूर्वीच्या आलिशान भव्यतेची फक्त एक सावली बनून उभी होती. वर्षानुवर्षांचं दुर्लक्ष आणि ऊन-वाऱ्याचा त्रास सोसलेली हात-पाय नसलेल्या आणि नाक मोडलेल्या अवस्थेतली तिथली शिल्पं अतिशय दयनीय आणि अस्वस्थ करणारी दिसत होती. टॉमनं या मंदिराची अवस्था बघून अश्रूच ढाळले असते, असं जॉशला वाटलं.

"अरे देवा!" जॉशनं समोर जे बघितलं होतं त्यावरच त्याची नजर खिळून राहिली होती.

"मला माहीत आहे, टॉमचा तर हृदयभंगच झाला असता," त्याच्या उद्‌गारांमागच्या कारणाचा अर्थ न समजल्यानं विद्या म्हणाली.

"नाही, ते नव्हे... होय, पण मला जे म्हणायचंय ते हे नाही," तो म्हणाला. त्याच्या आवाजातल्या वेगळेपणानं तिचं लक्ष त्याच्याकडे वेधलं गेलं. तो जे पाहत होता तिकडे तिनेही पाहिलं. तिथे भिंतीच्या मध्यभागी अगदी ठळकपणे नटराजाचं ठळक दगडी शिल्प होतं.

जॉशनं झटकन टॅब्लेट बाहेर काढला आणि त्यातला टॉमच्या ताब्यातल्या नटराजाच्या कांस्य मूर्तीच्या फोटोवर त्याने क्लिक केलं.

"त्याच्या प्रमाणबद्धतेकडे पाहा," तो म्हणाला. त्याच्या आवाजातली रोमहर्षक भावना लपवणं त्याला शक्य झालं नव्हतं. "त्या अंडाकृती चौकटीकडे बघ, त्याच्या चेहऱ्यावरचे भाव बघ, त्याच्या पावलांखालच्या राक्षसाच्या चेहऱ्यावरचे भाव बघ. होय, त्या नागाचं डोकं दिसत नाही आणि त्याची बोटंही खराब झाल्यामुळे दिसत नाहीत, पण..."

"ती कांस्य मूर्ती म्हणजे या दगडी शिल्पाची प्रतिकृती आहे," त्याचं वाक्य पूर्ण करत ती म्हणाली. ते दोघंही एकाच वेळी घाईघाईनं आणि विस्कळीतपणे बोलले.

"त्या शिल्पकारानं नक्कीच याच मूर्तीची नक्कल केली असेल..."

"त्याने आयुष्यभर नक्कीच ही मूर्ती पाहिली असेल..."

"म्हणूनच दृश्य खुणांनी टॉमचा गैरसमज झाला असावा..."

ती मुलगी त्यांच्या हावभावांकडे कुतूहलानं पाहत होती. त्यामुळे त्यांचे आवाज

त्यांनी शक्य तितके सर्वसामान्य ठेवण्याचा प्रयत्न केला आणि त्यांच्या चेहऱ्यावरचे भावही अगदी सौम्य प्रमाणात जिज्ञासापूर्ण ठेवले. विद्यानं काही फोटो घेतले आणि तिच्याशी थोडंसं बोलली. मात्र, तिच्या डोक्यात बेभानपणे विचार थैमान घालत होते.

"चल, तो स्थपती तिथे आहे का ते पाहू या," त्याने उतावळेपणानं आर्जवी स्वरात म्हटलं.

त्या तरुणीचा निरोप घेऊन आणि तिच्या कुटुंबाला तिथे मंदिराजवळच सोडून त्या छोट्याशा झोपडीकडे जाणाऱ्या नागमोडी रस्त्यावरून उत्साहानं ते झपाझप खाली चालत गेले. काही मिनिटांतच एका वृक्षाच्या छायेखाली प्रसन्नपणे बांधण्यात आलेल्या एका छोट्याशा झोपडीत ते पोहोचले. तो वृक्ष कुठला होता ते त्याला ओळखता आलं नव्हतं. त्या वृक्षाच्या भल्या मोठ्या फांद्यांमुळे आणि पानांमुळे झोपडीवर छान सावली धरली गेली होती आणि फक्त मधल्या 'टी'मधूनच ऊन खाली येत होतं.

मातीच्या भिंतीला टेकवूनच एक लहानशी दोरखंडाची खाट ठेवण्यात आली होती. झोपडीला दरवाजा नव्हता. त्याऐवजी तिथे एक कथलाचा पातळ पत्रा लावण्यात आला होता. शाकारलेल्या आणि फुटलेल्या छपरावरून काळसर ताडपत्री सोडल्याचं दिसत होतं.

विद्यानं हाक मारली.

जॉशला कुठेतरी गाईच्या हंबरण्याचा आवाज ऐकू आला. पण अन्यथा वाऱ्याच्या आवाजाखेरीज तिथे कमालीची शांतता होती. त्याने आजूबाजूच्या परिसराचं बारकाईनं निरीक्षण केलं, त्या वेळी त्याला उतारावर सुमारे तीस फुटांवर खाली एक खंदक खणल्याचं दिसलं. त्याला अगदी कष्टानं त्याची रूपरेषा उमगली होती.

"अरे बाप रे, अगदी अखेरच्या क्षणी नको त्या गोष्टीवर विश्वास ठेवावा लागतोय!" तो पुटपुटला.

विद्यानं तो कुठे पाहत होता त्या दिशेनं कपाळाला आठ्या घालत, विचारपूर्वक पाहिलं.

ठाम पावलं टाकत एक वृद्ध बाहेर आला. त्याच्या कमरेच्या वरचा भाग उघडा होता आणि तो अनवाणी होता. फक्त त्याने पारंपरिक पद्धतीनं कमरेभोवती पांढरा पंचा गुंडाळला होता. त्याचे पांढरे होत चाललेले केस आणि चेहऱ्यावरच्या सुरकुत्या यामुळे त्याचं वय लक्षात येत होतं, पण वर्षानुवर्षांच्या कष्टाच्या कामामुळे त्याचं शरीर दणकट दिसत होतं. त्याचा जबडा चौकोनी होता आणि हात बिलकूल थरथरत नव्हते. त्यामुळे वयोमानानुसार येणाऱ्या शारीरिक दुर्बलतेची कल्पना तिथे निरुपयोगी ठरत होती. त्याने चश्मा लावलेला नव्हता. त्याने त्यांच्याकडे निरखून बघितलं.

विद्या त्याच्याशी बोलली. बहुधा तिने त्याला त्यांची ओळख करून दिली होती.

त्याने सहजपणे भिंतीला टेकवून ठेवलेली खाट वाकवून खाली टाकली आणि तिकडे हात करून त्यांना तिच्यावर बसायला सांगितलं. तो आत गेला आणि त्यांच्यासाठी दोन ग्लासात पाणी घेऊन आला. जॉश आश्चर्यचकित होत ते थंडगार पाणी गटागटा प्यायला.

ते घर म्हणजे फक्त एकच खोली होती आणि कोपऱ्यात असलेल्या फडताळाखेरीज तिथे कुठलंही फर्निचर नव्हतं. फडताळाच्या एका कप्प्यात वेगवेगळ्या आकाराच्या बरण्या ठेवलेल्या होत्या आणि दुसऱ्या कप्प्यात कपड्यांचं एक गाठोडं होतं. जुन्या पद्धतीचा पंप मारून पेटवायचा एक स्टोव्ह होता.

"विद्यार्थी?" त्या माणसानं त्यांचं निरीक्षण करत विचारलं. बहुधा त्याच्या डाव्या डोळ्यापेक्षा त्याला उजव्या डोळ्यानं जास्त दिसत असावं, कारण तशाच प्रकारे त्यानं मान किंचित तिरकी करून त्यांच्याकडे बघितलं.

आपण जुन्या मंदिरांवर संशोधन करत असल्याचं संदिग्ध उत्तर विद्यानं त्याला दिलं. विद्यानं संभाषणाची सुरुवात करण्यासाठी विचारलेल्या पहिल्या प्रश्नाला उत्तर देताना तो वृद्ध माणूस मंदिरांविषयी आणि चोला साम्राज्याविषयी सर्वसामान्यपणे थोडंफार बोलला आणि विद्यानं लगेच कर्तव्यदक्षतेनं त्याचं भाषांतर करून ते जॉशला सांगितलं.

"आम्ही असं ऐकलं की, हे एक दुर्दैवी मंदिर आहे."

त्या वृद्ध व्यक्तीनं स्मित केलं, ते हळुवार होतं, जवळजवळ दुःखद स्मित होतं. तो जमिनीवर उकिडवा बसला.

"ते एक भरभराटीला आलेलं संपन्न मंदिर होतं. त्याच्यावर महान संतांनी काव्य लिहिलं होतं. चोला राजघराण्याच्या ऱ्हासाबरोबर या मंदिराचं महत्त्वही कमी झालं आणि नंतर त्याचदरम्यान कधीतरी अशा गोष्टी गुंफल्या जाऊ लागल्या."

"ते मंदिर आता जवळजवळ मोडकळीला आलंय."

"मंदिराच्या मालकीविषयी वाद निर्माण झाला होता आणि त्याची परिणती मंदिराला कुलूप लावण्यात झाली. तिथे केल्या जाणाऱ्या किरकोळ पूजांसारखे विधीही नंतर थांबवले गेले. या दुर्दैवी परिस्थितींमुळे गेल्या काही वर्षांत या अंधश्रद्धांनी जोर धरला आहे, असं मला वाटतं."

"तुम्ही इथे बरीच वर्षं आहात का?" जॉशला ते जाणून घेण्याची मोठीच जिज्ञासा होती.

"मी जन्मापासून इथेच या खेड्यातच आहे. कुणीही राहत नसलेल्या या भागातून मी काही वर्षांपूर्वी बाहेर गेलो होतो," त्या स्थपतीचं हे उत्तर संदिग्ध होतं.

काही वेळानं संभाषण थांबलं. त्या दोरखंडाच्या खाटेवर ते स्तब्ध बसले होते.

हळुवार वाऱ्याच्या झुळकीमुळे वृक्षाच्या फांद्या सळसळल्या आणि त्या झुळकीनं विद्याच्या केसांशीही चाळा केला. जॉशनं त्याच्या केसांतून हात फिरवला.

त्याने खोल श्वास घेऊन एक निर्णय घेतला. त्याने त्याचा टॅब्लेट बाहेर काढून उघडला आणि त्यावर त्या मूर्तीचं चित्र काढून त्याने त्या वृद्ध माणसाला ते दाखवलं. विद्यानं तिला ते समजलं असल्याचं दाखवण्यासाठी मान डोलावली.

तिने हळुवार आवाजात विचारलं, ''तुम्हाला ही मूर्ती माहिती आहे का?''

सुंदरम स्थपतीनं ते गॅजेट थोडंसं घुटमळतच हातात घेतलं आणि डोळे बारीक करून ते चित्र बघितलं. जॉशला त्या वृद्धाचे हात किंचित थरथरल्यासारखे वाटले आणि त्याच्या म्हाताऱ्या डोळ्यांत ओळखीची खूणही त्याला दिसली. त्याने मोठ्या प्रेमानं त्या चित्राला स्पर्श केला. त्याबरोबर टच स्क्रीनवरून ते चित्र दूर गेलं आणि तिथे दुसरं चित्र दिसू लागलं. एकदम दचकल्याप्रमाणे क्षमा मागत त्याने घाईघाईनं तो त्याच्याकडे परत दिला.

जॉशनं त्याला त्यामुळे काहीही बिघडलं नसून सारं काही ठीक असल्याचा दिलासा देत पुन्हा ते चित्र त्याला दाखवलं.

त्या वृद्धानं त्यांच्या नजरेत विचारीपणानं नजर मिसळली. ''तुम्ही कुठून आला आहात ते पुन्हा एकदा सांगा बरं?'' त्याने कपाळाला किंचित आठ्या घालत विचारमग्नतेनं विचारलं.

त्यांनी त्या प्रश्नाकडे दुर्लक्ष केलं.

''ही मूर्ती कोणी तयार केली होती ते तुम्ही आम्हाला सांगू शकाल का?'' कोणत्याही प्रकारचा आरोप करत असल्याचा किंवा शोध घेत असल्याचा स्वर नसलेल्या आवाजात त्याने तो प्रश्न सहजपणे विचारला होता. विद्यानंही त्याच आवाजात तो भाषांतरित करून हळुवार आवाजात त्याला विचारला.

जॉश त्याच्या चेहऱ्याचं अगदी बारकाईनं निरीक्षण करत होता. जॉशला त्या वृद्धाच्या नजरेत आश्चर्य, दक्षता आणि गांभीर्य चमकून गेल्याचं जाणवलं. काही क्षण तो तसाच शांत राहिला. तो नक्कीच त्रस्त झाला होता. त्या प्रश्नावर काय उत्तर द्यावं, याचा तो विचार करत होता आणि त्या प्रश्नाचं सावधपणे विश्लेषणही करत होता. त्यांच्या अचानक झालेल्या भेटीमुळे निर्माण झालेली ती एक नैसर्गिक दक्षता आणि संभ्रम होता की, त्यामागे एखादा अशुभसूचक सुप्त विचार होता?

''ती मी तयार केली होती,'' अगदी खरी गोष्ट सांगत असल्याच्या प्रामाणिक स्वरात त्याने मूर्ती तयार केल्याचं मान्य केलं होतं.

तो खोटंही बोलू शकत होता, हे जॉशला माहीत होतं, पण त्या वृद्धाच्या व्यक्तिमत्त्वातल्या भारदस्तपणामुळे आणखी संशय घेण्यास जागाच उरलेली नव्हती.

तो गरीब होता ही क्लेशकारक बाब स्पष्टपणे दिसत होती, पण ती वेगळी

गोष्ट होती. त्याच्यासारख्या माणसानं नफा मिळवण्यासाठी किंवा अगदी डोळ्यांच्या शस्त्रक्रियेसाठीसुद्धा एखादी पवित्र मूर्ती विकली असेल, असं वाटत नव्हतं. काहीही झालं तरी ते शिवमंदिर होतं.

जॉश मागे रेलला. त्याने हात पाठीमागे घेतले होते आणि त्या दोरखंडाच्या खाटेवर दाबून धरले होते. त्याने समोर पसरलेल्या व्यापक निळ्या आकाशाकडे पाहिलं.

त्यानंतर त्याने फोन उचलला आणि त्यावर पुढील वाक्य टाइप करता करता उच्चारलं, *'टॉम, काय झालं असेल त्याचा अंदाज बांध बघू, अधिकृत स्रोत जिवंत आहे.'*

३७

लवकरच लक्ष विचलित झालेल्या अवस्थेत आणि तणावपूर्ण शांततेत ते तंजावुरला परत आले. या प्रकारच्या प्रवासात नेहमीच वाटतं त्याप्रमाणे परतीचा प्रवास हा तिथे जाण्याच्या प्रवासाच्या तुलनेत अधिक झटपट पार पडला होता.

त्यांनी आणखी थोडा वेळ त्या वृद्धाबरोबर गप्पा मारल्या होत्या. त्या झोपडीमागे असलेल्या एका लहान कामचलाऊ ओतकामाच्या कारखान्यातही त्याने त्यांना नेलं होतं. तिथे त्याने कांस्य धातूच्या काही कलात्मक वस्तू तयार केल्या होत्या. त्यांना तिथे धातूचे काही टाकाऊ तुकडे, मातीची ढेकळं आणि मेण पडल्याचं आढळलं होतं.

विद्याला दोन खूपच छान दिसणारे क्लिष्ट डिझाइनचे दिवे दिसले होते. पण ते खराब असल्याचं त्या मूर्तिकारानं सांगितलं. त्याने मूर्ती तयार करणंही थांबवल्याचं त्यांना सांगितलं. त्याला डाव्या डोळ्यानं अगदी कमी अंतरावरचं आणि तेही अतिशय अंधूक दिसत होतं. मोतीबिंदूच्या शस्त्रक्रियेनंतर त्याच्या उजव्या डोळ्यानं त्याला व्यवस्थित दिसत होतं, पण तरीही कांस्य मूर्ती तयार करण्याइतकं चांगलं त्याला दिसत नव्हतं, असं त्याने दुःखानं सांगितलं.

"तो खंदक का खणला गेलाय?" बोलता बोलता जॉशनं विचारलं. जणू काही उरलीसुरली माहितीही त्याला सोडायची नव्हती अशा प्रकारे तो विचारत होता.

"गावासाठी पावसाचं पाणी साठवून सिंचनासाठी वापरता यावं म्हणून," त्या माणसानं उत्तर दिलं आणि गेल्या वर्षी मॉन्सूनचा पाऊस न झाल्याबद्दल दुःख व्यक्त केलं. यंदा तरी पर्जन्यदेवता त्यांच्यावर उपकार करेल, अशी अपेक्षाही त्याने व्यक्त केली.

त्याने काही वेळा तो नटराज त्यांना कुठे दिसला, असं विचारलं आणि अखेरीस

एखाद्या प्रतिक्षिप्त क्रियेप्रमाणं विद्यानं त्याला तो लंडनमध्ये दिसल्याचं सांगितलं.

"तो खरोखरच लंडनमध्ये आहे का?" त्याने आश्चर्यानं आणि अभिमानानं विचारलं. 'लंडन' त्याने पुन्हा एकदा म्हटलं.

ते परत निघाले होते, मंदिरावरून जाताना त्यांनी वृक्षाच्या सावलीत मुलाला स्तनपान देत बसलेल्या त्या महिलेचा निरोप घेतला. आता त्यांना थोड्या फुटांवरून उत्साहानं हात हलवून निरोप देण्याएवढा तो मुलगाही धीट झाला होता. त्याचे डोळे चमकत होते आणि त्याच्या गडद तपकिरी त्वचेच्या पार्श्वभूमीवर त्याचे दात चकाकत होते.

जॉशनं टॉमला फोन करण्याचा प्रयत्न केला, त्याने फोन स्पीकरवर टाकला होता, पण रिंगवर रिंग झाल्या तरी टॉमनं फोन उचलला नव्हता. त्याप्रमाणेच आरएसटींच्या बाबतीतही घडलं होतं.

"म्हणजे हे सगळं असं होतं तर!" विद्या म्हणाली.

आपण एखाद्या दिवास्वप्नातून जागे झाल्याप्रमाणे जॉशनं चुळबुळ केली, एक सखोल श्वास घेतला आणि मान डोलावत म्हणाला, "होय, हे असंच होतं."

"आता काय झालं?"

"मला पूर्णपणानं खात्री वाटत नाही. पोलीस बॅनरपर्यंत पोहोचण्यासाठी आयशेनडॉर्फचा वापर करून घेतील. पण त्यातून त्यांच्या हाती काही लागेल का याविषयी मला शंका आहे. ती प्राचीन मूर्ती विकण्याची कल्पना पूर्णपणे आयशेनडॉर्फची होती, असं बॅनर आणि शिवराज सांगू शकतील." तिच्याप्रमाणेच त्यालाही दुःखी आणि निराश झाल्यासारखं वाटत होतं.

आता त्यांची यातली भूमिका संपली होती. ते त्यांच्या दैनंदिन कामकाजात व्यस्त असताना या संदर्भातील वाटाघाटी आणि करार आणि आरोप-प्रत्यारोप हे आता इतर लोक करणार होते. यामुळे जॉश आता शक्य तितक्या लवकर म्हणजे दुसऱ्याच दिवशी निघून गेला असता, ही वस्तुस्थिती क्लेशदायकपणे तिच्या लक्षात आली होती. त्यानंतर कदाचित ती त्याला कधीही भेटू शकली नसती. तिने घशात आलेला आवंढा गिळला.

ते तंजावुरला पोहोचले तोपर्यंतचा जवळजवळ सगळा वेळ ते विचारातच हरवून गेले होते. विद्याच्या मनात निर्माण झालेल्या अस्थिर भावनांची तिलाच खात्री वाटत नव्हती, कारण ती साहसी मोहीम संपल्यामुळे आणि जॉश लगेच निघून जाण्याची शक्यता असल्यामुळे त्या भावना निर्माण झाल्या असाव्यात, असं तिला वाटत होतं.

तिने गाडी उभी केल्यानंतर ते खाली उतरले आणि लॉबीकडे जाऊ लागले. 'तो' अगदी त्यांच्या समोर येईपर्यंत तिचं त्याच्याकडे लक्षच गेलं नव्हतं. तो

जाणीवपूर्वक त्यांच्याकडे येत होता आणि त्याचं नाकही बाकदार होतं. त्यामुळे तो बोलण्याच्या जेमतेम क्षणभर आधी विद्याला त्याची संभाव्य ओळख लक्षात आली होती.

प्रभू बारीक होता आणि विद्याला तो उंच आणि गोटीबंद शरीरयष्टीचा साथीदार असेल असं वाटलं होतं, पण त्याची उंचीही तिला वाटली होती त्याहून जवळजवळ दोन इंच कमीच होती. त्याच्या अंगावर सर्वसामान्य कपडे होते. त्याने धार्मिक प्रतीकं आणि देवांच्या प्रतिमा कोरलेल्या बऱ्याच अंगठ्या घातल्या होत्या आणि कपाळावर चंदनपूड लावली होती आणि भडक लाल रंगाचे पट्टेही ओढले होते. त्याच्या शरीरयष्टीतली कमतरता त्याच्या कावेबाज, लबाड डोळ्यांमुळे भरून निघत होती. धर्मनिष्ठेविषयीचा किंवा ईश्वरनिष्ठेविषयीचा कोणताही ठसा त्याच्या त्या नजरेमुळे निष्प्रभ ठरत होता.

त्याने जॉशकडे शत्रुत्वपूर्ण नजरेनं चौकसपणे बघितलं आणि तिच्याकडे संशयानं आणि जास्त खुल्या शत्रुत्वानं बघितलं. ''कोण आहात तुम्ही लोक? तुम्ही इथे आजूबाजूला माझी चौकशी का करत आहात?''

त्याने विचारलं.

विद्यानं काहीच न समजल्याचं ढोंग केलं आणि त्याला तिने तो कोण होता, असं विनम्रपणे विचारलं.

''मी प्रभू आहे. मी त्या ओतकामाच्या कारखान्यात काम करतो,'' त्याने कपाळाला आठ्या घालत आणि आणखी एकदा जॉशकडे जास्त रोखून पाहत सांगितलं.

''अच्छा, म्हणजे तुम्ही प्रभू आहात का,'' ती म्हणाली. तिचा स्वर तिने शक्य तितका शांत ठेवण्याचा प्रयत्न केला होता. तिच्या शेजारीच असलेला जॉश सावध झाला होता. तो तिथे का आला असावा याविषयीच्या संभाव्य कारणांचा ती मनातल्या मनात विचार करत होती.

तिच्या सरळ वागण्यानं तो चकित आणि अस्वस्थ झाल्याचं दिसत होतं. आता त्याच्या स्वरात काहीसा गोंधळल्याचा भाव असला, तरीही आपलं म्हणणं तसंच लावून धरत तो म्हणाला, ''होय, तुम्ही माझी चौकशी करत होतात असं मी ऐकलं होतं?''

''कुणीतरी आम्हाला असं सांगितलं की, तुमच्याकडे चांगल्या कांस्य मूर्ती आहेत आणि याला काही मूर्ती विकत घ्यायच्या आहेत,'' तिने जाणीवपूर्वकच तिचं स्पष्टीकरण संदिग्ध ठेवलं होतं आणि त्यात बरेचसे इंग्रजी शब्द पेरले होते. जॉशच्या चेहऱ्यावरच्या चिंतातुर भावांवरून त्याला जे काय चाललं होतं ते समजलंय हे तिच्या लक्षात आलं होतं.

"कुणी? कुणी माझं नाव सुचवलं?"

"चेन्नईतल्या कुणीतरी. काही का असेना, पण आता आम्ही इतर लोकांशी बोललो आहोत आणि आम्हाला तुमची सेवा नकोय," तिने त्याला घालवून देण्याची गोष्टही त्याच्याशी आर्जवानं बोलल्याप्रमाणे केली.

जॉश लक्षपूर्वक त्यांचं संभाषण ऐकत होता आणि आविर्भावही पाहत होता, पण सुदैवानं तो शांत बसला आणि काळजीपूर्वक सावधपणे बघत राहिला. तो अगदी लक्षात येण्याजोग्या पद्धतीनं निश्चयानं तिच्या आणि त्याच्या मध्ये येऊन उभा राहिला. जणू काही त्या परिस्थितीच्या गांभीर्याला तोंड देण्याची त्याने तयारी केली असावी. अगदी त्या परिस्थितीतही त्याचं ते संरक्षणात्मक वर्तन सुखावणारं होतं.

"मी इथे तुम्हाला काहीही विकायला आलेलो नाही. मी लबाड आहे असं त्या माणसानं तुम्हाला सांगण्याची काहीच गरज नव्हती," प्रभू पुन्हा शिरा ताणून वरच्या आवाजात आरडाओरडा करत बोलला.

हॉटेलच्या सुरक्षा यंत्रणेचे लोक विचार करत त्यांच्याकडे वळले आणि विद्याही तिच्या चेहऱ्यावरचे भाव अलिप्त राखत, प्रभूच्या नादी न लागता लॉबीच्या दिशेनं चालू लागली. "मला ते काही माहीत नाही. तुम्ही जाऊन त्याच्याकडे तक्रार करा," ती म्हणाली.

"मी फक्त पोट भरायचा प्रयत्न करतोय आणि हा माणूस मला लबाड, फसवाफसवी करणारा का म्हणतोय ते मला माहीत नाही. तोही काही साधू-संत नाही," प्रभू त्यांच्याबरोबर चालत तसाच बोलत राहिला.

जॉश आता ठामपणे तिच्या आणि प्रभूच्या मध्ये थांबला आणि हळूहळू, पण ठामपणानं तिला हलकेच इशारा करत लाउंजच्या दिशेनं जाऊ लागला. विद्यानं त्याच्यात स्वारस्य नसल्याचं दाखवून आणि झटपट मान डोलावून प्रभूला तिथून कटवण्याचे प्रयत्न सुरूच ठेवले. जॉशनं त्याचे एक-दोन शब्द समजल्यामुळे आता प्रभूला पर्यटकाच्या थकलेल्या आणि संतप्त आवाजात सौम्यपणे सांगितलं, "आम्हाला काहीही विकत घ्यायचं नाही, काहीही नको आहे, काहीही नको आहे."

आता पुढे काय करावं याविषयी प्रभू गोंधळून गेला आणि त्याला काहीच सुचेनासं झालं. त्याने लॉबीचं निरीक्षण केलं आणि तिथली रिसेप्शनिस्ट आणि सुरक्षारक्षक त्याच्याकडे काळजीपूर्वक पाहत असल्याचं त्याच्या लक्षात आलं. त्यांचा पाठलाग करून त्याला काय उपयोग होणार होता, हे विद्याच्या लक्षात आलं होतं. त्यांनी त्याला लॉबीत तसाच उभा राहू दिला आणि ते आत निघून गेले. तो तिथेच विचारमग्न होत उभा राहिला. त्यांच्या मागे न जाण्याचं त्याने ठरवल्याचं दिसत होतं.

''त्या दुकानातल्या साहाय्यकानं आपण त्याची चौकशी करत होतो हे त्याला सांगितलं असणार,'' त्याला त्यांचं बोलणं ऐकू जाणार नाही एवढ्या अंतरावर आल्याबरोबर लगेच ती म्हणाली.

''त्या प्रात्यक्षिकाच्या ठिकाणाहून त्याला नक्कीच आपल्या हॉटेलचे आणि कारचे तपशील मिळाले असतील. दुतोंडा हरामखोर कुठला,'' जॉशनं मनात भावना दाटून आल्यामुळे म्हटलं.

''पण प्रभू आता काही करू शकेल असं दिसत नाही,'' त्या परिस्थितीचा विचार करत तिने म्हटलं. ''आपल्याला जी माहिती हवी होती ती तर आपल्याला मिळालीय.''

जॉश विचारमग्न होता. त्याने ओठ घट्ट आवळले होते आणि तोंड अगदी घट्ट मिटून घेतलं होतं. ''आपण त्या स्थपतीचा शोध घेत होतो, हे त्या साहाय्यकानं त्याला सांगितलं असेल.''

ते लिफ्टमधून बाहेर पडले आणि हळूहळू चालत तिच्या रूममध्ये गेले.

''खरं आहे, पण आपण आधीच त्याला भेटूनही आलोय हे समजण्याचा त्याच्याकडे काहीच मार्ग नाही.''

''पण प्रभूनं आजूबाजूला चौकशी केली असेल तर त्याला आपण किलाईनल्लूर गाव शोधण्याचा प्रयत्न करत होतो, हे समजलं असेल,'' तिच्या खोलीच्या दरवाजासमोर यापुढे काय होईल याचा अंदाज बांधत ते उभे राहिले.

जॉशनं एक खोल श्वास घेतला. ''काहीही असलं तरी काही मिनिटांतच तो शिवराजला फोन करेल.''

''मलाही तसंच वाटतंय. पण आता आपण काहीही करू शकत नाही. पुढे कुठली पावलं उचलायची हे पोलीसच ठरवतील.''

''शिवराज निष्पाप असल्याची बतावणी करेल. तो यातून निसटून जाईल. हो की नाही?'' जॉशनं दोन्ही हात एकमेकांत गुंफून डोक्याच्या मागे घेत किंचित निराशेनं विचारलं.

''खरं तर अगदी तसंच होणार नाही. आतापर्यंत कुणीही पैसे दिलेले नाहीत. आपण जिंकलो आहोत,'' तिने त्याचं तिकडे लक्ष वेधलं. ''तुला माहीत आहे का, कॉन चित्रपटासारखंच आपण या सगळ्याच्या मुळाशी जाऊन त्याला सध्या यशस्वी होण्यापासून कदाचित रोखलंय. आधुनिक मूर्ती भरमसाट किमतीला विकून ब्रिटिश वस्तुसंग्रहालयाला मूर्ख बनवल्यामुळे तो यात अडकेल. त्यांनी आतापर्यंत लुटलेल्या सगळ्या पुरातन कलात्मक वस्तूंसाठी घेतलेला हा किती गोड बदला असेल.''

त्याने काहीसा कण्हल्यासारखा आणि काहीसा ठाम निश्चय दर्शवणारा यांच्यामधला आवाज काढला आणि खांदे उडवून दीर्घ नि:श्वास टाकला. त्यातून जे झालं ते

झालं आणि यापुढे त्याने काहीही फरक पडणार नाही, असा अर्थ सूचित होत होता.

किंचित थबकून तिने त्याला विचारलं, "तू दहा मिनिटांत खाली येतोस ना?"

त्याने थोडंसं गोंधळल्यासारखं तिच्याकडे बघितलं. त्यानंतर जवळजवळ चटकन लक्षात येणार नाही अशा पद्धतीनं त्याने एक उसासा सोडला आणि नंतर मान डोलावून केसांतून हात फिरवत तो त्याच्या खोलीत निघून गेला. ती वेळ सलगी करण्यासाठी, शृंगारासाठी योग्य नव्हती हे त्या दोघांनीही अगदी एकमतानं ओळखलं होतं, हीच यातली महत्त्वाची गोष्ट होती.

त्यानंतर दहा मिनिटांनी ते लॉबीत भेटले. सुदैवानं ती रिकामी होती. खोली सोडल्यानंतर ते तिथून बाहेर निघाले.

गॅस स्टेशनवर थोडा वेळ थांबून ते चेन्नईला जाण्यासाठी महामार्गाकडे वळले. बहुधा मनात लाखो विचारांची दाटी झालेली असल्यामुळे असेल, पण विद्या रस्ता चुकली. जॉशच्या मॅप ॲपवरून एकेरी मार्गांचा विचार केला जात नव्हता आणि काही वेळ गोंधळल्यासारखी चकरा मारल्यानंतर ती सहजपणेच पुलाच्या रस्त्याच्या दिशेनं निघाली.

अनपेक्षितपणे ते तंजावुरच्या मोठ्या मंदिराजवळ पोहोचले होते. तिने वरच्या दिशेला जाणाऱ्या चढावर जोरात ब्रेक दाबला आणि कार एका बाजूला उभी केली. त्या दोघांनीही सुन्न करणाऱ्या शांततेत स्तिमित होत मंदिराकडे रोखून बघितलं.

तिथेच उष्णकटिबंधीय निळ्या आकाशात तरंगणाऱ्या ढगांच्या पार्श्वभूमीवर, कलत्या दुपारच्या सोनेरी सूर्यकिरणांत न्हाऊन निघणारा तो चोला वास्तुशास्त्राचा नमुना होता. तिच्या हृदयाला कोणीतरी साद घालत असल्यासारखं, तिला आपल्याकडे खेचत असल्यासारखं तिला वाटलं, पण ती खाली उतरू शकली नाही. जॉशनंही खाली उतरण्याची उत्सुकता दर्शवली नाही. त्याने तर फोटोसुद्धा घेतला नव्हता, फक्त त्या मंदिराकडे तो एकटक पाहत राहिला होता. बहुधा तो टॉमचा विचार करत असावा.

त्या अनेक शतकांपूर्वीच्या मंदिराकडे पाहत असताना तिच्या मनात अनाकलनीय विषण्णतेची सर्वव्यापी भावना दाटून आली.

"हे मंदिर एखादी शोकांतिका असल्यासारखं का वाटतंय?" काही क्षणांनंतर तिच्याच विचारांचं प्रतिबिंब पडल्याप्रमाणे त्याने विचारलं.

"ना मृत्यू, ना प्रेक्षणीय, छाप पाडणारं स्वगत. खरोखरच हे फारसं शोकांतिकेसारखं नाही," तिने विनोद करण्याचा प्रयत्न केला.

"तुला शोकांतिकांची एवढी समज आहे हे मला माहीत नव्हतं," तो रूक्षपणे म्हणाला.

तिने काळजीपूर्वक समोर बघितलं आणि त्याच्या शब्दांचा विचार केला.

“गेले काही दिवस आपण अशा सातत्यपूर्ण... अवस्थेत आहोत... म्हणजे उत्साही, आनंदी अवस्थेत आहोत, की आता त्या सगळ्या पाठलागाची अखेर ही हिरमोड करणारी, अपेक्षाभंग करणारी सांगता असल्यासारखी वाटते.”

“होय. कदाचित आपल्याला स्वत:लाच मूर्ख बनवण्याचा हा चांगला मार्ग आहे,” लांबवर एकटक पाहत त्याने आपलं मत नोंदवलं. त्याच्या चेहऱ्यावर चिंता आणि विचारमग्नता दिसत होती.

“तुला सांगू का, हीच उत्तम प्रकारची शक्य असलेली सांगता आहे. एवढंच नव्हे, तर यात सगळ्यांचा विजय आहे,” ती म्हणाली. तोच एक मार्ग होता. देशातून पुरातन कलात्मक वस्तू बाहेर गेली नव्हती. फसवणूक झालेली नव्हती आणि टॉम...

“टॉमच्या बाबतीत हे खरं नाही, पण मला वाटतं की, ते याहून आणखी वाईट झालं असतं,” तिचं मन वाचत जॉश म्हणाला.

आणि ही सांगता, ही या प्रकरणाची अखेर त्यांच्या दृष्टीनं कोणत्या प्रकारची होती?

जणू काही त्याला हा प्रश्न ऐकू आला असावा त्याप्रमाणे त्याने तिच्या हातावर त्याचा हात ठेवला आणि आपलेपणानं हळुवारपणे दाबला. ते एकमेकांचे हात हातात घेऊन तसेच शांतपणे बसून राहिले. तो वळला आणि त्याने तिच्याकडे बघितलं. त्याला काहीतरी बोलायचं होतं, त्याच्या चेहऱ्यावर तसा स्पष्ट भाव होता. पण त्याने स्वत:ला रोखलं आणि दुसरीकडे बघितलं. त्यानंतर काही क्षणांनी अगदी ओढूनताणून आणलेल्या अलिप्तपणानं तो म्हणाला, ‘मी थँक्सगिव्हिंगला टॉमला इकडे घेऊन येण्याचा बेत आखलाय. नंतर आपण तिघं मिळून त्या मंदिराला भेट द्यायची का?”

त्या प्रश्नातून अधोरेखित झालेल्या, दक्षतापूर्वक केलेल्या संयत विधानातून ते सगळं संपवण्याची त्याचीही तयारी नव्हती, हा संदेश तिच्यापर्यंत बरोबर पोहोचला होता. अजूनही सूर्य प्रकाशत होता आणि पक्ष्यांचं गाणं ऐकू येत होतं आणि तिचा उत्साह उसळून वर आला होता. तिने मान डोलावली त्या वेळी तिच्या चेहऱ्यावरही तो दिसला असावा. खोडकरपणे स्मित करत तिच्याकडे पाहण्यासाठी तो वळला त्यावेळी त्याच्या चेहऱ्यावरूनही तो प्रतिबिंबित होत होता. “पण फक्त एका अटीवर.”

“काय?”

“तोपर्यंत त्या बॉयफ्रेंडला सोडून देशील?”

ती हसली. “मी यावर विचार करेन.”

स्मित करत आणि खोल श्वास घेत तिने पुन्हा एकदा गाडी चालवायला

सुरुवात केली. काही मैल आल्हादक शांततेत पार पाडल्यानंतर जॉश त्या शांततेचा भंग करत जोरात म्हणाला, "मी त्या धातूच्या विश्लेषणाविषयी विसरूनच गेलो." त्यानंतर आणखी एकदम ठामपणे तो म्हणाला, "मागे वळ, आपल्याला परत जावंच लागेल. मी किती मूर्ख आहे. टॉमनं मला त्या धातूच्या घटकांविषयी सांगितलं होतं... त्या संयुगातल्या धातूंचं प्रमाण हे दहाव्या शतकातल्या संयुगाच्या प्रमाणासारखंच आहे, आधुनिक मूर्तींमधल्या संयुगासारखं नाही. त्या वृद्धानं ती बनवलेली नाही."

"त्याने आपल्या नजरेला नजर भिडवली आणि आपल्याला त्याने स्वतःच ती बनवली असं सांगितलं."

"मला ते माहीत आहे! आणि आपण लगेच त्याच्यावर विश्वासही ठेवला. पण नाही! ती त्याने बनवलेली नाहीच."

त्याने संतप्तपणे उच्चारलेल्या आवेशपूर्ण शब्दांचा अर्थ समजून घेण्याचा ती विचारमग्नतेनं प्रयत्न करत होती. रस्त्याच्या कडेला गाडी थांबवण्यासाठी वेग कमी करत तिने विचारलं, "पण त्यानंही तेच प्रमाण वापरलं असण्याची शक्यता नाही का?"

"नक्कीच आहे. पण अगदीच टोकाची शक्यता आहे ती. शिवराज? त्याने कदाचित जाणीवपूर्वक असा काहीतरी डाव आखला असता. पण तो वृद्ध माणूस? शक्यच नाही." तो विचारमग्न होत थांबला. "फसवणुकीच्या उद्देशानं तो एवढ्या पातळीची पूर्वतयारी करून अशा प्रकारची मूर्ती बनवू शकेल का? नाही, तो खोटं बोलला असला तरीही मला तसं वाटत नाही. काहीतरी चुकतंय."

"पण त्याने एखादं जुनं कांस्य वगैरे वापरलं असेल का?" तिने निराशेनं विचारलं. त्याचा प्रत्येक मुद्दा खोडून काढण्याचा प्रयत्न करत असतानाच तिने कार वळवण्याची तयारीही केली होती.

"एवढ्या मोठ्या आकाराच्या मूर्तीसाठी लागणारं?" जॉशनं डोकं हलवलं. तिने गाडी मागे वळवली आणि ते त्या लहानशा खेड्याच्या दिशेनं निघाले. "नाही, आपण फसलो. अरेरे, ती मूर्ती नक्कीच प्राचीन आहे."

जॉशनं त्याचा लॅपटॉप बाहेर काढला आणि कमी कनेक्टिव्हिटी असल्यामुळे शिव्याशाप देत त्याने शिवराजच्या फोनच्या नोंदी तपासल्या.

"प्रभूनं त्याला पंधरा मिनिटांपूर्वी फोन केला होता."

तिने त्याच्याकडे बघितलं, तेव्हा जॉशच्या कपाळावर एक खोल आठी पडल्याचं तिला दिसलं आणि लॅपटॉपवर तो शोध घेताना त्याच्या नजरेला बराच त्रासही होत होता.

"याचा अर्थ शिवराजला आपण इथे आहे ते समजलंय."

"होय. पण ते तेवढंच नाही, ते त्याहूनही अधिक वाईट असू शकेल," तो अगदी गंभीर निकडीनं बोलला.

"तुला नेमकं काय म्हणायचंय?"

"अरे देवा, मी किती मूर्ख आहे. आपण चांगला अर्धा तास गमावलाय, कारण मी कमालीचा मूर्ख आहे."

"तू हे आधीही सांगितलंयस आणि मला ते समजलंय. त्याच्या पुढचं सांगशील का?"

"ऐक. समज की, तू शिवराज आहेस आणि काही महिन्यांपूर्वी तुला ती मूर्ती सापडली होती. आता तुझ्या बचावासाठी तू काय सांगू शकशील?"

विद्यानं क्षणभर विचार केला.

"मी म्हणेन की, ही आधुनिक मूर्ती आहे आणि ती त्या वृद्ध व्यक्तीनं तयार केलीय. जास्त प्रश्न विचारले गेले तर मी म्हणेन की, मला ती मूर्ती प्राचीन आहे हे बिलकूल माहिती नव्हतं आणि मी त्या स्थपतीवर विश्वास ठेवला."

"अगदी बरोबर. याचा अर्थ त्या वृद्धाचा विम्यासारखा वापर करण्यानं काहीच हानी होणार नाही."

जॉशच्या चिंतेचं कारण हळूहळू तिच्या लक्षात येत होतं.

जॉश पुढे सांगू लागला, "आता ती मूर्ती देशाबाहेर आहे आणि तिची किंमत खूपच जास्त आहे. शिवराजला आपल्याला काय माहीत आहे ते माहीत नाही, पण आपण त्या वृद्ध स्थपतीची माहिती विचारत सगळीकडे फिरत होतो एवढंच त्याला माहीत आहे."

"-आणि प्रभू"

"प्रभू गळेकापू वृत्तीचा आहे, तो पळून जाईल, पण तो वृद्ध गृहस्थ? त्याचाच फक्त शिवराजला धोका असेल."

त्याच्या शब्दांतला भयावह तर्क विद्याला समजला होता. टॉमच्या मूर्तीचा संबंध शिवराजशी जोडण्यासाठी तो वृद्ध माणूस हाच त्याच्यासाठीचा दुवा होता. जर तसं नसतं तर शिवराज त्यांच्या कथेत चपखल बसणारी आणखी एक सात फुटी आधुनिक मूर्ती बनवू शकला असता.

झटपट माग पुसून टाकण्यासाठी त्या वृद्ध माणसाचं तोंड कायमचं बंद करायचं असं त्याने ठरवलं असण्याची शक्यता होती. जरी त्याने तसं केलं नसतं तरी प्रभूनं तसं केलं असतं याविषयी तिच्या मनात शंका नव्हती.

"तुझ्या डॅडना फोन कर," विद्यानं फोन उचललाच होता, तेवढ्यात त्याने सांगितलं. तिने तिच्या वडिलांचा नंबर लावला. तिचं हृदय भीतीनं धडधडत होतं.

आरएसटींनी शांत आवाजात फोन घेतला, त्यांचा तो आवाज तिला दिलासादायक

वाटला आणि तिला त्या वेळी तिच्या मनात निर्माण झालेली व्याकूळता तेवढ्यापुरती तरी शमल्यासारखं वाटलं.

"अप्पा, तुम्ही कुठे आहात?"

"मी जगदीशबरोबर आहे. आम्ही नुकतंच दुपारचं जेवण एकत्रच घेतलंय आणि मी घरीच निघालोय. सॉरी, तू मला आधी फोन केल्याचं माझ्या लक्षातच आलं नाही."

"ते जगदीशकाकांबरोबर आहेत," तिने सुटका झाल्यासारखं जॉशला सांगितलं.

"छान, त्यांना तिथेच राहू देत," जॉशनं त्याच्या मनात दुसरा कटू विचार आल्यामुळे बहुधा म्हटलं होतं. "शिवाय गरीब बिच्चाऱ्या रामनाथनलाही थोडंफार संरक्षण द्यायला तू त्यांना सांगू शकशील का? आपण आणखी तीही जोखीम घेऊ शकत नाही."

"जॉश, तू मला घाबरवून सोडतोयस," तिने फोनवरून बाजूला चेहरा वळवत म्हटलं.

"विद्या, काय चाललंय?" आरएसटींनी काळजीच्या स्वरात विचारलं. त्यांनी नक्कीच काही शब्द ऐकले होते. त्यांचा फोन स्पीकरवर ठेवून तिने त्यांना तो फोन करेपर्यंत घडलेल्या सगळ्या घटना भराभरा सांगितल्या. तिच्या आवाजात वेग वाढवल्यामुळे थोडासा कंपही निर्माण झाला होता.

"विद्या, काळजीपूर्वक ऐक," त्यांच्या संभाषणात मध्येच जगदीशकाकांचा आवाज ऐकू आला. "आपण प्रभूच्या फोनचा माग काढत आहोत, हे माहीत आहे ना? मी आताच बघितलंय त्याप्रमाणे तो त्या गावाकडे निघालाय. तुझ्या मित्राचं म्हणणं कदाचित बरोबर असेल. त्या वृद्धाला सावध करण्याचा काही मार्ग आहे का?"

"अरे देवा! नाही."

"मी तिकडे एखाद्या पोलिसाला पाठवता आलं तर पाहतो. ठीक आहे? प्रभू फार पुढे गेलेला नाही. तुम्ही हॉटेलवर जा आणि माझ्या फोनची वाट पाहा."

जॉशनं आणि तिनेही याला विरोध दर्शवत मान हलवली आणि ती म्हणाली, "काका, आम्ही आताच तिकडे चाललोय. पोलीस अगदी वेळेवर तिकडे पोहोचू शकणार नाहीत."

"विद्या, नको, ऐक -" आरएसटी मध्येच बोलू लागले. त्यांच्या आवाजात अस्वस्थता होती.

"नाही अप्पा, मला गेलंच..."

त्यांचा जोरदार विरोध सुरू झाल्यामुळे तिने त्यांना 'लवकरच पुन्हा फोन करते' असं सांगून फोन बंद केला.

जॉशचा फोन वाजला. टॉमने त्यांना अभिवादन केलं. त्याच्या आवाजात अगदी विसंगत उत्साह होता.

"अरे, मला तुमचा निरोप मिळाला. मी ग्रंथालयात होतो आणि माझा फोन आधी सायलेंटवर होता. पण माझ्याकडे एक मोठी बातमी आहे."

"खरंच?" जॉशनं तणावपूर्ण हळू आवाजात विचारलं. त्या वेळी ते चढउताराच्या खडबडीत रस्त्यावरून वेगानं निघाले होते. "मला संदर्भ सापडलाय. त्या दोहोंपैकी एक गाव अकराव्या शतकातलं आणि दुसरं बाराव्या शतकातलं आहे आणि ही गोष्ट खूप महत्त्वाची आहे. 'किलाईनल्लम आदम अमुथे.' त्यानंतरचं आणखी चांगलं आहे. "किलानल्लथरसे घाना नटेशा!' तुला ऐकू येतंय का? आपल्याला आणखी काय हवंय? अगदी नक्की, सकारात्मक बाब अशी आहे की किलाईनाल्लम इथेच ती नटराजाची मूर्ती होती. - त्या गावाचं ते जुनं नाव आहे याबद्दल माझी पूर्ण खात्री आहे. जॉश, तुझा अधिकृत स्रोत कोण आहे ते मला माहीत नाही, पण तो शंभर टक्के खोटं बोलतोय," टॉमच्या आवाजात विजयी स्वर होता.

विद्यानं आणि जॉशनं एकमेकांकडे चिंतेनं बघितलं.

तिथल्या घडामोडींची गंधवार्ताच नसल्यामुळे टॉम तसाच आनंदानं बोलत राहिला. "मी निष्कर्ष काढलाय त्याप्रमाणे ही जागा तिरुकट्टुपल्लीच्या दक्षिणेला आहे. त्यामुळे तेराव्या शतकात किंवा त्यादरम्यानच्या काळात ते स्थळ मलिक कफूरच्या मार्गापासून जवळ होतं."

ते नाव ओळखल्यामुळे जॉशनं जोरात श्वास घेतला. "कफूर?"

"तो सेनापती -"

"मला माहीत आहे."

टॉम आश्चर्यचकित झाल्यासारखा दिसला. "बरं, ठीक आहे. त्या काळात बरीच मंदिरं लुटण्यात आली होती. त्या आक्रमक सैन्यानं मदुराईला जाण्यासाठी कोणत्या मार्गाची निवड केली होती ते शोधणं काहीसं अवघड आहे. त्या मूर्तीचा विध्वंस केला जाऊ नये म्हणून ती पुरून ठेवण्यात आली असावी. तीच शक्यता अधिक आहे. मी असा विचार का केला असेल, असं तुला वाटतं? कारण तिरुनल्लम मंदिर किंवा तिथला नटराज यांच्या संदर्भातील नंतरचा कोणताही संदर्भ मला सापडला नाही. तेराव्या शतकानंतर काहीही नाही. जणू काही त्या मंदिराचा त्याग करण्यात आला असावा, जवळजवळ ते नाहीसंच झालं असावं. मी - "

"टॉम," जॉशनं प्रक्षुब्ध आवाजात त्याचं बोलणं मध्येच तोडलं.

"काय झालंय?"

जॉशनं त्याला क्रमवार पद्धतीनं सगळ्या घडामोडी सांगितल्या. टॉमनं अतिशय शांतपणे त्या ऐकल्या. त्याला धक्का बसला होता आणि काळजी वाटत होती. पण

त्याने अगदी लक्षपूर्वक, मोजक्या शब्दात त्यांना व्यवहार्य सल्ला दिला आणि पोलीस अधीक्षकांकडून एखादा कॉल आला तर लाइन मोकळी असावी म्हणून फोन बंद केला.

विद्या गर्दीच्या रस्त्यावरून बेफाम वेगानं गाडी नेत होती. तिचं लक्ष फक्त गाडी चालवण्यावरच तिने केंद्रित केलं होतं. जर ते उशिरा पोहोचले तर त्यांना काय दिसेल, याचा विचार न करण्याचा ती जोरदार प्रयत्न करत होती. तिने ॲक्सिलरेटरवर पाय दाबला त्या वेळी तिचे हात थरथरत असल्याचं तिच्या लक्षात आलं.

देवा कृपा कर, कृपा कर देवा, त्या वृद्ध गृहस्थाला कसलीही इजा होऊ नये, ती प्रार्थना करत होती. आता तिला त्या दिवशी सकाळी ती ज्या छोट्या रस्त्यावरून गेली होती तो महामार्गाला येऊन मिळणारा रस्ता दिसला.

"प्लीज, मी चालवू का?" जॉशनं अनपेक्षितपणे विचारलं. तिने आश्चर्यचकित होत तिच्याकडे बघितल्यावर तो म्हणाला, "इथे बसून बसून मी वेडा होऊन जाईन. प्लीज, मला चालवू दे."

बहुधा तिचे हात थरथरत असल्याचं त्याने बघितलं असावं किंवा त्याला आता तातडीनं गाडीचं नियंत्रण स्वत:कडे घ्यायचं असावं. रस्त्यावर शुकशुकाट होता आणि त्याच्याकडे कार देणं पुरेशा प्रमाणात सुरक्षित आहे, असा विचार विद्यानं केला. त्यांनी घाईघाईनं जागा बदलल्या. तिने कार तशीच सुरू ठेवली आणि ती बाजूला सरकली आणि तो त्याच वेळी तिकडे हळूच उठून बसला.

तिने आरएसटींना फोन करून ते त्या वेळी कुठे होते त्याची माहिती दिली आणि त्या खेड्यात कसं यावं लागतं याविषयीच्या नेमक्या सूचनाही दिल्या. एका पोलिसाला त्यांनी तिकडे पाठवलं होतं, असं तिला सांगण्यात आलं. पण तिला अंत:करणापासून वाटत होतं की, तो वेळेवर पोहोचणं कठीण होतं.

काही मिनिटांपूर्वीच प्रभूच्या सेलफोनचा सिग्नल मिळणं बंद झालं होतं. आरएसटींनी तिला नाराजीनंच ही माहिती दिली.

जॉशनं गाडीला वेग दिला. त्याच्या चेहऱ्यावर ठाम निर्धार दिसत होता. त्याचं लक्ष पूर्णपणे रस्त्यावर केंद्रित झालं होतं. तिने एका हातानं हँडल पकडलं होतं आणि दुसरी मूठ घट्ट आवळून धरली होती. तिच्या ओठांवर तिच्या आईचा आवडता मंत्र होता. त्याचा ती जप करत होती आणि तिचं हृदय जोरजोरात धडधडत होतं.

३८

ते मंदिर दिसू लागल्यावर विद्याला मोटारसायकलवरून निघालेला प्रभू दिसला आणि विद्याच्या मनात भीती, दिलासा आणि संताप या सगळ्या भावनांचा कल्लोळ निर्माण झाला. जॉशनं जोरात ॲक्सलरेटर दाबला. त्यामुळे त्या अरुंद, फरसबंदी न झालेल्या, उंच-सखल रस्त्यावरून कार धोकादायकपणे फरपटत गेली आणि नारळीच्या बागेपर्यंत घसरत गेली.

प्रभूनं नुकतीच त्या झोपडीच्या बाहेर मोटारसायकल उभी केली होती आणि तो तिच्यावरून उतरत होता. जवळ येणाऱ्या वाहनाच्या आवाजानं त्याचं लक्ष तिकडे वेधलं गेलं आणि तो त्यांच्याकडे वळला. ते जवळ जाऊ लागल्यावर विद्या दरवाजा उघडण्यासाठी धडपडू लागली आणि जॉश तिला जोरात ओरडून सूचना देत असताना त्या तिने न ऐकल्यामुळे त्याने जोरात ब्रेक दाबल्यावर ती कार पूर्ण थांबण्याआधीच दरवाजा उघडला जाऊन धडपडत बाहेर पडली. तिला माहीत होतं की, प्रभू त्या वृद्धाला आणि कदाचित त्या दोघांनाही इजा करू शकेल. पण तो एकटाच होता आणि त्याच्याकडे बंदूक असण्याची शक्यताही नव्हती. शिवाय या सगळ्या गोष्टींचा शांतपणे विचार करण्याएवढं तिचं डोकं ठिकाणावरही नव्हतं. तिला प्रचंड संताप आला होता.

तो स्थपती झोपडीतून बाहेर आला आणि त्याने चिंताग्रस्तपणे त्याच्यासमोर उलगडणारं ते दृश्य बघितलं.

प्रभू क्षणभर अवसान गळाल्यासारखा उभा राहिला. तिला बघितल्यावर त्याच्या चेहऱ्यावर सावधगिरीचे भाव तरळले. त्यानंतर तो त्या शिल्पकाराकडे वळला. त्याची देहबोली आक्रमक होती आणि तो मोठ्यानं बोलत होता.

"अरे थेरड्या, तू कुणाशीही बोलू नकोस, असं मी तुला आधीच सांगितलं होतं

की नाही?'' पुढे झेपावून त्या वृद्धाला बाहेर ओढत तो ओरडला. त्याने काहीही इजा करण्याआधीच विद्या त्या दोघांच्या मध्ये गेली. त्या वृद्धानं खाटेचा आसरा घेतला आणि तो तिथेच लटपटत, पण तरीही ताठ उभा राहिला.

त्यानंतर प्रभूनं तिला पकडण्यासाठी तिच्या दिशेनं हालचाल केली. त्या वेळी भयावह निश्चयानं तिने त्याला जोरदार ठोसा मारला. तो धडपडला, पण झटकन सावरला आणि पुन्हा तिच्या अंगावर धावून आला. त्याच्या चेहऱ्यावर घाणेरडा संताप दिसत होता.

त्याच वेळी तिला जॉश धावत मध्ये आल्याचं दिसलं. त्याने प्रभूला ओढून बाजूला केलं. प्रभूनं त्याच्यावर केलेला प्रहार चुकवून तो बाजूला झाला. जॉश आणि प्रभू एकमेकांना हातानं आणि लाथांनी काही क्षण झपाट्यानं मारत राहिले. जॉशनं प्रभूच्या तोंडावर त्याच्या मुठीचा जबरदस्त प्रहार केला आणि संपूर्ण शरीरानं प्रभूला धडक दिली. त्यामुळे प्रभू जमिनीवर खाली कोसळला.

"तू एखादा सेकंदभर थांबू शकली नसतीस का?'' जॉशनं प्रभूच्या पाठीवर गुडघा रोवून त्याचा हात पिरगाळत तिला विचारलं.

त्याने तिच्याकडे रागानं एक कटाक्ष टाकला. पण तरीही "ठीक आहेस का?'' असं तिच्याकडे आपादमस्तक पाहत विचारायला तो विसरला नाही.

ती ठीक असल्याचं तिने मान डोलावून सांगितलं. तिला धाप लागली होती आणि श्वास अनियमित झाला होता.

"याला बांधून ठेवायला एखादा दोरखंड किंवा कापड किंवा काहीही घेऊन ये,'' त्याने सांगितलं.

विद्यानं पहिल्यांदा त्या स्थपतीची वेत्ती त्याला आणून दिली आणि नंतर झटकन त्या वृद्धाशी बोलून तिने कपडे वाळत घालायची तागाची दोरी काढून त्याला आणून दिली. जॉशनं प्रभूला बांधून टाकलं. त्याचे खिसे तपासले आणि त्याचा सेलफोन काढून घेतला. त्याचा फोन त्याने सुरूच ठेवला आणि प्रभूचं पाकीटही त्याच्या खिशातच राहू दिलं. त्याच्याकडे कुठलंही शस्त्र नव्हतं, पण विद्याला त्याच्या हेतूंविषयी कसलीच शंका नव्हती.

स्थपतीनं एकही प्रश्न विचारला नाही. त्याने त्यांना बसायला सावलीतली जागा दाखवली आणि दोरखंडांनी विणलेल्या त्या खाटेवर बसायची हातानंच खूण केली.

जॉश त्या खाटेवर बसला आणि त्याने तिलाही हळुवारपणे त्याच्या शेजारी ओढून बसवलं. तीही खाली बसली. अजूनही तिने त्याचा हात घट्ट धरून ठेवला होता. तिचा श्वास हळूहळू पूर्वपदावर आला आणि सुरळीत झाला. पालथ्या पडलेल्या अवस्थेत प्रभू त्यांना शिव्या हासडत असताना अचानकच तिच्या मनात एकदम व्याकूळता उफाळून आली.

“तू याचं भाषांतर करणार नाहीस का?” जॉशनं मिश्किलपणे तिला विचारलं.

“मला स्वत:लाच त्यातल्या निम्म्या शिव्या माहीत नाहीत!” ते दोघेही हसले.

त्यांना दिलासा मिळाल्याचा, सुटका झाल्यासारखं वाटणारा मोठा आनंद झाला होता. त्या वृद्ध माणसाबरोबर एकटेच असल्यामुळे ते तसे अस्वस्थ झाले होते. त्यांनी टॉमला आणि आरएसटींना फोन करून सारं काही ठीक असल्याचं सांगितलं, पण प्रभूच्या समोर त्यांनी जास्त काही उघड केलं नव्हतं. लवकरच पोलिसांनी यावं अशी अपेक्षा होती, पण ते त्यांच्याशी मूर्तीविषयी बोलणार नव्हते. पोलीस अधीक्षकांनी त्यांना तशी सूचना दिली होती.

ते सावलीत पोलिसांची वाट पाहत बसले. आता दिवसाची उष्णता कमी होत होती आणि सावल्या लांब पडत होत्या. चिंतामुक्त आनंददायक झुळकीमुळे त्यांना खूपच आल्हादक वाटलं. मैनेनं आणि बागेतल्या पालीनं त्यांच्याकडे पाहण्याची तसदीसुद्धा घेतली नव्हती.

एकमेकांशेजारी बसून अस्वस्थपणे ते वाट पाहत होते.

स्थपतीनं एकही प्रश्न विचारला नव्हता ही गोष्ट थोडीशी विचित्र होती, पण तो शांतपणे बसला होता. त्याने अगदी पद्धतशीरपणे पाम वृक्षाची फळं सोलली. जे काय होईल त्याला तोंड देण्याची त्याने बहुधा नाइलाजानं तयारी केली असावी, असं तिला वाटलं. त्यानंतर त्याने त्यांच्या हातात त्याच्या मऊ, चिकट बिया एका पाठोपाठ एक ठेवल्या. त्यामुळे वातावरणात थोडासा बदल झाला. तिने जॉशला आतल्या चवदार आणि सुखावह पाण्यासह ते कसं खायचं ते शिकवलं.

अगदी अनंत काळ वाटावा अशा सुमारे अर्ध्या तासानंतर त्यांना मंदिराच्या बाजूनं खडखडत येणारी पोलिसांची जीप दिसली. त्यानंतर ती वळली आणि त्या अरुंद रस्त्यावरून सावधपणे येऊन त्यांच्यासमोर उभी राहिली. दोन पोलीस बाहेर पडले आणि धिमेपणानं चालत त्यांच्याकडे आले. पोलीस निरीक्षकानं त्यांना स्वत:ची ओळख करून दिली आणि अधीक्षकांनी आधीच त्यांना माहिती दिल्याचं सांगितलं आणि प्रभू त्यांना पुन्हा त्रास देणार नाही, अशी खात्री दिली.

त्याने तिला काही प्रश्न विचारले आणि तिने त्याची अगदी अलिप्तपणे उत्तरं दिली. ते पर्यटक होते. प्रभू त्यांचा पाठलाग करत होता आणि त्यांना त्रास देत होता, असं तिने तिला देण्यात आलेल्या सूचनेप्रमाणं सांगितलं. पोलीस दिसल्यानंतर कुरकुर आणि तक्रार करू लागलेल्या प्रभूनंही आता अज्ञानाचं सोंग घेणं आपल्यासाठीही चांगलं असल्याचं ठरवून गप्प राहणंच पसंत केलं. त्यानंतरच्या पंधरा मिनिटांनी पोलीस प्रभूला घेऊन निघून गेले. तो आता अगदी गप्प होता. तो स्वत:च गोंधळला होता हे विद्याला माहिती होतं. पण एकदा का त्याचा फोन त्याच्या ताब्यात मिळाला असता की, पुढच्या सूचना मिळवण्यासाठी त्याने शिवराजला नक्कीच फोन केला

असता. पण निदान पुढच्या पाच मिनिटांत तरी तसं झालं नसतं, असं तिला वाटत होतं.

अंतिम टप्प्यातला शोध घेण्यासाठी आता अखेरीस त्यांना हवा असलेला खासगीपणा मिळाला होता. जॉश तसाच काहीही हालचाल न करता स्थिरपणानं दूरवर दिसणाऱ्या मंदिराकडे एकटक पाहत बसून राहिला. आता आपण प्रश्न विचारलाच पाहिजे हे विद्याला माहिती होतं. या सगळ्या गोष्टींशी संबंधित असलेला तो अखेरचा प्रश्न होता.

''तुम्ही खोटं बोललात ना? तुम्ही ती मूर्ती तयार केलेलीच नाही,'' ती म्हणाली. तिने तरीही तिच्या आवाजात दोषारोपाचा अभिनिवेश आणला नव्हता. ती फक्त चौकशी करत होती. त्याच्याशी सहानुभूतीनं बोलण्याकडे आपल्या मनात का कल निर्माण होत आहे हे विद्याला स्वत:लाही समजत नव्हतं. तो त्याच्या स्पष्ट दिसणाऱ्या गरिबीमुळे निर्माण झाला होता की त्याच्या वृद्धत्वामुळे? त्याने जे काय केलं होतं त्यासाठी त्याच्याकडे एखादं तरी योग्य समर्थन होतं का?

''तुम्ही असं का सांगितलं?'' त्या वृद्धानं शांतपणानं त्या प्रश्नाचा सामना केला. त्याला फक्त तिला त्याबद्दल का संशय आला होता हे जाणून घेण्याची उत्सुकता होती.

तिला का शंका आली होती याविषयी त्याला स्पष्टीकरण देणं तिला आवश्यक वाटल्यानं तिने त्याच्या शांत नजरेकडे पाहत त्याला धातूच्या पृथक्करणाविषयी सांगितलं.

''त्या धातूंचं प्रमाण काय आहे?'' त्याने विचारलं. त्याच्या डोळ्यांत जिज्ञासा फुलली होती. तिने त्याला नेमके तपशील काय होते हे माहिती नसल्याचं सांगितल्यावर त्याने तिला आपण वापरलेल्या धातूंचं प्रमाण घडाघडा सांगितलं. तो फक्त त्या मूर्तीची काळजीच घेत नव्हता, तर तिच्याशी त्याचं आणखीही नातं होतं. त्यामुळे त्याच्या आवाजातून त्या मूर्तीपासून तो वेगळा झाल्याची जाणीव दिसत होती. ''प्रभू खरोखरच कपटी आहे ना? तो मला ठार मारायला आला होता. कदाचित मी चुकून खड्ड्यात पडून मेलो असं त्यानं दाखवलं असतं,'' त्या वृद्धाचा आवाज कोरडा होता. त्याची मान पुन:पुन्हा त्या खंदकाकडे वळत होती.

''तो तुम्हाला ठार मारायला आला होता, असं तुम्हाला का वाटतं?''

''त्याने फक्त त्यांच्यासाठीचा एक विमा म्हणून किंवा लोभीपणामुळे मला जिवंत राहू दिलंय.'' तो वृद्ध मौज वाटल्यामुळे हसला. त्याचे खांदे अनियंत्रितपणे गदागदा हलत होते. ''गेल्या डिसेंबरमध्ये पावसाच्या पाण्याचा माझा खंदक रुंद करून देण्यासाठी त्याने मला भरपूर मदत केली. पण ती मूर्ती मला कुठे सापडली होती हे मी त्याला कधीही सांगितलं नव्हतं.''

तिने भाषांतर करून सांगितल्यावर जॉशनं थकून गेल्यामुळे डोळे चोळले. विद्यानं आणि त्याने एकमेकांकडे कटाक्ष टाकला.

''पण आता कदाचित त्याला मी म्हणजे त्याच्यावरची जबाबदारी आहे असं वाटलं असावं. कदाचित मी नको इतका दीर्घकाळ जगलो असेन. तुम्ही चौकशी करत आहात ते नक्कीच समजलं असणार आणि त्याला काळजी वाटली असणार.''

त्या माणसानं हे असंच चालणार असं म्हटलं असलं, तरीही त्यांच्या कृतींच्या परिणामामुळे त्याच्या जवळजवळ जिवावरच बेतलं होतं, हे त्या दोघांच्याही मनात आल्यावाचून राहिलं नव्हतं. त्या अर्थानं जॉशनं तिचा हात दाबल्यावर विद्याचा थरकाप उडाला.

''प्रभूनं हे सगळं करण्यासाठी तुम्हाला पैसे दिले होते का?'' विद्यानं विचारलं.

''खरं तर हे करण्यासाठी नाहीच दिले. ते सगळं मी जवळजवळ मोफतच केलं होतं. फक्त तो मला मदत करण्यासाठी तत्पर असल्याचं दाखवत माझ्या अवतीभोवती घोटाळत राहत होता. ती मूर्ती मी त्यांना पाच लाख रुपयांना विकली. माझ्या शस्त्रक्रियेसाठी नाही... पण आपल्याला चांगला पैसा मिळाला असं मला वाटलं होतं,'' तो मजेनं हसत म्हणाला. सूर्याच्या उन्हात काळवंडलेल्या त्याच्या चेहऱ्याच्या पार्श्वभूमीवर अजूनही व्यवस्थित शाबूत असलेले त्याचे दात चमकले. पहिल्यांदाच त्या मूर्तीच्या प्राचीनत्वाचा सुगावा सूचित झाला होता.

''ती पुरलेली होती का?'' जॉशनं विचारलं. त्याचा स्वर तुटक होता, जणू काही त्याला त्या सगळ्या संभाषणाचा वीट आला असावा.

तो स्थपती हळूहळू उठला. त्याचे डोळे मिश्कीलपणानं आणि मनातल्या अत्यानंदानं चमकत होते. ''मी ती कुठून घेतली होती तेही मी तुम्हाला दाखवू शकेन. हे रहस्य कोणालाही न सांगता मी तसाच मरण पावलो तर ती अतिशय लाजिरवाणी गोष्ट ठरेल. मला वाटतं की, हे तुम्हाला समजावं ही *शिवपेरूमनची* इच्छा आहे.''

त्या वृद्धाच्या डोळ्यांत चमत्कारिक चमक निर्माण झाली होती. त्यामुळे विद्याच्या डोक्यात सावधगिरीची घंटा वाजली. घरट्यात परत निघालेल्या पक्ष्यांचा किलबिलाट हवेत भरून राहिला होता.

पण त्या खंदकाकडे चालत जाण्याऐवजी तो त्यांना पुन्हा एकदा मंदिराकडे घेऊन गेला आणि त्याच दिंडी दरवाजातून आत शिरला.

''अरे देवा, नाही! गाभाऱ्यातून नाही ना?'' तिने विचारलं. तिच्या आवाजात तणाव होता.

प्रतिसादादाखल तो वृद्ध माणूस खळाळून हसला आणि तसाच आत जात राहिला. अखेरीस ते *प्रहरमपर्यंत* पोचले.

क्षणभर विद्याला असं वाटलं की, तो वृद्ध बहुधा कोपऱ्यातल्या दगडविटांच्या तुकड्यांवर अडखळून पडला असावा, कारण तो गुडघ्यावर बसला होता. पण त्याने ते दगड-विटांचे तुकडे बाजूला केले आणि एका निरुपद्रवी दिसणाऱ्या पाचरीनं तिथलं काहीतरी प्रयत्नपूर्वक वर उचललं. विद्याच्या पाठीच्या कण्यातून आरपार शिरशिरी गेली.

थोडासा मोडल्यासारखा आवाज करत तो दगडी भाग बाजूला झाल्यावर तिथे थोडीशी हालचाल दिसली आणि तिथे जमिनीत एक रुंद भुयार असल्याचं दिसलं. त्यानंतर तो वृद्ध माणूस एक शब्दही न बोलता त्या भुयारात शिरला आणि खाली जात त्या अंधारात दिसेनासा झाला.

क्षणभराच्या स्तब्धतेनंतर जॉश त्या वृद्धाच्या पाठोपाठ आत शिरला आणि विद्याही त्याच्या पावलावर पाऊल टाकत आत शिरली. जॉश आत जाता जाता थांबल्यावर ती त्याच्या पाठीवर आदळली आणि सावरून उभी राहिली. हळूहळू तिथल्या छिद्रांतून आत झिरपणाऱ्या प्रकाशाला तिची नजर सरावली.

एखाद्या भुतासारखं बोलत त्या स्थपतीनं सांगितलं, "इथेच मला तो सापडला." तिथे सळसळीचा आवाज आला. त्या वृद्धानं काड्याची पेटी काढून पेटवली. त्याने तिथे अचानकच प्रकट झाल्यासारखा वाटणारा कांस्य धातूचा एक दिवा पेटवला.

जॉश मध्येच थांबला होता. त्याच्या फोनचा लाइट सुरू करण्यासाठी तो धडपडत होता.

स्थपती आधीच आणखी काही पायऱ्या उतरून खाली गेला होता आणि आता सपाट जमिनीवरून चालत होता. ही जमीन कॉरिडॉरमधील प्रहरमशी समांतर पातळीवर होती. तिथे असलेल्या समया तो एका पाठोपाठ एक पेटवत गेला. त्याला अगदी मनापासून ते कुठे होते ते माहिती असल्यासारखी त्याची हालचाल अगदी ठामपणे आणि खात्रीशीरपणे होत होती.

ते आणखी पुढे गेले. सुरुवातीला त्यांना काहीच दिसलं नाही. त्यानंतर ज्योत स्थिरावल्यावर आणि उबदार प्रकाश पसरल्यावर त्यांना तिथे दिसू लागलं. तिथे एकदम आश्चर्यचकित झाल्याचा आवाज ऐकू आला, पण तो विद्याच्या तोंडातून बाहेर पडला होता की, जॉशच्या ते विद्याला समजलं नव्हतं. तिचा हात चाचपडत जॉशकडे गेला आणि त्याने तो घट्ट पकडला. तिचं हृदय वेड्यासारखं वेगवेगळ्या लयीत धडधडत होतं.

जणू काही विरळ हवेतून प्रकट झाल्यासारखी तिथे अनेक कांस्य मूर्तींची रांग होती. उंच, प्रसन्न, चमकत्या. त्यांच्याभोवती एक प्रकारची पवित्र शांतता पसरली होती. ज्योती स्थिर राहिल्या होत्या. त्यांच्या सावल्या नाचत होत्या आणि ठिणग्याही उडत होत्या. त्यामुळे त्यांच्या दयाळू नजरा चमकत होत्या.

त्या वृद्धानं विशिष्ट स्वरात म्हटलं, ''चतुर तांडवा, अर्धनारीश्वर, सोमस्कंद, ऋषभ देव, शिवकामी, भिक्षादान...'' आणि त्यापुढेही तो देवदेवतांची नावं उच्चारत राहिला.

तिथल्या अपुऱ्या प्रकाशात एका बाजूनं ते हळूहळू त्या छोट्याशा जागेतून अंग चोरत पुढे पुढे सरकत राहिले... नि:शब्द, एकमेकांचे हात धरून, प्रत्येक मूर्तीवर नजर टाकत... त्यांच्यापैकी प्रत्येक जण नि:स्तब्ध, स्तिमित करणाऱ्या शांततेत न्हाऊन निघाला होता.

विद्या पुढे चालत होती. तिच्या मनाचा गोंधळ उडाला होता. तिचं मन भरून आलं होतं. त्या अद्भुत, आध्यात्मिक आणि जादुई क्षणाचं तिला पूर्ण आकलनही होत नव्हतं.

अखेरीस ज्या वेळी ते धडपडत बाहेर पडले, त्या वेळी तिच्या गालांवरून अश्रू ओघळत असल्याचं तिला जाणवलं आणि पहिल्यांदाच तिचं शरीर थरथरत असल्याचंही तिच्या लक्षात आलं. जॉशनं त्याचा हात तिच्या अंगाभोवती टाकून तिला आपल्याजवळ ओढून घेतलं आणि त्यानंतर झटकन तिने स्वत:ला सावरलं.

ते विश्रांतीसाठी धूळमाखल्या दगडांवर बसले. गडद करड्या आकाशात आता तारे लुकलुकण्यास सुरुवात झाली होती. त्या पार्श्वभूमीवर दिसणाऱ्या गोपुरमच्या तिमिर चित्राकडे आणि मंदावत चाललेल्या प्रकाशात फक्त पुढे आलेल्या भागांसारख्या दिसणाऱ्या कोनाड्यांतल्या दगडी शिल्पांकडे ते एकटक पाहत राहिले.

थोड्या वेळानं जॉश पुन्हा एकदा फोटो काढण्यासाठी गेला. बहुधा तो एवढा स्तंभित झाला होता की, आता पहिल्यांदाच त्याला फोटो काढण्याचं भान आलं होतं. तो स्थपती जमिनीवर तिच्या शेजारीच शांतपणे बसला. त्याला अधूनमधून येत असलेल्या खोकल्याच्या प्रतिध्वनींनंच फक्त त्या शांततेचा भंग होत होता.

हजारो वर्षांपूर्वीच्या एका संध्याकाळची कल्पना तिच्या नजरेसमोर तरळून गेली... मशालींच्या उजेडानं झगमगून गेलेलं कॉरिडॉर, ती बसली होती तिथून ये-जा करणाऱ्या स्त्री-पुरुषांची लगबग आणि संपूर्ण वैभवासह प्रतिष्ठापित झालेल्या मूर्ती, गोलाकार ओवाळलं जाणारं आरतीच्या निरांजनांचं ताम्हण. तिला सनई-चौघड्याचा आवाज ऐकू येत होता आणि मंत्रोच्चारांचे ध्वनीही तिच्या कानात घुमत होते. तिच्या आईचं आवडतं स्तोत्र ती स्वत:शीच म्हणत असताना तिचे ओठ आणखी एकदा थरथरले

जॉश बाहेर पडला आणि त्याने तो दगड काळजीपूर्वक बंद करून टाकला. आपला अश्रूमाखला चेहरा आपल्या दुपट्ट्यानं पुसून विद्या उठून उभी राहिली. जॉशनं तिच्या बोटांत त्याची बोटं गुंफली, तिचा हात घट्ट पकडून तिला दिलासा देण्यासाठी त्याने तिचा हात दाबला आणि ते तिघेही पुन्हा त्या वृद्धाच्या घराकडे परत जाऊ लागले.

३९

चांदण्यांच्या प्रकाशामुळे अंधार झपाट्यानं दूर होत चालला होता आणि जॉशला पौर्वात्य आकाशात उगवलेल्या आणि पूर्ण गोलाकारापेक्षा थोड्याशाच लहान असलेल्या चंद्राचा सोनेरी प्रकाश दिसला. ते दोघंही एकमेकांशेजारी त्या दोरखंडाच्या खाटेवर थकून बसले होते. त्यांच्या मांड्यांचा आणि हातांचा एकमेकांना स्पर्श होत होता. विद्या भानावर येण्याची तो वाट पाहत होता. तिच्यासाठी ते किती महत्त्वाचं होतं ते तो समजू शकत होता. टॉम त्याला म्हणत असे त्याप्रमाणे त्याची आध्यात्मिक बाजू कितीही कमकुवत, क्लेशकारक असली, तरीही तो त्या क्षणाच्या प्रभावानं प्रचंड थरारून गेला होता आणि अजूनही त्याच्या नेत्रपटलावर उमटलेला त्या मूर्तींच्या नजरांचा स्पष्ट प्रभावी ठसा त्याला जसाच्या तसा जाणवत होता.

जुन्या पद्धतीच्या स्टोव्हवर त्या शिल्पकारानं एका लहान भांड्यात पाणी उकळायला ठेवलं आणि त्यांना तो कथा सांगू लागला. त्याचा प्रत्येक शब्द विद्या भाषांतरित करत असताना तो मध्ये मध्ये थांबत होता आणि नंतर पुढची कथा सांगत होता.

"आक्रमकांच्या सैन्यापासून मूर्तींचा बचाव करण्यासाठी त्यांनी नक्कीच *नीलवराई* तयार केली होती. इतर मंदिरं अशा आक्रमणांमधून पुन्हा उभी राहिली, पण या मंदिराच्या बाबतीत तसं घडलं नाही. आपण असा अंदाज बांधू शकतो की, कदाचित ज्यांना हे माहीत होतं ते मरण पावले असावेत..."

त्याने उकळत्या पाण्यात चमच्यानं चहापूड टाकली.

"तुम्हाला ते कसं सापडलं?" जॉशला कुतूहल वाटत होतं.

त्या वृद्धानं दोन ग्लास आणले आणि स्टोव्हजवळ उकिडवा बसला.

"माझं घराणं हे अनेक पिढ्यांपासून शिल्पकाम करत आलंय आणि माझे

आजोबा नेहमीच सुंदर कांस्य मूर्तींच्या कथा सांगत असत. माझ्या पूर्वजांनी राज्यातल्या उत्तम शिल्पमूर्ती बनवल्या होत्या आणि महान राजराजाचे ते किती आवडते शिल्पकार होते याविषयीच्या कथा पिढ्यान्‌पिढ्या पुढे सांगितल्या जात होत्या. विनाशापासून वाचवण्यासाठी देशभरातल्या विविध मंदिरांमध्ये त्या मूर्ती नेण्यात आल्या असाव्यात, असं मानलं जात होतं, पण माझे आजोबा सांगतं की ते खरं नाही. त्या मूर्ती परिसरात कुठेतरी पुरून ठेवण्यात आल्या होत्या. त्यांच्यापैकी अनेक मूर्ती दुर्मीळ... ''

तो साध्या शब्दांत ती कथा पुढे सांगत होता, स्वत:विषयी हळुवारपणे बोलत होता आणि ते अगदी तल्लीन होऊन ते सगळं ऐकत होते.

''मी मूर्ती तयार करून फारसे पैसे मिळवले नाहीत. मी शहरात गेलो आणि एका रेस्टॉरंटमध्ये काम करू लागलो. माझं लग्न झालं होतं, मुलं होती. पण नंतर माझी पत्नी मला सोडून गेली. माझा मुलगा कुठे आहे ते मला माहीत नाही. माझ्या मुलीनं काही वर्षांपूर्वी एका माणसासाठी आत्महत्या केली. पंधरा वर्षांपूर्वी मी आता हे सारं पुरे झालं, असं ठरवून घरी परत आलो. उदरनिर्वाहासाठी मी काही हलक्या दिखाऊ वस्तू तयार केल्या आणि उर्वरित वेळ मंदिरात भटकण्यात घालवू लागलो. त्यामुळे माझ्या मनाला दिलासा मिळाला. त्यावेळी पुजारी आठवड्यातून एकदा येत असे आणि आता गेल्या वीस वर्षांत तर तो इथे एकदाही आलेला नाही,'' तो स्थपती बोलता बोलता थांबला आणि त्याने त्यांना चहाचे ग्लास दिले.

''आणि तुम्हाला ते प्रवेशद्वार सापडलं?'' संध्याकाळ उबदार होती आणि चहा गरम होता तरीही विद्याच्या अंगावर थंडीची शिरशिरी उठली.

''होय. तो योगायोग होता की ईश्वरी कृपा ते मला माहिती नाही. मी अक्षरश: त्यावर अडखळून धडपडलो. त्या दगडात काहीतरी वेगळेपण होतं. आता जितक्या सहजतेनं तो काढता येतो तितक्या सहजतेनं तो तेव्हा काढणं शक्य नव्हतं, पण मी ठाम निश्चय केला होता आणि मला ते भुयाराचं तोंड दिसलं.''

''तुम्ही त्याच्याबद्दल कुणालाही का सांगितलं नाही?''

तो प्रश्न समजल्यासारखा त्याने मान हलवली. जणू काही हाच विचार त्याच्या मनात सातत्यानं येत राहिला असावा.

''मी ते सांगितलंही असतं, पण कसं कोण जाणे मी ते सांगू शकलो नाही. माझी मती कुंठित झाली होती आणि हे मंदिर कोणाच्या मालकीचं आहे ते समजण्याची वाट पाहिली पाहिजे, असं मी ठरवलं. काही दिवस मी विदीर्ण झालो होतो, पण नंतर... असाच एक महिना गेला आणि मग एक वर्ष मागे पडलं, पण काहीही घडलं नव्हतं. मी तिथे नियमितपणे जात राहिलो, ती जागा साफ केली. अधूनमधून काही दिवे लावत राहिलो आणि अशा प्रकारे गेली दहा वर्षं हे सुरू

होतं.''

''दहा वर्षं?'' विद्या पुटपुटली. ''त्या सगळ्या मूर्ती इतका सगळा काळ अंधारात राहिल्या?''

''त्या तिथे दहा शतकं अंधारात आहेत,'' जॉश रूक्षपणे म्हणाला. जणू काही ते समजल्याप्रमाणे त्या वृद्धानं स्मित केलं.

ती किंचित शहारली आणि जॉशनं अंत:प्रेरणेनंच त्याचा हात तिच्या शरीराभोवती टाकला आणि तो वृद्ध बघतोय हे लक्षातही न घेता तिच्या डोक्याचं चुंबन घेतलं. त्या वृद्धानं नक्कीच ते बघितलं होतं, पण त्याने त्याकडे दुर्लक्ष केल्यामुळे जॉशला दिलासा मिळाला.

''मग अखेरीस असं काय घडलं की, तुम्हाला ती मूर्ती विकावी असं वाटलं?''

''पैसा.''

''तुमच्यासाठी नव्हेच ना?'' खरं तर तो प्रश्न नव्हता, ते विधानच होतं.

''तुम्ही वर्तमानपत्रांमधून त्या दुहेरी मृत्यूविषयी वाचलंच असेल. काही दिवस सगळेच त्याविषयी पुन:पुन्हा बोलत राहिले होते. ते म्हणत होते की, त्यांना थोडाफार दिलासा मिळाला पाहिजे, कोणीतरी त्या कुटुंबाची काळजी घेतली पाहिजे, पण काही काळ तसाच गेला, पण कुणीही त्यांची काळजी केली नव्हती. तुलनेत आपण चांगल्या सुधारित अवस्थेत आहोत. आपण भक्कम, बळकट असू आणि आपली स्थलांतराची इच्छा असेल तर आपल्याला भरपूर संधी आहेत. पण तरीही... आपली परिस्थिती ही जेमतेम हातातोंडाची गाठ घालून देणारीच असते. एखादं आजारपण, एखादा दुष्काळही आपल्या भोवतीच्या सगळ्या गोष्टी नष्ट करण्यास पुरेसा असतो. मग एवढ्या मोठ्या शोकांतिकेनंतर ते लोक काय करणार होते? त्या मरण पावलेल्यांपैकी एका माणसाची पत्नी काही वर्षांपूर्वी मरण पावली आणि त्यानंतर दोन महिन्यांनी दुसऱ्याच्या पत्नीनं कीटकनाशक पिऊन आत्महत्या केली. मागे फक्त तीन किशोरवयीन मुली उरल्या होत्या.''

''मग तुम्ही ती मूर्ती विकून ते पैसे त्यांना दिले?''

त्या वृद्धानं स्मित केलं. ''तुम्हीही तसं केलं नसतं का? आता त्या त्रिचीजवळच्या बोर्डिंग स्कूलमध्ये आहेत. त्यांच्यापैकी दोघींचं शालेय शिक्षण पूर्ण होईपर्यंत तो पैसा त्यांना पुरेल. त्या चांगला अभ्यास करतील आणि त्यांना नोकरी मिळेल, त्या त्यांच्या पायावर उभ्या राहतील आणि त्या धाकट्या बहिणीला मदत करतील, अशी मला आशा आहे. मी त्यांना वाढताना बघितलंय, त्या इथूनच काटक्या गोळा करायच्या. त्यांच्या कुटुंबाला मदत करायच्या. मी त्यांना तसंच मरण्यासाठी किंवा त्याहून अधिक वाईट परिस्थितीत जगताना पाहण्यासाठी सोडून देऊ शकलो नाही.''

विद्यानं भाषांतर करून ते सांगितलं, त्या वेळी तिच्या तोंडातून त्याच्या

ती स्त्री पुन्हा बोलू लागली. तिने सांगितलं, "होय, सुंदरेश्वरम, वय पासष्ट वर्षं. काही महिन्यांपूर्वी तो आमच्याकडे डोळ्यांच्या तपासणीसाठी आला होता. ग्लॉकोमाची केस. डाव्या डोळ्याची ७० टक्के दृष्टी गेली होती. आम्ही त्याच्या दोन्ही डोळ्यांवर मोतीबिंदूची शस्त्रक्रिया केली होती. आमच्याकडे फाइलमध्ये पूर्ण पत्ता नाही. त्यांनी फक्त किलायनल्लूर एवढाच पत्ता दिला होता. ते तेच आहेत का?" तिने विचारलं. आपल्याला वाटणारी उत्सुकता दडपून टाकणं कठीण असतानाही विद्यानं तिला ती तीच व्यक्ती असल्याची खात्री दिली.

चेन्नईच्या कार्यालयाकडे तिने त्याची फाइल पाठवली पाहिजे का, असंही त्या रिसेप्शनिस्टनं तिला विचारलं. बोलण्यात सातत्य राखत विद्यानं तिला फक्त त्याच्या रिपोर्टची स्कॅन केलेली प्रत पाठवायला सांगितलं आणि खरा वाटावा असा बनावट इ-मेल पत्ता दिला. वेबसाइटवर जॉशनं संपर्क माहिती पुरवताना तोच पत्ता दिला होता.

"किलायनल्लूर," फोन संपल्यानंतर तिने सहजपणे ते नाव उच्चारण्याचा प्रयत्न केला.

"तुला ते गाव माहिती आहे का?"

"मी तर कधीच त्याचं नावही ऐकलेलं नाही."

जॉशनं नकाशावर त्या नावाचं गाव शोधण्याचा प्रयत्न केला. तिने त्यासाठी त्या नावाच्या स्पेलिंगचे वेगवेगळे पर्याय त्याला पुरवले, पण त्यातून हाती काहीच लागलं नाही. नकाशावर कीलामाथुर, कीलापालुर होतं. पण किलायनल्लूर नव्हतं.

"आपल्याला हे कीलाय-नल्लुर शोधून काढावंच लागेल आणि त्याहूनही महत्त्वाचं म्हणजे, सुंदरमला शोधावं लागेल." तो हळुवारपणे म्हणाला. "मंदिरांच्या नोंदवह्या किंवा आपण तपासू शकू असं काही असतं का?"

"दुर्दैवानं तसं काहीही नाही. आम्ही अशा प्रकारच्या नोंदी ठेवत नाही."

ते हॉटेलमध्ये परतले त्या वेळी तिने आरएसटींना फोन केला. त्यांची प्रभूशी समोरासमोर भेट झाली नसल्यामुळे त्यांचा जीव भांड्यात पडला होता. त्यामुळे ते गाव शोधून काढण्यासाठी मदत करण्यास ते अगदी एका पायावर तयार झाले.

"त्यानं दुहेरी मृत्यू असं म्हटलं होतं का?"

"होय."

"मला वाटतं की, मला ते माहीत आहे. गेल्या उन्हाळ्यात पुडुकोट्टाई जिल्ह्यातल्या एका शेतकऱ्यानं आत्महत्या केली होती. त्याच दिवशी त्यांच्या कुटुंबातल्या दुसऱ्या एका माणसाचा दारूच्या व्यसनानं यकृत निकामी झाल्यामुळे मृत्यू झाला होता. त्याचा दोन ज्वलंत घटनांशी संबंध असल्यामुळे ती बातमी वृत्तपत्रांमध्ये आली होती."

बोलण्याशी सुसंगत नैराश्यपूर्ण ध्वनी बाहेर पडला.

"या सगळ्या महान योजनेत मला असं वाटलं की, फक्त तीन मुलींना मदत करण्यात फारसं काही चुकीचं नव्हतं. पण त्या संध्याकाळी मी मूर्तींची स्वच्छता करायला गेलो त्या वेळी *त्याच्या* चेहऱ्यावर उपहासगर्भ स्मित होतं हे मला माहीत होतं. तो माझ्या निष्क्रियतेची निर्भर्त्सना करत होता, माझ्या भक्तिभावाविषयी प्रश्नचिन्ह निर्माण करत होता."

गेल्या काही दिवसांतल्या त्यांच्या निकराच्या धडपडीच्या अखेरीस समोर आलेल्या या घटनेबद्दलच्या या शब्दांनी जॉश काहीसा खंतावला.

ग्रामस्थांविषयी, नवीन जगातील रोजगाराविषयी, कारागिरांविषयी, इतिहासाविषयी, प्राचीन युद्धांविषयी तो स्थपती हळुवार आवाजात बोलत राहिला. त्यानंतर अंधार वाढू लागल्यामुळे लवकरच ते संभाषण संपलं.

एक खोल नि:श्वास टाकून जॉश अखेरीस उठून उभा राहिला आणि त्याने फोन बाहेर काढला. त्याने क्षणभर थांबून विद्याकडे बघितलं. तिनेही संमतीदाखल मान डोलावली. आता यापुढे ते त्या स्थपतीचं किंवा त्यांचं गुपित असणार नव्हतं.

...आणि त्यांच्यानंतर, त्या शेकडो वर्षांनंतर त्या मूर्ती पहिल्यांदा पाहायला पात्र असलेले डोळे हे टॉमचेच असणार होते.

त्याने टॉमचा नंबर दाबला.

क्षणभर तो काहीच बोलू शकला नाही आणि नंतर म्हणाला, "टॉम, ही गोष्ट अगदीच अविश्वसनीय आहे. तू अगदी आताच्या आता इथे आलंच पाहिजेस! इतर कुणीही बघण्याआधी तू त्यांना बघितलंच पाहिजे. तू..."

त्याचा स्वत:चा आवाज तातडीच्या कुजबुजीत रूपांतरित होत असल्याचं त्याच्या लक्षात आलं. त्यानंतर त्याने एक नि:श्वास टाकला आणि सगळ्या घटना सांगितल्या. टॉम अचानकच नि:शब्द झाला होता. अखेरीस ज्या वेळी जॉशनं फोन बंद केला, त्या वेळी त्याने टॉमला सक्रिय होण्यास प्रवृत्त केलं होतं. तिथे सुरळीत कनेक्शन नव्हतं आणि त्यामुळे तो व्हिडीओ अपलोड करून टॉमला पाठवू शकला नव्हता, पण टॉमकडे ते समजून घेण्यासाठी भरपूर कल्पकता होती हे त्याला माहीत होतं.

त्यांनी तिच्या वडिलांनाही फोन केला आणि त्यामुळे आगामी काही दिवसांत पडद्यामागच्या नवीन हालचालींना मोठा वेग येणार होता, हे त्याला माहीत होतं. त्या झोपडीतच ती रात्र घालवायची अशा शब्दांत व्यक्त न केलेल्या निर्धारानं ते तिथे बसून राहिले. आता तिथून कुठेही कारनं बाहेर जाण्याएवढं त्राण त्यांच्या अंगात शिल्लकच नव्हतं.

तिथे दोन लहान केळ्यांखेरीज खायला काहीही नव्हतं, असं त्या वृद्धानं

क्षमायाचनेच्या स्वरात सांगितलं. त्याने आपण खेड्यात जाऊन काहीतरी आणू असं म्हटलं, पण ना विद्याला, ना जॉशला त्याला तेवढ्यात तिथून कुठेही जाऊ देण्याची इच्छा होती. विद्यानं चेन्नईला जातानाच्या प्रवासात बरोबर असावं म्हणून तंजावुरला खरेदी केलेली चिप्सची आणि कुकीजचं पाकिट आणि पाण्याची बाटली बाहेर काढली आणि त्यांनी ते खाल्लं.

ते भुकेल्या पोटानं झोपी गेले. मात्र, ती गोष्ट त्या वृद्धाच्या अंगवळणी पडल्यासारखीच दिसत होती.

जॉश कारकडे केला आणि त्याने कपडे बदलून त्याची शॉर्ट आणि टी-शर्ट घातला. त्या माणसाकडून चटई घेऊन त्याने त्याचं साधं अंथरूण तयार केलं आणि तिला त्या दोरखंडाच्या खाटेवर झोपायला दिलं. तिने जमिनीवर झोपायची इच्छा व्यक्त केली.

"वेड्यासारखी वागू नकोस," तो जोरात म्हणाला आणि चटईवर आडवा झाला. डोक्याखाली हात घेऊन तो आकाशाकडे एकटक पाहत होता.

झोपडीच्या आतल्या भागात दुसऱ्या एका चटईवर तो स्थपतीही झोपला.

छळवादी वाटणारा उष्मा आता शमला होता आणि फांद्यांची सळसळ झाली, त्यामुळे छानशी झुळूक आली. कुठेतरी एकाकी पक्षी ओरडला. जवळजवळ पूर्णाकृतीसारखा दिसणारा चंद्र झाडांच्या शेंड्यांवर, शाकारलेल्या छपरावर फिकट चंदेरी वर्ख चढवत नारळीच्या झावळींच्या मागे प्रकाशत होता आणि त्यामुळे त्या रात्रीला जादुई गुणवत्ता प्राप्त झाली होती. ती रात्र दीर्घकाळ आणि कदाचित कायमचीच त्याच्या लक्षात राहिली असती, हे त्याला माहीत होतं.

रात्र सुस्तावलेली आणि नि:स्तब्ध होती आणि तरीही जॉशला आश्चर्यकारकपणे उत्साह वाटत होता आणि मनातून तरीही त्याला शांतता मिळाली होती. त्याच्या मनात त्याच्या पालकांचा आणि टॉमचा विचार आला. कला आणि शेती यांचा त्याने विचार केला. त्याच्या महत्त्वाकांक्षी, यशस्वी श्रीमंत व्यावसायिकाच्या बुडबुड्याच्या बाहेरच्या आयुष्याचा तो विचार करत होता. तो वेगळ्या, पण तरीही एकसारख्याच असलेल्या लोकांचा विचार करत होता. अखेरीस त्याने विद्याचा विचार केला. त्याला तिच्याकडे वळून बघण्याची गरजच नव्हती, त्याच्या मनावर आधीच तिची आकृती कोरली गेली होती. त्याला तिच्या अंगावर हात टाकायचा होता, तिला जवळ ओढून घ्यायचं होतं, पण कामेच्छेनं नव्हे, म्हणजे फक्त कामेच्छेनंच नव्हे. त्याने उपरोधानं त्याचं वाक्य दुरुस्त केलं.

थोड्या वेळानं त्याच्या मनात कसलेच विचार नव्हते. फक्त तिच्या हळुवार श्वासोच्छ्वासाचा आवाज आणि तिच्या शरीराचा विशिष्ट गंध येत होता आणि त्या दोन्हींच्या लयबद्ध अंगाईनं तो गाढ झोपी गेला.

सहा महिन्यांपूर्वी...

त्या शिल्पकारानं खास नटराजासाठीच आणलेली नवीन वेत्ती नटराजाभोवती गुंडाळली. त्याने दोन गायीही भाड्यानं आणल्या होत्या आणि त्या परिसरात खुंट्याला बांधून ठेवल्या होत्या. कुठल्याही जाणकाराच्या नकळत त्याला ती जड मूर्ती बाहेर काढायची होती. त्याने जास्त जागा निर्माण करण्यासाठी वरच्या दोन फरशा काढल्या. अतिशय कष्टानं त्या गाईंचा आणि स्वत:च्या ताकदीचा वापर करून त्याने आणलेल्या कप्प्यांच्या साहाय्यानं त्याने पांढऱ्या कापडात गुंडाळलेली आणि दोरखंडात बांधलेली ती मूर्ती जोरात वर खेचली. ती भरदुपारची, मध्यान्हीची वेळ होती आणि मेंढपाळ खूप दूर गेला होता आणि गावातल्या त्या तरुण गर्भवती मातेचे प्रसूतीचे दिवस भरत आले होते. त्यामुळे ती काटक्या गोळा करायला येऊ शकत नव्हती. तो एकटाच तिथे होता.

त्याने ती मूर्ती ढकलत, ओढत, धापा टाकत हळूहळू बाहेर काढली. उतरणीला लागलेल्या दुपारच्या उन्हामुळे ते कापड उजळले होते आणि त्यामुळे त्या शिल्पकाराचे हात थरथरत होते. ते कापड उघडले आणि देवाच्या तेजस्वी प्रभेवर नजर पडली तर आपण कदाचित पूर्ण अंध होऊ, अशी भीती त्याला वाटत होती. त्याने हळूहळू त्या गाईंना आपल्या झोपडीकडे हाकत नेलं. त्याबरोबर त्याच्या भगवानाला ठेवण्यासाठी त्याने तयार केलेल्या चाकावरच्या ओबडधोबड मंचावर ठेवलेली ती मूर्तीही त्या गाईंनी त्याच्या झोपडीपर्यंत वाहून आणली होती.

गाईंना पुन्हा गावात परत पाठवून तो परत आला. तो तणावग्रस्त आणि चिंताग्रस्त होता. ते कापड दूर करण्याचं धाडस करण्यापूर्वी काही वेळ तो हातापायातलं त्राण गेलेल्या अवस्थेत तसाच बसून राहिला. दिवसाच्या प्रखर उजेडात खाली असलेला त्याच्या भगवानाचा चेहरा आता अंधूक दिसत असला तरीही अजूनही तेजस्वी दिसत होता आणि तो त्याच्याकडे बघून स्मित करत होता. मुक्तता झाल्याची भावना एकाच वेळी तीव्र, विलक्षण आणि तितकीच विध्वंसक, पण प्रभावी होती.

त्याने तो मंच त्या छोट्याशा फटताळाच्या मागे ढकलला. त्या मूर्तीला त्याने नवीन वेत्तीत आणि जुन्या कागदांमध्ये गुंडाळलं. सकाळी स्वामीमलाईला जाऊन तो त्या प्रभूला शोधणार होता. त्या मूर्तीला तिच्या योग्यतेचं नवीन स्थान मिळावं, तिथे फक्त एखाद्या प्रेमळ हातानंच तिला स्पर्श करावा आणि प्रेमळ नजरच तिच्यावर पडावी आणि एखाद्या प्रेमळ हृदयानंच तिची पूजा करावी, असं त्याला मनापासून वाटत होतं.

४०

तिला गाढ झोपेत घंटीचा आवाज ऐकू आला आणि ती जागी झाली. तिच्या जड झालेल्या पापण्यांआड तिला केशरी, पिवळसर आणि पांढरे पुंजके, ठिपके दिसत होते. त्यानंतर तिने झोपाळूपणानं डोळे उघडले आणि तिची नजर झाडांच्या अपरिचित पानांमधून डोकावणाऱ्या सकाळच्या सूर्यकिरणांवर पडली. विद्या हळूहळू उठून बसली. तिच्या लक्षात आलं की, ती एकटीच होती आणि तिच्या कानांवर फक्त पक्ष्यांचा किलबिलाटाचा आवाजच पडत होता.

पुन्हा एकदा घंटी वाजली आणि या वेळी तिने तो आवाज ओळखला. जॉश एक जुनी सायकल चालवत होता आणि तो स्थपती त्याच्या बारवर धोकादायकपणे बसला होता. काही फुटांवर सायकल थांबवून जॉश तिच्याकडे बघून खिदळल्यासारखा हसला. त्याचे केस अस्ताव्यस्त झाले होते आणि वाऱ्यानं विस्कटले होते. तो एकदम तरतरीत आणि उत्साही दिसत होता. स्थपती खाली उतरला. त्याच्या हातात प्लॅस्टिकची पिशवी होती. त्याच्यातून पावाचे तुकडे डोकावत होते.

"अरे वा, निद्रिस्त सौंदर्य जागं झालं," जॉशनं म्हटलं.

"आणि रुबाबदार राजकुमार अन्नाच्या शोधात बाहेर पडल्यासारखा दिसतोय," तिनेही हसत हसत प्रत्युत्तर दिलं. तो सायकलवरून उतरला आणि त्याने तिला कमरेत वाकून अभिवादन केलं. "राणी सरकार आम्ही तुमच्यासाठी पाणीही आणलंय," भिंतीजवळ ठेवलेल्या दोन बादल्यांकडे त्याने निर्देश केला. ती झोपलेली असताना आधीही त्यांनी सायकलवरून काही फेऱ्या मारल्या असाव्यात.

विद्याला थोडीशी लाज वाटली, तिने केस बांधले आणि तोंड धुण्यासाठी जागा बघू लागली. तिथे बाथरूम नव्हती. त्यामुळे खासगीपणासाठी तिला बादली ओढत नेऊन झुडपांच्या मागे जावं लागलं.

तिच्या चेहऱ्यावरचं आणि मानेवरचं पाणी पुसत ती परत आली, त्या वेळी त्या स्थपतीनं तिला ग्लासभर गोड दुधाचा चहा आणि काही टोस्ट दिले. जॉश तिथेच बसून तव्यावर गरमगरम आम्लेट तयार करत होता. त्याने ते नंतर टोस्टमध्ये घातलं आणि केळंही घेतलं. तो भुकेनं व्याकूळ झाल्याचं दिसत होतं. त्या वृद्धाला तो आवडला असावा, असं दिसत होतं.

"आम्ही जवळच्या खेड्यातल्या दुकानात जाऊन थोडंफार खायला आणलं," जॉशनं म्हटलं आणि त्याने उत्साहानं तिला कोंबडीचे आणि शाकारलेल्या छपरांच्या झोपड्यांचे असे काही सटरफटर फोटो दाखवले. त्याच्या साहसाबद्दल तो रोमहर्षक उत्साहानं बोलत होता आणि त्याचे निळे डोळे गारगोटीसारखे चमकत होते.

नाश्ता झाल्यावर ते पुन्हा एकदा कोणाच्याही नजरेस आपण पडू नये याची दक्षता घेऊन मंदिरात गेले आणि त्यांनी फक्त त्या सगळ्या मूर्तींची एक साधी यादी तयार केली आणि पुन्हा एकदा ते भुयाराचं तोंड बंद करून टाकलं.

आता आपण शांतपणानं मरू शकू, असं त्या वृद्धानं त्यांना ठामपणे सांगितलं असलं, तरीही शिवराजला थोडीफार कल्पना येण्याची शक्यता असल्यानं त्या वृद्धानं तिथे बिलकूल राहताच कामा नये, असं त्यांनी ठरवलं. त्या वृद्धानं अगदी नाइलाजानं त्रिचीला जाऊन त्याच्या दूरच्या पुतण्याकडे राहण्याचं मान्य केलं, कारण त्यांनी अगदी ठामपणे त्याला न घेता तिथून निघून जाण्यास नकार दिला होता.

ते त्रिचीला गेले आणि अजूनही सकाळ असतानाच एका गजबजलेल्या गावात पोहोचले.

त्यानंतर त्यांनी त्याला एक फोन घेऊन दिला आणि तो कसा वापरायचा तेही शिकवलं. त्याबरोबरच सुरक्षित राहण्यासाठी काळजीनं सूचना देऊन त्यांनी त्याला तिथे सोडलं. एकट्यानंच बाहेर पडू नये, अनोळखी माणसांपासून सावध राहावं... वगैरे सूचना त्यांनी त्याला दिल्या. त्याने स्मित केलं आणि आता तसं विधिलिखितच आहे, त्यामुळे त्याप्रमाणे सारं काही ठीकच होईल, याची तिला खात्री दिली.

आपल्याबरोबर भरपूर खाद्यपदार्थ आणि पाण्याच्या बाटल्या घेऊन त्यांनी दुपारच्या बरंच आधी चेन्नईच्या परतीच्या प्रवासाला सुरुवात केली. आता अखेरीस तापमान मध्यम आणि सुसह्य बनलं होतं आणि चांगला वारा सुटला होता. जॉशनं रेडिओशी चाळा करता करता तिला खाण्याविषयी, भाषेविषयी आणि कांस्य मूर्ती सोडून इतर सगळ्या गोष्टींविषयी बरेच प्रश्न विचारले.

त्यांनी टॉमला फोन केला, त्यांनी दिलेल्या ताज्या घडामोडींच्या माहितीमुळे तो रात्रभर मुळीच झोपला नसावा असा त्यांचा अंदाज होता.

"तुम्ही कुठे आहात?"

"अरे बाबा, चेन्नईच्या परतीच्या मार्गावर," जॉशनं त्याला सांगितलं.

"काय? खरंच? कुणी तुमचा पाठलाग करत असेल तर? त्या मूर्तींना काही झालं तर?" टॉमचा संताप आणि काळजी त्याच्या आवाजातून आणि त्याच्या चाकाच्या खुर्चीच्या करकरण्यातून स्पष्टपणे जाणवत होती.

"शांत हो, टॉम, तसं विधिलिखितच आहे. त्यामुळे त्याप्रमाणे सारं काही ठीकच होईल," जॉशनं विनोद केला.

आपला मुद्दा सोडून देण्यापूर्वी टॉमनं थोडासा कुरकुरल्यासारखा आवाज काढला. "आता सगळेच लोक त्यात गुंतलेत, पण मी त्यांना त्या स्थळाचे किंवा त्या शोधाचे नेमके तपशील दिलेले नाहीत. गोष्टी जलद गतीनं घडत चालल्यायत. ते न्यायाधीशांना वॉरंट काढण्यासाठी रात्रीच जाऊन उठवतायत... असं सगळं चाललंय. चेन्नईत उद्या दुपारी बैठक आहे. मला किती ठिकाणी थांबत यावं लागणार आहे, ते तो देवच जाणे! पण तोपर्यंत मी चेन्नईला पोहोचेन. विद्या, मला तुझ्या मदतीची गरज असेल."

"तुला मदत करायला मला खूपच आवडेल, टॉम" अखेरीस टॉमची प्रत्यक्ष भेट होणार या कल्पनेनंच रोमांचित होत तिने म्हटलं. अर्थातच त्या वेळी तिथे जॉश असणार नव्हता, कारण त्याने दुसऱ्या दिवशी पहाटेची तिकिटं काढली होती, हे तिला माहिती होतं. आता टॉम आधीच भारतात येणार असल्यानं जॉशनं थँक्सगिव्हिंगच्या वेळी भारतात येण्याचं तिला वचन दिलं होतं, त्याचं काय होणार असा विचार तिच्या मनात आला. ती त्याला पुन्हा कधी बघू तरी शकली असती का?

ती कार चालवत असताना टॉमचा प्रवास अधिक सुलभ व्हावा यासाठी विविध गोष्टींची तजवीज करण्यासाठी जॉश इंटरनेटवर संशोधन करत होता. एक अतिरिक्त कमी वजनाची चाकाची खुर्ची त्याला तयार ठेवावी लागणार होती. त्याची नियमित चाकाची खुर्ची उचलून ठेवता येईल, अशी कार तो भाड्यानं घेऊ शकला असता. चेन्नई आणि तंजावुरमधली खास अपंगांसाठी व्यवस्था असलेली हॉटेलं... टॉमला इथे जास्तीत जास्त सुखावह वाटेल याची खात्री ती करून घेईल, असा तिने टॉमला दिलासा दिला.

तिने आरएसटींना फोन करून थोडक्यात माहिती दिली. जगदीशनीही महत्त्वाच्या लोकांना कामाला लावलं होतं आणि ते त्या दोन माणसांचा माग काढत होते, असं त्यांनी तिला सांगितलं.

"शिवराजचं काय झालं?"

"त्याचा मोबाइल फोन घरात आहे, पण जगदीशला वाटतंय की तो घरात नसावा."

"त्यांनी त्याला निसटून जाऊ दिलं?"

जॉशच्या कपाळाला आठ्या पडल्या होत्या. विचारमग्न होत त्याने लॉग इन

केलं आणि त्याचा फोन अजूनही त्याच्या घरीच असल्याची खात्री करून घेतली. पण आदल्या रात्री त्याने बेंगळुरूमार्गे सिंगापूरला जाण्याचं तिकीट काढल्याचं त्याला लवकरच दिसलं. विद्यानं आरएसटींना ती माहिती कळवली. शिवराजला प्रभूला अटक झाल्याचं नक्कीच समजलं असावं आणि त्यांनी पोलिसांना त्याचा माग घेण्याची कल्पना देण्याच्याही आधी तो बेंगळुरूला गेला होता आणि त्याने धूर्तपणे आपला फोन मागे ठेवला होता.

पण अजूनही ते सगळं पूर्ण व्हायला खूप वेळ लागणार होता. कायद्यानं काहीशा संथपणानं काम केलं असतं. शिवाय प्रत्यार्पणाची आणि तुरुंगात टाकण्याची प्रक्रिया पार पडायची होती आणि त्यानंतर अखेरीस न्याय दिला गेला असता. तिला या सगळ्याची खात्री होती.

ते महामार्गाजवळ थांबले आणि त्यांनी झटकन एका उपाहारगृहातून बांधून घेतलेली रोटी आणि आमटी खाल्ली. त्यानंतर त्यांनी आरएसटी, जगदीशकाका, टॉम यांच्याबरोबर बोलता बोलता, इतिहासाचा मागोवा घेत आणि भूतकालीन घटनांचा अंदाज बांधत पुढचा प्रवास सुरू ठेवला.

ते कारनं पुढे येत असतानाच सोसाट्याचा वारा सुटला आणि कलतीच्या सूर्याला झाकून टाकणाऱ्या ढगांची गर्दी झाली.

एखाद्या छोट्याशा चहाच्या टपरीजवळ थांबलं तर किती छान होईल, असा विचार ज्या क्षणी तिच्या मनात आला होता, नेमक्या त्याच क्षणी जॉशनंही तिला तेच विचारलं. ते दोघंही कारमधून खाली उतरले आणि पत्र्याच्या छपरानं झाकलेल्या एका छोट्याशा चहाच्या टपरीखाली धावतच पोहोचले आणि त्याच वेळी पावसाला सुरुवात झाली. त्या विक्रेत्यानं तिच्याकडे बघून स्मित केलं आणि चहा बनवायला सुरुवात केली. त्या वेळी जॉशनं त्याला तसा चहा आवडू लागल्याचं तिला सांगितलं.

बहुतेक ते एक विचित्र वादळ होतं किंवा वळवाचा पाऊस होता किंवा कदाचित मोठ्या प्रमाणात अपेक्षा असलेला मॉन्सूनचा पाऊस थोडा आधीच सुरू झाला होता. पावसाचे मोठमोठे थेंब खाली कोसळत होते आणि त्यामुळे त्या पत्र्याच्या छपरावर बराच मोठा आवाज होत होता.

त्या विक्रेत्यानं भजी तळायला सुरुवात केली. तेल गरम होतं आणि त्याने छान तळलेली भजी झाऱ्यावरून गळणाऱ्या तेलाच्या थेंबांसह केळीची पानं घातलेल्या भांड्यात टाकली.

ते चहा प्यायले आणि त्यांनी ती गरमगरम भजीही खाल्ली. टिश्यूऐवजी त्याने दिलेल्या वर्तमानपत्राच्या कागदावर त्यांनी भज्यांमधलं जास्तीचं तेल पिळून काढून टाकलं होतं. विद्याला त्या तेलाची आणि तिखटाची भीती वाटत होती, पण जॉशनं

लहान मुलाच्या उत्साहानं ती फस्त केली. तिने भुवया उंचावून त्याच्याकडे बघितलं त्या वेळी तो हसत म्हणाला, ''मला वाटतं की, मी पूर्णपणे या नवीन वातावरणाशी एकरूप झालोय.''

''त्या विक्रेत्याच्या चेहऱ्यावर किती आनंद दिसतोय बघ,'' आश्चर्यानं आपल्या डोक्याला त्या विक्रेत्याच्या दिशेनं हलवत त्याने तिला म्हटलं.

''होय. अखेरीस पाऊस पडला म्हणून त्याला आनंद झालाय, असं तो म्हणतोय.''

तोपर्यंत दोन महिला धावतच त्या टपरीखाली पावसापासून बचाव करून घेण्यासाठी आल्या. त्याही हसतच होत्या. त्यांनी कापडानं झाकलेल्या त्यांच्या टोपल्या खाली ठेवल्या. त्यानंतर अंग कोरडं करण्यासाठी त्यांनी ते कापड काढून घेतल्यावर विद्याला त्या टोपल्यांमध्ये ताज्या फुलांचे लांबलचक हार दिसले. त्यांचे एकावर एक गोलाकार ढीग रचून ठेवण्यात आले होते. शेवंती आणि निशिगंधाचे हार आणि काही सुटी फुलंही होती आणि त्या सगळ्यात काही लाल गुलाबही होते.

जॉशनंही अगदी अपरिहार्यपणे तिकडे पाहिलं आणि काहीशा मिश्कीलपणे त्याने तिच्यासाठी थोडी फुलं विकत घेतली. त्या फुलांचे देठ गुच्छ बनवण्याएवढे लांब नव्हते, त्यामुळे विद्यानं त्यातली काही फुलं केसात माळली. भारतीय पद्धत. ...आणि उरलेली तिच्या हातातच ठेवली.

''त्या भिजल्यायत, असं त्या म्हणतायत, पण पाऊस आल्यामुळे त्यांना आनंद झालाय,'' त्यांचे उत्साहभरले शब्द भाषांतरित करून त्याला सांगितलेच पाहिजेत, असं विद्याला वाटलं होतं.

''मला ते दिसतंयच. बऱ्याच दिवसांत अशा प्रकारचा निखळ आनंद मी एवढ्या जवळून पाहिला नव्हता. माझ्या दृष्टीनं पाऊस म्हणजे थोडीशी गैरसोयच असते. दुष्काळाच्या आणि पुराच्या सगळ्या समस्या खूप लांब आणि अभ्यासाचा विषय असतात. मी त्याविषयी बातम्यांमधून वाचलं होतं. त्यातून नेमक्या भावना अभिव्यक्त होत नाहीत.'' त्या दोन्ही स्त्रियांकडे तो भुरळ पडल्यासारखा पाहत होता.

त्यांनीही त्याच्याकडे तितक्याच उत्सुकतेनं पाहिलं. तो ज्या प्रकारे विद्याच्या जितका जवळ उभा राहिला होता त्यामुळे आणि एखाद्या पुरुषानं एखाद्या स्त्रीसाठी फुलं विकत घेण्याच्या कृतीचा संपूर्ण जगात एकच अर्थ असल्यामुळेही त्यांना कुतूहल वाटत होतं, हे विद्याच्या लक्षात आलं.

त्याच्यावर एक दृष्टिक्षेप टाकण्यासाठी ती वळली. त्याने घातलेल्या जाड्याभरड्या शर्टावरून पावसाचे थेंब आत शिरू शकत नव्हते. त्याच्या किंचित वाढलेल्या दाढीच्या खुंटांमुळे त्याच्या मोकळ्याढाकळ्या वाटणाऱ्या व्यक्तिमत्त्वात भरच पडली होती. पण त्याच्याही पलीकडे, त्याच्या चेहऱ्यावरच्या आश्चर्यचकित

झालेल्या भावांमुळे तो खूपच आकर्षक वाटत होता.

"असा पाऊस पुन्हा कधीही पडणार नाही," तो म्हणाला. त्यानंतर त्याने तिचा हात आपल्या हातात घेतला आणि ते दोघंही एकत्रितपणे शांतपणे पाऊस बघत राहिले.

त्या स्त्रिया इकडच्या तिकडच्या गप्पा मारत राहिल्या. टपरीवाल्यानं आणखी भजी तयार केली आणि विद्यानं ती त्या स्त्रियांना घेऊन दिली. पाऊस तसाच बरसत राहिला आणि त्यामुळे मातीत छोटेसे ओहोळ तयार झाले.

विद्याला समाधान वाटलं आणि तिच्या मनात अत्यानंद पाझरला. जॉशची तिच्या हातावरची पकड आणखी घट्ट झाली होती आणि तिच्याकडे न बघताच त्यालाही तिचा आनंद समजल्यामुळे तो स्मित करत होता.

लवकरच पाऊस ओसरला आणि त्या स्त्रिया कमरेवर त्या टोपल्या घेऊन गप्पा मारत तिथून निघून गेल्या.

विद्यानं आणि जॉशनं इकडच्या तिकडच्या गप्पा मारत आणि संगीत ऐकत चेन्नईच्या दिशेनं प्रवास सुरू केला. त्याने विचारपूर्वक टाळलेल्या काही गोष्टींच्या यादीशी त्याची परतीची ट्रीप जोडली गेली होती.

४१

ते चेन्नईला पोहोचेपर्यंत संध्याकाळ झाली होती आणि नोकरीवरून परतणाऱ्या लोकांच्या सोमवारच्या वाहतुकीत अडकणं ही गोष्ट त्रासदायक होती. ते आवाज, तो उष्मा आणि काँक्रिटच्या जंगलांचे ते मार्ग या सगळ्या गोष्टी पूर्वी कधीही वाटल्या नव्हत्या इतक्या त्या वेळी जास्त तापदायक वाटत होत्या.

त्यांच्या मुक्कामाच्या ठिकाणाच्या ते जास्त जवळ गेल्यावर विद्याला तो लगेच तिथून निघणार असल्याबद्दल काहीतरी बोलावं असं वाटलं, पण तिला काय बोलावं ते सुचत नव्हतं. 'तुला परत जाताना वाईट वाटेल का?'' हा प्रश्न हास्यास्पद होता. 'तुला माझी आठवण येईल का?' हा प्रश्न अगदीच कीव येण्याजोग्या गरजेतून निर्माण झाल्यासारखा होता.

त्याच्या हॉटेलकडे वळावं की तिच्या घराकडे अशा वळणावर आल्यावर तिने त्याऐवजी त्याला 'तू रात्रीच्या जेवणासाठी घरी येशील का?' असं विचारलं. त्या वेळी 'मला माफ कर, पण मी दमलोय, पहाटे लवकरच्या विमानानं जायचं आहे.' अशा वेगवेगळ्या कारणांची जंत्री देऊन तो ते नाकारेल, अशीच तिची अपेक्षा होती.

पण त्याने तिचं निमंत्रण अगदी उत्साहानं आणि तत्परतेनं स्वीकारलं. एवढंच नव्हे, तर तिच्या घरी जेवण्याच्या कल्पनेनं त्याचा चेहरा उजळल्याचंही तिच्या लक्षात आलं. लवकरच तिने तिची कार तिच्या घराच्या भिंतीजवळ उभी केली आणि ते खाली उतरले.

त्या भटक्या कुत्र्यानं शेपूट हलवत आणि त्याच्यावर संशयग्रस्ततेनं भुंकत तिच्या दिशेनं झेप घेतली. तिथे सतत सुरू असणारा क्रिकेटचा खेळही थांबला आणि तिथल्या खेळाडूंनी तिच्याभोवती जमून गोंगाट करत तिच्यावर प्रश्नांची सरबत्ती केली आणि त्याच वेळी जॉशकडे चौकस नजराही टाकल्या. ती कुठे गेली

होती? ती त्यांच्याबरोबर तेव्हा खेळणार होती का? त्या सगळ्या चैतन्यशील दृश्यानं जॉश एकदम भारावून गेला होता.

तिचे वडील नुकतेच जगदीशकाकांबरोबर घरी परतले होते. त्यांनी दरवाजा उघडला आणि त्यांचं स्वागत केलं. त्यांनी तिला एकदम जवळ घेतलं. ते क्वचितच अशा प्रकारे भावना व्यक्त करत असत आणि नंतर त्यांनी जॉशबरोबर हस्तांदोलन केलं.

स्वाभाविकपणेच, तिला हे माहीत होतं की, आरएसटींच्या चेहऱ्यावर सौम्य आणि शांत स्मित असलं तरी ते जॉशला जोखत होते, पण जॉशही ते काहीसं विचित्र वाटलं तरी थोडासा बुजरा बनला होता, हे तिच्या लक्षात आलं होतं.

आरएसटींनी आणि अधीक्षकांनी प्रश्नांचा अगदी भडिमार केला होता आणि कॉफी झाल्यावर आरएसटींनी 'मी त्या सगळ्याचा सारांश काढलाय' असं अगदी अभिमानानं सांगितलं. त्यानंतर त्यांनी पुढची पावलं काय असतील यावर चर्चा केली. लवकरच, म्हणजे अगदी दुसऱ्याच दिवशी कायदेतज्ज्ञांबरोबर बैठक होणार होती आणि पोलीस आधीच त्या गावात पोहोचले असले तरीही तो तळघरातला मार्ग ते त्यानंतर परवाच्या दिवशी उघडणार होते, अशी माहिती जगदीशनी त्यांना दिली. अद्यापही नेमकं प्रवेशद्वार कुठे होतं ते कोणालाही माहिती नव्हतं. टॉम तिथे पोहोचेपर्यंत थांबावं म्हणूनच त्यांनी तो मार्ग उघडणं एक दिवस लांबणीवर टाकलं होतं, त्याबद्दल जॉशनं त्यांचे आभार मानले.

''काहीही झालं तरी तोच खरा हिरो आहे,'' जगदीशनी स्मित करत मान्य केलं. ''दरम्यानच्या काळात आपल्याला खूप काम करावं लागणार आहे. आपल्याला त्या स्थपतीकडून योग्य प्रकारे कबुलीजबाब मिळवावा लागणार आहे आणि ज्या कोणत्या वॉरंटची गरज असेल तीही काढावी लागतील.''

रामनाथनही त्या गुन्ह्यात त्यांचा साथीदार होता का, अशी शंका त्यांनी व्यक्त केली. त्यावर विद्यानं जोरदार असहमती दर्शवली. ''तो नसता तर हे प्रकरण आम्ही सोडवूच शकलो नसतो,'' ती म्हणाली.

''आपण ती सोडवली असती. मला फक्त थोडा जास्त काळ लागला असता,'' असं त्यावर जॉशनं म्हटलं.

''गरीब बिच्चारा! तसंही त्याच्या भूमिकेबद्दल त्याला भयावहपणे वाईट वाटणारच आहे. त्याचं नाव कागदोपत्री येऊ नये यासाठी आपण प्रयत्न करून त्याला याच्या बाहेरच ठेवलं पाहिजे,'' ती म्हणाली.

ते तिन्ही पुरुष तिच्याकडे कौतुकानं पाहत होते, जणू काही ती एक भावनातिरेकात वाहून जाणारी मूर्खच होती! त्यामुळे ती चांगलीच त्रस्त झाली. रामनाथन हा त्यांच्या हातचं प्यादं असावं यावर त्यांचं एकमत झालं होतं.

त्याचा अंतिम परिणाम काय असेल याविषयी नंतर ते चर्चा करत बसले.

"सध्याच्या धार्मिकतेच्या पातळ्यांचा विचार करता लवकरच तिथे भव्य, भपकेबाज मंदिर उभारलं जाईल, यात शंकाच नाही आणि तो एक मोठाच व्यवसाय होईल," आरएसटींनी उपरोधानं शेरा मारला.

"तिथे अनेक रोजगारांचीही निर्मिती होईल, सर," जॉशनं कोरडेपणानं म्हटलं.

ते सगळे हसले. लवकरच जगदीश निघून गेले आणि जाता जाता त्यांनी तिला काही काळासाठी त्यांना पोलीस संरक्षण मिळेल, अशी हमीही दिली.

आरएसटींनी बाहेरून जेवण मागवावं असं सुचवलं असलं, तरीही विद्यानं स्वयंपाक करायचं ठरवलं होतं. जॉशला योग्य प्रकारे तयार केलेल्या दक्षिण भारतीय जेवणाच्या विविध पदार्थांची चव चाखता यावी, असं तिला वाटत होतं. ते बोलत असताना तिने झणझणीत *वाथाकोळंबू* आणि नाजूक *पालक कूटु* तयार केलं. त्यानंतर हे सगळं त्याला खूपच परकी आणि बेचव वाटेल अशी चिंता वाटल्यानं तिने भाजके बटाटे आणि टोमॅटो रसम तयार केलं. टोमॅटो रसम तिने सूपसारखं दिलं.

त्यानंतर अतिशय काळजीपूर्वक तिने टेबल सजवलं.

जॉशनं हातानंच जेवण्याचा आग्रह धरून त्या सगळ्यावरच अगदी आनंदानं ताव मारला. आपल्या हातांनी तोंडात भाताचा घास घालण्याचं त्याचं कौशल्य मात्र फक्त चार वर्षांच्या मुलाएवढंच होतं, पण तरीही ते सगळंच गोड वाटत होतं. अगदी आरएसटींनाही त्याची मौज वाटली होती.

जॉश त्यांच्या पालकांविषयी बोलला आणि आरएसटी त्यामुळे चांगलेच प्रभावित झाले. त्याच्या पालकांना उपनिषदांमध्ये रुची होतीच. शिवाय त्याला स्वत:ला व्हिएतनामच्या युद्धातल्या अमेरिकेच्या सहभागाला होणाऱ्या विरोधातही रस होता.

जेवणानंतरचा गोड पदार्थ म्हणून तिने आंबे कापून दिले. ते त्यांनी लिव्हिंग रूममध्ये बसून खाल्ले. तिला प्रामाणिकपणे असं वाटत होतं की, जॉशनं नवीन वातावरणाशी चांगल्या प्रकारे जुळवून घेतलं होतं. ज्या जलद गतीनं तो आंबे खात होता त्याबद्दल तिला थोडी चिंताच वाटली होती.

एकदा जॉशनं रेस्टरूममध्ये जायचं आहे, असं सांगितलं. ती कुठे होती ते दाखवण्यासाठी ती उठून उभी राहिली आणि जसे तिच्या वडिलांच्या नजरेपासून ते दूर गेले तसं त्याने तिला घट्ट मिठीत घेतलं आणि तिचं गाढ चुंबन घेतलं. त्याने चेहरा वर उचलला त्या वेळी त्याच्या डोळ्यात नैराश्याचा आणि पश्चात्तापाचा भाव होता. त्याने तिला जाऊ दिलं आणि तिने ती स्वयंपाकघरात जात असल्याचं समजावं म्हणून पावलांचा मुद्दाम मोठा आवाज केला.

लवकरच तो हॉटेलमध्ये जाण्यासाठी घरातून बाहेर पडण्याची वेळ आली.

विद्यानं खोलीतून बाहेर पडण्याच्या थोडा वेळ आधी त्याला तंजावुरमध्ये घेतलेला सुती स्कार्फ भेट म्हणून दिला. त्याने भुवया उंचावल्यावर तिने स्मित करत त्याला सांगितलं, ''तुझ्या मॉमच्या संग्रहासाठी.'' तो काहीच बोलला नाही, पण त्याने तो गंभीरपणे घेतला. एक तर तो खूपच हेलावून गेला होता किंवा त्याला ते सगळं खूपच वेडपटपणाचं वाटलं होतं.

तिने त्याला हॉटेलपर्यंत सोडण्याची तयारी दर्शवली होती, पण तो कॅब करण्यावरच ठाम राहिला आणि तिला काही कळण्याच्या आतच तो ट्रॅक्सीत बसून जायला निघालाही होता. येणाऱ्या दिवसांत ज्या काही रोमहर्षक घडामोडी होतील त्या सगळ्या ती त्याला कळवत राहील, असं तिने त्याला उदासीनपणे बडबडल्यासारखं सांगितलं. ती जितकी निरर्थक बडबड करत राहिली, तितका तो अधिकाधिक शांत होत गेला.

ट्रॅक्सी निघून गेली आणि आरएसटी आणि ती जड पावलांनी घराकडे परतली.

''चांगला, स्वारस्यपूर्ण मुलगा आहे,'' तिचे वडील म्हणाले.

''तुम्ही हे त्या भांडवलवाद्याबद्दल म्हणताय?'' तिने विनोद करण्याचा प्रयत्न केला.

आरएसटींनी स्मित केलं. पण त्यांनी तिच्या चेहऱ्यावर नजर टाकली त्या वेळी तिच्या गालांवरून अश्रू ओघळत असल्याचं तिच्या लक्षात आलं आणि ती भीतीनं शहारली. आरएसटींनी फक्त तिच्या डोक्यावर थोपटलं.

ती 'आवराआवरी करायची आहे' असं काहीसं बडबडत घाईघाईनं आत गेली. तिने झटकन टेबल स्वच्छ केलं, वस्तू बाजूला ठेवून झटपट ओटा साफ केला आणि इतर काहीही करण्यासारखं नसल्यामुळे ती तिच्या खोलीत गेली.

* * *

चौदावं शतक...

पुजाऱ्याच्या डोक्याच्या मागच्या भागावर जोरदार प्रहार झाल्यामुळे तो झोकांड्या खात पुढे गेला आणि त्याच्या तोंडातून रक्त आलं. त्याच्या समोर उभ्या असलेल्या सैनिकाच्या नजरेतला पिसाटपणा भयावह होता.

ती सकाळची वेळ होती आणि नेहमीप्रमाणेच प्रखर ऊन पडलं होतं, पण ओळीनं एक मजली, बैठी घरं असलेल्या त्या रस्त्यावर परिस्थिती सर्वसामान्य असल्याचं कसलंच चिन्ह नव्हतं. वेदपठण करणाऱ्या त्याच्या मुलांचे आवाज आणि स्वयंपाकघरात त्याच्या मोठ्या कुटुंबातल्या इतर स्त्रियांसमवेत कामात व्यग्र असलेल्या त्याच्या पत्नीचं चित्र क्षणभरासाठी त्याच्या नजरेसमोर आलं. ते सगळे सुरक्षित होते हे माहीत असल्यानं त्याला आनंद वाटला. त्यांना त्याने काही दिवसांपूर्वीच

बैलगाडीतून पूर्वेकडे दूरवर पाठवून दिलं होतं.

"त्या मूर्ती तू कुठे पाठवून दिल्यास?" शत्रूच्या त्या सैनिकाच्या बोलण्याचं कोणीतरी त्याला भाषांतर करून ओरडून सांगितलं, त्याच वेळी दुसरा फटका त्याच्या पायावर बसला. या वेळी तो पुजारी त्याच्या गुडघ्यांवर खाली कोसळला आणि त्याच्या डोळ्यांसमोर काजवे चमकू लागले, त्याला धूसर दिसत होतं आणि कानात खणखणीत जोरदार आवाज ऐकू येत होता.

त्याने मान हलवून नकार दिला आणि त्याच वेळी त्याच्या तोंडातून रक्त बाहेर पडलं.

त्याला अगदी अस्पष्ट असलं तरीही मंदिराचं गोपुरम दिसत होतं. घामात आणि रक्तात मिसळलेले अश्रू खाली ओघळले. सकाळची पूजा न झाल्याचा गेल्या काही शतकातला तो पहिलाच दिवस होता आणि त्याने पूजा केली नव्हती असा गेल्या वीस वर्षांतला तो पहिलाच दिवस होता.

"ही तुझी अखेरची संधी," तो माणूस कडाडला आणि त्या सैनिकानं त्याची तलवार उपसली. "तू त्यांना कुठे हलवलंयस? उत्तर दे."

ज्या वेळी त्या मूर्ती घडवल्या गेल्या होत्या, त्या वेळी ग्रहांची अशुभसूचक युती असली पाहिजे, अन्यथा त्यांचं नशीब असं का असतं, त्यांना असं लपून तळघरात का बसावं लागलं असतं?

त्याच्या देवांच्या मूर्ती तिथे होत्या, त्याच्या पूर्वजांनी त्यांची पूजा केली होती. पण एक अतिशय धार्मिक प्रवृत्तीची व्यक्ती असल्यामुळे भरपूर ईश्वरनिष्ठा असूनही त्याने त्यांच्या सुसंस्कृत सौंदर्याचाही विचार केला होता. स्थपतींची कुटुंबं तरी सुरक्षित होती का, असा विचार त्याच्या मनात आला. पेरुनथॅछननं आणि त्यानं मिळून ही योजना आखली होती. त्यांनी आणखी फक्त तिघांनाच यासाठी विश्वासात घेतलं होतं. एक गवंडी आणि त्याचे दोन साहाय्यक असे ते तिघे होते. त्यांनी मूर्ती इतरत्र हलवत असल्याचा मोठा गाजावाजा करून मंदिर बंद केलं. त्यांनी तशी अफवा सर्वत्र पसरवली. त्यामुळे कफूरचं लष्कर त्यांना सोडून देईल, असा त्यांचा कयास होता. त्यांनी गुप्तपणे अतिशय परिश्रमपूर्वक नीलवराईचं बांधकाम केलं आणि त्या मूर्ती तिथे ठेवून दिल्या.

तो त्या त्यांना कधीही देऊ शकला नसता.

"वीरधवलमला," त्या पुजाऱ्यानं त्यांनी आधीच तपासलेल्या गावाचं मुद्दामच त्यांच्या आज्ञेची अवहेलना करण्याचा अखेरचा प्रयत्न म्हणून उत्तर दिलं. त्यामुळे तो सैनिक क्रोधित झाला. त्याने त्याच्या पोटात लाथ हाणली. त्यामुळे तो पुजारी गडगडत धूळमाखल्या रस्त्यावर गेला.

त्याच्या गळ्यावर तलवारीचं धारदार पातं ठेवल्याचं त्याला जाणवलं. आता

त्याला त्या नटराजाच्या सुंदर चेहऱ्याखेरीज फारसं काहीच दिसत नव्हतं. सर्व कांस्य मूर्तींमध्ये ती मूर्ती त्याची आवडती होती. आपली वेळ भरली आहे हे त्याला माहीत होतं. त्याने थिरुवासगमचा जप करायला सुरुवात केली. नेहमीप्रमाणेच त्याचे उच्चार स्पष्ट होते आणि आवाज दुमदुमत होता. "ना सरपटणाऱ्या सापाला, ना भल्या मोठ्या भाल्याला, ना वाघाला मी घाबरतो. मी यांच्यापैकी कोणालाही घाबरत नाही. कारण मी माझ्या नृत्य करणाऱ्या भगवानाला जाणतो." त्याच्या गळ्याच्या दिशेनं झपाट्यानं खाली येणाऱ्या तलवारीचा सप् असा आवाज त्याने ऐकला, त्या वेळी त्याच्या मनात एकच आशा निर्माण झाली होती- फार काळ जाणार नाही, आणि एक ना एक दिवस त्या मूर्तींना दिवसाचा उजेड पाहता येईल.

४२

उन्हानं गरम झालेल्या पाण्याचा शॉवर घेतल्यावर तिला हलकं वाटलं. सुखद सुती कापडाचा, लाल फुलांच्या डिझाइनचा नाइटड्रेस घालून विद्या पलंगावर आडवी झाली, पण ती जागीच होती.

तिच्या आईचा, टॉमचा, त्या वृद्ध माणसाचा आणि त्या मंदिराचा विचार तिने केला. त्यावेळी तिच्या मनात अनेक भावभावनांचा संमिश्र उद्रेक निर्माण झाला असला, तरीही तिच्यात कोणता तरी अपरिवर्तनीय बदल झाला होता हे तिला माहीत होतं. तिच्या करिअरचा पुनर्विचार ती नंतर करणार होती. पण त्याआधी तेव्हा तिला तोपर्यंत तिच्या डोक्यात संदिग्ध असलेल्या आणि नव्यानंच तयार होत असलेल्या विकासात्मक अर्थकारणाच्या कल्पना अंगिकाराव्या लागणार होत्या, हे तिला माहीत होतं. तिच्या वडिलांचे लेखही तिला वाचावे लागणार होते, हेही तिला माहिती होतं.

जॉशचा विचार न करण्याचा ती प्रयत्न करत होती.

जॉश तिथून गेल्याला आता काही तास उलटून गेले होते आणि त्याने तिला कुठलाही संदेश पाठवला नव्हता की, औपचारिकपणे तिचा निरोपही घेतला नव्हता. तिनेही त्याला तसा कोणताही संदेश पाठवला नव्हता. तिच्या मन:स्थितीविषयी तिला टॉमशी बोलायला आवडलं असतं, पण तो आधीच विमानात बसला होता आणि तिच्याकडेच जलद गतीनं येत होता. टॉमनं इथे पाऊल ठेवलं रे ठेवलं की त्याच्या खांद्यावर डोकं ठेवून आपण रडत असल्याच्या कल्पनेनंच तिच्या चेहऱ्यावर स्वत:चा उपहास करणारं स्मित झळकलं. तिने ती कल्पना साफ फेटाळली.

घड्याळाचे काटे झपाट्यानं पुढे सरकत होते आणि ती एका कुशीवरून

दुसऱ्या कुशीवर वळत होती. लवकरच पहाटेचे साडेचार वाजले. आता जॉश उठला असेल असा विचार विद्याच्या मनात आला. तीही उठली आणि प्रातर्विधी आटोपून तयार झाली. पाच वाजले होते, तो निघण्यासाठी तयार झाला असेल आणि बहुधा त्याने एक मोठा कपभर ब्लॅक कॉफी घेतली असेल. तिने स्वत:साठी मद्रास कॉफी तयार करून घेतली आणि आदल्या रात्री तो जेवायला बसलेल्या खुर्चीकडे एकटक पाहत जेवणाच्या खोलीत कॉफी पीत बसली. सव्वापाच वाजले, त्याने बॅगा भरल्या असतील आणि तो खाली गेला असेल आणि हॉटेलमधली खोली सोडून बाहेर पडला असेल. साडेपाच, त्याने विमानतळावर जाण्यासाठी कॅब पकडली असेल.

पहाटे तो भटका कुत्रा भुंकत असल्याचं तिने ऐकलं. तिच्या फोनवर 'बीप'चा आवाज झाला. *हाय.* जॉशकडून आलेला संदेश त्रोटक होता. तिनेही त्याला तसाच संदेश पाठवला, *हाय.*

तिचा फोन वाजला. तिने पहिल्या रिंगलाच तो उचलला.

"ए... गुड मॉर्निंग, मी तुला झोपेतून उठवलं का?" जॉशचा आवाज मुलायम होता. जवळजवळ हळुवारपणे कुरवाळल्यासारखा होता.

"नाही. मी बिलकूल झोपू शकले नाही," तिने प्रामाणिकपणे म्हटलं.

"छान," तो दिलासा मिळाल्यासारखा म्हणाला.

"छान?"

"होय, तू झोपू शकली नाहीस हे चांगलं चिन्ह आहे. मीही झोपू शकलो नाही," तो भटका कुत्रा आणखी थोडा भुंकला आणि तिला त्याचं भुंकणं आपल्या फोनवरूनही ऐकू आल्यासारखं वाटल्यामुळे ती थोडीशी गोंधळली.

"तू निघालायस का?"

"ए... तुझा बॉयफ्रेंड खरा आहे का?" तिच्या प्रश्नाला उत्तर देण्याऐवजी त्याने विचारलं.

"नाही जॉश," विद्यानं उसासा टाकला. "ऐक, मी -"

"मग तसं असेल तर तू बाहेर येऊ शकशील का? आपण बोलत असताना बाकीचा सगळा वेळ मला तुझ्या चेहऱ्याकडे बघत बोलायला आवडेल."

"काय? बाहेर?" ती आधीच खुर्चीवरून धडपडत उठली होती आणि हलक्या पावलांनी धावत दरवाजाच्या दिशेनं निघाली होती. तिच्या आतुर बोटांनी जितक्या लवकर दरवाजाची कडी काढणं शक्य होतं, तितक्या लवकर तिने ती तशीच चाचपडत काढली आणि घराच्या बाहेर पाऊल टाकलं.

त्याने फोन बंद केला आणि तिला बघितल्याबरोबर तो खिदळल्यासारखा हसला. पहाटेपूर्वी पसरलेल्या प्रकाशात तो बाहेर उभा होता आणि त्याच्या चेहऱ्यावर

खूप मोठं स्मित होतं. झोप नसल्यामुळे त्याच्या तारवटल्यासारख्या दिसणाऱ्या डोळ्यातूनही तसंच भरपूर स्मित डोकावत होतं.

थोड्याच अंतरावर टॅक्सी उभी होती आणि झोपेतून जाग्या झालेल्या त्या भटक्या कुत्र्याला त्याच्यापेक्षाही टॅक्सीतच जास्त रुची होती.

"तू इथे काय करतोयस?" तिने छोट्याशा अंगणात पाऊल टाकत विचारलं आणि बाहेर पडल्यावर दरवाजा ओढून घेतला. तिने आपले केस नीट केले. कारण रात्री झोपण्यासाठी तिने केसांची जाडजूड पेडाची वेणी घातली होती, त्यामुळे वेणी सोडल्यावर ते थोडेसे विस्कटल्यासारखे झाले होते. नकळत तिने तिचा बेडौल, आरामशीर आणि गबाळा गाउन नीट केला.

"तुला टेस्टेस्टेरॉन, डोपामिन, सिरोटोनिन, ॲड्रिनॅलिन आणि... खरं तर विशेषत: ॲड्रिनॅलिनची माहिती आहे ना? ज्या वेळी तुम्हाला कुणीतरी आवडतं असा विचार केल्यावर तुम्हाला उत्तेजित झाल्यासारखं वाटतं त्यावेळी हे ॲड्रिनॅलिन स्त्रवतं. जसजसा वेळ पुढे सरकतो आणि तीव्र स्थिती निवळू लागते आणि तुम्हाला त्याच व्यक्तीला दिवसामागून दिवस रोज सकाळी त्याच व्यक्तीचा चेहरा बघावा लागतो, त्या वेळी वस्तुस्थिती लक्षात येते आणि मग त्या हॉर्मोन्सचा तुम्हाला काहीही उपयोग होत नाही." त्या छोट्याशा संभाषणात त्याने स्पष्टपणे मोठा विचार ठेवला होता.

"ठीक आहेस ना?" विद्यानं विचारलं. या सगळ्यातून तो कुठे निघालाय त्याचं तिला नीटसं आकलन होत नव्हतं.

"गेले काही दिवस मी हेच स्वत:ला सांगतोय."

"बरं मग?"

"आता असं बघ, ते सगळं खरं असलंच पाहिजे, पण..."

तो तिच्या जवळ आला आणि त्याने तिचे हात त्याच्या हातात घेतले.

"काय?" तिने विचारलं.

त्याने हात पुढे केला आणि तिच्या कुरळ्या बटा तिच्या कानांमागे ढकलल्या.

"दोन दिवस ओळीनं तू सकाळी नुकतीच उठल्यावरही सुंदर दिसतेयस. याचा अर्थ संबंधित हॉर्मोन दीर्घकाळ सक्रिय राहिले असावेत, अशी आशा बाळगायला जागा आहे."

"जॉश!" ती अर्धवट गंभीरपणानं आणि अर्धवट हसत म्हणाली. तिलाही तिच्या अनाकर्षक, बऱ्यापैकी जीर्ण झालेल्या नाइटड्रेसची आणि श्वासातून येणाऱ्या कॉफीच्या गंधाची जाणीव होतीच.

"म्हणून मी अगदी पोटतिडकीनं तुला हेच सांगण्याचा प्रयत्न करतोय की, जर ही गोष्ट खरोखरच घडली तर काय होईल? म्हणजे तू माझी....अर्र... अरे देवा,

हे लाज वाटायला लावणारं आहे... तू माझी जोडीदार बनलीस तर? याहून चांगला शब्द सुचत नाही. जर हे सगळं घडलं त्यामागे या विश्वाचा आपली भेट घडवून आणण्याचा कट असेल तर?"

"काय पण अभिमानीपणा! म्हणजे तू मला मागणी घालतोयस का?"

"वा, शब्दांची निवड रोचक आहे," तो खिदळत म्हणाला.

तिने ओठ चावले.

त्याने खोल श्वास घेतला. "हे बघ यासाठी काही नियमांच्या पुस्तिका वगैरे नाहीत आणि असल्याच तरीही मी सहसा नियमपुस्तिका वाचत नाही. मग?"

"मग?"

"मला माहीत नाही! आपण निदान याविषयी बोलू तरी शकतो का?"

"कशाविषयी बोलू शकतो का?"

त्याने तिच्याकडे ती करत असलेला बेफिकिरीचा बहाणा आपण ओळखून असल्याचं दाखवणारा कटाक्ष फेकला.

"आपल्याविषयी बोलू या! अंतहीन शक्यतांविषयी बोलू या. कुणी सांगावं त्यातून आपण कशापर्यंत पोहोचू ते!" तो म्हणाला.

"ठीक आहे," ती हसत होती आणि बहुधा त्याच्याकडे लडिवाळपणे बघत होती हे माहिती असतानाही तिने ते मान्य केलं.

"खरंच? ठीक आहे? तुला फक्त एवढंच म्हणायचंय?" त्याने रागावल्यासारखी डोळ्यांची हालचाल करत विचारलं.

"तू काही माझ्यावर शाश्वत प्रेम आहे असं म्हटलेलं नाही," तिने त्याचं लक्ष वेधलं.

"तसं म्हणायला अजून वेळ आहे," त्याने स्मित केलं.

"आणि आशाही आहे," तिनेही स्मित केलं.

त्याने आपल्या खिशात हात घालून काहीतरी शोधलं आणि हात बाहेर काढला. त्याने तिच्यासमोर उघडून धरलेल्या तळव्यावर तिला एक गुळगुळीत, चकाकता, गेरूच्या पिवळसर तपकिरी रंगाचा आणि त्यावर करड्या रेषा असलेला दगड दिसला. "मी हा मंदिराजवळून उचलला होता," त्याने सांगितलं. तिने तो घेतला आणि त्याच्या पृष्ठभागावर प्रेमानं आपली बोटं दाबली.

दरवाजाच्या चौकटीत झुकून हाताची घडी घालून त्याने तिच्याकडे असा एक कटाक्ष टाकला की, तिचं हृदय जोरात उचंबळून आलं.

"मग आता काय? विमानतळावरची अमेरिकन कॉफी की तुझ्या घरची मद्रास कॉफी?" त्याने विचारलं.

"कॉफी नंतर घेता येईल, पण पहिल्यांदा हे," ती म्हणाली आणि पुढे झुकून

तिने त्याची कॉलर धरून त्याला आपल्याजवळ ओढून घेतलं आणि त्याचं चुंबन घेतलं, आणि ते हलकंसं नव्हतं.

खिडक्यांमधून हळूहळू आत येणाऱ्या सूर्यकिरणांनी असं जाहीर करून टाकलं होतं की, तो आणखी एक सुंदर, आनंदी दिवस होता.